இறைத்தூதர் முஹம்மது

இறைத்தூதர் முஹம்மது

தாரிக் ரமதான்

தமிழில்:

எம். யூசுப்ராஜா

எதிர்
வெளியீடு

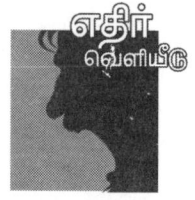

இறைத்தூதர் முஹம்மது

ஆசிரியர்: தாரிக் ரமதான்

தமிழில்: எம் யூசுப்ராஜா

முதல் பதிப்பு: டிசம்பர் 2013

எதிர்வெளியீடு,
96, நியூ ஸ்கீம் ரோடு, பொள்ளாச்சி - 642002.
தொலைபேசி: 04259 - 226012, 98650 05084.

வடிவமைப்பு: ஜீவமணி

விலை: ரூ. 250

iRaiththoothar Muhammad
Author: Tariq Ramadan

Translated by: M. Yusufraja

First Edition: December 2013

Layout: Jeevamani

Published by
Ethir Veliyedu, 96, New Scheme Road. Pollachi - 2.
email: ethirveliyedu@gmail.com
www.ethirveliyedu.in

Price: ₹ 250

மொழிபெயர்ப்பாளர் குறிப்பு

இதுவரை முஹம்மது நபியைப் பற்றி வெளிவந்துள்ள பல்வேறு ஆக்கங்களிலிருந்தும் வேறுபட்டு புதிய பரிமாணத்தில் அவருடைய வாழ்க்கையையும் அவர் வாழ்வின் பொருளையும் இந்த நூல் அறியத் தருகிறது. முஸ்லிம்களுக்கு மட்டுமல்லாது ஏனையவர்களுக்குமான இந்த நூல் முஹம்மது நபியின் வாழ்வின் சாதாரணத் தன்மையையும் அசாதாரணமான உன்னதத் தன்மையையும் ஆதாரங்களின் அடிப்படையில் விரிவாகத் தருகிறது.

இறுக்கமான சமயம் என்று தவறாகப் புரிந்து கொள்ளப்பட்ட இஸ்லாமிய மார்க்கம் எத்தனை இலகுவானது, மனிதர்களின் இயல்பான வாழ்க்கைக்கு எத்தனை பொருத்தமானது என்பதை விளக்கும் இந்நூல் வன்முறையை இஸ்லாம் போற்றவில்லை என்பதையும் தெளிவாக்குகிறது. சமயங்களின் பன்மைத் தன்மையை இஸ்லாமிய சமயம் அங்கீகரிப்பதைத் தெளிவாக விளக்கும் இந்நூல் இறைத்தூதர் மற்ற சமயத்தை எப்படி எதிர் கொண்டார் என்பதையும் சம்பவங்களின் மூலம் காட்டுகிறது.

இறைத்தூதர் கூறுகிறார்:

> இறைவன் வன்முறைக்கும் மற்றெதற்கும் அளிக்காததை; அருளாததை; மென்மையான தன்மைக்கு அளிக்கிறான். உங்களுள் இரண்டு குணங்களை இறைவன் நேசிக்கிறான். ஒன்று, பொறுமையுடனான இரக்க குணம், மற்றொன்று உன்னதமான சகிப்புத் தன்மை.

- எம் யூசுப்ராஜா

ஒரு சமயத்தை அதனுடைய பேரறிவாளன் ஒருவருடைய சொற்களின் மூலம் சிறப்பாக கண்டுகொள்ள முடியுமானால் இறைத்தூதர் முஹம்மதை பற்றி தெரிந்துகொள்ள ஒரு பக்தியுள்ள இஸ்லாம் அறிஞருடைய நூலை படிப்பதைவிட வேறு ஒரு நல்லவழி இருக்க முடியாது.

தாரிக் ரமதான் கெய்ரோவிலும் ஜெனிவாவிலும் கல்வி கற்றவர். இப்போது சுவிட்சர்லாந்தில் பேராசிரியராக பணிபுரிகிறார். அமைதி, சமூகநீதி, உரையாடல்கள் ஆகியவற்றில் ஈடுபாடு உடையவர். இதனாலேயே வலதுசாரி தலமைவாத அமெரிக்கர்கள் மத்தியில் வெறுப்பைத் தேடிக்கொண்டார். அதுவே ஒருவேளை அவருக்கு ஒரு நல்ல பரிந்துரையாக இருக்கலாம்.

மேலை நாடுகளில் தெரிந்திராத முகமதுவை இந்நூல் சித்தரிக்கிறது. பொறுத்துபோகக் கூடியவராக, அன்பு, மென்மை, மாறாத நேர்மையுடையவராக, அனாதைகளின், ஏழைகளின் தேவைகளை அறிந்தவராக உள்ள ஒரு தலைவரை இந்நூல் படம்பிடித்துக்காட்டுகிறது.

முகமதுவின் வாழ்க்கை பயணம் இறைவனின் வழிபாட்டிற்காக ஒவ்வொரு நிலையிலும் அர்பணிக்கப் படுகிறது. உரிமையின் பாதையில் செல்லுகின்ற அத்தகைய ஒருவரோடு ஒரு இதயம் உறவாடாமல் இருக்க முடியாது. இறைத்தூதர் அவர்களுடைய வாழ்க்கை முழுவதிலும் இருந்த அன்பு அனுபவத்திலும், பிரிவுகள், சார்புகள், இறுக்கமான அடையாளங்கள் ஆகியவற்றிற்கு அப்பால் உள்ள அனைவருக்கும் பொதுவான ஒழுக்கநெறியை பின்பற்ற வேண்டும் என்று மக்களை நினைவுபடுத்துவதிலும் எல்லோருக்கும் தேவையான ஒரு செய்தியை கொண்டு வந்திருக்கிறார் என்று ஆசிரியர் முடிக்கிறார்.

இது முகமது பற்றிய கடைசி வார்த்தை இல்லை. ஆனால் இந்த குழப்பமான நாட்களில் கேட்க வேண்டிய முக்கியமான சொல்.

- நிக்கோலஸ் ஆலென்

இறைத்தூதர் முஹம்மது

அறிமுகம்

இறைத்தூதர் முஹம்மதின் வாழ்க்கை குறித்து எண்ணற்ற நூல்கள் முன்பே வெளிவந்துள்ளன. இப்னு இஸ்ஹாக் மற்றும் இப்னு ஹிஸாம் போன்ற அறிஞர்களின் மிகச் சிறந்த இலக்கிய நூல்கள் முதல் இஸ்லாமிய அறிஞர்கள் பலரின் நூல்களும் இறைத்தூதர் குறித்து அனைத்தும் முன்பே சொல்லப்பட்டுவிட்டது போல தோன்றி, இனிசொல்லுவதற்கு ஏதும் இல்லை என்பது போல உள்ளது. இன்னும் ஏதும் சொல்ல ஏன் நாம் எத்தனிக்க வேண்டும்?

இது இறைத்தூதர் பற்றி முன்னர் உள்ள எந்த ஆக்கங்களுக்கும் போட்டியாகவோ, ஏதும் புதிய உண்மைகளை வெளிக் கொண்டு வருவதற்காகவோ அல்லது இதுதான் உண்மையான தகவல்கள் என்றோ அல்லது புரட்சிகரமான ஆக்கம் என்பதாகவோ இந்த முயற்சி இல்லை. மேலும் புரிந்து கொள்ளும்படியான அடக்கமானதொரு முயற்சி மட்டுமே.

கடந்த காலங்களில் இஸ்லாமியர்களின் வாழ்விலும் மனதிலும் இறைத்தூதர் முஹம்மது முக்கியமான இடத்திலிருந்ததைப் போலவே இன்றும் இருக்கிறார். இறைத்தூதர் முஹம்மது திருக்குர்ஆனின் புனிதச் செய்திகளைப் பெற்று பரப்பியவராகவும் ஆகச் சிறந்த தனித்துவம் மிக்க ஒருவராக இறைத்தூதினைக் கொண்டு வந்தவராக

இறைத்தூதர் முஹம்மது | தாரிக் ரமதான் | 7

ஒரு முன் மாதிரியாக வழிகாட்டியாக மீண்டும் மீண்டும் திருக்குர்ஆனில் சொல்லப்படும் ஒருவராக முஸ்லிம்களால் கொள்ளப்படுகிறார்.

அவருக்குக் கற்றறிவித்த இறைவனின் மூலம் கிடைத்த உள்ளுணர்வாலும், வெளிப்படுத்தப்பட்ட புனிதச் செய்திகளாலும் உலகை மாற்ற அவர் பாடுபட்டபோதும் செயல்பட்டபோதும் அவர் ஒரு சாதாரண மனிதராகவே இருந்தார். அவர் இறைவனால் தேர்ந்தெடுக்கப்பட்டு உள்ளுணர்வூட்டப்பட்டார். இருந்தும் அவர் ஒரு சாதாரண மனிதராகவும் முஸ்லிம்களுக்கு ஒரு வழிகாட்டியாகவும் மட்டுமே தன்னைப் பற்றி கூறிக் கொண்டது ஒரு மிகச் சிறந்த உதாரணமாகிறது.

இறைவனுக்கும் மக்களுக்குமிடையிலான ஒரு தொடர்பாளராக மட்டுமே முஸ்லிம்கள் அவரைக் கருதவில்லை. சில வேளைகளில் தனது சமுதாயத்திற்காக அவர் இறைவனிடம் பிரார்த்தனைகள் புரிந்தபோதும் இறைவனிடம் நேரடியாக வணங்கிப் பிரார்த்திக்கும்படி ஒவ்வொருவரிடம் அவர் கூறினார். ஏக இறைவனை தனது சொந்த வார்த்தைகளிலேயே வணங்கிப் பிரார்த்திப்பது குறித்து அவர் வலியுறுத்தினார். இறைவனின் இருத்தல் பற்றியே அவர் நம்பிக்கையுடையோரிடம் நினைவு படுத்தி வந்தார், இறைவனைப் பற்றி அறிய வைத்தார். தனக்கான தேவைகளற்ற, அனைத்தையும் அருளக்கூடிய இறைவனிடம் அன்பும் பணிவும் கொண்டு வணங்கி வரும்படி தனது சமுதாயத்திற்கு அறிவுறுத்தி ஆன்மிகத்திற்கான பாதையைத் திறந்து வைத்தார். அவருடைய இறைத்துவத்திற்கான ஆதாரத்தையும், அவர் மூலம் அற்புதங்களையும்

கோரியவர்களுக்கு பதிலளிக்கும்படி இப்படி இறைச் செய்தி வெளியாயிற்று.

> "நான் உங்களைப் போன்ற ஒரு மனிதனே. உங்களது இறைவன் ஒருவனே என்ற புனிதச்செய்தி மட்டுமே என் மூலம் வெளிவருகிறது".

இறைவனால் தேர்ந்தெடுக்கப்பட்ட, எல்லா வகையிலும் தனித்துவம் மிக்க ஒருவராக முஹம்மது இருந்தபோதும் மனித குண நலன்களை, தன்மைகளைக் கொண்டவர் என்றே இறைச்செய்தி கூறியது.

> "இறைவனை அதிகமதிகம் நினைவு கூர்வோருக்கும் இறை நம்பிக்கை மற்றும் இறுதித் தீர்ப்பு நாள் மீது நம்பிக்கை கொண்டோருக்கும் நீர் இறைவனின் தூதரும் மிகச் சிறந்த முன்மாதிரியும் ஆகும்" **(குர்ஆன்)**

மனிதத்துவமும் தூதுத்துவமும் என்ற இரண்டு பரிமாணங்களே இந்த நூலை எழுதத் தூண்டும் மையப்புள்ளியாகின்றன.

இந்த நூல் விரிவான வரலாற்று உண்மைகளையோ அவரது சாதனைகளையோ அல்லது அவர் நடத்திய போர்களைப் பற்றியதோ அல்ல. இறைத்தூதரைக் குறித்த முந்தைய வரலாற்று நூல்கள் அவற்றைப் பற்றிய ஏராளமான தகவல்களைக் கொண்டிருக்கின்றன. முஹம்மதின் ஆளுமையைக் காட்டும்படியாக இருந்த அவரது வாழ்வியல் சம்பவங்கள், எண்ண ஓட்டங்கள், அவை இன்று நமக்கு என்ன சொல்கின்றன, வழிகாட்டுகின்றன என்பவையேதாம் இந்த வரலாற்று நூலின் அடக்கம். ஒரு முறை முஹம்மதின் மனைவி ஆயிஷாவிடம் அவரது

ஆளுமை பற்றி கேட்கப்பட்டபோது அவர் கூறினார் “அவரது குண நலன்கள் குர்ஆனாகவே இருந்தன” எனறு. குர்ஆன் காலா காலத்திற்குமான நம்பிக்கை குறித்து பேசுவதால் அது அந்த மனிதரிடம் எப்படி இருந்தது என்பதை அவரது குணாதிசயங்கள் நம்முள் பேசி வழிநடத்தி எவற்றைக் கற்பிக்கும் என்பதை கவனிப்பது முக்கியமானதொன்றாகத் தோன்றுகிறது.

இறைத்தூதரின் வாழ்வியலில் மூழ்கி எக் காலத்திற்குமான அவரது ஆன்மிக போதனைகளை எடுத்துக் காட்டுவதே ஆரம்பத்தில் நோக்கமாக இருந்தது. அவரது பிறப்பு முதல் இறப்பு வரை, அவரது வாழ்வு பல சம்பவங்களாலும் பல்வேறு சூழ்நிலைகளாலும் ஆழமான ஆன்மிக போதனைகளாலும் பின்னப்பட்டிருந்தது. இறைப்பற்று, இறையுடனான உரையாடல், இயற்கையின் மீதான கவனிப்பு, சுய பரிசோதனை, உள் அமைதி, குறிகளும் நிமித்தங்களும் இப்படி பல்வேறு விசயங்கள் நம்முடன் பேசி அடிப்படையில் எவையும் மாறவில்லை என்பதை நினைவூட்டுகின்றன. முதன்மையானதும் என்றும் நிலைத்து நிற்பதுவுமான இருத்தலியல் குறித்த கேள்விகளையும் இறைத்தூதரின் வரலாறு குறிக்கிறது. அவ்வகையில் அவருடைய வாழ்வு அது குறித்த ஒரு ஆரம்பமாகிறது.

இறைத்தூதரின் வாழ்க்கை முழுதும் நிறைந்து கிடக்கும் வரலாற்றுச் சம்பவங்கள் இன்னுமொரு வகையான பாடமாகிறது. மிக முக்கியமான சமூக அரசியல் கலாச்சார சூழல் நிலவி வந்த ஏழாம் நூற்றாண்டில் தனது நன்னெறிகளின் ஒளியில் வினையாற்றி, பிரதி வினையாற்றித் தனது நம்பிக்கையின் அடிப்படையில் தன்னை

அவர் வெளிப்படுத்தி வந்தார். இத்தகைய சூழலில் அவரது செயல்பாடுகள் குறித்த நம் ஆய்வு சத்தியத்துடனான மனிதர்களின் உறவு, சகோதரத்துவம், அன்பு, பகைமை, சமூக வாழ்வு, நீதி, சட்டங்கள் மற்றும் போர் போன்றவை மீதான கொள்கைகளை நமக்குத் தெளிவுபடுத்த வேண்டும். எனவேதான் முஹம்மதின் வாழ்க்கை தற்காலத்தில் நம்முடன் என்ன பேசுகிறது? அவருடைய காலத்தைய போதனைகள் என்ன என்பனவற்றைக் குறித்து அறிந்து கொள்ள நாம் மிகவும் முயற்சிக்க வேண்டியுள்ளது.

இந்த நூலை வாசிக்கும் வாசகர், அவர் முஸ்லிமோ அல்லது முஸ்லிமல்லாதவரோ இறைத்தூதரைப் பற்றிய தத்துவ, ஆன்மிக சமூக, நீதி, அரசியல், கலாச்சாரம் சார்ந்த எந்த வரலாற்று நூலிலிருந்தும் சற்றும் பிசகாத இந்த நூலை வாசித்தறிய வேண்டும். சம்பவங்கள் கூறப்பட்டதில் வேறுபாடுகள் இருந்தால் இறைத்தூதரின் போதனைகளின் அடிப்படையிலும் நமது கால சூழ்நிலைக்கு ஏற்ற வகையிலும் பொருத்தமான சம்பவங்கள் எடுத்தாளப்பட்டிருக்கின்றன. இந்த நூலின் அத்தியாயங்கள் இறைத்தூதரின் வாழ்க்கை, குர்ஆன், ஆன்மிக போதனைகள், இன்றைய சூழல் இவற்றிற்கிடையே மாறிக் கொண்டிருப்பதை வாசகரால் உணர முடியும்.

இறைத்தூதரின் தூதுத்துவத்தைக் காட்டிலும் அவரது ஆளுமை மற்றும் அவரது வாழ்வில் நிகழ்ந்த சம்பவங்களை அறியத் தருவதே எங்கள் நோக்கம். கோரிக்கை என்னவெனில் நூலை ஆழ்ந்து வாசிக்க வேண்டும் என்பதே. ஒருவர் நம்புகிறாரோ இல்லையோ இறைத்தூதரின் வேட்கையும் உயிர்த்துடிப்பும் கலந்த பொருள்

பொதிந்த செயல்பாடுகளை ஏற்றுக் கொள்ள முடியும்.

இன்றைய சூழலில் வாசகர்கள் மனதில் எழும் சந்தேகங்களையும் கேள்விகளையும், சவால்களையும் இந்த நூலின் மூலம் தெரிந்து தெளிவடைந்து நெறிகள் மற்றும் சமூகம் சார்ந்த பார்வையை விரிவுபடுத்திக் கொள்ள வேண்டும் என்பதே இந்த நூலை உருவாக்கியதன் நோக்கம்.

இந்த நூல் முஸ்லிம் மற்றும் முஸ்லிமல்லாத ஏராளமான வாசகர்களை எதிர்நோக்கி உருவானது. இந்த நூலில் இடம் பெற்றுள்ள சற்றே கடினமான சில பகுதிகள் அறிஞர்களுக்குப் பயன்படலாம். ஆனால் நன்கு ஆழ்ந்துணர்ந்து எழுதப்பட்டுள்ள இஸ்லாமிய ஆன்மிகம் மற்றும் போதனைகளின் பகுதிகள் மிகவும் எளிமையானவையாகவும் மனதிற்கு உகந்தவையாகவும் உள்ளன. தூதரைப் பற்றிய வரலாறு உலகம் முழுவதுமுள்ள கோடிக்கணக்கான முஸ்லிம்களின் என்றும் மாறாத கொள்கைகளை அறிந்து கொள்ளக் கூடியதாக உள்ளது. அந்த வகையில் இந்த நூல் இஸ்லாத்தைப் பற்றிய உயிரோட்டமுள்ள ஒரு அறிமுகம் ஆகும்.

தூதர் தனது தோழர்களிடம் இறைவனை நேசிக்கும்படி போதித்தார். அவர்களுக்கு குர்ஆன் வழங்கிய போதனை,

"கூறுவீராக நீங்கள் இறைவனை நேசித்தால், என்னைப் பின்பற்றுங்கள், இறைவன் உங்களை நேசிப்பான்".

அவருடைய முன்னுதாரணத்தைப் பின்பற்ற தோழர்கள் பெரிதும் பாடுபட்டார்கள். இறை மேலுள்ள நேசம் போல் அவர் மேலும் நேசம் கொண்டார்கள். இறைத்தூதர் மேல் தோழர்கள்

நேசம் எப்படி இருந்ததென்பதற்கு ஒரு உதாரணம்- இறைத்தூதர் மரணமுற்றதைக் கேள்விப்பட்ட உமர் இப்னு அல் கத்தாப் அப்படிக் கூறுவோர் எவரையும் கொன்று விடுவதாகக் கூறினார். அவர் சுவர்க்கத்திற்கு உயர்த்தப்பட்டதாகவும் நிச்சயமாகத் திரும்ப வருவார் என்றும் உமர் கூறினார். முஹம்மதின் மற்றொரு தோழரான அபுபக்கர், உமரை அமைதியாக இருக்கும்படிக் கூறிவிட்டு "ஓ மக்களே! முஹம்மதை வணங்கியவர்கள் அறிவீராக! முஹம்மது இப்போது இறந்து விட்டார்! இறைவனை வணங்கியோர் அறிவீராக! இறைவன் இருக்கிறான், அவன் இறக்கவில்லை!" பின்னர் அவர் குர்ஆனிலிருந்து கீழ்க்கண்ட வசனத்தை ஓதிக் காட்டினார்:

> "முஹம்மது ஒரு தூதுவரேயன்றி வேறல்ல. அவருக்கு முற்பட்ட காலத்திலும் பல தூதர்கள் வந்து சென்றிருக்கிறார்கள். அவர் இறந்தாலோ அல்லது கொல்லப்பட்டாலோ நீங்கள் இறை நம்பிக்கையை விட்டு விடுவீர்களா? அப்படி எவரும் இறை நம்பிக்கையை விட்டு விட்டால் இறைவனுக்கு எந்த ஊறும் இல்லை. ஆனால் நன்றியுள்ளவருக்கு இறைவன் சன்மானம் அளிப்பான்"

இந்த வார்த்தைகள் இறைத்தூதர் வாழ்வின் அழகான, நேர்த்தியான, எளிய தன்மையைத் தெரிவிக்கின்றன. ஆனால் அது இறுதித் தூதர் மேல் காலங்காலமாக முஸ்லிம்கள் கொண்ட அளவற்ற அன்பை எவ்வகையிலும் குறைத்திடவில்லை.

அவர்கள் மனங்களில் நிரந்தரமாக வாழும் அவரைப் பற்றிய நினைவுகளும் அவருக்கான அவர்களது பிரார்த்தனைகளும் என்றும் அன்புடன்

தொடருகின்றன. மனிதர்களுக்கு அவருடைய அழகிய வாழ்வைப் பின்பற்றுவதும் மிகத் தேவையாக உள்ளது. இந்த நூல் காலக்கிரமத்துடனும் அறிவார்ந்தும் அதனைச் செய்யட்டும்.

இறைத்தூதரின் ஆன்மிக வாழ்வின் அனைத்துச் சூழ்நிலைகளிலும் ஏற்பட்ட கேள்விகளுக்கான பதில் அறிவிலிருந்து உருவாகவில்லை. மாறாக மனதிலிருந்து உருவானவையே. இது அனைத்து வித நெருக்கடியான சூழ்நிலைகளிலும் நாம் எப்படி செயல்பட வேண்டும் என்பதற்கான ஒரு போதனையாகத் திகழ்கிறது. ஆழமாகவும் எளிதாகவும் ஒன்று "நேசிக்க முடியாதவனால் புரிந்து கொள்ள முடியாது" மேலும் ஒன்று நபிகள் என்பதற்கும் இறைத்தூதர் என்பதற்கும் வேறுபாடு உண்டு. நபிகள் எனப்படுபவர் இறைவனிடமிருந்து பெற்றிருக்கும் செய்தியை எல்லோருக்கும் பரப்புபவராக இருப்பதில்லை.

அத்தியாயம் ஒன்று

இஸ்லாமிய ஏகத்துவக் கொள்கை இறைத்தூதர்களின் புனித வரலாற்றின் தொடர்ச்சியாகவே எப்போதும் இருந்து வருகிறது. தொடக்கத்திலிருந்தே தனது இருத்தல், கட்டளைகள், நேசம் இவற்றை நினைவூட்டும்விதமாக ஓரிறை மனித குலத்திற்கு இறைத்தூதர்களையும் நபிகளையும் அனுப்பி வந்தது. முதல் இறைத்தூதரான ஆதாம் முதல் இறுதித் தூதரான முஹம்மது வரையும் நன்கு அறியப்பெற்ற இறைத்தூதர்களான ஆப்ரஹாம், நோவா, மோஸஸ் போன்றவர்களுடன் நம்மால் அறியப்படாத இறைத்தூதர்களையும் இஸ்லாமியப் பண்பாடு அங்கீகரித்து வந்தது. ஓரிறையின் படைப்பான அந்த ஒன்று நம்மிடம் தொடக்கம் முதல் இறுதி வரை இருக்கும். இதுதான் ஏகத்துவம் (தவ்ஹீத்) என்பதன் சரியான பொருளாகும். மேலும் மனித இனத்தின் இறுதியாக குர்ஆன் இப்படிக் கூறுகிறது

"இறைவனிடமிருந்தே வந்தோம்,
இறைவனிடமே மீள்வோம்"

குலம்

இறுதித் தூதரின் வம்சம் இறைத்தூதர் இப்ராஹீமைச் (ஆப்ரஹாமைச்) சார்ந்தது. ஓரிறைக் கொள்கையிலும் இறைவனது அங்கீகாரம் மற்றும் இறைவனுக்காகத் தன்னையே அர்ப்பணிக்கும் தியாகத்திலும் இறைத்தூதர் இப்ராஹீமுடன் இறுதித்

தூதரின் தொடர்பு இருப்பதை குர்ஆன் தொடக்கம் முதலே சுட்டுகிறது. தன்னையே அர்ப்பணிப்பது என்ற ஒன்றையே இஸ்லாம் என்ற சொல்லுக்குப் பொருளாக சொல்லப்பட்டு வருகிறது. ஆனால் அந்தச்சொல்லுக்கு 'சாந்தி' என்றும் "முழுவதுமாக தன்னை அர்ப்பணிப்பது" என்றும் இரண்டு பொருள்களுண்டு. வரலாறு முழுவதும் ஏன், கடைசி இறைவசன வெளிப்பாட்டுக்கு முன்னர் கூட இறைவனின் பொருத்தத்தைப் பெற முழுமனதுடன் தன்னை அர்ப்பணிப்பது என்பதன் மூலமே (அது ஆணானாலும் பெண்ணானாலும்) மனிதன் முஸ்லிம் என்று கொள்ளப்படுகிறான். இந்த வகையில் முஸ்லிம் என்பதன் ஆகச் சிறந்த உதாரணமாக இறைத்தூதர் இப்ராஹீம் விளங்குகிறார்.

> "அவன் (இறைவன்) உங்களைத் தேர்ந்து எடுத்துள்ளான். மார்க்கத்தில் (அவன்) இறைவன் எந்தக் கடினத்தையும் உங்கள் மீது விதிக்கவில்லை. இது உங்கள் தந்தையாகிய இப்ராஹீமின் மார்க்கமாகும். இந்த இறைவசன வெளிப்பாட்டுக்கு முன்னரும் இப்போதும் அவன் (இறைவன்) உங்களுக்கு முஸ்லிம் என்றே பெயரிட்டுள்ளான். எனவே இறைத்தூதரானவர் உங்களுக்கான (புதிய முஸ்லிம் சமூகம்) சாட்சியாகவும் நீங்கள் மனித குலத்திற்கான சாட்சியாகவும் இருக்கலாம்" **(குர்ஆன்).**

ஓரிறைவனின் இந்த அங்கீகாரத்துடன் இப்ராஹீம் அனைத்து இறைத்தூதர்களை விடவும் தனித்துவத்துடன் திகழ்கிறார். இப்ராஹீமின் முதுமைக் காலத்தில் இஸ்மாயில் என்ற மகனைப் பெற்றுக் கொடுத்த அவர் மனைவியான

ஹாஜிராவின் வரலாற்றை விவிலியத்தின் முதல் அதிகாரம் கூறுகிறது. ஈஸாக்கைப் பெற்றெடுத்த இப்ராஹீமின் முதல் மனைவியான சாரா, பணிப்பெண்ணாயிருந்த ஹாஜிராவையும் அவர் ஈன்றெடுத்த குழந்தையையும் வெளியேற்றும்படி தனது கணவரான இப்ராஹீமிடம் கூறுகிறார்.

அரேபிய தீபகற்பத்தில் அக்காலத்தில் பக்கா என்றழைக்கப்பட்டு இப்போது மக்கா என்றழைக்கப்படும் பகுதிக்கு ஹாஜிராவையும் இஸ்மாயிலையும் இப்ராஹீம் அழைத்துச் செல்கிறார். விவிலிய நூலின் முதல் அதிகாரத்தைப் போலவே குர்ஆனும் கட்டாயப்படுத்தி வெளியேற்றப்பட்டு தனித்து விடப்பட்ட இப்ராஹீம் (ஆப்ரஹாம்) மற்றும் ஹாஜிராவின் துன்பங்களையும் பிரார்த்தனைகளையும் பற்றிக் கூறுகிறது. இஸ்லாமும், யூத, கிறிஸ்தவ மதமும் ஹாஜிரா மூலம் உண்டான ஆப்ரஹாமின் சந்ததிகளைக் காத்து ஆசீர்வதிக்கும் இறைவனின் கட்டளை என இதனைக் கொள்கின்றன. தனது மகனைக் குறித்த ஆப்ரஹாமின் பிரார்த்தனைக்கு இறைவன் பதிலளிப்பதாக விவிலியத்தில் இப்படி உள்ளது:

> "இஸ்மாயிலைக் குறித்து நீர் கேட்டதை நான் செவியுற்றேன். கவனி, நான் அவரை ஆசீர்வதிப்பேன். மேலும் அவரைப் பெரும் சமுதாயமாக நான் செய்வேன்".

உணவும் நீருமின்றி எந்த உதவியுமின்றி ஹாஜிரா மேலும் துன்பமடைகிறார்.

இறைவன் குழந்தையின் துன்பக் குரலைக் கேட்டார். இறைவனின் தேவதை சொர்க்கத்திலிருந்து ஹாஜிராவை அழைத்து "உன்னை எது துன்பப் படுத்துகிறது ஹாஜிரா?

பயங்கொள்ளாதே. இறைவன் குழந்தையின் குரலைக் கேட்டார். எழு, குழந்தையை உன் கைகளால் தூக்கிக் கொள். அவரை நான் பெரும் சமுதாயமாக ஆக்குவேன்" என்று கூறியதாகக் கூறுகிறது. ஆப்ரஹாமின் பிரார்த்தனையை குர்ஆன் இப்படி கூறுகிறது:

"ஓ இறைவா! ஒன்றுமற்ற பள்ளத்தாக்கில் உனது புனித வீட்டினருகில் எனது சந்ததியை விட்டுள்ளேன். அவை தொடர்ந்து உன்னை வணங்கும்படியாக! அவர்கள் அங்குள்ள மனிதர்களுக்கு நன்றியுரைக்கும்படி அந்த மனிதர்களின் மனதில் அவர்களுக்கு உண்ணப் பழங்களை தரும்படி அன்பை விதைப்பாயாக! ஓ, எங்கள் இறைவா! நாங்கள் மறைப்பதையும் வெளிப்படுத்துவதையும் சத்தியமாக நீ அறிவாய்! பூமியிலோ வானத்திலோ இறைவனுக்குத் தெரியாமல் எதனையும் மறைக்க இயலாது! எனது முதுமைக் காலத்தில் இஸ்மாயிலையும் ஈஸாக்கையும் எனக்களித்த இறைவனுக்கே புகழனைத்தும்! எனது பிரார்த்தனையைச் செவியேற்கும் இறைவனுக்கே புகழனைத்தும்"

உண்மைகளின் அடிப்படையில் முஹம்மது நபி இஸ்மாயிலின் சந்ததியாவார். எனவே முந்தைய வேதங்களில் அறிவிக்கப்பட்ட பெரும் சமுதாயமும் முஹம்மதுவே ஆவார். எனவே ஆப்ரஹாம் முஹம்மதின் தந்தையாவார். எனவே ஆப்ரஹாமின் பிரார்த்தனையின் பலன்கள் இறுதித் தூதரான முஹம்மதின் மீதும் ஹாஜிராவையும் தனது மகனையும் விட்டு விட்டுப் போன, சில ஆண்டுகளுக்குப் பின்னர் தனது மகனைப் பலியிட

முனைந்த, பின்னர் இஸ்மாயிலுடன் இணைந்து இறைவனின் புனித வீட்டைக் (கஅபா) கட்டிய அந்த இடத்தின் மீதும் இருப்பதாக இஸ்லாமியச் சமுதாயம் நம்புகிறது. குர்ஆனின் வசனங்கள் இப்படிக் கூறுகின்றன:

"இப்ராஹீம் தனது இறைவனின் கட்டளைகளால் சோதிக்கப்பட்டதையும், அந்தக் கட்டளைகளை இப்ராஹீம் நிறைவேற்றியதையும் நினைவு கூர்வீராக!" இறைவன் சொன்னான், "உங்களை மக்களுக்கான வழிகாட்டியாக ஆக்குவேன்." அதற்கு இப்ராஹீம் "என் குழந்தைக்குமா?" என்றபோது,

"ஆனால் எனது வாக்குறுதி பாவம் செய்வோருக்கல்ல. எனது வீட்டை ஆண்களுக்காகவும் பெண்களுக்காகவும் பாதுகாப்பானதாகவும் வணக்கத்திற்கானதாகவும் நான் ஆக்கியுள்ளதை நினைவில் கொள்ளுங்கள். இப்ராஹீம் தங்கி இருந்த இடத்தை வணக்க ஸ்தலமாக்கிக் கொள்ளுங்கள். வணக்கத்தின்போது எனது வீட்டை வலம் வருபவர்களையும், குனிந்து வணங்குவோரையும் அல்லது தலையைத் தரையில் பதித்து வணங்குவோரையும் புனிதப் படுத்தும்படி இப்ராஹீமுடனும் இஸ்மாயிலுடனும் நாம் ஒப்பந்தம் செய்துள்ளோம்".

"இறைவன் இருக்கின்றான். இரத்த உறவில் தந்தையாக இஸ்மாயில் வழி தோன்றிய முஹம்மது வரையும் அனைத்து இறைத்தூதர்களின் நடு நாயகமாக விளங்குவது இப்ராஹீம். பக்கா (மக்கா) என்ற இந்த இடத்தில் தங்களது சொந்தக் கரங்களால் அவர்கள் இறையில்லத்தைக் கட்டினார்கள்.

இறைவனின் இறுதித் தூதர் பிறந்த இடமும் அதுவே. இந்த இறையில்லத்தைக் குறித்தும் இறைத்தூதர்களைக் குறித்தும், ஓரிறையைக் குறித்தும் மக்களுக்கு நினைவூட்டும் செய்தியைக் கொண்டு வந்தவர், முஹம்மத் இப்னு அப்துல்லாஹ் (முஹம்மது நபி). ஒரு இறைவன் ஒரு இடம் ஒரு இறைத்தூதர்" இதுவே இஸ்லாமிய மார்க்கத்தின் போதனை.

சந்தேகமும் நம்பிக்கையும்

இந்த எளிய உண்மைகளே ஆப்ரஹாமுடனான முஹம்மதின் குறிப்பிடத்தக்க பந்தம் பற்றி கூறுகின்றன. இருந்தும் இந்த பந்தத்தின் சிறப்பை ஆன்மிக ரீதியிலான தொடர்பே இன்னும் நன்றாக வெளிப்படுத்துகிறது. ஓரிறைக் கொள்கையின் முக்கிய பரிமாணத்தை ஆப்ரஹாம் (இப்ராஹீம்) குறித்த முழுச் சம்பவங்களும் காட்டுகின்றன. ஹாஜிராவையும் அவர்களுடைய குழந்தையையும் மரண வாயில் வரை இட்டுச் செல்லக் கூடியதாக இருந்த, வெகுகாலம் கழித்துத் தனது முதுமைப் பருவத்தில் குழந்தைப் பேற்றை அருளப்பெற்ற ஆப்ரஹாம் ஹாஜிராவையும் இஸ்மாயிலையும் பிரிந்து தனித்துப் போன சோதனைக்கு ஆளாக வேண்டி வந்தது. அவரது மார்க்கம் இறைவன் மீது நம்பிக்கை வைப்பதாக இருந்தது. அவரும் ஹாஜிராவும் இறைவனின் கட்டளையைச் செவியுற்றார்கள். அந்தத் துன்ப துயரத்திலும் இறைவன் மீதான நம்பிக்கையையும் பற்றையும் இழக்காமல் அவன் மீதே சார்ந்து அந்தக் கட்டளைக்கு அவர் பணிந்தார். ஹாஜிரா அவரது செயலுக்கான காரணங்கள் குறித்துக் கேட்டபோது, அது இறைவனின் கட்டளை என்றதும் ஹாஜிராவும் அந்தக் கட்டளைக்குப் பணிந்தார். ஹாஜிரா

கேட்டார்; நம்பினார்; பின்னர் ஒத்துக் கொண்டார். அப்படிச் செய்ததன் மூலம் இறைவனின் விருப்பத்தின்படி நடக்கும் நல்லறிவுடன் கூடிய வழியை அவர் கைக்கொண்டார். அது மனப்பூர்வமான கேள்வியாக விவேகத்துடனான புரிதலாக இதயப்பூர்வமான அர்ப்பணிப்பாக இருந்தது. அந்தப் பெருந்துன்பத்திலும் பற்றோடு ஆராய்ந்து உண்மையாக நடந்து கொண்டு இறைவனுடனான உறவை ஆப்ரஹாம் வளர்த்துக் கொண்டார். இறைவன் அவரைச் சோதித்த போதும் அவன் அவருடன் உரையாடிக் கொண்டும் ஊக்கப்படுத்திக் கொண்டும் அந்தத் துன்ப காலம் முழுதும் அவருக்கு அமைதியையும் உறுதியையும் ஏற்படுத்திக் கொண்டே இருந்தான்.

கொடும் பாலைவெளியில் நிகழ்ந்த அந்தச் சோதனைக்குப் பின்னர் பல ஆண்டுகள் கழித்து ஆப்ரஹாம் இன்னொரு சோதனையை அனுபவிக்க வேண்டி வந்தது. தனது முதல் குழந்தையான இஸ்மாயிலைப் பலியிட இறைவன் கூறினான். அந்தக் கதையை குர்ஆன் இப்படி விவரிக்கிறது:

> “எனவே நாம் அவருக்கு (ஆப்ரஹாமுக்கு) நற்செய்தியை அளித்தோம். இனிமையான குழந்தை பிறந்ததுதான் அது. பின்னர் அவர் (ஆப்ரஹாமின் மகன்) ஆப்ரஹாமுடன் கூட நடக்க முடியும் என்ற நிலையில் ஆப்ரஹாம் தன் மகனிடம் கூறினார். “என் மகனே! உன்னை பலியிடுவதுபோல் நான் கனவு கண்டேன். இப்போது நீங்கள் என்ன சொல்கிறீர் என்று பார்ப்போம்” என்றார். (மகன்) சொன்னார்: “எனது தந்தையே! உங்களுக்கு இடப்பட்ட கட்டளைப் படியே செய்யுங்கள். இறைவனின்

நாட்டப்படி உறுதியானவனாக என்னைக் காண்பீர்கள்" எனவே இறைவனிடம் தங்களை அர்ப்பணித்துக் கொண்டு அவரைத் (மகனை) தரையில் நெற்றி படும்படி குனிய வைத்தபோது, நாம் அவரை அழைத்தோம். "ஓ ஆப்ரஹாமே! கனவை நீங்கள் ஏற்கனவே நிறைவேற்றி விட்டீர்! சரியாக உண்மையாக செயல்படுபவர்களுக்கு இப்படியே நாம் பரிசளிப்போம். அது ஒரு சோதனையாகவே இருந்தது" ஆயினும் நாம் ஒரு மகத்தான பலியைக் கொண்டு அவருக்குப் பகரமாக்கினோம். இன்னும் அவருக்காகப் பிற்காலத்தவருக்கு ஒரு ஞாபகார்த்தத்தை விட்டு வைத்தோம். (இப்ராஹீம்) ஆப்ரஹாம் மீது சாந்தி உண்டாவதாக!"

அந்தச் சோதனை பயங்கரமானதொன்றாக இருந்தது. மகன் மீதான தந்தையின் பாசத்தை விட இறைவன் மீது வைத்த நம்பிக்கை மற்றும் நேசத்திற்காக ஆப்ரஹாம் தன் மகனைத் தியாகம் செய்தே ஆக வேண்டி இருந்தது. நம்பிக்கை மீதான இந்தச் சோதனை இரண்டு நேசங்களின் மீதானதாக இருந்தது. தியாகம் செய்ய வேண்டி இருந்த பொருளாக ஆப்ரஹாமின் மகனான இஸ்மாயிலின் பதில் நிச்சயமான ஒன்றாக இருந்தது. "எனது தந்தையே! உங்களுக்கு இடப்பட்ட கட்டளைப்படியே செய்யுங்கள். இறைவனின் நாட்டப்படி உறுதியானவனாக என்னைக் காண்பீர்கள்!" சில ஆண்டுகளுக்கு முன்பு ஹாஜிராவைக் கொண்டு செய்யப்பட்ட சோதனைகளின் போது நடந்தது போலவே, அந்தச் சோதனையை எதிர் கொள்வதற்கான குறிகளை

ஆப்ரஹாம் கண்டார். அந்தச் சோதனையில் இறையருள் கூடவே இருப்பதையும் நம்பிக்கையின் உறுதியை உணரும் அனுபவம் மற்றும் அனிச்சையாய் அவருடனும் இறைவனுடனும் இருப்பதான ஒன்றைக் கூர் படுத்துவதாகவும் அந்த சோதனை இருந்தது. இறைவன் தனது தூதரை சோதனைக்காளாக்கும் அதே சமயம் அவனும் அவன் ஆதரவும் இருப்பதை அவர் உணரும்போது அவன் ஆப்ரஹாமுக்கு நம்பிக்கையைக் கற்பிக்கிறான். ஆப்ரஹாம் தன்னையும் தனது நம்பிக்கையையும் சந்தேகம் கொள்கிறார். ஆனால் அவ்வேளையில் இறைவன் மீது சந்தேகம் கொள்வதை அந்தக் குறிகள் (அவருடைய மகன் அல்லது மனைவியின் உறுதியான வார்த்தைகள், ஒரு காட்சி, ஒரு கனவு, ஒரு உள்ளுணர்வு போன்றவை) தடுக்கின்றன. இது ஆப்ரஹாமுக்கு பணிவையும் இறைவனின் அங்கீகாரத்தையும் கற்றுத் தருகின்றது. ஆப்ரஹாம் தன் மீதும் தனது நம்பிக்கையின் மீதும் சந்தேகம் கொள்ளும்போது அவர் கேட்பதும் புரிந்து கொள்வதும் அவரது மனைவி மற்றும் மகனின் உறுதியான ஒப்புதல்களும் இறைவனுடைய இருத்தலையும் அவனுடைய நல்ல தன்மையையும் அவனைச் சந்தேகம் கொள்ளக் கூடாது என்பதையும் அவருக்குப் புரியவைக்கின்றன. தன் மீது சந்தேகம் கொள்வது இறைவன் மீதான ஆழமான நம்பிக்கையுடன் இணைகிறது.

இஸ்லாமிய வரலாற்றில் சோதனைகள் சோகமாக முடிவதில்லை. தியாகம் என்பதைப் பொறுத்தவரை குர்ஆனில் உள்ள ஆப்ரஹாமின் கதை பைபிளில் உள்ள கதையிலிருந்து வேறுபட்டதாக உள்ளது. பைபிளின் முதல் அதிகாரத்தில் இப்படி இருப்பதைக் காணலாம்:

“இப்படியெல்லாம் ஆப்ரஹாமை இறைவன் சோதித்துவிட்டு “ஆப்ரஹாம்!” என்று இறைவன் அழைக்க “இதோ உள்ளேன்” என்று ஆப்ரஹாம் கூறுகிறார். உன் மகனை எடுத்துக் கொள். நீ நேசிக்கும் உன் ஒரே மகனான ஈசாக்கை மொரையாவின் பகுதிக்குக் கொண்டு போ. அங்கு நான் சொல்லும் மலையில் அவனை எரித்துப் பலியிடு...!

ஆப்ரஹாம் தன் மகனை பலியிட்டே ஆக வேண்டும். இங்கே இந்தச் சோதனையை முற்றிலும் தனக்கான தனித்த ஒன்றாக ஆப்ரஹாம் உணர்கிறார். “தீப்பலிக்கான ஆடு எங்கே?” என்ற அவருடைய மகனின் நேரடிக் கேள்விக்கு ஆப்ரஹாம் சுற்றி வளைத்துப் பதிலளிக்கிறார். இறைவனின் கட்டளைக்கு அவர் மட்டுமே பதிலளிக்கிறார்.

இந்த இரண்டு கதைகளிலும் மெலிதான வேறுபாடுகளே இருந்த போதும் இறை நம்பிக்கை மீதான பார்வை பற்றியும் நம்பிக்கை மீதான சோதனை மற்றும் இறைவனுடனான மனிதர்களின் உறவு குறித்துமான முக்கிய கூறுகளை அவை கொண்டிருக்கின்றன.

சோகமான அனுபவமா?

இறைக்கட்டளையை எதிர்கொள்ளும் மனிதனின் தனித்த சோகம் மேற்கத்தியச் சிந்தனையாகும். இதனை கிரேக்கத் துன்பியல் தொடங்கி இருத்தலியல் மற்றும் நவீன கிறிஸ்தவக் கருத்துக்கள் வரை ஆய்ந்து எழுதியுள்ள ஸோரன் கிர்கார்டின் ஆக்கங்களில் காணலாம். மேற்கத்திய வேதங்களிலும் தத்துவங்களிலும் மீண்டும் மீண்டும் வரும் சோதனைகளில் தனித்த சோகம்,

சந்தேகம், புரட்சி, குற்றம் மற்றும் மன்னிப்பு என்பவற்றைத் தோற்றுவித்து இயல்பாகவே நம்பிக்கை, சோதனைகள் ஆகியவை தவறுதலாக உருவாகின்றன.

இருந்தபோதிலும் தெளிவாக உள்ள ஒத்த தன்மையைக் கட்டாயம் ஒருவர் தெரிந்திருக்க வேண்டும். யூத கிறிஸ்தவ இஸ்லாமியப் பண்பாடுகளில் இறைத்தூதர்களைப் பற்றிய கதைகள் குறிப்பாக ஆப்ரஹாம் பற்றி ஒரேவிதமாக உள்ளன. மேலும் நன்றாக கவனித்தால் அவை வேறுபட்டு உள்ளதையும் போதனைகளிலும் சம்பவங்களிலும் மாறுபட்டு நிற்பதையும் காணலாம். எனவே இஸ்லாம் என்ற உலகிற்குள் நுழைந்து அதன் புனிதத்தையும் போதனைகளையும் புரிந்து கொள்ள விரும்பும் ஒருவர் அறிவுப்பூர்வமாகவும் கற்றுக் கொள்ளும் விதத்திலும் அதனை அணுக வேண்டும்.

குர்ஆனின் வசனங்கள் இறைத்தூதர்களின் வரலாறுகளைச் சொல்கின்றன. அந்த வரலாறுகள் ஓரிறை மிகவும் நெருக்கமாக உள்ளதைக் குறிகள், உள்மனத் தூண்டல்கள் மூலம் நிலையான தொடர்பு கொள்வதை ஒரு முஸ்லிமின் மனதில் உருவாக்குகின்றன. குர்ஆன் இதனை அழகாக இப்படி கூறுகிறது: “எனது அடியான் என்னைப் பற்றி உங்களிடம் (முஹம்மது) கேட்டால் இப்படி கூறுங்கள். அவர்களுக்கு நான் மிக நெருக்கமாக இருக்கிறேன். என்னை அவனோ, அவளோ பிரார்த்தித்து வணங்கும் ஒவ்வொரு முறையும் நான் பதிலளிக்கிறேன்” ஆப்ரஹாமையும் முஹம்மதையும் போல அனைத்து இறைத்தூதர்களும் அவர்களது இறை நம்பிக்கையின் மீது சோதனை செய்யப்பட்டார்கள். இறைவனது வாக்குகள் சமிக்ஞைகள் மூலம் இறைவனைப் பற்றிய

சந்தேகங்களினின்றும் பாதுகாக்கப்பட்டார்கள். அந்தச் சோதனைகளின் போது அவர்கள் பட்ட துன்பங்கள் அவர்கள் தவறுகள் ஏதும் செய்தார்கள் என்பதனால் ஏற்பட்டவை அல்ல. அல்லது இருத்தலின் துன்பமான பரிமாணமும் அல்ல. மாறாக இறை நம்பிக்கையின் அவசியமான அடிப்படைத் தேவையான பணிவை அவர்களுக்குள் தூண்டுவதற்காகத்தான் அந்தச் சோதனைகள் இறைவனால் நிகழ்த்தப்பட்டன.

முஹம்மதின் வாழ்க்கை இஸ்லாத்தின் செய்தியை அனுபவித்து வெளிப்படுத்தியதால் இஸ்லாத்தின் ஆன்மிக உலகை அறிய அவரைப் பற்றி தெரிந்து கொள்ளலாம். பிறப்பு முதல் இறப்பு வரை இறைத்தூதரின் அனுபவ வாழ்க்கை, இறை நம்பிக்கைக்கான அழைப்பு, சோதனைகள், பணிவு மற்றும் ஓரிறையுடனான அமைதிக்கான வேட்கை ஆகியவற்றுடனே அமைந்திருந்தது. அதில் எள்ளளவும் மனிதச் சோகங்களுக்கான பரிமாணமே இல்லை.

அத்தியாயம் இரண்டு

பிறப்பும் கல்வியும்

இறை இல்லமான கஅபா ஓரிறைக் கொள்கைப்படி ஏக இறைவனை வணங்குவதற்காக ஆப்ரஹாம் மற்றும் அவர் மகன் இஸ்மாயிலால் கட்டப்பட்டது என்பதும், அந்த ஏக இறைவன் வானத்தையும் பூமியையும் படைத்தவன் என்பதும் அனைத்து இறைத்தூதர்களுக்கும் மனித குலம் முழுமைக்கும் அவனே இறைவன் என்பதும் இஸ்லாமியக் கொள்கையாகும். ஆண்டுகள் கடந்தன. மக்கா புனிதப் பயணத்திற்கான இடமாக மாறியது. பல கலாசாரங்களும் மதங்களும் ஒன்று கலக்கும் வகையில் ஒரு முக்கியமான வர்த்தக நகரமாகவும் மக்கா விளங்கியது. காலப்போக்கில் ஓரிறை வணக்கம் மறக்கப்பட்டுப் பழங்குடிகள் மற்றும் நகரவாசிகளால் கடவுள் சிலைகள் வைக்கப்பட்டுப் பல தெய்வங்களை வணங்கும் இடமாக கஅபா மாறியது. இறைவசனங்கள் வெளியாகத் தொடங்கியபோது சுமார் 360 சிலைகளும் படங்களும் அங்கு இருந்ததாக இஸ்லாமிய வரலாறு கூறுகிறது. பல தெய்வ வணக்கம் செய்பவர்களுடன் சேர மறுத்து ஓரிறை வணக்கத்தில் ஈடுபட்டவர்களின் எண்ணிக்கை சொற்பமாகவே இருந்தது. அவர்கள் ஆப்ரஹாமின் ஓரிறைக் கொள்கையில் உள்ளவர்களாகக் கருதப்பட்டு புனஃபா என்று அழைக்கப்பட்டனர். ஆப்ரஹாமையும் அவரது வணக்க முறையையும்

அல்லது இரண்டில் ஒன்றைத் தூய்மையானது (பனிஃப்) என்று குர்ஆன் சிறப்பித்துக் கூறுகிறது.

> "எவர் நன்மை செய்யக் கூடிய நிலையில் இறைவனுக்கு முற்றிலும் வழிபட்டு இப்ராஹீமுடைய (ஆப்ரஹாமுடைய) தூய மார்க்கத்தையும் பின்பற்றுகிறாரோ அவரை விட அழகிய மார்க்கத்தை உடையவர் யார்? இன்னும் இறைவன் இப்ராஹீமை தன் மெய்யன்பராக ஆக்கிக் கொண்டான்".

முஹம்மதின் காலத்தில் மிகவும் பிரபலமான புனாஃபாவாக வரக்கா இப்னுநவ்ஃபல் என்பவர் இருந்தார். அவர் கிறிஸ்தவ மதத்திற்கு மாறிவிட்டிருந்தார். மக்காவிலும் அதனைச் சுற்றி இருந்த பகுதிகளிலும் ஓரிறைக் கொள்கையின் அவ்வளவாக முக்கியமற்ற அடையாளமாக வரக்கா இப்னு நவ்ஃபல் இருந்தார். அங்கு யூதர்களும் கிறிஸ்தவர்களும் வாழ்ந்து வந்தனர்.

ஒரு பிறப்பு

இறைத்தூதர் முஹம்மதின் வாழ்க்கையைப் பற்றி இப்னு ஹிஸாம் எழுதியுள்ள முக்கியமான நூலில் இறைத்தூதரின் பிறந்த தேதி குறித்து இப்னு இஸ்ஹாக் சரியாகவும் தெளிவாகவும் கூறி இருப்பதாகக் கூறுகிறார் "இறைத்தூதர் (இறைவனின் சாந்தியும் சமாதானமும் அவர் மீது உண்டாவதாக) யானை ஆண்டின் ரபியுல் அவ்வல் மாதத்தின் 12வது இரவில் திங்கள்கிழமை அன்று பிறந்தார்". பிறந்த தேதி குறித்துக் கருத்து வேறுபாடுகள் இருந்தபோதும் இஸ்லாமியச் சமூகங்களும் இஸ்லாமிய அறிஞர்களும் இஸ்ஹாக் கூறியுள்ளதையே ஏற்றுக் கொள்கிறார்கள். இஸ்லாமிய நாட்காட்டிக் குறிப்பு பிறைக்கணக்கைக்

கொண்டு இருப்பதால் சூரியக் கணக்கைக் கொண்ட நாட்காட்டியில் முஹம்மதின் பிறந்த தேதியைச் சரியாகச் சொல்வது கடினம். ஆனால் இப்னு இஸ்ஹாக் கூறும் 'யானை ஆண்டு' கி.பி. 570-ஐ குறிக்கிறது.

மக்காவிலும் மக்காவைச் சுற்றிலுமிருந்த பகுதிகளிலும் பெரும் செல்வாக்கையும் மரியாதையையும் பெற்றிருந்த உயர்குலமான பனு ஹாஷிம் கோத்திரத்தில் முஹம்மது பிறந்தார். இந்தக் குடும்பம் ஏராளமான சோகங்களை அனுபவித்த ஒன்றாக இருந்தது.

இறைத்தூதரின் தாயார் ஆமினா இரண்டு மாத கர்ப்பமுடன் இருந்தபோது மக்காவின் வடக்கே இருந்த யத்ரிப் நகருக்குச் சென்ற இறைத்தூதரின் தந்தையார் அப்துல்லா மரணமுற்றார். பிறக்கும்போது தந்தையில்லாத முஹம்மது தனது இளமைக் காலத்தில் பாதுகாப்பற்ற சூழலிலும் மரியாதை மிக்கதொரு குடும்பத்தில் பிறந்தவர் என்ற சூழ்நிலையிலும் வளர்ந்தார். முஹம்மதின் தாயார் தனது கர்ப்பக் காலத்தில் அரேபிய தீபகற்பத்தில் அறியாத பெயராயிருந்த முஹம்மத் என்பதைக் கனவில் கண்டதாக இப்னு இஸ்ஹாக் குறிப்பிடுகிறார். அந்தக் கனவில் 'அந்த மக்களின் தலைவர்' என்றும் அவருக்கு அறிவிக்கப்பட்டது. மேலும் முஹம்மது பிறந்ததும் அவருடைய தாயார் "பொறாமைக்காரர்களின் தீங்குகளிலிருந்தும் பாதுகாக்கும்படி ஓரிறைவனிடம் ஒப்படைக்கிறேன்" என்று அவர் சொல்ல வேண்டும் என்றும் அந்தக் கனவில் இருந்தது. தன் கணவரின் இழப்பின் சோகத்திலும் தன் குழந்தையின் பிறப்பின் மகிழ்ச்சியிலும் இருந்த இறைத்தூதரின்

தாயார் அந்த மொழிகளை மீண்டும் மீண்டும் சொல்லிக் கொண்டே இருந்தார்.

பாலைவனம்

தான் ஒரு சாதாரண குழந்தையின் தாய் அல்ல என்பதை ஆமினா விரைவில் உணர்ந்தார். இறைத்தூதரின் பிறப்புக்குப் பின் அவரைப் பொறுப்பேற்றுக் கொண்ட அவருடைய பாட்டனாரான அப்த் அல் முத்தலிபும் அதனை உணர்ந்து கொண்டார். மக்காவின் அருகில் பாலைவனத்தில் வசித்து வந்த பெடோயின் இனத்துப் பெண்களிடம், பிறந்த சிசுக்களை கவனித்துக் கொள்ள ஒப்படைப்பது வழக்க மாயிருந்தது. தந்தை இல்லாதிருந்த முஹம்மதை ஏற்றுக் கொண்டால் பணவரவு ஒன்றும் இருக்காது என்று பயந்த செவிலித்தாய்கள் குழந்தையை ஏற்க மறுத்தனர். இறுதியாக வந்தவர் ஹலீமா என்ற செவிலித்தாய். அவரும் அலைந்து திரிந்து சோர்வுற்றிருந்ததால் குழந்தை அநாதையாக இருப்பினும் அதனை ஏற்றுக் கொள்ளலாம் என்று தன் கணவருடன் முடிவு செய்தார். எனவே பச்சைக்குழந்தையான முஹம்மதை ஹலீமா தன்னுடன் கொண்டு சென்றார். ஹலீமாவும் அவர் கணவரும் அந்தக் குழந்தை ஆசீர்வதிக்கப்பட்டது என்று உணரும்படி ஆமினாவைப் போலவே பல சமிக்ஞைகளைக் கண்டதாகக் கூறினார்கள்.

அந்த அநாதைக் குழந்தை பனுசாத் பெடோயின் இனத்தினருடன் அரேபியப் பாலைவனத்தில் செவிலித்தாய் ஹலீமாவின் பொறுப்பில் நான்காண்டுகள் இருந்தது. வளமற்ற கடினமான இயற்கைச் சூழலைக் கொண்ட மனித இனத்தின் செறிவற்ற தன்மையை மனதில் தூண்டக் கூடியது போன்று எங்கு பார்வையை செலுத்தும்போதும்

தெரியும் தொடுவானத்துடன் கூடிய பாலையில் அந்தப் பழங்குடியினருடன் அந்தக் குழந்தை தனது வாழ்க்கையைப் பகிர்ந்து கொண்டது. அறிவினை வழங்கி அவரைத் தனது தூதராக்கிக் கொண்ட ஓரிறையின் மூலமான சோதனைகள் அவருக்குத் தெரியாதபோதும் அப்போதே நடந்து கொண்டிருந்தன.

பாலைவனத்தில் அவருக்குப் படிப்பிக்கப்பட்ட ஆன்மிக போதனைகளையும் ஒரு அநாதை என்ற சூழ்நிலையையும் குறித்துப் பின்னாளில் குர்ஆனில் வெளிப்பட்டது:

> "தூதரே அவன் உம்மை அநாதையாகக் கண்டு (அப்பால்) உமக்குப் புகலிடமளிக்க வில்லையா? இன்னும் உம்மை வழியற்றவராகக் கண்டு நேர்வழியில் செலுத்தினான். மேலும் அவன் உம்மைத் தேவையுடையவராகக் கண்டு (உம்மை செல்வத்தால்) தேவையில்லாதவராக்கினான். எனவே நீர் அநாதையைக் கடிந்து கொள்ளாதீர், யாசிப்போரை விரட்டாதீர்".

மேலும் உம்முடைய இறைவனின் அருட் கொடையைப் பற்றி (பிறருக்கு) அறிவித்துக் கொண்டிருப்பீராக!

குர்ஆனின் அந்த வசனங்கள் பல போதனைகளைக் கொண்டிருக்கின்றன. தொடக்கத்தில் அநாதையாகவும் ஏழையாகவும் இறைவனின் வருங்காலத் தூதர் இருந்ததற்குக் குறைந்தது இரண்டு காரணங்களிருந்தன. மிக இளம் பருவத்தில் அவர் நிச்சயமாய் அனுபவித்திருந்த பலவீனமான இரக்கம் கொள்ளக் கூடிய அனுபவங்களுக்கானது முதல் போதனை என்பது தெளிவு. முஹம்மதுக்கு ஆறு வயது ஆனபோது அவர்

தாயார் ஆமினா மரணமுற்றது அந்த இரங்கத்தக்க நிலையை இன்னும் அதிகப்படுத்தியது. இந்தச் சூழ்நிலை அவரை இறைவனை முழுமையாகச் சார்ந்திருக்கச் செய்தது. ஆனால் மனிதர்களின் நடுவே மிகவும் ஆதரவற்றவராக்கியது. வாழ்க்கை முழுவதும் இதனை அவர் மறக்கக் கூடாது என்றும், குறிப்பாகத் தூதுத்துவ காலத்தில் மறக்கவே கூடாது என்றும் குர்ஆன் அவருக்குக் கூறியது. அவர் அநாதையாகவும் ஏழையாகவும் இருந்த காரணத்தினால் ஏழைகள் மீதும் ஒடுக்கப்பட்டவர்கள் மீதுமான ஆதரவை என்றைக்குமே அவர் விலக்கிக் கொள்ளக் கூடாது என்று குர்ஆன் அவருக்குக் கட்டளை இட்டது. எச்சரிக்கை செய்யும் தூதுத்துவ நிலையினைக் கவனத்தில் கொண்டால் இந்த இரண்டாவது போதனை ஒவ்வொரு மனிதருக்கும் பொருத்தமானதாக உள்ளது. கடந்த காலம் துன்ப நிலைகள், தனது ஆரம்பம் மற்றும் சூழ்நிலை, தனது அனுபவத்திலிருந்து தான் பெற்ற நேர்மறையான படிப்பினைகள், மற்றவர்களுக்கான படிப்பினைகள் ஆகியவற்றை ஒருவர் மறக்கக் கூடாது. முஹம்மதின் கடந்த காலத்தில் அந்தத் துன்பப்பட்ட ஏழை எளிய மனிதர்களுக்கிடையே தானும் வாழ்ந்து தானும் துன்பப்பட்டு அம்மக்களின் வாழ்வை மற்றெவரைக் காட்டிலும் முழுமையாகப் புரிந்து அறிந்து கொண்டதை ஓரிறை அவருக்கு நினைவுபடுத்துகிறது.

ஒரு கல்வியும் இயற்கையும்

பிரபஞ்சத்திலுள்ளவை பற்றியும் படைப்புக் களைப் பற்றியுமான பார்வையைப் பாலைவன வாழ்க்கை மனிதனுக்கு வழங்கியது. முஹம்மது பாலைவனத்திற்கு வந்தபோது பெடோயின்களது வளமான பண்பாட்டைப் பற்றி அறிந்துகொள்ள

முடிந்தது. அம்மக்கள் பேச்சாற்றலில் மிகச் சிறந்தவர்களாக இருந்ததால் காலப்போக்கில் சொல்வளத்திலும் பேச்சாற்றலிலும் சிறந்து வளர்ந்தார் முஹம்மது. எல்லாவற்றுக்கும் மேலாகத் தனது போதனைகளை அவரால் இரத்தினச் சுருக்கமாக ஆனால் ஆழமாக, நன்றாகச் சொல்ல முடிந்தது. எல்லையை அளவற்றதாகக் காட்டும் பாலைநிலங்கள் மனித இனத்திற்கான தூதுத்துவத்திற்கான சரியான இடமாக அமைந்திருந்தன. எப்போதும் இடம்பெயர்ந்து கொண்டே இருக்கும் நாடோடி மக்களுக்கு ஒருவகை சுதந்திரமும் இருந்தது. கூட்டமாய் வாழும் தன்மையும் பலவீனமான நிலையும் தன்னிரக்கமும் அவர்களுக்கு இருந்தது. நாடோடிகள் இடம்பெயர்வதால் ஒவ்வொரு இடத்திற்கும் புதியவர்களாய் மாறவும் எல்லாவற்றையும் கற்றுக் கொள்பவர்களாகவும் இருக்க நேர்ந்தது. இறை நம்பிக்கையாளரின் வாழ்க்கை அப்படித்தான் இருக்க வேண்டும் என்பதை இளைஞரான அப்துல்லாஹ் இப்னு உமரிடம் இறைத்தூதர் இப்படிக் கூறினார்.

"இந்த உலகில் ஒரு பிரயாணியைப் போன்றோ அல்லது புதியவனைப் போன்றோ இரு".

தூதுத்துவத்தின் தொடக்கக் காலங்களில் இயற்கையுடன் குறிப்பிட்ட உறவை வளர்த்துக் கொண்டு தனது போதனைக்காலம் முழுவதும் அதில் அவர் நிலைத்திருந்தார். படைத்தவனின் இருத்தலை கர்ப்பமுற்ற பெண்ணிடம் தோன்றும் அறிகுறிகள் போல பிரபஞ்சம் தெரிவிக்கிறது. எல்லாவற்றிற்கும் மேலாக மனித மனத்தைக் கூர்ந்து கவனிக்கவும், தியானிக்கவும் செய்து

எல்லாவற்றிற்குமான பொருள் குறித்த தேடலைப் பாலைவனம் தூண்டுகிறது. இப்படியாகப் படைப்பையும் அவற்றின் போதனைகளையும் குர்ஆனின் பல வசனங்கள் பேசுகின்றன. வாழ்க்கைச்சூழலுக்கு ஏற்றதாயில்லாத பாலைவனம் மீண்டும் வாழ்க்கை கிடைக்கும் அற்புத நிகழ்வின் மீது எண்ணம் கொள்ள வைக்கிறது.

> "பூமியானது காய்ந்து வறண்டு கிடப்பதை நீர் பார்ப்பதும் அதனுடைய அத்தாட்சிகளில் நின்றுள்ளதாகும். அதன் மீது நாம் மழையைப் பொழியச் செய்தால் பசுமையாக வளர்கிறது. இவ்வாறு (மரித்த பூமியை) உயிர்ப்பித்தவனே நிச்சயமாக இறந்தவர்களையும் உயிர்ப்பிக்கிறவன், நிச்சயமாக அவன் எல்லாப் பொருட்கள் மீதும் பேராற்றல் உடையவன்".

இயற்கையுடன் இயைந்து கூர்ந்து கவனித்து புரிந்துகொண்டு அதனை மதித்து வாழ்வது இறை நம்பிக்கையின் இன்றியமையாத் தன்மையாகும். இது இறைத்தூதரின் குழந்தைப் பருவம் முதலே இருந்து வந்ததை அறிய முடியும்.

பல ஆண்டுகள் கழித்து மதீனாவில் முஹம்மது வாழ்ந்து கொண்டு பல பிரச்சனைகளையும் போர்களையும் எதிர்கொண்டிருந்த நேரத்தில் வெளிப்பட்ட இறைவசனமொன்று இன்னுமொரு அர்த்தத்தை அவருக்குள் ஏற்படுத்தியது.

> "நிச்சயமாக வானங்கள் பூமி ஆகியவற்றின் படைப்பிலும், இரவும் பகலும் மாறி மாறி வருவதிலும் அறிவுடையோருக்குத் திடமான அத்தாட்சிகள் இருக்கின்றன".

இந்த இறைவசனம் இறங்கிய இரவு முழுவதும் இறைத்தூதர் அழுது கொண்டே இருந்தார் என்று சொல்லப்படுகிறது. பிலால் என்ற தொழுகை அழைப்பாளர் இறைத்தூதரின் அழுகைக்கான காரணம் பற்றிக் கேட்டபோது தனது துயரத்துக்கான காரணத்தைக் கூறி மேலும் கூறினார்: "இந்த வசனத்தை ஆழ்ந்து சிந்தனை செய்து தியானிக்காமல் வெறுமனே செவியுறுபவரை துக்கம் கவ்வட்டும்." பல அறிகுறிகளை சாட்சியங்களை மேற்கோள்காட்டி இன்னொரு வசனமும் அதே போதனையைக் கூறுகிறது.

"நிச்சயமாக வானத்தையும் பூமியையும் (இறைவன்) படைத்திருப்பதிலும் இரவும் பகலும் மாறி மாறி வந்து கொண்டிருப்பதிலும் மனிதர்களுக்குப் பயன் தருவதைக் கொண்டு கடலில் செல்லும் கப்பல்களிலும் வானத்திலிருந்து இறைவன் தண்ணீரை இறக்கி அதன் மூலமாக பூமி இறந்த பின் அதனை உயிர்ப்பிப்பதிலும், அதன் மூலம் அனைத்துப் பிராணிகளையும் பரவ விட்டிருப்பதிலும் காற்றினை மாறி மாறி வீசச் செய்வதிலும், வானத்திற்கும் பூமிக்குமிடையே கட்டுப்பட்டிருக்கும் மேகங்களிலும் சிந்தித்துணரும் மக்களுக்கு (இறைவனுடைய வல்லமையையும் கருணையையும் எடுத்துக்காட்டும்) சான்றுகள் உள்ளன".

முஹம்மதின் வாழ்க்கையின் தொடக்கக் காலங்கள் பிரபஞ்சத்தின் அறிகுறிகளைக் குறித்த பார்வையை அவருள் உருவாக்கியது என்பதில் சந்தேகமேதுமில்லை. காலம் முழுமைக்கும்

நமக்குமான இறைத்தூதருக்குமான ஆன்மிக அறிவைப் பிரபஞ்சத்தைக் குறித்த அறிவினால் அவர் பெற்றது முக்கியமானதாகும். இயற்கையுடன் இயைந்து அதனை மதித்துப் புரிந்து அது நமக்கு எதனை உணர்த்துகிறது, வழங்குகிறது அல்லது நமது இறைநம்பிக்கைக்குத் தேவையான எவற்றை நம்மிடம் வேண்டி நிற்கிறது, நமக்கு உணவளித்து அதுதன்னைத் தானே எப்படி புதுப்பித்துக் கொள்கிறது என்பன போன்ற அறிவுதான் அது.

இறைநம்பிக்கையின் முதன்மையான வழிகாட்டியும் நெருக்கமான துணைவனும் இயற்கைதான். இப்படியாகக் குழந்தைப் பருவத்திலிருந்தே படைப்பினங்களின் படைப்புகளின் இயற்கைப் பாடத்தைக் கற்று அவற்றின் மூலம் தானாகவே அறிகுறிகளையும் அவற்றின் பொருளையும் மனம் புரிந்து கொள்ளும்படி தனது தூதுவரை உருவாக்க இறைவன் முடிவு செய்தான். அர்த்தமற்ற, உயிரற்ற மதச் சடங்குகளிலிருந்து வேறுபட்டு தனது இரண்டாம் நிலையில் மதச் சடங்குகளின் நோக்கம், முறை, பொருள்களைப் புரிந்து கொள்ளும் நிலை ஆகியவற்றைத் தரும்படி இயற்கையுடன் இயைந்து பேரிறையுடன் உறவு கொள்ளும்படி செய்கிறது. இயற்கையிலிருந்து பிரிந்து நகரங்களிலும் பெருநகரங்களிலும் வாழ்ந்து கொண்டு மதச் செயல்பாடுகளைக் கடமைக்காக வெறும் சம்பிரதாயமாகச் செய்து கொண்டு இருப்பதே போதுமானது என்று நாம் நினைத்துக் கொண்டிருக்கிறோம். ஏமாற்றத்தை அளிக்கும் இந்த மாயை மதபோதனைகளின் இதயமாக விளங்கும் ஆன்மிக அனுபவத்தை ஒழித்துவிடும் மோசமானதொரு நிலைக்குக் கொண்டு செல்கிறது.

பிளந்த நெஞ்சம்

பனு சாத் பெடோயின் இனச் சிறுவர்களுடன் அவர் விளையாடிக் கொண்டிருந்தபோது அவரது நான்காவது வயதில் ஒரு அபூர்வமான சம்பவம் நிகழ்ந்ததாக இஸ்லாமிய வரலாறு கூறுகிறது. தன் குழந்தைகள் பயத்துடன் ஓடிவந்து, "வெள்ளுடையணிந்த இரண்டு மனிதர்கள் அவரைப் (முஹம்மது) பிடித்துத் தரையில் சாய்த்தனர். பின்னர் அவர்கள் அவர் நெஞ்சைப் பிளந்து தங்களது கைகளை உள்ளே செலுத்தினர்" என்று தன்னிடமும் தன் கணவரிடமும் கூறியதாக ஹலீமா சொல்கிறார். குழந்தைகள் சொன்ன இடத்திற்கு ஹலீமாவும் அவர் கணவரும் ஓடிச் சென்று பார்த்தபோது முஹம்மது நடுக்கத்துடன் வெளிறிப் போய் காணப்பட்டார். அந்தச் சிறுவர்கள் கூறியதை நிச்சயப்படுத்திய முஹம்மது, தனது இதயத்தைப் பிளந்த அவ்விருவரும் "அங்கே எதையோ தொட்டனர், அது என்னவென்று எனக்குத் தெரியாது" என்றார்.

இந்தச் சம்பவத்தால் குழந்தை ஏதேனும் துன்பமடைந்திருக்கக் கூடும் என்று பயந்து அவர்கள் முஹம்மதை அவருடைய தாயாரிடம் கொண்டு செல்லத் தீர்மானித்தனர். தொடக்கத்தில் சம்பவத்தை மூடி மறைக்க முயன்று பின் ஆமினாவின் தொடர்கேள்விகளால் அவர்கள் ஆமினாவிடம் நிகழ்ந்ததைக் கூறினார்கள். அவர் சற்றும் ஆச்சர்யப்படாமல் தனது குழந்தைக்கு ஏதோ குறிப்பிட்ட விதியமைப்பு இருப்பது போல் தானும் சில அறிகுறிகளைக் கண்டதாகக் கூறினார்.

பல ஆண்டுகள் கழித்து இந்தச் சம்பவத்தை நினைவு கூர்ந்த முஹம்மது சொன்னார், "(அந்த இரண்டு மனிதர்களும்) நெஞ்சைப்

பிளந்தனர், இதயத்தை எடுத்தனர், அதனைத் திறந்து அதிலிருந்து கருப்பு உறைவை எடுத்தெறிந்தனர். பின்னர் அவர்கள் இதயத்தையும் நெஞ்சையும் பனிநீரால் கழுவினார்கள்". வேறு சில சந்தர்ப்பங்களிலும் இதனைக் குறித்து அவர் தம் தோழர்களிடம் சொல்லியிருக்கிறார். அவருடைய தோழர்களில் ஒருவரான இப்னு மசூத் சொல்கிறார்: "ஒருவருக்கேயான ஜின்னையோ அல்லது வானவரையோ உங்களில் எவருக்கும் தனித்து நியமிக்கப்படவில்லை" என்று முஹம்மது சொன்னபோது தோழர்கள் "இறைத்தூதரே உங்களுக்குமா?" என்று. கேட்டார்கள் அதற்கு முஹம்மது அவர்கள் "எனக்கும் கூடத்தான். ஆனால் துர்தேவதை என்னிலிருந்து விரட்டப்பட்டு நான் நன்மையான காரியங்களையே செய்வது போல் இறைவன் என்னை ஆக்கி உதவிவிட்டான்" என்று கூறினார்.

அந்தச் சம்பவத்தினை நாம் புரிந்து கொள்ளும் தன்மைக்கும் அப்பால் அதன் மிக முக்கியமான ஆன்மிகப் பொருளை, பரிமாணத்தை முஹம்மது நமக்கு அறியத் தருகிறார். அதாவது அவருடைய இளமைக் காலத்திலிருந்தே பாவங்களிலிருந்து அவர் தடுக்கப்பட்டுப் பாதுகாக்கப்பட்டார் என்பதுதான் அது. அவருடைய தூதுத்துவ சேவைக்காக அவருடைய நெஞ்சம் சுத்திகரிக்கப்பட்டு தயார் செய்யப்பட்டது. ஏறக்குறைய ஐம்பது ஆண்டுகள் கழித்து ஜெருசலேத்திற்கான இரவுப் பயணம் தொடங்கி அங்கிருந்து சித்ரத் அல் முன்தஹா என அரபியில் சொல்லப்படும் நிலைக்கு அவர் உயர்த்தப்பட்டபோதும் அவருடைய இதயம் சுத்தி செய்யப்பட்டது. அத்தகைய ஆன்மிக அனுபவங்கள் மூலம் இஸ்லாத்தின் முதல் தூதுத்துவச் செய்தியை

பெறுவதற்காகத் தேர்ந்தெடுக்கப்பட்ட ஒருவரைத் தயார் செய்து வழிபாடுகளின் தூணான முறையான வணக்க வழிமுறைகளைச் செய்ய கட்டளை இடப்பட்டது.

இந்தத் தூய்மைப்படுத்தல் நிகழ்வைப் பற்றி குர்ஆன் இப்படிக் கூறுகிறது:

> "உங்களுக்காக உங்கள் இதயத்தை நாம் திறக்கவில்லையா - உங்களைச் சுமக்க வைத்துக் கொண்டிருந்த சுமைகளை நாம் அகற்றவில்லையா? நீங்கள் இருக்கும் உன்னத நிலைக்கு உங்களை உயர்த்தவில்லையா?"

குர்ஆனைப் பற்றி கருத்துரைக்கும் பெரும்பாலானவர்கள் இந்த மூன்று வசனங்களும் இறைத்தூதருக்கு அளிக்கப்பட்ட வெகுமதிகள் என்று கூறுகிறார்கள். அவரது இதயத்தில் செதுக்கப்பட்ட ஓரிறை என்னும் நம்பிக்கை, இறைத்தூதராகத் தேர்ந்தெடுக்கப்பட்டமை மற்றும் அவரது சேவைக்காலம் முழுமைக்கும் இறைவன் துணையாக இருப்பது என்பவைதான் அவை. அவருடைய இளமைக்காலம் முதலே அவருக்கு சமிக்ஞைகளும் அறிகுறிகளும் தரப்பட்டு பலவாறும் சோதிக்கப்பட்டு அவை மூலம் அவர் அறிவினைப் பெற்று அவரது தூதுத்துவ சேவைக்காகத் தயார் செய்யப்பட்டார்.

முஹம்மது தனது இளம் வயதில் தனது தாயாருடன் இரண்டாண்டுகள் மக்காவில் இருந்தார். பிற்காலத்தில் மதீனா என்றழைக்கப்பட்ட யத்ரிப் நகரில் வாழ்ந்த தன் குடும்ப அங்கத்தினர்களுடன் முஹம்மது பழகிக் கொள்ள வேண்டும் என்று அவரது தாயார் விரும்பினார். அப்பொழுது முஹம்மதுக்கு ஆறு வயது. அவர்கள் யத்ரிபுக்கு சென்றார்கள். ஆனால் திரும்பி வருகையில்

நோய்வாய்ப்பட்ட ஆமினா மரணமுற்றார். அப்வா என்றழைக்கப்பட்ட அந்த இடத்திலேயே அவர் அடக்கம் செய்யப்பட்டார். இப்போது தந்தையும் இல்லை; தாயும் இல்லை. துன்பம் வேதனை துக்கம் இவற்றால் பாதிக்கப்பட்ட அதே வேளையில் அவர் இறைத்தூதராகத் தேர்ந்தெடுக்கப்பட்ட அறிகுறிகளாலும் சூழப்பட்டார். அவர்களுடன் சென்ற ஆமினாவின் பணிப்பெண்ணான பரக்கா சிறுவரான முஹம்மதை மக்காவுக்கு அழைத்து வந்தார். முஹம்மதின் பாட்டனாரான அப்த் அல் முத்தலிப் உடனடியாகக் குழந்தையைத் தன் பொறுப்பில் எடுத்துக் கொண்டார். அவர் தன் பெயரர் மீது மாறாத அன்பும் தனிப்பட்ட மரியாதையும் கொண்டிருந்தார். இருந்தபோதிலும் இரண்டாண்டுகள் கழித்து அவரும் மரணமுற்றார்.

அநாதையும் அவருடைய ஆசிரியரும்

முஹம்மதின் வரலாறு கடினமானது. குர்ஆனின் வசனங்கள் இப்படி கூறுகின்றன:

> "நிச்சயமாகக் கடினமான ஒவ்வொன்றுடனும் இலகுவானது இருக்கிறது, கடினமான ஒவ்வொன்றுடனும் இலகுவானது இருக்கிறது"

எட்டு வயதிலேயே தந்தையற்ற நிலை, வறுமை, தனிமை, தாயை இழப்பது, அதனைத் தொடர்ந்து ஆதரவளித்து வந்த பாட்டனை இழப்பது என்று துன்பங்களை முஹம்மது அனுபவித்தார். இருந்தும் தனது வழி முழுவதும் அவரைப் படிப்பித்து உருவாக்கிய சமிக்ஞைகளாலும் அறிகுறிகளாலும் தொடர்ந்து அவர் ஞானம் பெற்று வந்தார். அப்த் அல் முத்தலிப் தனது மரணப் படுக்கையில் தன் மகனான அபுதாலிபிடம் முஹம்மதைக் கவனித்துக் கொள்ளும்படி கேட்டுக் கொண்டார்.

அபுதாலிபும் தன் மகனைப் போலவே அவரை கவனித்துக் கொண்டார். தன் பெரிய தந்தையான அபுதாலிபும் அவர் மனைவியான பாத்திமாவும் தன் மீது எவ்வளவு அன்பு காட்டினார்கள் என்பதை இறைத்தூதர் மறக்காமல் நினைவுகூர்ந்து கொண்டே இருந்தார் "நிச்சயமாகக் கடினத்துடன் இலகுவானதும் இருக்கிறது".

கடினமான சூழ்நிலைகளை வாழ்க்கை முழுவதும் அனுபவித்து வந்த முஹம்மது அவருக்குக் கற்றறிவித்த இறைவனின் பாதுகாப்பிலேயே இருந்து வந்தார். சிலை வணக்கத்திலிருந்தும் அது சம்பந்தப்பட்ட விழாக்கள், விருந்து கேளிக்கைகள், மது வெள்ளம் புரண்டோடிய திருமணங்கள் போன்றவற்றிலிருந்து அவர் தொடர்ந்து தடுத்துக் காக்கப்பட்டார் என்று வரலாறு கூறுகிறது. மக்கா நகரில் ஒரு திருமணம் நடக்கவிருப்பதை ஒரு மாலை வேளையில் கேள்விப்பட்ட முஹம்மது தானும் அதில் கலந்து கொள்ள விரும்பினார். அங்கு போய்க் கொண்டிருந்தபோது திடீரென சோர்வுற்றுத் தரையில் சாய்ந்து படுத்தவர் உறங்கிவிட்டார். அடுத்த நாள் காலை வெயிலின் சூட்டில் அவர் தனது ஆழ்ந்த உறக்கத்திலிருந்து எழுந்தார். இந்த முக்கியமான சம்பவம் தனது வருங்காலத் தூதரை குடிப்பழக்கத்திலிருந்து எப்படி பேரிறை தடுத்து வைத்துக் கொண்டது என்பதைக் காட்டுகிறது. ஏக இறை எப்போதும் அவருடன் இருந்து தீவற்றிலிருந்து எப்படித் தடுத்தது என்பதை இது காட்டுகிறது. அவர் வயது சிறார்கள் போல எதனாலும் கவரப்படாமல் அவரது இதயத்தை இறைவன் எப்படிக் காத்தான் என்பதைக் காட்டுகிறது. மென்மையான அந்த வழிமுறைகளால் தடுக்கப்பட்டு அவருள்ளே நெறிகளை சமிக்ஞைகளும் அறிகுறிகளும் வளர்த்தெடுத்தன என்பதைப் பிற்காலத்தில் அவர்

குறிப்பிட்டார். பாவ எண்ணங்களினால் உருவாகும் குற்றங்களிலிருந்து தவிர்ந்து நடந்து நன்னெறிகளால் திளைத்துப் படிப்பிக்கப்பட்ட இறைத்தூதர் தன் தோழர்களுக்கும் அவற்றைக் கற்பித்தார். மனதில் தோன்றும் தீய எண்ணங்களை அடக்கி தீயவற்றிலிருந்து எப்படி விலகி நடந்துகொள்ள வேண்டும் என்பதை மிகவும் மென்மையான முறையில் அவர் தம் தோழர்களுக்குக் கற்பித்தார். கட்டாயப்படுத்தி திணிக்காமலும் வன்மையாகக் கட்டளையிட்டு ஏற்க வைக்காமலும் மென்மையாக, ஆழமாக, சரியான புரிதல்களுடன் நன்னெறிகளைத் தோழர்களுக்குக் கற்பித்த அந்த முறை எவ்வளவு சிறப்புடையது என்பதை அவர் வாழ்வு நமக்குக் காட்டுகிறது.

தொடர்ந்த ஆண்டுகளில் மக்கா நகரின் புறப் பகுதிகளில் ஆடுகளை மேய்க்கும் இடையனானார். பிற்காலத்தில் தன் தோழர்களிடம் இதனைக் குறித்துக் கூறும்போது "இடையனாக இல்லாத எந்த இறைத்தூதரும் இல்லை" என்றார். அதற்கு தோழர்கள் "இறைத்தூதரே நீங்களுமா?" என்று கேட்டனர். அதற்கு அவர், "நானும் கூடத்தான்" என்றார்.

இடையனாக இருந்தபொழுது தனிமை, பொறுமை, மிகுந்த கவனம், தியானம் போன்ற ஆழ்ந்த சிந்தனை ஆகியவற்றை முஹம்மது கற்றுக் கொண்டார். மக்களுக்குத் தங்கள் போதனைகளைக் கற்பிக்க இத்தகைய குணங்கள் அனைத்து இறைத்தூதர்களுக்கும் தேவையாய் இருந்தன. அவரது வாழ்விலும் பணியிலும் அவருக்கிருந்த தனித்த சுதந்திரம் அவர் மேற்கொண்ட சேவையில் அவரை மிகவும் வெற்றிகரமானவராக்கியது.

அத்தியாயம் மூன்று

ஆளுமையும் ஆன்மிகத் தேடலும்

முஹம்மதின் பாட்டனாரான அப்துல் முத்தலிப் தனது இறுதிக் காலத்தில் தனது செல்வ நிலை சிதைவதைக் கண்டார். முஹம்மதைப் பொறுப்பேற்றுக் கொண்ட அபுதாலிபும் வியாபாரம் நலிவடைந்து பெரும் பொருளாதார நெருக்கடியிலிருந்தார். தன் குடும்பத்தாருக்கு உதவ வேண்டும் என்று முயற்சிகள் செய்துகொண்டிருந்த முஹம்மது மிகவும் இளம் வயதிலேயே தனக்கான சம்பாத்தியத்தைச் செய்யத் தொடங்கினார்.

துறவி பாகிரா

முஹம்மதுக்கு பன்னிரெண்டு வயதானபோது சிரியாவுக்குச் செல்லும் வணிகர் கூட்டம் ஒன்றுடன் அவரையும் அழைத்துச் செல்ல அபுதாலிப் முடிவு செய்தார். பாகிரா என்ற கிறிஸ்தவத் துறவி வாழும் இடத்திற்கருகிலிருந்த புஷ்ரா என்ற இடத்தில் அவர்கள் தங்கள் பயணத்தை நிறுத்தினர். வராக்கா இப்னு நவ்ஃபல் மற்றும் அரேபியத் தீபகற்பத்தில் வாழ்ந்த பெரும்பாலான கிறிஸ்தவ, யூத புனாஃபா மக்களைப் போல புதிய இறைத்தூதர் ஒருவரின் வருகைக்கான அறிகுறிகளையும் சமிக்ஞைகளையும் துறவி பாகிரா எதிர் நோக்கிக் கொண்டிருந்தார். அந்த வணிகக் கூட்டத்தினரின் மேல் மேகம் குடைபிடித்தது போல் தொடர்ந்து வந்து சூரியக் கதிர் தாக்கத்திலிருந்து அவர்களைப் பாதுகாப்பதை, அந்த வணிகர் கூட்டம் வரும்பொழுது துறவி

பாகிரா கவனித்தார். அதனைக் குறித்து மேலும் அறிந்து கொள்ள வேண்டும் என்பதற்காக அக்கூட்டத்தினரை ஒரு விருந்திற்கு அழைக்க அவர் தீர்மானித்தார். அப்பகுதியில் வாழ்ந்த துறவிகள் இப்படி விருந்துக்கழைப்பது வழக்கமில்லை. அக்கூட்டத்தில் ஒவ்வொருவரையும் கூர்ந்து பார்த்த அவரது பார்வை முஹம்மதுவின் மேல் நிலைத்தது. துறவி அவருக்கு அருகில் சென்று அவரை அழைத்து அவரின் குடும்பம், சமூக நிலை, அவரது கனவுகள் இப்படி எல்லாவற்றையும் குறித்து விசாரித்தார்.

கடைசியாக முதுகுப்புறத்தைப் பார்க்கலாமா என அவர் முஹம்மதிடம் கேட்டார். முஹம்மது அதற்கு சம்மதித்தார். முதுகில் இரண்டு தோற்பட்டைகளுக்கும் நடுவே அவரது கிரந்தங்களில் சொல்லப்பட்டிருந்த 'தூதுத்துவத்தின் அடையாளம்' என்ற மச்சம் போன்றதொரு அடையாளத்தை அவர் கண்டார். அந்தச் சிறுவனுக்கு பிரத்யேகமான சிறப்பான ஒரு காலம் உள்ளது என்றும் முந்தைய இறைத்தூதர்களுக்கு நிகழ்ந்ததைப் போல இவருக்கும் பகைவர்களால் ஆபத்து விளையலாம் என்றும் அவரை கவனமாகப் பார்த்துக் கொள்ளும்படியும் அத்துறவி அபுதாலிபிடம் கூறினார்.

முஹம்மதின் ஆரம்ப நாட்களில் பல அறிகுறிகளும் சமிக்ஞைகளும் நிகழ்ந்ததை நாம் முன்னர் கண்டோம். அவரைச் சுற்றி இருந்த ஒவ்வொருவரும் அவரிடம் அசாதாரணத் தன்மை இருந்ததைக் கண்டனர். துறவி பாகிராவும் அவரது தன்மையை உறுதி செய்யவே, அவை அனைத்தும் ஒன்று கூடி இறைத்தூதரின் புனித வரலாறானது. அவருடைய பன்னிரெண்டாவது

வயதில் எல்லோராலும் விரும்பப்படும் அவர் எல்லோராலும் எதிர்க்கப்படுவார் என்று அவரிடம் சொல்லப்பட்டது. அவரை நேசித்து அன்பு கொள்ள வைத்த அவரது தனித்தன்மை அவர்களிடையே எதிர்காலத்தில் வெறுப்பை உண்டாக்கும் என்பதையும் அவர் முன்பே உணர்ந்து கொண்டார்.

மக்கா நகரைச் சுற்றி இருந்த குன்றுகளில் பல ஆண்டுகள் ஆடுகளை மேய்த்தார். மக்கா நகர வாசிகளின் இயல்புகளிலிருந்து மாறுபட்டு அங்கு வாழ்ந்த பழங்குடி இனத்தவர்களிடையே தீராத சச்சரவுகளும் அணி மாற்றங்களும் நிகழ்வதை அவர் கவனித்து வந்தார். இனக்குழுக்களுக்குள் நிகழ்ந்து வந்த சண்டைகள் வணிகக் கூட்டத்தினருக்குப் பாதுகாப்பற்ற நிலையை ஏற்படுத்தியது. அவர்களுக்குள் அடிக்கடி நிகழும் அணி மாற்றங்களால் எந்தவிதமான ஒப்பந்தங்களையும் செய்து கொள்ளவோ எந்த அணியிலும் சேர்வதற்கோ எவருக்கும் இயலாதிருந்தது. ஏமன் தேசத்திலிருந்து வந்த ஒரு வணிகருக்கு அநியாயம் நிகழ்ந்தது. ஆனால் அந்த வணிகரோ அதனை அதோடு விடாமல் குரேஷியர் குலத்தினரிடம் சென்று தனக்கு நீதி வேண்டும் என்று முறையிட்டார்.

ஒப்பந்தம்

மக்கா நகரைச் சார்ந்த வாசனைத் திரவியக் காரர்கள் என்றழைக்கப்பட்ட இரண்டு பெரிய அணிகளின் உறுப்பினரும் தைம் இனத்தினரின் தலைவருமான அப்துல்லா இப்னு ஜூ‐டான், இனக்குழுவினருக்குள் இருக்கும் சச்சரவுகளுக்கு ஒரு முடிவைக் கொண்டு வரவும் இன, அரசியல் வர்த்தக நோக்கங்களுக்கப்பால் நின்று நியாயமான ஒப்பந்தம் கொண்டு வர விழையும் அனைவரையும் தனது இல்லத்திற்கு அழைக்கத்

தீர்மானித்தார். பிரச்சனைகளில் தலையிட்டு அது எவராக இருந்தாலும் எந்த அணியினராக இருந்தாலும் பாதிக்கப்பட்டவர்களுக்கு ஆதரவாக இருப்பது என்று பல்வேறு இனக்குழுக்களின் உறுப்பினர்களும் தலைவர்களும் உறுதி பூண்டனர். பாரபட்சமின்றி நீதிக்காக மட்டுமே நிற்கும் இந்தக் கூட்டமைப்பின் நீதிக்கான ஒப்பந்தம் சிறப்பானதாக இருந்தது. பின்னாட்களில் முஹம்மதின் வாழ்க்கை முழுவதற்குமான நண்பராகப் போகிற அபுபக்கரும், இளைஞரான முஹம்மதுவுடன் இந்தக் கூட்டத்தில் கலந்து கொண்டார்.

இறைவசனங்கள் வெளிப்படத் தொடங்கிய நீண்ட நாட்களின் பின்னர் இதனைக் குறித்து முஹம்மது இப்படிக் கூறினார்: “நான் எதுவுமே கூறியிராத அந்த ஒப்பந்தம் போடப்பட்ட அப்துல்லா இப்னு ஜுஃடானின் வீட்டில் அப்போது நானிருந்தேன். இப்பொழுது இஸ்லாத்தில் நான் இருக்கையில் அப்படி அழைக்கப்பட்டால் மிகவும் மகிழ்ச்சியடைவேன்.” வக்கிரமான சில இனங்களால் எதிர்க்கப்பட்ட அந்த ஒப்பந்தத்தின் நிபந்தனைகளின் சிறப்புகளைப் பாராட்டியது மட்டுமல்ல, இப்போதுள்ள முஸ்லிம் என்ற நிலையிலும் இஸ்லாமியக் கொள்கைகளின் தூதுவர் என்ற நிலையிலும் அப்படிப்பட்ட ஒரு ஒப்பந்தம் நிகழும் அமைப்புக்குத் தன்னை அழைத்தால் அதனைப் புறந்தள்ளாமல் ஏற்றுக் கொள்வேன் என்று அவர் கூறினார். அவர் சொல்லிய அந்தக் கூற்று முஸ்லிம்களுக்கு மிக முக்கியமான ஒன்றாகும். அதிலிருந்து மூன்று முக்கிய படிப்பினைகளைப் பெற முடியும். தன் கடந்த கால அனுபவங்களிலிருந்து நல்ல முடிவுகளைப் பெற்றுக் கொள்ளும்படி அவருக்கு அறிவுறுத்தப்

பட்டது. அது இப்பொழுது நன்றாக தொனிக்கிறது. இறைவசனங்கள் வெளிப்படுவதற்கு முன்னரே போடப்பட்ட அந்த ஒப்பந்தம் பாரபட்சமின்றி நீதியின் பக்கம் நிற்கவும், வலுவற்றவர்களையும் திறகற்றவர்களையும் ஒடுக்கப்படுபவர்களையும் ஆதரித்து நிற்பதையும் அவர் ஏற்றுக் கொள்கிறார். மனிதர்களின் மனசாட்சிப்படி போடப்பட்ட அந்த ஒப்பந்தத்தின் நிபந்தனைகளை இஸ்லாமும் அதன் செய்தியும் கூறுகின்றன. இஸ்லாத்திற்கு முந்தைய காலகட்டத்தில் நீதி நியாயத்தின் சிறப்பையும், பாதிக்கப்பட்டவர்களுக்கு ஆதரவாக இருப்பதையும் முஹம்மது ஏற்றுக் கொள்கிறார்.

இரண்டாவது படிப்பினையும் முக்கியமானதுதான். இறைவசன வெளிப்பாடுகள் வந்து கொண்டிருந்த அந்தச் சமயத்திலேயே நீதியை விரும்பும் இஸ்லாமியரல்லாதோரால் போடப்பட்ட அந்த ஒப்பந்தத்தின் சிறப்பை முஹம்மது ஏற்றுக் கொள்கிறார். ஒரு ஒப்பந்தம் இஸ்லாமியக் கோட்பாடுகளின் அடிப்படையிலோ அல்லது முஸ்லிம்களுக்குள் மட்டுமே செய்து கொள்ளப்பட்டாலோ மட்டுமே சரியானது என்ற போக்கை அப்படியே முற்றிலுமாக முஹம்மது மறுதலிக்கிறார். நீதியை நிலைநாட்டவும் பாதிக்கப்பட்டவர்களுக்கு ஆதரவாகவும் நிபந்தனைகளைக் கொண்ட ஒப்பந்தம் அதன் நிபந்தனைகள் இஸ்லாமியக் கோட்பாடுகளிலிருந்து பெறப்பட்டாலும் அல்லது அதற்குப் புறத்திலிருந்து பெறப்பட்டிருந்தாலும் முஹம்மது அதனை ஏற்றுக் கொள்கிறார்.

மூன்றாவது படிப்பினை மிக முக்கியமானது. இஸ்லாமியக் கொள்கையானது மற்றெந்தக் கொள்கையிலிருந்தும் முரண்பட்டு நின்று

அணுக முடியாத ஒன்றாக இல்லை. தொடக்கம் முதலே அவர் காலத்தில் நிலவி வந்த மற்றெந்தக் கோட்பாடுகளிலிருந்து முற்றிலும் வேறானவை என்று எந்தச் செய்தியையும் அவர் கொள்ளவில்லை. வேறுபட்ட புதிதான எந்த ஒன்றையும் இஸ்லாம் நிறுவவில்லை. மாறாக மற்ற மதங்களின் கொள்கைகளிலும் மற்ற நம்பிக்கைகளிலும் இருந்த அடிப்படை உண்மைகளுடன் ஒத்துப் போவது போன்ற கொள்கைகளையே இஸ்லாம் கொண்டிருக்கிறது. ஏழைகள் மற்றும் ஒடுக்கப்பட்டவர்கள் இவர்களுக்கான நீதி, நியாயம் என்பதனை இஸ்லாம் தனது செய்தியாகக் கொண்டிருக்கிறது. இதனை வேண்டி நிற்கும் எந்தச் சட்டத்தினையும் ஒப்பந்தத்தையும் அவற்றை உருவாக்குபவர்கள் முஸ்லிம்களோ இல்லையோ அவற்றின் அறம் சார்ந்த மதிப்பை முஸ்லிம்கள் அங்கீகரிக்க வேண்டும்.

எல்லோருக்குமான பொதுவான விதிகள் என்ற விசுவாசத்தை நம்பிக்கையாளர்களின் மனதில் விதைக்க முஹம்மது பாடுபட்டார். இறைநம்பிக்கைகள் வேறு எதனையும் ஏற்றுக் கொள்ளக் கூடாது என்ற வகையில் இஸ்லாத்தில் விசுவாசம் கொள்ளக் கூடாது. மாறாக உலகளாவிய வகையில் ஏற்றுக் கொள்ளத்தக்க விதிகளைக் கொண்ட கொள்கைகளை இறை நம்பிக்கையாளர்களின் மனதில் விதைக்க முஹம்மது பாடுபட்டார். மனிதர்களுக்கான கௌரவம், சமத்துவம், சமநீதி ஆகியவற்றை உறுதி செய்வதாகவே கடைசிச் செய்தி வந்தது. இஸ்லாத்திற்கு முன்னரும் பின்னருமான மனிதர்களின் தராதரங்களைக் குறித்து இறைத்தூதர் பேசும்போது அதே உள்ளுணர்வை அறம் சார்ந்த

மதிப்பில் அது தருகிறது. அவர் "உங்களுள் மிகச் சிறந்தவர் (மனித மாண்புகளிலும் அறநெறியிலும்) எவரோ அவரே இஸ்லாத்திலும் சிறந்தவர் இஸ்லாத்தைப் புரிந்து கொண்டால்" என்றார். நீதிநெறிகள் சார்ந்து இஸ்லாம் எதனை நிச்சயமாய் வலியுறுத்துகிறது, எதனை நிச்சயமாய் மாற்றச் சொல்கிறது என்பதை அறிந்து கொள்ளப் பேரறிவும் புரிதலும் தேவையாய் இருக்கிறது.

உயர்தன்மையும் திருமணமும்

இறைவசன வெளிப்பாடுகளுக்கு முன்னும் அதற்குப் பின்னுமான இறைத்தூதரின் அறநெறித் தகுதிகள் அவருடைய தூதுத்துவ தகுதிக்குத் தேவையானவையாய் இருந்து அந்தத் தகுதியை நிச்சயிக்கின்றன. இளம் வயதினரான முஹம்மது இடையனாக இருந்து பின்னர் வர்த்தகத்தில் ஈடுபட்டுத் தனது நேர்மைக்கும் வர்த்தகத்தின் அனைத்து நிலைகளிலும் தனது திறமைக்கும் பெயர் பெற்றவரானார். மக்கள் அவரை உண்மையானவர், நம்பிக்கைக்குரியவர் என்று பொருள்படும் சாதிக் அல் அமீன் என்று அழைக்கத் தொடங்கியபோது அவருக்கு இருபது வயதுதான் ஆகி இருந்தது. மக்கா நகரிலிருந்த செல்வ வளம் மிக்க வர்த்தகர்களில் ஒருவர் கதீஜா பின்த் குவைலித் என்ற பெண்மணியாவார். இருமுறை திருமணம் நடைபெற்று விதவ்வையான அவர், கிறிஸ்தவரான வராக்கா இப்னு நவ்ஃபலின் நெருங்கிய உறவினர். கடந்த சில ஆண்டுகளாக 'நேர்மையான திறமையான மற்றும் அழகான' இளம் வாலிபரைப் பற்றி அவர் கேள்விப்பட்டிருந்தார். அந்த வாலிபரைச் சோதிக்க எண்ணி அவரிடம் வர்த்தகப் பொருட்களைக் கொடுத்து சிரியா சென்று விற்று வரும்படி கூறி அந்த வர்த்தகத்தை அவர் வெற்றிகரமாகச் செய்து

விட்டாரேயானால், அவருக்கு இரண்டு மடங்கு பணம் தருவதாகக் கூறினார். அவருடன் தனது இளம் வயதுப் பணியாளரான மைஸராவையும் அனுப்பி வைத்தார். சிரியாவில் செய்த வர்த்தகத்தில் கதீஜா எதிர்பார்த்திருந்ததைவிட இரு மடங்கு அதிக லாபத்தை முஹம்மது ஈட்டிக் கொடுத்தார்.

சிரியாவிலிருந்து திரும்பி வந்து வர்த்தகத் தகவல்களை முஹம்மது விவரிப்பதைப் பொறுமையாக, அமைதியாக அவருடைய தோற்றத்தையும் பழக்க வழக்கங்களையும் கவனித்துக் கொண்டும் கேட்டுக் கொண்டுமிருந்தார் கதீஜா. முஹம்மதுக்கு அப்போது இருப்பத்தைந்து வயது. அவருடைய முகத்திலிருந்து ஒளி வெளிப்பட்டது போலிருந்தது. முஹம்மதுவினுடைய எண்ணங்களிலும் செயல்களிலும் அவர் ஏனைய மனிதர்களைப் போன்றவர் அல்லர் என்பதற்கான அறிகுறிகள் தென்பட்டதாக அவருடன் சென்று வந்த மைஸரா பின்னர் கதீஜாவிடம் கூறினார். பின்னர் நுஃபைஸா என்ற தனது தோழியொருவர் மூலம் முஹம்மதுக்குத் திருமணத்தில் விருப்பம் உள்ளதா என்று கதீஜா கேட்டறியச் சொன்னார். தன்னால் திருமணம் செய்து கொள்ள இயலாது என்று நுஃபைஸாவிடம் கூறிய முஹம்மது, அழகிய செல்வ வளம்மிக்க இணக்கமான உன்னதமானபெண் என்று அறியப்பட்ட கதீஜா என்றதும் தனது நிலையில் அத்தகையதொரு இணைப்பைப் பற்றி சிந்திக்க முடியவில்லை என்றார். கதீஜாவின் வேண்டுகோளின்படிதான் தான் பேசுகிறேன் என்பதைக் காட்டிக் கொள்ளாத நுஃபைஸா தான் முயற்சி செய்து முடிப்பதாகக் கூறுகிறார். முஹம்மதுக்கு நாட்டம் இருப்பதை நுஃபைஸா கதீஜாவிடம் தெரிவிக்கிறார். கதீஜா

முஹம்மதைத் தனது இல்லத்திற்கு அழைத்து தனது எண்ணத்தைத் தெரிவிக்கிறார். முஹம்மதும் ஏற்றுக் கொள்கிறார். இருவரது உறவினர்களிடமும் தெரிவித்துத் திருமண ஏற்பாடுகளைச் செய்ய வேண்டிய வேலை இருந்தது.

திருமணமாகும்போது கதீஜாவுக்கு நாற்பது வயது என்று வரலாறு கூறுகிறது. ஆனால் வேறு சில பதிவுகள் அவரை இளையவராகக் காண்பிக்கின்றன. உதாரணமாக அப்துல்லா இப்னு மசூத் திருமணத்தின் போது கதீஜாவுக்கு இருபத்தி எட்டு வயது என்று தெரிவிக்கிறார். திருமணத்தின் பின்னர் ஆறு குழந்தைகளைப் பெற்றதைக் கொண்டு இதுவே ஓரளவு சரியாகப் படுகிறது. காசிம் என்று பெயரிடப்பட்ட முதல் குழந்தை இரண்டு ஆண்டுகளே உயிருடன் இருந்தது. பின்னர் ஜைனப், ருக்கையா, உம்மு குல்தும், ஃபாத்திமா இறுதியாக அப்துல்லா. அப்துல்லாவும் இரண்டு ஆண்டுகளே உயிருடன் இருந்தார். அந்தக் காலகட்டத்தில் தன் மனைவியால் பரிசளிக்கப்பட்ட அடிமையான ஸெய்த் இப்னு ஹரிதாவை விடுவித்துத் தன் மகனாக முஹம்மது தத்தெடுத்துக் கொண்டார். தன் சொந்த மகன் அப்துல்லாஹ் மரணமடைந்ததும் பெரிய குடும்பத்துடன் பொருளாதார நெருக்கடியிலிருந்த அபுதாலிபின் மகனான அலிஇப்னு அபுதாலிபை தன் வீட்டுக்கு அழைத்து வந்தார். முஹம்மதின் மகளான ஃபாத்திமாவை அலி பிற்காலத்தில் மணம் முடித்தார்.

ஸெய்த்

வளர்ப்பு மகனான ஸெய்துவின் கதை பல வகைகளிலும் சுவாரசியமானது. ஒரு போரின் போது பிடிக்கப்பட்ட அவர், கதீஜாவிடமும் பின்னர் முஹம்மதிடமும் அடிமையாக ஆகும் முன்னர்

பலமுறை விற்கப்பட்டிருந்தார். இறைத்தூதருக்குப் பல ஆண்டு காலம் அவர் சேவை செய்து வந்தார். அந்தக் காலகட்டத்தில் கிராமம் கிராமமாக, ஊர்ஊராகச் சென்று வரும் பயணிகள் மற்றும் வியாபாரிகளின் வாய்வழிக் கவிதைகள் மூலமாக அவருடைய பெற்றோர் உயிருடன் இருப்பதை அவர் அறிந்து கொண்டார். ஸெய்தும் ஒரு வாய்வழிக் கவிதையைப் புனைந்து மக்கா நகருக்கு வரும் தனது இனத்தவர் கேட்கும்படி செய்தார்.

அக்கவிதையைக் கேட்ட அவருடைய தந்தையும் தந்தையின் சகோதரரும் உடனடியாக மக்கா சென்று அவரை மீட்டுக் கொண்டு வருவதென்று தீர்மானித்தனர். ஸெய்த், முஹம்மதிடம் இருப்பதைக் கேட்டறிந்து அவரைப் பணம் கொடுத்து வாங்க முனைந்தனர். அவர்களுடன் செல்வதா அல்லது முஹம்மதிடமே இருப்பதா என்பதை ஸெய்தே தீர்மானிக்கட்டும் என்று முஹம்மது கூறினார். ஸெய்த் அவருடைய தந்தையருடன் செல்ல விரும்பினால் அதற்காக நஷ்டஈடு ஏதும் தர வேண்டியதில்லை. மாறாக அவர் முஹம்மதிடமே இருக்க விரும்பினால், அவரை அவர் விருப்பப்படியே விட்டுவிடவேண்டும் என்று முஹம்மது கூறினார். அதனை ஏற்றுக் கொண்ட அவர்கள் ஸெய்தின் விருப்பத்தை அறிய அவரிடம் சென்றார்கள். தனது எஜமானரான முஹம்மதிடம் அடிமையாக இருப்பதையே தான் விரும்புவதாகக் கூறினார். மற்ற எந்த மனிதரிடமும் இல்லாத அரும் பெருங்குணங்கள் முஹம்மதிடம் மிகைத்து இருப்பதே அதற்கான காரணம் என்றும் அவர்களிடம் அவர் விளக்கினார். எனவே அவர் தம் எஜமானரிடமே இருந்து கொண்டார். அவர் எஜமானரான முஹம்மதுவோ உடனே

அவரை விடுவித்து அவரை தன் மகனாக ஏற்றுக் கொண்டதாகவும் அவர் இனி ஸெய்த் இப்னு முஹம்மது (முஹம்மதுவின் மகனான ஸெய்த்) என்றழைக்கப்படுவார் என்றும் அறிவித்தார்.

அடிமையாய் இருக்கும் பொழுதே ஸெய்த் எடுத்த முடிவு, அதாவது தன் தந்தையை விட எஜமானரிடமே இருப்பது என்ற முடிவு இறைவசனங்கள் முஹம்மதின் மூலம் வெளிப்படும் முன்னரே முஹம்மதிடம் இருந்த அருங்குணங்களைக் காட்டுவதாக உள்ளது. எளிமையான மென்மையான தீர்க்கமான குணமும் அதேசமயம் வியாபாரத்தில் அவருக்கிருந்த நேர்மையும் திறமையும், பெண்கள் ஆண்கள் குழந்தைகள் என எல்லோரையும் மதித்துப் பழகிய விதமும் எல்லோரையும் நன்றியுடன் ஆழமான அன்பை அவரிடம் காட்ட வைத்தது. அவர் உண்மையே பேசுபவராக நம்பிக்கைக்குரிய மதிப்பு மிக்க மனிதராக அல் அமீனாக இருந்தார். அவருடைய விதி பற்றிய அறிகுறிகள் அவரைச் சூழ்ந்திருந்தன. எவரிடமும் காணப்படாத அசாதாரண நற்குணங்கள் அவரைத் தனித்துவம் மிக்கவராகக் காட்டிக் கொண்டிருந்தன.

கஅபாவின் புனர் நிர்மாணம்

மக்களையும் மற்ற இனத்தவரையும் உயர் குணத்துடன் நடத்தி அறநெறி மற்றும் கூரிய விவேகத்துடனும் இறைத்தூதர் பழகி வந்ததை மற்றொரு சம்பவம் விளக்குகிறது. புனித இறை இல்லத்தைத் தொடக்கூடாது என்று இருந்த தடையால் நீண்ட காலம் கஅபா தொடப்படாமல் இருந்தது. இறுதியாக கஅபாவை புனர் நிர்மாணம் செய்வதென குரேஷியர்கள் தீர்மானித்தனர்.

சுவரின் மேல் பகுதிகள் இடிக்கப்பட்டன. ஆப்ரஹாமாலும் இஸ்மாயிலாலும் கட்டப்பட்ட அடித்தளம் எஞ்சி இருந்தது. கஅபாவின் ஒரு சுவரின் மூலையில் கருப்புக்கல் எனப்படும் ஒரு கல்லைப் பதிக்கும் கௌரவம் யாருக்கு என்பதில் இனக் குழுக்களுக்குள் சச்சரவு ஏற்பட்டது. சிலர் ஆயுதங்களையும் எடுக்கத் தலைப்பட்டனர். அப்புனித ஆலயத்திற்குள் நுழையும் முதல் மனிதரிடம் பிரச்சனைக்கான தீர்வைக் கேட்போம் என்று ஒரு முதியவர் சொன்ன கருத்தை அனைவரும் ஏற்றுக் கொண்டனர். முதலாவதாக முஹம்மது நுழைந்ததும் அந்தப் பிரச்சனையைத் தீர்க்க முஹம்மதுவே தேர்ந்தெடுக்கப்பட்டதாக எண்ணி எல்லோருக்கும் மகிழ்ச்சி ஏற்பட்டது. பிரச்சனையை முஹம்மது கேட்டறிந்தார். ஒரு பெரிய போர்வையில் அக்கல்லை வைத்து இனத்தலைவர்கள் எல்லோரையும் அந்தப் போர்வையின் முனைகளைப் பற்றிக் தூக்குமாறு செய்து தேவையான உயரத்துக்குத் தூக்கப்பட்டவுடன் அக்கல்லைத் தானே அதன் இடத்தில் பதித்தார். அவரின் அறிவுக் கூர்மையான இந்தச் செயல் அனைத்து குழுக்களின் (கோத்திரங்களின்) ஒற்றுமையால் ஏற்படும் பெருமையைப் பற்றி எல்லோரையும் சிந்திக்க வைத்தது. பிற்காலத்தில் பல்வேறு இயல்புகளையும் மனோபாவங்களையும் கொண்டவர்களை ஒன்றாக முஸ்லிம் சமுதாயமாக மாற்றியபோது பல கட்டங்களிலும் இந்தப் புத்திக்கூர்மை வெளிப்பட்டது. இந்த இக்கட்டான சூழ்நிலையில் சமாதானத்தைக் தேடியதைப் போலவே அனைத்துக் கட்டங்களிலும் சமாதானத்தைத் தேட முஹம்மது மிகவும் பாடுபட்டார். கர்வத்திற்கும் பெருமைக்கான

உணர்ச்சிகளுக்கும் இதயத்தில் இடம் கொடுக்காதிருக்க போதித்தார். விவேகத்துடனும் மென்மையாகவும் தன்னைக் கட்டுப்படுத்திக் கொள்ளும் வகையிலான நெருடலற்ற தீர்வுகளைக் கொண்டு வருவதை போதித்தார். இறை வசனங்கள் வெளிப்படுவதற்கு முன்னரே இத்தகைய சிறப்பான குணத்தை இறைவன் அவருக்கு வழங்கினான். அது எல்லாத் தருணங்களிலும் அனைவருக்கும் ஆழ் மனதில் நுழைந்து ஆன்மாவிலும் செயல்படக் கூடிய ஒன்றாக இருந்தது.

முஹம்மதிற்கு முப்பத்தைந்து வயதாகும் பொழுதிலேயே தனக்கான ஒரு உயர்ந்த அங்கீகாரத்தை அவர் உருவாக்கிக் கொண்டார். பனு ஹாஷிம் கோத்திரத்தின் தலைமைப் பொறுப்பைத் தன் மூதாதையர்களைப் போலவே அதன் உன்னத நிலையைத் தக்க வைக்கும் வகையில் விரைவில் அவர் பிடித்து விடுவார் என்று அந்த கோத்திரத்தார்களே நினைக்குமளவுக்கு அது இருந்தது. தனது செயல்திறத்தாலும், திருமணத்தின் காரணமாகவும் அரசியல் ரீதியாகவும் பொருளாதார ரீதியாகவும் ஒரு முக்கியமான நிலையை அவர் அடைந்தார். அவரின் மகள்களான ருக்கையாவையும், உம்மு குல்துமையும் அவரின் பெரிய தந்தையான அபூலஹபின் மகன்களான உத்பாவுக்கும் உத்தைபாவுக்கும் பெண் கேட்குமளவுக்கு உயர்ந்தார். அந்தக் கோத்திரத்தின் தலைவராக முஹம்மது ஆகுமளவுக்கு உறவுகள் வளர்ந்தன.

உண்மைக்கான தேடல்

இருந்தபோதிலும் பொது விவகாரங்களிலும் தலைமைக்கான தேடலிலும் முஹம்மது கவனமற்று இருந்தார். மக்காவின் புனஃபாக்களும்

கிறிஸ்தவர்களும் முன்பே செய்து வந்தபடி இந்தக் கால கட்டங்களில் அவர் மக்காவின் மலைக் குகை ஒன்றில் தனித்திருக்கத் தொடங்கினார். ரமலான் மாதம் வந்ததும் ஹீரா என்ற குகையில் தேவையான பொருட்களுடன் தனித்திருக்கலானார். இப்படி ஒரு மாதம் வரை இருந்தார். அந்தக் குகையை அடைவதற்கு ஒரு மலை மீதேறி குறுகலான ஒரு பாதை வழியாக அடுத்திருந்த சிறிய சிகரத்திற்கு அவர் செல்ல வேண்டி இருந்தது. அந்தக் குகை மிகவும் தனித்திருந்த ஒன்றாகவும் இருவர் தங்கக்கூட இயலாத அளவுக்குச் சிறியதாகவும் இருந்தது. அக்குகையின் வாசலிலிருந்து பார்த்தால் ஏதுமற்றிருந்த வெளிக்கு அப்பால் கஅபாவைக் காண முடியும்.

மக்களிடமிருந்து விலகி, தனித்து இயற்கையை மட்டுமே எதிர் கொள்ளக்கூடிய ஓரிடத்தில் முஹம்மது அமைதியையும் ஞானத்தையும் தேடினார். அவர் சிலை வணக்கத்தில் எப்போதும் ஈடுபட்டதில்லை. அப்பகுதியின் பழங்குடியினத்தவரின் நம்பிக்கைகளையோ அவர்களின் சடங்குகளையோ அவர் எப்போதும் பின்பற்றியதில்லை. மூடநம்பிக்கைகளிலிருந்தும் தவறான கொள்கைகளிலிருந்தும் அவர் எப்போதுமே விலகி நின்றார். தவறான கடவுளர்களிடமிருந்து அவர் எப்போதும் காக்கப்பட்டார். அவர் உறக்கத்திலிருந்து எழும்போது அவரிடம் பெரும் தாக்கத்தை ஏற்படுத்தி உண்மையாக மாறிய கனவுகள் பற்றி அவர் மனைவியான கதீஜாவிடம் அவர் சொல்லி இருக்கிறார். அவை உண்மையின், சத்தியத்தின் தேடல்களாகவே இருந்தன. அக்கனவுகள் அவருடைய தேடல்களுக்கு முழுநிறைவை அளிக்காதவையாக இருந்ததால்

அவருடைய தேடல் மேலும் ஆழமானது. இன்னும் தனித்திருந்து ஏகாந்தத்தில் ஆழ்வதற்கு அவர் தீர்மானித்தார். அவருக்கு நாற்பது வயதானது.

அவரது ஆன்மிகத் தேடலின் அடுத்த கட்டத்திற்குச் செல்வதற்கான நிலையை அவர் அடைந்தார். தனது வாழ்க்கை முழுவதும் தொடர்ந்து வந்து கொண்டிருந்த சமிக்ஞைகள், அறிகுறிகள், பூமியில் தனது இருத்தல், தனது வாழ்வின் பொருள் இவற்றைப் பற்றியெல்லாம் ஹீரா குகையில் தனித்திருந்து தவம் செய்து தியானிக்கலானார். அவரைச் சுற்றி விரவிப் பரந்திருந்த பெருவெளி இருத்தல் தொடர்பான எண்ணற்ற கேள்விகளைக் கொண்டிருந்த முதிர்ந்த பருவத்தையும் குழந்தைப் பருவத்தில் அவர் வாழ்ந்த பாலைவன வாழ்க்கைக்கான வேறுபாடுகளையும் அவருள் நினைவூட்டி இருக்க வேண்டும்.

அவர் தேடிக்கொண்டே இருந்தார். அந்தத் தேடல் அவர் வாழ்வு முழுவதும் தோன்றிக் கொண்டே இருந்த சமிக்ஞைகள், அறிகுறிகள் சார்ந்த பொருளுக்கு இயல்பாகவே அவரை இட்டுச் சென்றது. அவரைக் காத்து வழிப்படுத்திய அறிகுறிகளும் சமிக்ஞைகளும் அவர் முதலில் கனவாகக் கண்டு பின்னர் வாழ்வில் சம்பவிக்கத் தூண்டிய நிகழ்வுகளும், இயற்கையின் பரந்த வெளியில் அவர் உள் மனதிலும் அறிவிலும் தோன்றிய கேள்விகள் இணைந்து பொருள் குறித்த மிக உயர்ந்த தூண்டலுக்கும் அவரைக் கொண்டு சென்று அவருக்கு எல்லாவற்றையும் கற்றுக் கொடுத்த ஓரிறையுடன் அவரைத் தொடர்புபடுத்தியது. அவர் வாழ்வின் முதல் சுற்று அவரது நாற்பதாவது வயதில் முடிவுக்கு வந்தது. 610-வது ஆண்டின் ரமலான் மாதத்தில் ஹீரா

குகையை அவர் அடைகையில் முதன் முதலாக ஒரு குரல் அவரை அழைத்து வாழ்த்தியதைக் கேட்டார் "இறைவனின் தூதரே! உம் மீது சாந்தியும் சமாதானமும் உண்டாவதாக!" *(அஸ்ஸலாமு அலைக்க, யாரசூலுல்லாஹ்!)*

அத்தியாயம் நான்கு

அறிவு வெளிப்பாடு

ஹீரா குகையில் தனித்திருந்து உண்மையையும் பொருளையும் முஹம்மது தேடிக்கொண்டே இருந்தார். அப்போது ஜிப்ரீல் எனப்படும் வானவர் சட்டென்று தோன்றி "ஓதுவீராக!" என்று கட்டளையிட்டார். "நான் படிக்கத் தெரிந்தவர்களில் ஒருவனல்ல " என்று முஹம்மது பதிலிறுத்தார். அவரால் தாங்க முடியாத அளவுக்கு அவரை இறுக்கிப் பிடித்த வானவர் மீண்டும் "ஓதுவீராக!" என்று கட்டளையிட்டார். மீண்டும் முஹம்மது "நான் படிக்கத் தெரிந்தவர்களில் ஒருவனல்ல!" என்று பதில் கூறினார். மூச்சுத் திணறுமளவுக்கு இன்னும் பலமாக இறுக்கிப் பிடித்த வானவர் "ஓதுவீராக!" என்று மூன்றாவது முறையாகக் கட்டளை இட்டார். அதே பதிலே மீண்டும் சொல்லப்பட்டது, "நான் படிக்கத் தெரிந்தவர்களில் ஒருவனல்ல!"; தனது பிடியைத் தளர்த்தாமல் வானவர் சொன்னார்,

"யாவற்றையும் படைத்த உமது இறைவனின் திருநாமத்தைக் கொண்டு ஓதுவீராக! களிமண்ணிலிருந்து மனித குலத்தைப் படைத்த உமது இறைவனின் (றப் - கற்பிப்பவன்) பெயரால் ஓதுவீராக! ஓதுவீராக! உமது இறைவன் மாபெரும் கொடையாளி. அவனே எழுதுகோலைக் கொண்டு கற்றுக் கொடுத்தான். மனிதனுக்கு

அவன் அறியாதவற்றையெல்லாம் கற்றுக் கொடுத்தான்" (குர்ஆன்).

வானவர் ஜிரீல்ல் (கேப்ரியேல்) மூலமாக இறைத்தூதருக்கு அருளப் பெற்ற அந்த வசனங்களே குர்ஆனின் முதல் வசனங்களாகும். இந்தச் சம்பவத்தை முஹம்மதுவும் சிறிது காலம் கழித்து அவரது மனைவியான ஆயிஷாவும் சில தோழர்களும் இஸ்லாமிய வரலாற்றறிஞர்கள் இப்னு இஸ்ஹாக்கும் இப்னு ஹிஸாமும் மிகச் சிறிய வேறுபாடுகளுடன் ஒரே மாதிரியாகத் தெரிவிக்கின்றனர். இந்தச் சொற்களைக் கூறி இறைத்தூதரை மிகவும் பாதிக்கப்பட்ட அமைதியற்ற நிலையில் விட்டு விட்டு ஜிப்ரீல் (கேப்ரியேல்) சென்று விட்டார். உண்மையிலேயே இது நடந்ததா அல்லது வெறும் மாயைதானா என்று முஹம்மதுக்குத் தெரியவில்லை. அவர் மிகவும் பயந்து போயிருந்தார்.

தன் மனைவியிடம் திரும்பிச் செல்ல அவர் முடிவு செய்தார். அமைதியற்ற நிலையில் வீடடைந்த அவர், "என்னைப் போர்த்து, போர்த்து" என்று கூறினார். போர்வை கொண்டு போர்த்திய கதீஜா, என்ன நடந்தது என்று கேட்டார். நடந்ததனைத்தையும் விவரித்த முஹம்மது தனது பயத்தை வெளிப்படுத்தினார், "எனக்கு என்ன நடக்கிறது? எனக்கு பயமாக இருக்கிறது". அவரைத் தேற்றிய கதீஜா, மெல்ல அவர் காதில் சொன்னார், "நீங்கள் பயப்படும்படி ஒன்றுமில்லை. ஓய்வெடுத்து அமைதியடையுங்கள், உங்களைத் துன்பமடையும்படி இறைவன் விடமாட்டான். ஏனென்றால் எல்லோரிடமும் நீங்கள் அன்புடனிருக்கிறீர்கள், உண்மையைப் பேசுகிறீர்கள், தேவையுள்ளவர்களுக்கு

உதவுகிறீர்கள், உங்களை நாடி வருபவர்களிடம் இரக்கத்துடன் நடந்து கொள்கிறீர்கள். நியாயமான ஒவ்வொரு செயலுக்கும் ஆதரவாக இருக்கிறீர்கள்".

வராக்கா இப்னு நவ்ஃபல்

தன் நெருங்கிய உறவுக்காரரும் கிறிஸ்தவருமான வராக்கா இப்னு நவ்ஃபலிடம் இதனைக் குறித்து கேட்கலாம் என கதீஜா நினைத்தார். முஹம்மதுக்கு நேர்ந்ததைப் பற்றி அவரிடம் கதீஜா கூறினார் (அவர் மட்டும் சென்றாரா அல்லது முஹம்மதுவும் சேர்ந்து சென்றாரா என்பது தெளிவாகத் தெரியவில்லை) எந்த அறிகுறிகளுக்காகவும் சமிக்ஞைகளுக்காகவும் வராக்கா இப்னு நவ்ஃபல் காத்திருந்தாரோ அது வந்து விட்டது போல் எந்த மறுப்புமில்லாமல் "புனிதம்! புனிதம்! வராக்காவின் ஆன்மாவைப் பற்றிக் கொண்டிருப்பவன் மீது ஆணையாக, முஹம்மதிடம் வந்தவர் மிகவும் உயர்ந்தவரான நமூஸ் (பேரிறையிடமிருந்து புனிதச் செய்தியைக் கொண்டு வருபவர்) என்ற மோசஸிடம் வந்த அவரேதான். நிச்சயமாக மக்களுக்கான இறைத் தூதராக முஹம்மது இருக்கிறார்" என்று நவ்ஃபல் கூறினார்.

பின்னர் கஅபா ஆலயத்திற்கு அருகில் முஹம்மதைச் சந்திக்க நேர்ந்த நவ்ஃபல் "நிச்சயமாகப் பொய்யர் என்று நீங்கள் அழைக்கப்படுவீர். அவமானப்படுத்தப்பட்டு நிந்திக்கப்படுவீர். தாக்குதலுக்கும் ஆளாவீர். அப்பொழுதும் நான் உயிருடன் இருப்பேனாகில் இறைவனின் செயலை வெற்றிகரமாக்க நான் நிச்சயம் உதவுவேன் என்று இறைவனுக்குத் தெரியும்" என்றார். வராக்கா மேலும் சொன்னதாக ஆயிஷா கூறுகிறார், "உங்கள் மக்களே உங்களை மறுதலிப்பார்கள்". இது இறைத்தூதரை அச்சத்திற்குள்ளாக்கியது. அவர்

கேட்டார், "என்னை அவர்கள் மறுதலிப்பார்களா?" வராக்கா எச்சரித்தார்,

"நிச்சயமாக! நீங்கள் கொண்டு வந்துள்ளதைப் போல் எந்த மனிதரும் கொண்டு வரவில்லை. எதிரியைப் போன்று நடத்தப்பட்டதுமில்லை".

இறைத்தூதரின் தூதுத்துவச் செயல்பாடு தொடங்கப்பட்டு மட்டுமே இருந்தது. ஆனால் இறுதி வெளிப்பாடுகளின் அடிப்படையையும் இறைத்தூதர்களின் வரலாறு முழுக்க நிகழ்ந்த உண்மைகளையும் புரிந்து கொள்ள அவர் அனுமதிக்கப்பட்டார்.

நம்பிக்கை, அறிவு, பணிவு

எழுதவும் வாசிக்கவும் அறியாதிருந்த இறைத்தூதருக்கு அருளப்பட்ட முதல் வசனங்கள் அறிவைப் பற்றி அவரைக் கவனம் கொள்ள வைத்தது. வாசிக்கத் தெரியாதிருந்த முஹம்மதை "உமது இறைவனின் (றப் - கற்பிப்பவன்) பெயரால்" என்று விளித்து வாசிக்கப் பணித்தான் இறைவன். அது இறை நம்பிக்கையுடனும் அறிவுடனுமான தொடர்பை உடனடியாகக் கொண்டு வந்தது. இதனைப் பின்வரும் வசனங்கள் உறுதிப் படுத்துகின்றன:

"அவனே எழுதுகோலைக் கொண்டு கற்றுக் கொடுத்தான். மனிதனுக்கு அவன் அறியாதவற்றையெல்லாம் கற்றுக் கொடுத்தான்" (குர்ஆன்)

பெரும் வெகுமதியளிப்பவனான இறைவனால் மக்களுக்கு அருளப்பட்ட அறிவைக் கொண்டு அதனைச் சார்ந்து அந்தப் பேரிறையின் அழைப்பை ஏற்று அவன் பக்கம் திரும்பும்படியாக அந்த அறிவு இருக்கிறது. மனித இனத்தின் படைப்பைக்

குறித்துப் பின்னர் என்ன சொல்லப்படப் போகிறது என்பதை முதல் வசனங்கள் கூறுகின்றன. "அனைத்துப் பொருள்களின் பெயர்களை ஆதாமுக்கு அவன் (இறைவன்) கற்பித்தான்" காரண காரியங்கள் விவேகம் மொழியறிவு மற்றும் எழுத்தறிவு ஆகியவை பூமியில் இறைவனின் பிரதிநிதியாக இருப்பதற்குத் தேவையான தகுதிகளாக இருக்கின்றன. புத்தியும் அறிவியலும் கொண்டு, படைத்தவனை அறியும்படியாக குர்ஆனின் தொடக்கம் முதலே குர்ஆனின் வசனங்கள் அமைந்து இருக்கின்றன. அப்படியாகப் படைப்புகளின் ஆதி நிலைபற்றி வலுவாகச் சொல்லப்படுகிறது.

'அல்கலம் (பேனா)' என்ற குர்ஆனின் அத்தியாயமே (இரண்டாவது இறைவசன வெளிப்பாடு) அப்படி இருப்பதாகப் பெரும்பாலான அறிஞர்கள் கூறுகின்றனர். அந்த வசனங்கள் அறிவின் தேவையையும் இந்த உள் தூண்டலின் மூலத்தையும் உறுதிப்படுத்துகின்றன. அறநெறிகளில் தூதர்கள் தனித்தன்மையுடன் விளங்குவதையும் அவ்வசனங்கள் சுட்டிக் காட்டுகின்றன. இறைத்தூதரின் நாற்பதாண்டு கால வாழ்க்கையில் காணக்கூடியதாக இது உள்ளது.

"நூன். எழுதுகோல் மீதும் (அதன் மூலம்) அவர்கள் எழுதுவதன் மீதும் சத்தியமாக! உம்முடைய இறைவனின் அருட்கொடையால் நீர் பைத்தியக்காரர் அல்லர். இன்னும் உமக்குக் குறைவே இல்லாத நற்கூலி நிச்சயமாக இருக்கிறது. மேலும் (இறைத்தூதரே) நிச்சயமாக நீர் மிக உயர்ந்த மகத்தான நற்குணம் உடையவராக இருக்கிறீர். எனவே வெகுசீக்கிரத்தில் நீரும் பார்ப்பீர். அவர்களும் பார்ப்பார்கள். உங்களில் எவர் (பைத்தியமென்னும்

நோயால்) சோதனைக்குள்ளாக்கப்பட்டவர் என்பதையும்(குர்ஆன்). 'நூன்' என்பது அரபு அரிச்சுவடியில் உள்ள ஓர் எழுத்தாகும். இதனைப் போன்றே குர்ஆனின் பல அத்தியாயங்களிலும் இருக்கின்றன. இப்படி அரபு அரிச்சுவடியின் பல்வேறு எழுத்துக்களுக்கான பொருளையோ அல்லது அந்த எழுத்துக்கள் அத்தியாயங்களின் தொடக்கத்தில் இருப்பது எதனைக் குறிக்கிறது என்பது பற்றியோ எந்த அறிஞராலும் விளக்க முடியவில்லை. ஏன், இறைத்தூதராலும் கூட சொல்லப்படவில்லை. பேனாவின் மீது ஆணையிட்டு அறிவின் நிச்சயமான அவசியத்தை மனிதர்களுக்கு உணர்த்திய இறைவன், அத்தியாயத்தின் முதலில் உள்ள எழுத்தைப் புரிந்து கொள்ள முடியாமல் மனித அறிவின் எல்லையை உணர்த்துகிறான். அறிவூட்டப்பட்ட மனித இனம் தனது எல்லையை மீறி விட முடியாது. எனவே இறை நம்பிக்கையின் அவசியத்தை ஏற்றுக் கொள்ள வேண்டியதாகிறது. தன்னால் புரிந்து கொள்ள இயலாத நிலையை ஏற்றுக்கொண்டு புரிந்தவற்றையும் ஏற்று 'நூன்' என்ற எழுத்தின் இருப்பை ஏற்றுக் கொள்ள இறைநம்பிக்கை அவசியமாகிறது. நேரடியாகப் புரிந்து கொண்டு ஏற்றுக் கொள்ளத்தக்க வசனங்களைப் பணிவுடன் ஏற்றுக் கொள்ள வேண்டியதாக இருக்கிறது.

இறை நம்பிக்கை, நன்னெறி மற்றும் துன்புறுத்தல் (தொந்தரவு)

மனிதனால் அறிந்து கொள்ளப்படும் அறிவு ஒரு அளவுக்குட்பட்டது என்ற இஸ்லாத்தின் போதனை 'அல்கலம்' என்ற அத்தியாயத்தின் மூலம் சொல்லப்படுகிறது. அது இறைத்தூதரின் 'உயர்ந்த நன்னெறிகள்' குறித்துப் பேசும்போது மற்றொரு

பரிமாணத்தைக் கொள்கிறது. பிறந்ததிலிருந்தே இறைத்தூதரிடமிருந்த உயர் குணங்கள் பற்றி நாம் அறிந்திருக்கிறோம். அந்த உயர் குணங்கள் அறிவு, இறை நம்பிக்கை மற்றும் செயல்பாட்டுடன் எப்படி இணைந்திருக்கிறது என்பதை அந்த வசனங்கள் தெரிவிக்கின்றன. இறைநம்பிக்கையின் ஒளியில் தனிமனிதனின் நெறிசார் உயர்தன்மையின் அடிப்படையிலும் அதனைச் சார்ந்தும் அறிவு நிச்சயமாக இருக்க வேண்டும். அது நிச்சயமாக இறைத்தூதரிடம் பொருந்தி இருக்கிறது. அது அவருக்குப் பின்னாட்களில் விதிக்கப்பட்ட ஒன்றாக இருக்கிறது. அவர் மிகச் சரியானவராக இருப்பதும் அவருக்கான வெகுமதி எல்லையற்றதாக இருப்பதும் விதிக்கப்பட்ட ஒன்றாக இருக்கிறது. அருள் ஒளியில் இறை நம்பிக்கையும் அறிவும் சேர்ந்து நன்னெறி வழிமுறையொன்றினை மதித்து நன்மையை ஏவும்படியான குண நலன்களையும் செயல்பாட்டையும் வழங்குகிறது.

வராக்கா இப்னு நவ்ஃபலால், அவருக்கு முன்னரே துறவி பாகிராவால் முன்கூட்டியே சொல்லப்பட்ட மாதிரி இன்னுமொரு போதனையையும் அந்த வசனங்கள் கொண்டிருக்கின்றன. மறுதலித்து, வெறுத்துத் தன் சொந்த மக்களால் கூட புறந்தள்ளப்பட்டு ஒதுக்கித் தள்ளி வைக்கப்படலாம் என்ற நிலை ஆகியவையே அவை. இறைத்தூதர் நிச்சயமாக மறுதலிக்கப்படுவார் என்று முன் கூட்டியே எச்சரிக்கப்பட்டார். முதல் இறைவசன வெளிப்பாட்டின் பின் ஒரு கணம் இறைத்தூதரே சந்தேகவயப்பட்டார். தன் மனைவியாலும் பின்னர் வராக்கா இப்னு நவ்ஃபலாலும் அவர் தேற்றப்பட்டார். ஆனால் வானவர் ஜிப்ரீலிடமிருந்து உறுதி செய்யும்படியான எதுவும் நடக்கவில்லை.

முஹம்மது நடந்து கொண்டிருக்கும்போது சில வேளைகளில் அடிவானம் முதல் தொடுவானம் வரை ஜிப்ரீல் பரவி விரவி இருப்பதைக் காண்பார். அவர் அப்பக்கமிருந்து வேறு பக்கம் திரும்பினாலும் ஜிப்ரீலையே கண்டார்.

முதல் கட்டத்தில் எத்தனை இறைவசன வெளிப்பாடுகள் நிகழ்ந்தன என்பதைப் பற்றிய தெளிவான தகவல் இல்லை. "ஹீரா குகையில் நான் கண்ட வானவர் என் முன் வந்தார். அவர் வானத்துக்கும் பூமிக்குமாக அமர்ந்திருந்தார். நான் பயந்து போனேன் (முதல் இறைவசனம் வெளியானபோது பயந்ததைப் போலவே). நான் வீட்டை நோக்கி விரைந்தேன். என்னைப் போர்த்துங்கள்! என்னைப் போர்த்துங்கள்! என்றேன். அவ்வாறே செய்யப்பட்டேன்" என்று இறைத்தூதர் கூறியதாக ஆயிஷா தெரிவிக்கிறார். இந்த வசனங்கள் அப்போது வெளியாயின:

> *"(போர்வை) போர்த்திக் கொண்டு இருப்பவரே! நீர் எழுந்து (மக்களுக்கு) அச்சமூட்டி எச்சரிக்கை செய்வீராக. மேலும் உம் இறைவனைப் பெருமைப்படுத்துவீராக. உம் ஆடைகளைத் தூய்மையாக ஆக்கிக் கொள்வீராக. அன்றியும் அசுத்தத்தை வெறுத்து (ஒதுக்கி) விடுவீராக* **(குர்ஆன்)**".

ஆரம்பக் கட்டத்தில் வெளியான இந்த இறைவசனங்கள் ஒவ்வொன்றிலும் தனது தூதருக்குக் கற்பித்தவன் என பொருள்படும் 'றப்' என்றே இறைவன் தன்னைக் காண்பிக்கிறான். அவரைத் தேர்ந்தெடுத்து உருவாக்கிய ஓரிறையின் இறுதி வெளிப்பாடுகளைக் கொள்ளச் சொல்கிறான். அநாதையாகவும் ஏழ்மை நிலையிலும் நோக்கமின்றி முஹம்மது வைக்கப்படவில்லை. தியான காலத்தில்

இறைத்தூதராகத் தான் தேர்ந்தெடுக்கப்பட்டதையும் தன் நோக்கத்தையும் அறிந்து அவர் கவலை கொண்டு அமைதியிழந்து போனது கூட பயனில்லா நோக்கத்திற்கன்று.

மௌனம் சந்தேகம்

தொடர்ந்த மாதங்களில் இறைவசன வெளிப்பாடுகள் நின்று போனதால் நிலைமை இன்னும் மோசமானது. ஆறு மாதங்கள் என்றும் இரண்டரை ஆண்டுகள் என்றும் சொல்லப்படும் இந்த மௌன காலம் இறைத்தூதருக்குப் பெரும் துன்பத்தையும் சந்தேகத்தையும் அளித்தது. இறைவசன வெளிப்பாடுகளுக்குத் தான் தகுதியானவன் இல்லை என்பதால் தான் கை விடப்பட்டதாகவோ அல்லது தான் வெறுமனே கவர்ச்சியூட்டப்பட்டதாகவோ அவர் எண்ணலானார். அவர் எந்த அளவுக்கு வேதனைப் பட்டார் என்பதைப் பற்றி ஆயிஷா இவ்வாறு கூறுகிறார்:

"இறைவசன வெளிப்பாடுகள் சில காலத்துக்கு நின்று போயின. எனவே இறைத்தூதர் மனம் புண்பட்டார். அவரது மனவேதனை எப்படி இருந்ததென்றால், பல முறை வீட்டை விட்டு வெளியேறி உயரமான மலைச்சிகரத்தின் மீது நின்று கொண்டு கீழே விழ எண்ணுவார். ஆனால் மலை முகட்டில் அவர் ஏறியபோதெல்லாம் வானவர் ஜிப்ரீல் அவர் முன் தோன்றி, "ஓ முஹம்மதே! நீங்கள் உண்மையிலேயே இறைவனின் தூதர்தாம்" என்பார். அந்தச் சொற்கள் அவர் மனதைத் தெளிவாக்கி அவருக்குள் அமைதியைக் கொண்டு வந்தன".

அந்தத் தோற்றங்களும் அவரைச் சூழ்ந்திருந்த அறிகுறிகளும் அவருடைய மனதில் தோன்றிய சந்தேகங்களிலிருந்தும், கைவிடப்பட்டு தனித்துப் போன மனநிலையிலிருந்தும் வெளிவர அவருக்கு உதவின. ஆப்ரஹாமுக்கு எற்பட்ட அதே அனுபவங்களே அவருக்கும் ஏற்பட்டன. இறைவசன வெளிப்பாடுகள் நிகழாத அந்தக் கால கட்டத்தில் தன்னையும் தன்னுடைய தகுதியையும் சக்தியையும் குறித்து அவர் சந்தேகம் கொண்டார். ஆனால் இறைவன் பல அறிகுறிகளாலும் சமிக்ஞைகளாலும் இறைமை பற்றி சந்தேகம் கொள்வதைத் தவிர்த்தான். இந்த மௌனகால சோதனை இறைத்தூதரின் ஆன்மிகத் தேடலுக்கு ஒரு உருவம் கொள்ள வைக்கும் துவக்கமாக இருந்தது. பணிவு, அடக்கம் என்ற ஒன்றை இறைவசன வெளிப்பாடுகள் சோற்களால் கூறியபோது இறைவனின் இந்த மௌனமோ அதனைச் செய்முறை விளக்கமாக்கிக் காட்டியது! இறைவன் தனது இருத்தலை அவருக்குக் காட்டினான். அவனது சொற்களற்ற அந்தக் காலகட்டத்தில் தூதரின் மனதில் அவனின் தேவையை உணரும்படி தேட்டத்தை ஏற்படுத்தினான். இறுதியாக இறைவன் அவரிடம் பேசினான். பகலைத் தோற்றுவித்து இரவைப் படரச் செய்யும் படைத்தவனின் சக்தியைக் குறியீடாகக் காண்பித்து இருத்தலின் நிலையற்ற தன்மையை உணர்த்தி இருத்தலுக்கும் எண்ணத்துக்குமான வலுவற்ற தன்மையை உணர்த்தும் இறைவசன வெளிப்படுத்தல் என்ற ஒளி மற்றும் வெறுமையான ஏதுமற்ற மௌனம் ஆகியவற்றிற்கிடையேயான மெல்லிய வேறுபாட்டை உணர்த்தினான்.

"முற்பகல் மீது சத்தியமாக ஒடுங்கிக் கொள்ளும் இரவின் மீது சத்தியமாக உம்முடைய இறைவன் உம்மைக் கைவிடவுமில்லை. அவன் (உம்மை) வெறுக்கவுமில்லை. மேலும் பிந்தியது (மறுமை) முந்தியதை (இம்மையை) விட மேலானதாகும். இன்னும் உம்முடைய இறைவன் வெகுசீக்கிரம் உமக்கு (உயர் பதவிகளைக்) கொடுப்பான், அப்பொழுது நீவிர் திருப்தியடைவீர்" என்ற இறைவசனம் வெளிப்பட்டது.

அந்தச் செய்தி நல்லதொன்றாக இருந்தது. அதன் பின் இருபதாண்டுக் காலத்துக்கு இறைவசன வெளிப்பாடுகள் நிற்கவேயில்லை. சில வேளைகளில் சில வசனங்களும் சில வேளைகளில் முழு அத்தியாயமுமாக வந்த இறை வசன வெளிப்பாடுகள் முழு நூலாகும்படி எந்த வசனங்களை எங்கு சேர்ப்பது என்பது பற்றி இறைத்தூதருக்கு சொல்லப்பட்டது. மனனம் செய்து மனதிலிருத்திக் கொள்வதே அரேபியர்களின் வழக்கமாக இருந்தது. ஆனால் இறைத்தூதர் எழுதவும் வாசிக்கவும் அறிந்திருந்த தம் தோழர்களிடம் இறை வசனங்களைப் பலகைகளிலும் ஒட்டகங்களின் எலும்புகளின் மீதும் எழுதி வைக்கும்படி செய்தார். அவற்றை அவர் சொல்லும் வரிசையில் அமைக்கவும் செய்தனர். அப்படி எழுதிய தோழர்களில் மிகவும் பெயர் பெற்றவர் ஸெய்த் இப்னுதாபித் என்பவராவார். அதே நேரத்தில் ஏராளமான தோழர்கள் அவ்வசனங்களை மனனமும் செய்தார்கள்.

கதீஜா

வேதனை நிறைந்த சம்பவங்களையும் அசாதாரணச் சம்பவங்களையும் கொண்ட அந்தக் காலகட்டத்தில் கதீஜா வகித்த பங்கைப் பற்றிக்

குறிப்பிடுவது மிகவும் முக்கியமானதாகும். முஹம்மதின் நேர்மை, நியாயமாகச் செயல்படும் முறை, அவருடைய உன்னதமான குணநலன்கள் இவற்றை முதலில் கவனித்து அவரை ஏற்றுக் கொண்டவர் கதீஜாதான். செல்வ வளத்துடன் நற்பண்புகள் அமைந்து மக்காவில் பிரபலமானவராக வாழ்ந்த கதீஜாவால் திறமை மிகுந்தவராக நல்ல வத்ர்தக அறிவு நிரம்பியவராக இருந்தபோதிலும் முஹம்மது பற்றற்றவராக தனித்துவம் மிக்கவராக இருந்ததைக் கவனிக்க முடிந்தது. அரேபியர்களின் வழக்கத்திற்கு மாறாகத் திருமண விருப்பத்தைத் தன் தோழி நுஃபைஸா மூலம் கேட்டறியும் துணிச்சலையும் அவர் பெற்றிருந்தார். அந்தத் திருமணம் அவர்களுக்குப் பெரும் மகிழ்ச்சியையும் காசிம் என்ற மகனின் இழப்பையும் அப்துல்லா என்ற மகன் கைக்குழந்தையாய்இருக்கும் பொழுதே மரணமுற்ற துன்பத்தையும் தந்தது. அவர்களின் நான்கு மகள்களே உயிருடன் வாழ்ந்தனர். பெண் குழந்தைகள் பிறப்பதை அவமானகரமானதாக அரேபியர்கள் கருதி வந்தார்கள். ஆனால் அதற்கு மாறாக முஹம்மதுவும் அவர் மனைவியும் தங்கள் பெண் குழந்தைகள் மீது மிகவும் அன்பு செலுத்திக் கனிவுடன் அவர்களை கவனித்துக் கொண்டனர். அதனைப் பொது இடங்களிலும் காண்பிக்க அவர்கள் தயங்கியதே இல்லை என்பதை வரலாறு கூறுகிறது.

தனது நாற்பதாவது வயதில் முதல் இறை வசனம் வெளிப்பட்டதும் முஹம்மது உடனடியாகச் சென்றது தன் மனைவியான கதீஜாவிடம்தான். அச்சமயத்தில் இறைத்தூதருக்கு ஆதரவாக இருந்தவரும் கதீஜாதான். அதற்கு முந்தைய காலகட்டத்தில் அம்மனிதரிடம் இருந்த தனித்து

விளங்கிய உன்னத குணநலன்களைக் கதீஜா கண்டுணர்ந்தார். ஹீரா குகையிலிருந்து மிகவும் மனத்துன்பத்துடன், குழப்பத்துடன் தான் யார், தனக்கு என்ன நேர்கிறது என்பது பற்றி சந்தேகவயப்பட்டவராக முஹம்மது திரும்பி வந்தபோது தன் அன்பைக் காட்டி, அவருடைய நற்தகுதிகளை எடுத்துக் கூறி அவருடைய தன்னம்பிக்கையைக் காத்தவரும் கதீஜாதான். முதல் இறைவசன வெளிப்பாடு அம்மனிதருக்குப் பெரும் பரிசாகவும் அதே சமயத்தில் சோதனையான ஒன்றாகவும் இருந்தது. அவர் குழப்பத்துடன் தனியனாய் இருந்தார். அந்நிலையில் அவர் தன் மனைவியிடம் சென்றபோது அவருக்கு ஆதரவும் ஆறுதலும் அளித்தவர் அவர் மனைவி கதீஜாதான். அந்தக் கணம் முதல் இறைச் சோதனையை எதிர் கொண்டு, இறைவசன வெளிப்பாடுகளைப் புரிந்து கொள்ள முயன்று இறைவசனம் வெளிப்படாமல் இருந்த மௌன காலத்தைக் கடந்து, இறைவனின் அழைப்புக்குப் பதிலளித்து ஆன்மிக வழியைப் பின்பற்றி இருவராக ஆனது. அந்த வகையில் முஹம்மதுக்கு நேர்ந்த இறைச் சோதனையில் இறைவனின் துணை இருப்பின் சமிக்ஞையாக கதீஜா விளங்கினார். ஆப்ரஹாமுக்கு நேர்ந்த இறைச் சோதனையில் இஸ்மாயிலும் ஹாஜிராவும் ஆன்மிக அனுபவமாக இருந்த்தைப் போல முஹம்மதுக்கு கதீஜா இருந்தார். ஆப்ரஹாமுக்கு நேரிட்ட இறைச் சோதனையின்போது ஓரிறை தனது இருத்தலையும் ஆதரவையும் ஒரு பெண் மற்றும் மகனின் மூலம் காட்டியதால் ஓரிறையை அவர்கள் எவ்வகையிலும் சந்தேகம் கொள்ள இயலாதிருந்தது. இஸ்லாத்தை முதலில் ஏற்றுக் கொண்டவர் கதீஜாவாக இருந்தார். தூதுத்துவத்தின் முதல் பத்தாண்டு காலம்

எவ்வகையிலும் மாறாத உண்மையான தோழராக முஹம்மதுடன் அவர் இருந்தார். இறைத்தூதரின் வாழ்வில் இந்தப் பெண்மணியின் பங்கு அளப்பரியதாக அற்புதமான ஒன்றாக இருந்தது. இருபத்தைந்து ஆண்டு காலம் முஹம்மதுவின் ஒரே மனைவியாக வாழ்ந்து அனைத்து இன்னல்களிலும் இறைத்தூதரை கதீஜா மட்டுமே துணையாக இருந்து காத்தார். கதீஜாவும் அவரது உறவினர்களால் மறுதலிக்கப்பட்டுத் தனிமைப்படுத்தப்பட்டு இன்னல்களுக்காளானார். கதீஜாவை இறைத்தூதர் மிகவும் நேசித்தார். கதீஜா மறைந்து பல ஆண்டுகள் கழித்து இறைத்தூதரை மணந்த ஆயிஷா தான் பொறாமை கொள்ளும்படியான ஒரே பெண்ணாகக் கருதுவது கதீஜாவைத்தான் என்று கூறியது கதீஜாவை முஹம்மது மிகவும் நேசித்தார் என்பதால்தான். இறைவனால் தூதராக முஹம்மது தேர்ந்தெடுக்கப்பட்ட நற்செய்தியை கதீஜா கேட்டார். அவர் சுதந்திரமான, மதிப்பு மிக்க, மரியாதை செலுத்தப்பட்டவராகவும் நம்பிக்கையுள்ள, உண்மையான, கவனமான, மன வலிமை மிகுந்த மனைவியாகவும் விளங்கினார். அவர் இறைபக்தி மிகுந்த உண்மையான நேர்மையான உறுதியான முஸ்லிமாக விளங்கி ஓரிறையின் இறுதித் தூதரான முஹம்மது தனியரராய் இல்லை என்பதன் மூலம் இறைவனின் தெளிவான அத்தாட்சியாகவும் இறைவனின் அருட்கொடை மற்றும் இறைவனின் நேசத்தின் வெளிப்பாடாகவும் இறைத்தூதருக்கு விளங்கினார்.

ஒரு வெளிப்பாடு, உண்மைகள், ஒரு நூல்

இறைவன் தன்னை வெளிப்படுத்திக் கொண்டான். முஹம்மதுக்கு ஞானமூட்டுபவனாக அவரிடம் பேசிய பேரிறை அவன் பக்கம்

முஹம்மதுவின் மனதைத் திருப்பி அவனது இருப்பின் ஞானத்தைக் காண்பிப்பதாக அவனது முதல் இறைவசன வெளிப்பாடு இருந்தது. நன்னடத்தையுடன் சேர்ந்த அறிவு (எழுதுதல், வாசித்தல்) இறை நம்பிக்கையின் சாரமான இறைவனின் இருப்பை அங்கீகரிப்பது ஆகிய அடிப்படைச் செய்திகளை வானவர் கேப்ரியேல் (ஜிப்ரீல்) கொண்டு வந்து முஹம்மதிடம் சேர்த்தார். நற்செய்திகள் எதிர்காலத்தில் முஹம்மதுக்கு ஏற்படப்போகும் எதிர்ப்பு பற்றிய எச்சரிக்கையுடன் வந்தன. உண்மையின் உருவமாக வந்த எந்த மனிதரும் பெரும் வெறுப்பு, பொய்கள், அவதூறுகள் ஆகியவற்றால் எதிர்க்கப்பட்டது பற்றிய எச்சரிக்கையாக அது இருந்தது. அவரை அன்பு கொண்டு பெருநேசம் செலுத்திய சொந்த உறவுகள் கூட அவரைக் கொல்ல முனையும் அளவுக்கு வெறுப்பார்கள் என்பதாக அந்த எச்சரிக்கை இருந்தது. வானவர் கேப்ரியேல் அவர் முன் பலமுறை தோன்றினார். வானவர் கேப்ரியேல் வானவர் போலவும் சில நேரங்களில் மனித உருவிலும் தோன்றியதாகப் பின்னாட்களில் இறைத்தூதர் கூறினார். மற்ற சில சமயங்களில் மணியொலிச் சப்தம் கேட்கும். உடனே இறைவசனங்கள் வரத் தொடங்கும். மூச்சுத்திணறல் ஏற்படும் அளவுக்கு மிகவும் கூர்ந்து கவனிக்க வேண்டியவையாக அவை இருக்கும். இந்த நிலை வேதனை மிக்கதாக இருந்தபோதிலும் அவர் பெற்றுக் கொண்ட இறைவசன வெளிப்பாடுகளை வார்த்தை வார்த்தையாக அவரால் சொல்ல முடிந்தது. இருபதாண்டுக் காலம் வானவர் கேப்ரியேல் மூலம் இறைவசனங்கள் தொடர்ச்சியாக வெளிப்படாமல் விட்டுவிட்டு

வந்து கொண்டிருந்தன. சூழ்நிலைக்கு ஏற்பவும் வந்து கொண்டிருந்தன. அவை இறுதியாக குர்ஆன் வேதமாக உருக்கொண்டன. உருக் கொண்ட அந்த வேதப்புத்தகத்தின் இறைவசன வெளிப்பாடுகள் காலக்கிரமப்படி அமைக்கப்படவில்லை. அவை வானவர் கேப்ரியேல் இறைத்தூதரிடம் ஒவ்வொரு முறை குறிப்பிட்டபடி இறைத்தூதரால் மிகவும் கவனமாகச் சரியாக மதிப்பிடப்பட்டு அமைக்கப்பட்டன. ஒவ்வொரு ஆண்டின் ரமலான் மாதத்தில் அதுவரை வெளிப்படுத்தப்பட்ட இறைவசனங்களை வானவர் கேப்ரியேல் குறிப்பிட்டிருந்த கிரமப்படி இறைத்தூதர் ஓதிக் காட்டுவார். இருபத்து மூன்று ஆண்டு காலமாக மெல்ல மெல்ல உருவான அந்த வேதப்புத்தகத்தின் உள்ளடக்கங்கள் முறையாகச் சரி பார்க்கப்பட்டன.

அத்தியாயம் ஐந்து

செய்தியும் துன்பமும்

முதல் இறைவசன வெளிப்பாட்டினால் ஏற்பட்ட அமைதியற்ற நிலையிலிருந்து மீண்ட முஹம்மது தொடர்ந்து இறை வசன வெளிப்பாடுகளைப் பெறத் தொடங்கியதும் தனக்கு மிக நெருக்கமானவர்களுடன் அவற்றைப் பகிர்ந்து கொள்ளத் தொடங்கினார். மக்கள் எல்லோரிடத்தும் இறைச்செய்தியை எப்படிச் சொல்வது என்பது பற்றி அவருக்கு அதுவரை தெரிவிக்கப்படவில்லை.

முதலில் இஸ்லாத்தை ஏற்ற இறைத்தூதரின் மனைவியான கதீஜாவிற்குப் பின் இஸ்லாத்தை ஏற்றவர்களின் வட்டம் முஹம்மதின் நெருங்கிய உறவினர்கள், நண்பர்கள் என பெரிதானது. அவரது பொறுப்பில் இருந்த அலி இப்னு அபுதாலிப், அவரின் வளர்ப்பு மகனான ஸெய்த், அவரின் நான்காம் வயதில் மக்கா திரும்பியதும் அவரைக் கவனித்த அவரது செவிலியான உம்மு அய்மன், வாழ்க்கை முழுவதும் நண்பராக விளங்கிய அபுபக்கர் ஆகியோர் இறைச் செய்தியின் உண்மைத் தன்மையை அங்கீகரித்து இஸ்லாத்தில் இணைந்ததற்கான சொற்களை மொழிந்தார்கள். “ இறைவன் ஒருவனே அன்றி வேறல்ல என்றும் அவனுடைய தூதராக முஹம்மது இருக்கிறார் என்பதற்கும் நான் சாட்சி கூறுகிறேன்” என்பதுதான் அது. இறைத்தூதரின்

அறிவுப்பூர்வமான போதனையாலும் எந்த நேரத்திலும் புதிய இறை நம்பிக்கை பற்றிப் பேசவும் செயல்படவும் மிக உறுதியான ஈடுபாட்டுடனுமிருந்த அபுபக்கராலும் இஸ்லாத்தை ஏற்றுக் கொண்டவர்களின் எண்ணிக்கை மெதுவாக அதிகரிக்கத் தொடங்கியது. அபுபக்கர் அடிமைகளை அவர்களுடைய எஜமானர்களிடமிருந்து விலைக்கு வாங்கி இஸ்லாத்தின் கொள்கையான அனைத்து மனிதர்களும் சமம் என்பதை வலியுறுத்தும் வகையில் அந்த அடிமைகளைச் சுதந்திரமாக விட்டார். மக்காவில் முஹம்மது இருந்த அந்த ஆண்டுகளில் அவருடைய செயல்பாடுகளினாலும் முன்மாதிரியான அவருடைய குணநலன்கள், வாழ்க்கை ஆகியவற்றால் கவரப்பட்டு ஏராளமான ஆண்களும் பெண்களும் இஸ்லாத்தை ஏற்கத் தொடங்கினார்கள்.

ஆரம்பக் கட்டத்தில் இஸ்லாத்தை ஏற்றவர்களின் எண்ணிக்கை சொற்பமாகவே இருந்தது. முதல் மூன்று ஆண்டுகளில் இஸ்லாத்தை ஏற்ற குரேஷி இனத்தவரின் எண்ணிக்கை முப்பதிலிருந்து நாற்பதுக்குள்ளாகவே இருந்தது என்று வரலாறு தெரிவிக்கிறது. இஸ்லாத்தை ஏற்றுக் கொண்ட அல் அர்கம் இப்னு அபி அல் அர்கம் என்பவரது இல்லத்தில் அவர்கள் கூடி இஸ்லாத்தின் அடிப்படைக் கொள்கைகளைக் கற்றார்கள். அப்போதும் இறை வசனங்கள் வந்து கொண்டேயிருந்தன. அந்தப் புதிய வழிமுறை ஏழைகளிடமும் இளைஞர்களிடமும் ஏற்படுத்திய தாக்கத்தை மக்கா நகரவாசிகள் உணர உணர எதிர்ப்பு வலுக்க ஆரம்பித்தது. இந்த எதிர்ப்பையும் அதனால் எற்படும் ஆபத்துக்களையும் புரிந்து கொண்ட முஹம்மது மறுதலிப்பையும்

விமர்சனத்தையும் விலக்கி வைக்கப்படுதலையும் எதிர்கொள்ள நேரிடும் என்ற நிலையில் இருந்த சிறிய குழுவுக்குப் போதனைகளை ரகசியமாகச் செய்து வந்தார். இந்தச் சிறிய குழு அவர்களுக்கு அளிக்கப்பட்ட ஆன்மிகக் கல்விக்குப் பிற்காலத்தில் நன்றி கூறியது. அவர்கள் மிகவும் ஈடுபாட்டுடன் இருந்து துன்பங்களை எதிர் கொண்டாலும் உறுதியாகவும் இருந்தனர். இறைத்தூதர் தொடக்கம் முதலே எண்ணிக்கையைவிட தரத்திற்கும், தனது போதனைகளைக் கேட்கும் மக்களின் எண்ணிக்கையை விட அவர்கள் மனதிற்கும் அறிவிற்குமே முக்கியத்துவம் அளித்து வந்தார். எந்த வேறுபாடுகளும் இன்றி அனைத்துக் கோத்திரங்களிலிருந்தும் ஆண் பெண் பேதமின்றி அனைவரும் சமம் என்ற இறைநம்பிக்கையாளர்களின் சமூக அமைப்பை மூன்றாண்டுகளில் இறைத்தூதர் உருவாக்கினார். அச்சமூகம் ஏழைகளையும் இளைஞர்களையும் பெரும்பான்மையாகக் கொண்டிருந்தது.

வெளிப்படையான அனைவருக்குமான அழைப்பு

பின்னர் அனைவருக்கும் அழைப்பு விடுக்குமாறான இறைவசனத்தை முஹம்மது பெற்றார். அது 'உங்கள் உறவினர்களை எச்சரியுங்கள்' என்றிருந்தது. தனது கோத்திரத்தார் அனைவருக்குமானது அது என்பதை இறைத்தூதர் புரிந்து கொண்டார். அவர்களை இஸ்லாம் மார்க்கத்திற்கு வரும்படி அழைக்கலானார். ஒரு நாள் ஸஃபா என்ற மலைக்குன்றின் மீதேறி பழங்குடி இனத் தலைவர்களை ஒவ்வொருவராக அவர் அழைத்தார். முக்கியமான அவசரமான ஒரு அறிவிப்பை அவர் வெளியிடப் போவதாக

நினைத்து அவர்கள் குன்றினடியில் கூடினார்கள். அவர்கள் நின்ற இடத்திலிருந்து முஹம்மது நோக்கிக் கொண்டிருந்த சமவெளியை அவர்களால் பார்க்க முடியாமலிருந்தது. அவர்களிடம் அவர் கேட்டார், "ஆயுதம் தாங்கிய குதிரைப் படையினர் உங்களைத் தாக்க சமவெளியிலிருந்து வருகிறார்கள் என்று நான் எச்சரித்தால் அதனை நீங்கள் நம்புவீர்களா?" என்று. "நிச்சயமாக! நீங்கள் நம்பத் தகுந்தவர்தாம், நீங்கள் ஒருபோதும் பொய்யுரைத்ததில்லை" என்று ஒரே குரலில் அனைவரும் பதில் கூறினார்கள். பின்னர் இறைத்தூதர் தொடர்ந்து சொன்னார்: "நல்லது பெருந்துன்பம் உங்களுக்கு நேர இருக்கிறது என்று நான் எச்சரிக்கிறேன்! என் உறவினர்களை எச்சரிக்கும்படி இறைவன் எனக்கு கட்டளை இட்டிருக்கிறான். இறைவன் ஒருவனே என்பதை நீங்கள் நம்பாதவரை இந்த வாழ்க்கையில் எதிலிருந்தும் உங்களைக் காப்பாற்றும் சக்தியோ அல்லது வருகின்ற வாழ்க்கையில் புனிதப் படுத்தி சந்தோஷப்படுத்தும் சக்தியோ எனக்கு இல்லை", " அவர் மேலும் சொன்னார் "எதிரியைக் கண்டு அவனால் தாக்கப்படும் முன்பு உங்களிடம் ஓடோடி வந்து எச்சரிக்கை! எச்சரிக்கை! என்று குரலெழுப்புபவனாகவே எனது நிலை இருக்கிறது".

அவரின் பெரிய தந்தையான அபூலஹபினிடமிருந்து புண்படுத்தும்படியான பதில் உடனடியாக வந்தது "உனக்குத் துன்பம் விளையட்டுமாக! இதற்குத்தான் எங்களெல்லோரையும் நீ கூட்டினாயா?" கூடியிருந்த கோத்திரத்தலைவர்களை எல்லாம் அழைத்துக் கொண்டு உடனடியாக அவர் திரும்பிச் சென்றார். இப்படியாக முஹம்மதின் புனிதச் செய்தியைக் கடுமையாக எதிர்த்து

மறுதலித்தவர்களின் குறியீடாக அவர் ஆனார். முஹம்மது பின்னர் அதே செய்தியைக் கூற இரண்டு விருந்து நிகழ்ச்சிகளுக்கு அனைவரையும் கூட்டினார். அவர் பேசத் தொடங்கும்போது அபூலஹப் குறுக்கிட்டு அவர் பேசுவதைத் தடுத்ததால் முதல் விருந்தழைப்பு தோல்வியில் முடிந்தது. இரண்டாவது விருந்தழைப்பின்போது முஹம்மதால் தன் செய்தியைத் தெரிவித்து வந்திருந்த தனது உறவினர்களில் சிலரை ரகசியமாக அதனை ஏற்கச் செய்ய முடிந்தது.

முஹம்மதின் அழைப்பு தங்களின் பல்லாண்டு கால வழக்கத்திற்கு ஆபத்தாக இருப்பதை உணர்ந்த அவரின் உறவினர்களும் இனத்தலைவர்களும் அவரிடமிருந்து விலகி இருக்க ஆரம்பித்தனர். அவர்களுடைய கடவுளர்களையும் அவற்றின் சக்திகளையும் குறித்துச் சவால் விடப்பட்டது, மோசமான அபாயமாக இருந்தது. மறு இறைவசனம் வரும் வரையில் தன் உறவினர்களிடம் முஹம்மது இறைச் செய்தியைச் சொல்லிக் கொண்டே இருந்தார். அந்த இறைச்செய்தி கறாரான நிச்சயமான தொனியில் இப்படிக் கூறியது:

> "எனவே உங்களுக்குக் கட்டளையிடப் பட்டதைத் தெளிவாக விளக்கிச் சொல்லுங்கள். மேலும் உண்மையான இறைவனிலிருந்து விலகி தவறான கடவுளர்களிடம் செல்பவர்களை விட்டு விலகுங்கள்" **(குர்ஆன்)**

இறைத்தூதுத்துவம் ஒரு புதிய தளத்திற்குள் நுழைகிறது. இறைச்செய்தி இப்போது அனைவருக்கும் சொல்லப்பட்டது. ஓரிறைக் கொள்கையில் நம்பிக்கை வைப்பதற்கும் குரேஷி இன மக்களின் பல தெய்வ வழிபாட்டிற்கும்

இடையிலான மிகச் சரியான தெளிவான வேறுபாட்டை அது வேண்டி நின்றது. இறைத்தூதர் தன்னைச் சுற்றி மிக நம்பிக்கையான ஆண்களையும் பெண்களையும் கொண்ட வலுவான வளையத்தை அமைத்துக் கொண்டார். அவர்களுள் சிலர் அவரது உறவினர்கள். ஆனால் பெரும்பான்மையானவர்கள் சமூகத்தின் பல நிலைகளில் இருந்தவர்களும் பல இனங்களைச் சேர்ந்தவர்களுமாவார்கள். கடந்த மூன்றாண்டுகளாக அவரால் மார்க்கக் கல்வியும் ஆன்மிகக் கல்வியும் அளிக்கப்பட்டவர்களாக அவர்கள் இருந்தனர். அவர்கள் மறுதலிக்கப்படுதல் சமூகத்திலிருந்து விலக்கி வைக்கப்படுதல் ஒதுக்கி வைக்கப்படுதல் ஆகியவற்றை மனந்தளராமல் சகித்துக் கொள்ள வேண்டியிருந்தது.

செய்தி

இறைவசன வெளிப்பாட்டின் முதல் ஆண்டுகளில் குர்ஆனின் செய்திகள் படிப்படியாக முக்கியமான நான்கு அச்சுகளைக் கொண்டு உருப்பெற்றன. அவை இறைவனின் ஒருமைத் தன்மை, குர்ஆனின் முக்கிய நிலை, இறைவணக்கம் மற்றும் இறப்பிற்குப் பின்னரான வாழ்க்கை. முதல் முஸ்லிம்கள் பகுத்தறிவு சார்ந்து அவர்கள் இருந்த நிலையின் அடிப்படைக் கொள்கையையே விட்டு வர அழைக்கப்பட்டவர்கள். அவர்கள் சார்ந்த கோத்திரத்தார்களால் அவர்களது பழைய நம்பிக்கைகள் மற்றும் அமைப்புகளுக்கு அது ஏற்படுத்தும் பாதிப்பைப் புரிந்து கொள்ள வைத்தது.

இறைவனின் ஒருமைத்தன்மை

குர்ஆனின் செய்தி இறைவனின் ஒருமைத் தன்மையையே பிரதானமாக வலியுறுத்துகிறது.

முதல் வசன வெளிப்பாடுகளில் இறைவனைக் கற்பித்தவன் என்று பொருள்படும்படி 'றப்' என குறிப்பிடப்பட்டதைக் கண்டோம். சாந்தத்துடனும் கருணையுடனும் இறைவன் இருப்பதாகக் குறிப்பிடப்பட்டு அல்லாஹ், என்ற வார்த்தை பின்னர் வந்தது. ஜிப்ரீல் இறைத்தூதரிடம் "சாந்தியும் சமாதானமும் உம்மீது உண்டாவதாக இறைவனின் தூதரே" என்றும் "இறைவனின் சாந்தியும் கருணையும் உம்மீது நிலவட்டுமாக" என்றும்தான் கூறினார். இறைவனின் இரண்டு பெயர்களான 'சாந்தியளிப்பவன்' 'கருணையாளன்' என்பதனை உணர்த்தும்படியாகவே முஸ்லிம்கள் ஒருவரை ஒருவர் வாழ்த்துவது ஆரம்பகாலத்திலிருந்தே வந்துள்ளது. இன்னும் சொல்லப் போனால் குர்ஆனின் ஒவ்வொரு அத்தியாயமும் ஓரிறையையும் அதன் உன்னதத் தன்மையையும் அதனை ஓதுபவர் உணர்த்தும்படியாகவே தொடங்குகிறது. "அளவற்ற அருளாளனும் நிகரற்ற அன்பாளனுமான இறைவனின் திருப்பெயரால் தொடங்குகிறேன்" என்றே அது அமைந்துள்ளது. "அல்லாஹ்" என்ற சொல்லுக்கு 'அருளாளன்' என்ற வார்த்தையைத் தொடக்கம் முதலே குர்ஆன் பயன்படுத்துகிறது.

"இறைவனை அல்லாஹ் என்றழையுங்கள் அல்லது அளவற்ற அருளாளன் நிகரற்ற அன்பாளன், கருணை மிகுந்தவன் என்றழையுங்கள். அவனை எந்தப் பெயர் கொண்டு அழைத்தாலும், அழகிய பெயர்கள் அவனுக்கானவை" (குர்ஆன்).

எங்கும் நிறைந்திருக்கும் ஓரிறையையும் அவனைப் பல்வேறு பெயர்களாலும் குறிப்பிடுவது முக்கியமான ஒரு செய்தியாகும். அவனுடைய

இருத்தலை அங்கீகரித்து அவனுடைய கருணை மிகுந்த சாந்தியை நிச்சயப்படுத்துவதான குணாம்சத்தை உணர்ந்து அவனுடனான உறவை உருக்கொள்வதாக முதலில் இறைநம்பிக்கை கொண்டு அதனை ஏற்றுக் கொண்டோர் இருந்தனர். மனித இனத்தையும், ஜின் வர்க்கத்தையும் விளித்து இயற்கையை உற்றுக் கவனித்து இறைவனின் இருத்தலையும் அவனுடைய கருணையையும் அங்கீகரிக்கச் சொல்லும் 'அர்ரஹ்மான்' என்ற அத்தியாயத்தில் இது மிகவும் சரியாகச் சொல்லப்பட்டிருக்கிறது.

"அளவற்ற அருளாளன். இக்குர்ஆனை (அவன்தான்) கற்றுக் கொடுத்தான். அவனே மனிதனைப் படைத்தான். அவனே மனிதனுக்கு விளக்கத்தையும் கற்றுக் கொடுத்தான். சூரியனும் சந்திரனும் (அவற்றுக்கு நிர்ணயிக்கப்பட்ட) கணக்கின்படியே இருக்கின்றன. நட்சத்திரங்களும் செடிகொடிகளும் மரங்களும் (யாவும்) அவனைத் தாழ்ந்து வணங்குகின்றன. மேலும் வானம், அவனே அதனை உயர்த்தி நீதியையும் ஏற்படுத்தினான். நீங்கள் நிறுப்பதில் வரம்பு மீறாது இருப்பதற்காக நீதித் தராசையும் எற்படுத்தினான். ஆகவே நீங்கள் நிறுப்பதைச் சரியாக நிலை நிறுத்துங்கள். எடையைக் குறைக்காதீர்கள். இன்னும் பூமியைப் படைப்பினங்களுக்காக அவனே விரித்தமைத்தான். அதில் கனி வகைகளும் பாளைகளையுடைய பேரீச்சை மரங்களும் தொலிகள் பொதிந்த தானிய வகைகளும் வாசனையுள்ள (மலர், புற்பூண்டு) வகையும் இருக்கின்றன. ஆகவே நீங்கள் இரு சாராரும் உங்கள் இறைவனின் அருட்கொடைகளில் எதைப் பொய்யாக்குவீர்கள்?" (திருக்குர்ஆன்) என்ற வசனத்துடன் அந்த அத்தியாயம் வெளியாகியுள்ளது.

குர்ஆனின் உயர்நிலை

இறைவனை நினைவுகூரும் அறநெறிகள் மற்றும் மனிதர்களின் நேர்மையான நியாயமான செயல்பாடுகளின் தேவை, நன்மையையும் கருணையையும் கொண்ட இறைவனை நினைவு கூரும்படியாகவே அமைந்துள்ளது. மக்களின் மீதான தன் கருணையின் பெயராலேயே அவன் தனது வேத நூலை வெளிப்படுத்தினான். இறைவசன வெளிப்பாடுகள் நல்லதொரு பரிசாகவும் அதே நேரத்தில் சுமையாகவும் இருந்தன. தொடக்கம் முதலே ஆரம்பகால இஸ்லாமிய போதனைகளின் இரண்டாவது அச்சாக இது இருந்தது. இறைவனுக்கும் மனித குலத்துக்குமான உறவை வெளிப்படுத்தும் விதமாக அமைந்திருக்கும் முன் சொல்லப்பட்ட அத்தியாயம் போல எங்கும் நிறைந்திருக்கும் குர்ஆனின் நிலை முஸ்லிம்களிடையே மிக உயர்வான ஒன்றாகும். குர்ஆன் அரபு மொழியில் தூய்மையானது தெளிவானது என்ற பொருள்படும்படியான மனித குலத்திற்கான வேத வெளிப்பாடும் அற்புதமானதும் ஆகும். கடந்த காலங்களின் ஓரிறைக் கொள்கையை நினைவுபடுத்துவது, எதிர்காலத்திற்கான இறைவனின் வழிகாட்டி, என்றும் அழியாமல் நிலைத்து நிற்கக்கூடிய தனித்த போலியாக உருவாக்க முடியாததாக மனித குலத்திற்கு அருளப்பட்டதாக மனிதகுல வரலாற்றின் இதயத்தில் இடம் பெற்ற ஒன்றாகக் குர்ஆன் இருக்கிறது.

பிரபஞ்சத்தைக் காணக்கூடிய கண்ணாடியாகக் குர்ஆன் தன்னைக் குறிப்பிடுகிறது. மேற்கத்திய மொழி பெயர்ப்பாளர்களால் செய்யுள் என்று பொருள் படும்படி கூறப்பட்டது அரபு மொழியில்

'ஆயத்-குறி' என்றழைக்கப்படுகிறது. இப்படியாக வெளிப்படுத்தப்பட்ட வேதம் பிரபஞ்சம் நம் முன் இருப்பதைப் போலவே குறிகளுடன் நம்முன்னே விரிகிறது. ஆராயும் கண்ணோட்டத்தில் மட்டுமல்லாமல் உளப்பூர்வமாகக் குர்ஆனையும் உலகத்தையும் படித்தால் அவை ஒன்றை ஒன்றையும், ஓரிறையையும் பற்றிப் பேசுவதை உணரலாம். பிறப்பின் பொருள், வாழ்க்கை, சிந்தித்தல், அனுபவம், இறப்பு ஆகியவற்றை அக்குறிகள் நமக்கு நினைவூட்டுகின்றன.

குர்ஆனின் விளிக்கும் பாங்கும் அதன் உன்னதமான பொருளடக்கமும் அதன் ஆன்மிக சக்தியும் இஸ்லாம் மார்க்கத்தின் அற்புதமாகவே அதனைக் காட்டுகின்றது. அது முஸ்லிம்களின் இரு பெரும் பொறுப்புகளைக் காட்டுவதாக உள்ளது. அவை அவர்கள் மீது குர்ஆனின் போதனைகள் வலியுறுத்தும் அறநெறி மற்றும் மனித குலத்திற்கான சாட்சியாக, உதாரணமாக அப்போதனைகளின் அடிப்படையில் வாழ்வதாகும். இது தொடக்க கால இறைவசன வெளிப்பாடுகளில் பரிணமிக்கிறது. 'அல்முஸ்ஸம்மில்' (போர்த்திக் கொண்டிருப்பவரே) என்ற ஆரம்ப காலத்தில் வெளியான அத்தியாயம் இந்த எச்சரிக்கையைக் கொண்டிருக்கிறது. "நிச்சயமாக நாம் விரைவில் கனமான உறுதியான ஒரு வாக்கை உம் மீது இறக்கி வைப்போம்". ஆன்மிக உயர் நிலையை இன்னுமொரு வசனம் கூறுகிறது. "நாம் ஒரு மலையின் மீது இந்தக் குர்ஆனை இறக்கி இருந்தோமானால் இறைவனின் பயத்தால் அது நடுங்கிப் பிளந்து போவதாகக் கண்டிருப்பீர்" (குர்ஆன்) வெளிப்படுத்தப்பட்ட இறை வசனங்கள் இரண்டு செய்திகளை நம் முன்வைக்கின்றன.

ஒன்று காருண்யம் மிக்க நினைவூட்டல். மற்றொன்று மதம் சார்ந்த கிரியைகளை எந்த அளவுக்கு மிகச் சரியாகக் கட்டமைக்கிறதோ அதே அளவுக்கு ஆன்மிகத் தூண்டலைப் பரப்பக்கூடிய முன்னுதாரணமாகத் திகழவும் வேண்டுகிறது. குர்ஆனின் இந்தப் பரிமாணம் அதன் தொடக்க கால வெளிப்பாடுகளிலேயே காணப்படுகிறது. முஸம்மில் (போர்த்தப் பட்டவரே) என்னும் அத்தியாயத்தில் எச்சரிக்கும் வசனம் ஒன்று வருகிறது. அது "விரைவில் கடினமான (கனமான) வார்த்தை ஒன்றை நாம் உமக்குத் தருவோம்." வெளிப்படுத்தப்பட்ட இறைவனின் வார்த்தைகளான அவ்வசனங்கள் இரண்டு செய்திகளைத் தெரிவிக்கின்றன. ஒன்று காருண்யம் மிக்க நினைவூட்டல். மற்றொன்று மதம் சார்ந்த கிரியைகளை எந்த அளவுக்குக் கட்டமைக்கிறதோ அதே அளவுக்கு ஆன்மிக உள்தூண்டலைப் பரப்பக்கூடிய அறநெறிப் பண்புகளைப் பின்பற்றுவதைக் கட்டாயமாகக் கோருகிறது.

இறைவணக்கம்

மக்காவின் பகுதிகளில் இறைத்தூதர் நடந்து கொண்டிருந்தபொழுது வானவர் ஜிப்ரீல் தோன்றி இறைவணக்கத்திற்குத் தேவையான உடல் தூய்மைப் படுத்தும் முறையையும் இறைவணக்கம் செய்யும் முறையையும் கற்பித்தார். தண்ணீரைக் கொண்டு தூய்மைப்படுத்திக் குர்ஆனின் வசனங்களை ஓதிக்கொண்டு நின்று, குனிந்து, தலையைத் தரையில் சாய்த்து வணங்கும் கற்பித்தல் வெகு விரைவிலேயே வந்துவிட்டது. ஜிப்ரீல் கற்றுக் கொடுத்ததை ஒவ்வொன்றாகக் கற்றுக் கொண்ட இறைத்தூதர், தனது இல்லத்திற்கு சென்று கதீஜாவிற்கும்

கற்பித்தார். அந்த ஆரம்ப காலகட்டத்தில் காலையும் மாலையுமாக இறைவணக்கம் இரண்டு முறையாக மட்டுமே இருந்தது. மக்கா கால கட்டத்தில் கடமையாக்கப்பட்ட இரவு நேரத் தொழுகை பிற்காலத்தில் ஐந்து வேளைத் தொழுகை கடமையாக்கப்பட்டபோதும் அப்படியே இருந்தது. ஆன்மிகப் பயிற்சியும் வணக்கக் கிரியைகளும் கட்டாயமான ஒன்றாக இருந்தன.

“போர்வை போர்த்திக் கொண்டிருப்பவரே! இரவில் சிறிது நேரம் தவிர்த்து (தொழுகைக்காக எழுந்து) நிற்பீராக! அல்லது அதைவிடச் சற்று அதிகப்படுத்திக் கொள்வீராக. மேலும் குர்ஆனை தெளிவாகவும் நிறுத்தி நிறுத்தியும் ஓதுவீராக. நிச்சயமாக நாம் விரைவில் கனமான உறுதியான ஒரு வாக்கை உம் மீது இறக்கி வைப்போம். நிச்சயமாக இரவில் எழு(ந்திருந்து வணங்கு) வது (அகத்தையும் புறத்தையும்) ஒருங்கிணைக்க வல்லது. மேலும் வாக்கையும் செம்மைபடுத்த வல்லது. நிச்சயமாகப் பகலில் உமக்கு நெடிய (கடினமான) வேலைகள் இருக்கின்றன. எனினும் (இரவிலும் பகலிலும்) உம்முடைய இறைவனின் பெயரை தியானிப்பீராக! இன்னும் அவனளவிலேயே முற்றிலும் திரும்பியவராக இருப்பீராக! **(குர்ஆன்)**

எதிர்ப்பு வலுத்துக் கொண்டே இருந்த மக்கா நகரில் இஸ்லாத்தை ஏற்றுக் கொண்ட ஆண்களும் பெண்களும் அமைதியாக, ஆனால் கண்டிப்பாக விடாமல் இறைவணக்கத்தைச் செய்து கொண்டிருந்தனர். இறைவனின் அளவற்ற அன்புடன் உளப்பூர்வமான தொடர்பினை மேற்கொண்டு அவர்கள் இரவில் குர்ஆனின் வசனங்களை ஓதிக்கொண்டு நீண்ட நேரம் தொழுகையில் ஈடுபட்டார்கள். இந்த ஆழமான

உளப்பூர்வமான ஆன்மிகப் பயிற்சி தொடக்க கால விசுவாசிகளின் குறிப்பிடத்தக்க குண நலன்களாக இருந்தது. அவர்கள் மிகவும் பணிவுடன் பகுத்தறிவுடன் தீர்மானமாக அன்பும் சாந்தியும் நிறைந்த இறைவனை வணங்கி வந்தார்கள். நினைவூட்டக் கூடியதாகவும் ஆன்மாவில் ஒளியூட்டக் கூடியதாகவும் இருந்த இறைவசனங்களை அவர்கள் வணக்கங்களின்போது ஓதினார்கள். முன்னுதாரணமான இறுதித்தூதரின் வணக்க முறையை அவர்கள் துளியளவும் பிசகாமல் அடியொற்றிச் செய்து வந்தனர். உன்னதமான பேரிறையுடன் மிக நெருக்கமாக மனமொன்றி நம்பிக்கையுடனும் நேசத்துடனும் ஒவ்வொரு தனிநபரும் உறவு கொள்வதே இஸ்லாத்தின் சாரமாக உள்ளது. அதற்காகச் செயல்களின் மூலம் விளங்க வைக்கும் முன்மாதிரியாகத் தன் தூதராக ஒரு மனிதனை இறைவன் உருவாக்கினான். பின் வரும் வசனங்கள் அதனைத் தெரிவிக்கின்றன:

“எனது அடியான் என்னைக் குறித்து உங்களிடம் கேட்கும் பொழுது (அவர்களுடன்) நான் மிகவும் நெருக்கமாக உள்ளேன், என்னை அவன்(ள்) வணங்கிப் பிரார்த்திக்கும் ஒவ்வொன்றையும் நான் செவி மடுக்கின்றேன்” **(குர்ஆன்)**

இறைவிசுவாசிக்கும் இறைவனுக்கும் இடையிலான மனதூன்றிய இந்த உறவைக் குறித்து இறைத்தூதர் மூலம் காட்டப்படுகிறது.

“(நபியே) நீவிர் கூறும்: நீங்கள் இறைவனை நேசிப்பீர்களானால் என்னைப் பின்பற்றுங்கள், இறைவன் உங்களை நேசிப்பான். உங்கள் பாவங்களை உங்களுக்காக மன்னிப்பான்” **(குர்ஆன்)**.

வாழ்வியலின் ஈர்ப்புக்கு அப்பாலும் இறைவனிடம் பற்றுக் கொள்ளும் ஒரு அடியானுக்கு

இறைத்தூதர் கருதுகோளாக- வழிமுறையாக உள்ளார்.

"இறைவனின் மீதும் இறுதி நாளின் மீதும் ஆதரவு வைத்து இறைவனை தியானிப்போருக்கு நிச்சயமாக இறைத்தூதரிடம் ஒரு அழகிய முன் மாதிரி இருக்கிறது" (குர்ஆன்). உலக வாழ்க்கைக்குப் பின்னரான அழியாத வாழ்வில் நம்பிக்கை கொண்ட ஓரிறைக் கொள்கையைக் கொண்ட யூத,கிறிஸ்தவ மார்க்கங்களுடனான தெளிவான தொடர்பை எடுத்துக் காட்டும்படி தொடக்க கால இறை விசுவாசிகள் தங்களது இறை வணக்கத்தின்போது ஜெருசலேம் நகர திசை நோக்கி வணங்கினர்.

உலக வாழ்க்கைக்குப் பின்னர், இறுதித் தீர்ப்பு

இறப்புக்குப் பின்னரான வாழ்வு குறித்து இறைவசனங்கள் மீண்டும் மீண்டும் தெரிவிக்கின்றன. நம்ப மறுக்கும் மனிதர்களுக்கு இயற்கையிலிருந்தே குர்ஆன் உதாரணங்களைக் காட்டுகிறது. அதுவும் குறிப்பாக ஒன்றுமில்லாதபாலைநிலம் மழை பெய்ததும் வளமாவதைக் கொண்டு உதாரணத்தைக் காண்பிக்கிறது. இறப்புக்குப் பின்னரான வாழ்வு குறித்த சிந்தை இறைத்தூதருக்குத் தொடக்கம் முதலே இருந்தது.

> "இவ்வுலக வாழ்வைவிட மறுமை நாளின் வாழ்வு நிச்சயமாக உங்களுக்குச் சிறப்பானதாயிருக்கும்" (குர்ஆன்)

தப்பிக்கவியலாத மரணத்தை குறித்த மனிதர்களின் பயங்களையும் சந்தேகங்களையும் போக்குவதல்ல இதன் பொருள். மாறாக இந்த வாழ்வுக்குப் பொருள் உண்டு என்பதையும் இறைவனிடமே மீளுவோம் என்பதையும்

இறைநம்பிக்கையாளர்களின் மனதில் அழுத்தமாக உருவாக்குவதே அதன் நோக்கம். மறு உலக வாழ்வு குறித்துத் தொடர்ந்து கூறப்படுவது 'இறுதித் தீர்ப்புநாள்' என்ற ஒன்றினை நோக்கி இட்டுச் செல்கிறது. இந்நாளில் ஒவ்வொருவரின் உலக வாழ்வில் அவர் செய்த நன்மை தீமைகள் இறைவனால் கணக்கிடப்படும். இதனால் 'இறுதித்தீர்ப்பு நாள்' என்பது நம்பிக்கை மற்றும் நன்னெறிகள், சிந்தனை மற்றும் செயல் இவற்றுக்கிடையிலான உறவைக் கருத வைக்கிறது.

'இறை நம்பிக்கை கொண்டு நற்செயல்கள்' புரிந்து உன்னதமான பேரிறையை திருப்தியுறச் செய்யும் 'நேரான பாதையை' மேற்கொள்ளச் செய்கிறது. இறைவனுடன் இருந்து இறைவனுக்காக இருந்து இறைவனுக்காக அர்ப்பணித்து நல்லனவற்றைச் செய்து, தீயனவற்றில் இருந்து விலகி வாழ்தல் அறநெறியிலான வாழ்வின் வேண்டுதலாக உள்ளது. இறைவனுடன் இருப்பது என்பது ஒருவர் தன்னுடைய நடத்தையை மாற்றிக் கொண்டு அனைத்தும் நல்லனவான ஒரு அமைப்பின் அங்கமாக மாறத் தீர்மானிப்பதாகும். மற்றெல்லா ஓரிறைக் கொள்கையுடனுள்ள மதங்களைப் போலவே இஸ்லாமும் இறைவனிடமே மீளுதல், இறைவனின் இறுதித் தீர்ப்பு, சொர்க்கம் நரகம் மற்றும் இறப்புக்குப் பின்னரான வாழ்வு குறித்து பேசும் பல இறை வசனங்களுடன் அமைந்துள்ளது. வாழ்வின் பொருளை நிர்ணயிக்கும் அறநெறிகளுடனான நடத்தையின் தேவையை வேண்டி நிற்கும் ஆன்மிக அனுபவ வாழ்வு மிகவும் அவசியமானதொன்றாகும். இறைவனின் சொர்க்கம் நரகம் என்பதற்கும் அப்பால் மிகவும் நெருக்கமான இறைவனின் நேசத்தை அவனை நேசித்துப்

பெற்று அவனை எதிர் கொண்டு நிலையானதைக் கைக்கொள்வதே இறைவனுடனான விசுவாசியின் உறவின் உயர்நிலையாகும். இறைத்தூதர் தனது பிரார்த்தனை ஒன்றின் மூலம் தன் தோழர்களுக்கு இதனைப் போதித்தார். "இறைவா, உனது அளவற்ற பொக்கிஷம் போன்ற முகத்தைக் காணும்-நேரிடும் இன்பத்தையும் கருணையையும் எமக்கு வழங்குவாயாக" இறைவனின் நெருக்கத்தையும் அவனது நேசத்தையும் கொண்டு நிற்பதே அறநெறியின் தேவையாக உள்ளது.

துன்ப காலம்

இறை விசுவாசத்திற்கான அழைப்பு இப்போது வெளிப்படையாக்கப் பட்டுவிட்டது. அல் அர்கமின் இல்லத்தில் இஸ்லாத்தைப் புதிதாக ஏற்றவர்கள் எச்சரிக்கையுடன் வரவேற்கப்பட்டாலும் அவர்கள் ஓரிறைக் கொள்கையைப் பற்றி தத்தமது உறவினர்களிடமும் சுற்றத்தாரிடமும் பேசத் தயங்கவில்லை. புதிய மதம் தங்களது தெய்வங்களையும் சடங்குகளையும் நேரடியாக எதிர்க்கிறது என்பதையும் அது இனக் குழுத் தலைவர்களின் அதிகாரத்தை அழித்தொழிக்கும் அபாயத்தைக் கொண்டிருப்பதையும் உணர்ந்து கொண்ட இனக்குழுத் தலைவர்களின் எண்ணிக்கை நாளுக்கு நாள் அதிகரிக்கலாயிற்று. அவர்கள் இறைத்தூதரைத் தொடர்ந்து காத்துக் கொண்டிருந்த இறைத்தூதரின் சிறிய தந்தையான அபுதாலிபிடம் பேசுவதற்காக ஒரு குழுவை அனுப்பத் தீர்மானித்தனர். தங்களின் தெய்வங்களையும் தங்கள் மூதாதையர்களின் பழக்க வழக்கங்களையும் எதிர்க்கும் முஹம்மதின் கொள்கை அபாயகரமானதென்றும் ஏற்க இயலாததென்றும் கூறி இஸ்லாத்தின் செய்தியைப்

பரப்ப வேண்டாம் என்று முஹம்மதிடம் தெரிவிக்கும்படி அபுதாலிபிடம் கூறினார்கள். அதற்கு அபுதாலிப் ஒன்றும் செய்யாமல் விட்டு விடவே, அக்குழுவினர் மீண்டும் வந்து இது மிகவும் அவசரமானதென்று அபுதாலிபிடம் கூறினார்கள். இறைத்தூதர் இக்கட்டான சூழ்நிலையில் சிக்கிக் கொள்ளாதிருக்கும்படி அவரது செயல்களை நிறுத்தி வைக்கும்படி அபுதாலிப் இறைத்தூதரிடம் கூறினார். அதற்கு முஹம்மதின் பதில் இப்படி இருந்தது. "என் சிறிய தந்தையே! இறைவன் மீது ஆணையாகக் கூறுகிறேன். அவர்கள் என் வலக்கையில் சூரியனையும் இடக்கையில் சந்திரனையும் கொடுத்தாலும் நான் எனது செயல்பாட்டை நிறுத்த மாட்டேன். இறைவன் எனக்கு வெற்றி அளிக்கும் முன்போ அல்லது நான் அதற்காக அழியும் முன்போ நான் இச்செயல்பாட்டைக் கைவிட மாட்டேன்." ஆணித்தரமான இப்பதிலைக் கேட்ட அபுதாலிப் இதுபற்றி மேற்கொண்டு ஒன்றும் பேசவில்லை. மாறாக இறைத்தூதருக்கான தன் ஆதரவு மாறாது என்று உறுதியளித்தார்.

புதிய குழு ஒன்று நேரடியாக இறைத்தூதரிடம் வந்து பணம் பொருள் அதிகாரம் இவற்றைத் தருவதாகக் கூறியது. அவற்றை ஒவ்வொன்றாக மறுதலித்த இறைத்தூதர் ஓரிறை மீது நம்பிக்கை கொண்டு விசுவாசிக்கும்படியாக அழைப்பதே தமது விருப்பம் எனவும் அதற்காக என்ன விலை கொடுக்கவும் தயார் எனவும் கூறினார்.

"எனக்கென ஏதுமில்லை." உங்கள் கௌரவங்களையோ அதிகாரப் பதவிகளையோ நான் நாடவும் இல்லை. உங்களுக்கான தூதராக இறைவன் என்னை அனுப்பியுள்ளான். அவன்

என்னிடம் ஒரு வேதத்தை வெளிப்படுத்தியுள்ளான். உங்களுக்கு நன்மையான ஒரு செய்தியைச் சொல்லி எச்சரிக்கும்படியாகவும் எனக்கு அவன் கட்டளையிட்டுள்ளான். என் இறைவனின் செய்தியைத் நான் உங்களுக்கு தெரிவித்து விட்டேன். நல்ல அறிவுரையையும் நான் உங்களுக்கு வழங்கி விட்டேன். நான் கொண்டு வந்த செய்தியை நீங்கள் ஏற்றால், அது உங்களுக்கு இவ்வுலகிலும் மறு உலகிலும் வெற்றியைத் தரும். ஆனால் நான் கொண்டு வந்ததை நீங்கள் மறுப்பீர்களேயானால், நமக்குள் இறைவன் தீர்ப்பளிக்கட்டும் என்று நான் காத்திருப்பேன்" என்றும் கூறினார்.

இந்த வார்த்தைகளுடன் சாத்தியமான உடன்படிக்கைக்கான வரையறையை இறைத்தூதர் அளித்து விட்டார். அதாவது தனது இறைச் செய்தியைத் தெரிவிப்பதைத் தான் நிறுத்த முடியாது என்றும் தான் இறைவன் மீது நம்பிக்கை கொண்டுள்ளதையும், அந்த முடிவின் காரணமாக இந்த உலகில் நிகழ்பவற்றுக்காகப் பொறுமையுடனிருப்பதாகவும் அவர் கூறினார். எதிர்ப்புகள் நேரடியாகச் சம்பவிக்கத் தொடங்கின. இறைத்தூதரை மனநலம் பாதிக்கப்பட்டவர், சுயநலமி, சூனியக்காரர் என்றெல்லாம் கூறி மனம் நோகச் செய்தனர். இறைத்தூதரின் பெரிய தந்தையான அபூலஹப், இறைத்தூதரின் இரு மகள்களை மணந்த தன் மகன்கள் இருவரையும் அவர்கள் மனைவியரை விவாகரத்து செய்யும்படி நெருக்கடி கொடுத்தார். அபூலஹபின் மனைவியோ அவர்கள் வீட்டின் வழியாக முஹம்மது நடந்து செல்கையில் அவர் மீது குப்பைக் கூளங்களை வீசினாள்.

உண்மையில் முஹம்மது என்பவர் சூனியக்காரர் எனவும் அவர் குடும்பங்களைச் சிதைத்துக் குழந்தைகளைப் பெற்றோரிடமிருந்தும் மனைவியரைக் கணவன்மார்களிடமிருந்தும் பிரித்து துன்பங்களைக் கொடுப்பவர் என்றும் வதந்திகள் பரவின. ஆண்டுச் சந்தைக்கான காலம் நெருங்கியது. சந்தைக்கு வரும் வெளியூர்க்காரர்களிடம் முஹம்மது தனது கொள்கையைப் பரப்புவார் என்று பயந்த பழங்குடி இனத் தலைவர்கள் முஹம்மதுவும் அவரது தோழர்களும் செய்யும் குழப்பங்களை விளக்க மக்கா நகரின் நுழைவு வாயில்களில் ஆட்களை நியமித்தனர். இந்தத் தனிமைப்படுத்தும் செயல் வேலை செய்தது என்றாலும், எவரும் சொல்வதைக் கேட்காத பனூகிஃபார் இனத்தைச் சேர்ந்த கொள்ளையனான அபுதர் போன்றவர்களிடம் அது எடுபடவில்லை. புதிய ஓரிறைக் கொள்கையைப் பற்றி கேள்விப்பட்ட அபுதர், குரேஷியரின் எச்சரிக்கையை மீறி இறைத்தூதரிடம் வந்தார். கஅபா ஆலயத்தின் அருகில் ஒரு நிழலில் இறைத்தூதர் படுத்திருப்பதைக் கண்டார். இறைத்தூதரின் பெயரைச் சொல்லி அவரை விளித்த அபுதர், அந்தப் புதிய கொள்கையைக் கூறும்படிகேட்டார். அதனை உற்று கவனித்த அபுதர் இறைத்தூதரே வியக்கும்படி உடனடியாக இறை நம்பிக்கை கொள்ளும் உறுதிமொழியை கூறி விசுவாசங்கொண்டார். அவரைப் பார்த்த இறைத்தூதர் சொன்னார்: “தான் விரும்பியவருக்கு இறைவன் வழிகாட்டுவான்.” பின்னாட்களில் இறைத்தூதரின் பிரபலமான தோழர்களில் ஒருவராக அபுதர் அல் கிஃபாரி ஆனார். ஆடம்பரம், சோம்பேறித்தனம் ஆகியவற்றை வெறுப்பவராக,

அர்ப்பணிப்பு, உறுதி போன்றவற்றில் சிறந்தவராக அவர் விளங்கினார்.

அவமதிப்புகளையும், மன வேதனைப் படுத்துதலையும் இறைத்தூதர் எதிர் கொள்ளலானார். மக்கள் அற்புதங்களை நிகழ்த்தவும் நிரூபணங்களை நிகழ்த்தவும் கூறியபோது இறைத்தூதர் தளராமல் குர்ஆனின் வசனங்களைக் கூறி, "நான் ஒரு தூதனே அன்றி வேறில்லை" என்றார். நெருக்கடிகள் மிகுந்தன. வன்மையான எதிர்ப்பும் தோன்ற ஆரம்பித்தது. எந்த இனக் குழுத்தலைவர்களின் ஆதரவும் அற்ற முஸ்லிம்களையும், ஏழ்மை நிலையிலிருந்த முஸ்லிம்களையும் குறிவைத்து இனக் குழுத்தலைவர்கள் தாக்கினர். பிலால் என்ற அடிமை அவரது எஜமானரால் கைகால்கள் கட்டப்பட்டு கடும் வெயிலில் பாலைவன மணலில் உருட்டிவிடப்பட்டுக் கொடுமைப் படுத்தப்பட்டார். பெரும் கருங்கல் ஒன்றை பிலாலின் வயிற்றின் மீது வைத்து அழுத்தி இறை நம்பிக்கையை விடும்படி அந்த எஜமானன் கூறியும் பிலால் விடாது "அவன் ஒருவனே, அவன் ஒருவனே" என்று கூறிக்கொண்டே இருந்தார். ஏராளமான அடிமைகளை விலை கொடுத்து வாங்கிச் அவர்களைச் சுதந்திரமாக்கி விட்டதைப் போலவே பிலாலையும் அபுபக்கர் விலைக்கு வாங்கி சுதந்திர மனிதனாக்கினார். பின்னாளில் மதீனா நகரின் பள்ளியில் தொழுகை அழைப்பாளரான பிலால் இறைப்பற்றுக்கும் அர்ப்பணிப்புக்கும் இனிமையான குரல் வளத்திற்கும் பெயர் பெற்றவரானார்.

மக்ஸூம் இனத்தைச் சேர்ந்த அம்ர் என்பவன் இஸ்லாத்திற்கான தனது எதிர்ப்பை மிகவும் கொடூரமான முறையில் வெளிப்படுத்தி வந்தான்.

அவனுடைய உறவினனான 'விவேகமான நீதியின் தந்தை' என்ற பொருள்படும் அபு அல்ஹக்கம் என்பவன் அசிங்கமான நடத்தையைக் கொண்டவனாக இருந்ததால் அவன் 'அறிவீனத்தின் தந்தை' என்று பொருள் படும்படி அபு ஜஹ்ல் என்று முஸ்லிம்களால் அழைக்கப்பட்டான். அவன் இறைத்தூதரை ஒரு முறை சந்தித்தபோது நடந்து கொண்ட விதம் முஸ்லிம் அல்லாதோரையும் அவன் வரம்பு மீறி நடந்து கொண்டதாக எண்ணச் செய்தது. இறைத்தூதரின் சிறிய தந்தையான ஹம்ஸா இதனைக் கேள்விப்பட்டார். அவர் அபுஜஹ்லிடம் சென்று மீண்டும் அப்படி இறைத் தூதரிடம் நடந்து கொண்டால் கடும் விளைவுகளைச் சந்திக்க நேரிடும் என்று எச்சரித்த அதே சமயம் தான் முஸ்லிமாக மாறிவிட்டதாக அறிவித்துவிட்டு, இறைத்தூதரைப் பாதுகாக்கும் பணியைத் தாம் எடுத்துக் கொண்டுள்ளதாகவும் அவர் அறிவித்தார். இதன் காரணமாக முஹம்மதை அவமதிப்பதை அபுஜஹ்ல் நிறுத்திவிட்டான். மாறாக முஹம்மதுவின் வலிமையற்ற ஏழைத் தோழர்களை அவமதிக்கத் தொடங்கினான். ஏமன் நாட்டைப் பூர்வீகமாகக் கொண்ட அம்மார் என்னும் இளைஞன் ஆரம்ப காலத்திலேயே இஸ்லாத்தை ஏற்றுக் கொண்டு, அல் அக்ரமின் இல்லத்தில் இறைத்தூதரின் போதனைகளைக் கேட்கத் தொடங்கியிருந்தார். அவருடைய தந்தையான யாஸிரும் தாயாரான சுமைய்யாவும் இஸ்லாத்தை ஏற்றுக்கொண்டு மிகுந்த விருப்பத்துடன் புதிய மதத்தை கற்றுக் கொண்டனர். தனது பழி வாங்கும் செயலுக்கு அபு ஜஹ்ல் அவர்களை எடுத்துக் கொண்டான். அவன் அவர்களை அடித்துத் துன்புறுத்திக் கைகால்களைக் கட்டி

வெயிலில் போட்டு சித்திரவதை செய்தான். இனக்குழுக்களின் அணி அமைப்புகளின் காரணமாக இறைத்தூதரால் இவ்விஷயத்தில் ஒன்றும் செய்ய இயலாமலிருந்தது. அந்தக் கொடுமையான நிலையில் அந்தப் பிரச்சனையில் அவரால் தலையிட முடியவில்லை. அவர்கள் கொடுமைப்பட்டுக் கொண்டிருந்தபோது ஒரு முறை அவர்களைக் கடக்க நேர்ந்த இறைத்தூதர் அவர்களிடம் “தைரியமாக இருங்கள், யாஸிர் குடும்பத்தாரே நாம் சந்திக்கப் போகிற இடம் சுவர்க்கமாகும்“ என்றார். பல வாரங்களாகத் தொடர்ந்து கொண்டிருந்த சித்திரவதைகளிலும் அவர்கள் தங்கள் இறை நம்பிக்கையை விட்டு விட மறுத்தனர். அபு ஜஹ்லின் கோழைத்தனத்தையும் அவனை எவ்வளவு கீழானவனாக தான் நினைக்கிறேன் என்பதையும் சுமைய்யா ஒருமுறை உரத்த குரலில் கூறினார். கடுங்கோபமடைந்த அபு ஜஹ்ல் சுமைய்யாவின் வயிற்றில் கத்தியால் குத்திக் கொலை செய்துவிட்டு அவர் கணவரை அடித்தே கொன்று விட்டான். இஸ்லாத்திற்காக சுமைய்யாவும் யாஸிரும் முதல் உயர்த்தியாகம் செய்தவர்கள் ஆனார்கள். கடைசி இறை வெளிப்பாட்டின் உண்மைத்தன்மையை இறைவனின் ஒருமைத்தன்மையை ஏற்றதை விட மறுத்து சித்திரவதைக்கும் துன்புறுத்துதலுக்கும் ஆளாகி இறுதியில் அவர்கள் கொல்லப்பட்டனர்.

முஸ்லிம்களுக்கான நெருக்கடி அதிகரித்துக் கொண்டே இருந்தது. குறிப்பாக சமூக அந்தஸ்து குறைவானவர்களும் இனக்குழுக்களின் ஆதரவற்று இருந்தவர்களும் மிகவும் பாதிக்கப்பட்டார்கள். இறைத்தூதருக்குப் பாதுகாப்பாக அபுதாலிபும், ஹம்ஸாவும் இருந்தனர். ஆனால் அவர்களால் முஸ்லிமான எல்லோரையும் காக்க முடியவில்லை.

வேதனைப் படுத்துதலும் மறுதலிப்பும் அவமரியாதையும் துன்பமும் மிகைத்தது. அந்தத் துன்ப நிலையிலிருந்து அவர்களைக் காப்பாற்ற ஏதும் வழி இருக்கிறதா என்று முஹம்மது சிந்திக்கத் தொடங்கினார். மக்கா சமூகத்தில் வலிமையான அதிகாரம் பெற்றிருந்த மக்ஸூம் இனத்தின் தலைவரான வலீதை அணுகலாமா என அவர் நினைத்தார். அபுஜஹ்ல் அதே மக்ஸூம் இனத்தைச் சேர்ந்தவனாக இருந்தான். இறைத்தூதரின் கொள்கையை வலீத் ஏற்கும்படி செய்தாலோ அல்லது புதிய முஸ்லிம்களுக்கு நேரிடும் துன்பத்தை நிறுத்தும்படி வலீதை செய்ய வைத்தாலோ அது இறைத்தூதருக்கும் அவருடைய தோழர்களுக்கும் ஒரு பெரிய காரியத்தைச் சாதித்தது போன்றிருக்கும். ஆனால் இறைத்தூதர் வலீதை சந்தித்து அவருடைய ஆதரவைப் பெறும் நோக்கில் தன் வாதங்களை முன்வைத்துப் பேசிக் கொண்டிருந்தபோது இஸ்லாம் மதத்தை ஏற்றிருந்த வயதான பார்வையற்ற ஏழை மனிதரொருவர் குர்ஆனிலிருந்து சில அத்தியாயங்களை அவருக்காக ஓதிக் காட்டும்படி இறைத்தூதரிடம் வேண்டினார். முதலில் முஹம்மது ஒன்றும் கூறாமல் இருந்தார். வலீதிடம் பேசுவதைத் தடுக்கும் அம்மனிதரின் செயலால் அவர் எரிச்சலடைந்தார். வலீத் இறைத்தூதரின் விஷயத்தை கேட்க மறுத்துவிட்டார். இந்தச் சம்பவத்திலிருந்து பாடம் கற்றுக் கொள்ளும்படி ஒரு இறை வசன அத்தியாயம் வெளியாயிற்று.

அளவற்ற அருளாளனும் நிகரற்ற அன்புடையோனுமாகிய இறைவனின் திருப்பெயரால் துவங்குகிறேன், "அவர் கடுகடுத்தார். மேலும் (முகத்தை) திருப்பிக்

கொண்டார். அவரிடம் அந்த அந்தகர் வந்தபோது (நபியே உம்மிடம் வந்த) அவர் தூய்மையாகி விடக்கூடும் என்பதை நீர் அறிவீரா? அல்லது அவர் (உம் உபதேசத்தை) நினைவு படுத்திக் கொள்வதன் மூலம் (உம்முடைய) உபதேசம் அவருக்குப் பலனளித்திருக்கலாம். (உம் உபதேசத்தின்) தேவையை எவன் அலட்சியம் செய்கிறானோ, நீர் அவன்பாலே முன்னோக்குகிறீர். ஆயினும் (இஸ்லாத்தை ஏற்று) அவன் தூய்மையடையாமல் போனால் உம்மீது (அதனால் குற்றம்) இல்லை. ஆனால் எவர் உம்மிடம் விரைந்து வந்தாரோ (இறைவனுக்கு அஞ்சியவராக) அவரிடத்தும் பாராமுகமாய் இருக்கின்றீர். அவ்வாறல்ல! ஏனெனில் (இத் திருக்குர்ஆன் நினைவூட்டும்) நல்லுபதேசமாகும்.

எனவே, எவர் விரும்புகிறாரோ அவர் அதனை நினைவு கொள்வார்" *(குர்ஆன்)*

தனது சமூகத்தைக் காக்க எண்ணிச் செயல்பட்ட இறைத்தூதரை அவருக்குக் கற்பித்தவனான இறைவன் எந்த ஒரு மனிதனிடமும் அவர் ஏழையாகவோ கண் பார்வை அற்றவராகவோ முதியவராகவோ இருந்தாலும் எத்தகைய கடின சூழ்நிலையில் இறைத்தூதர் இருந்தாலும் அம் மனிதரிடமிருந்து முகம் திருப்பாமலிருக்கும்படி இறைத்தூதருக்குக் கற்பித்தான். சமூகத்திலும் அரசியலிலும் செல்வாக்குடனிருந்த ஒரு மனிதனிடம் பாதுகாப்பு கோர முயன்றபோது ஒரு சாதாரண எளிய மனிதனை - இறை வசனத்தைக் கேட்க விரும்பிய மனிதனை இறைத்தூதர் அலட்சியம் செய்துவிட்டார். இந்தத் தவறு - அறநெறிப் பிறழ்வு குர்ஆனில் பதிவு செய்யப்பட்டுவிட்டது. அந்தப் பதிவு எந்த ஒரு மனிதனையும் அலட்சியம்

செய்யக் கூடாதெனவும், ஏழைகள் மற்றும் உதவி தேவைப்படுவோரைப் புறந்தள்ளக் கூடாதெனவும் மேலும் அவர்களிடம் அன்பு காட்டவேண்டும் என்றும் முஸ்லிம்களுக்குக் கற்பிக்கிறது. இதனை இறைத்தூதர் ஒருபோதும் மறந்ததில்லை. அவர் இறைவனிடம் இப்படி வேண்டுவார்: "ஓ இறைவா! எங்களுக்கு அன்பையும் கெளரவத்தையும் (ஆன்மிக) வளத்தையும் ஏழைகள் மீது அன்பு காட்டும் பண்பையும் அருள்வாயாக! "வளம் என்பது பொருள்களைக் கொண்டிருப்பதல்ல, ஆன்மவளமே உண்மையான வளம்" என்றும் இறைத்தூதர் கூறினார்.

அற்புதமான குண நலன்களைக் கொண்டு முஸ்லிம்களுக்கெல்லாம் ஒரு முன்மாதிரியாக இறைத்தூதர் விளங்கினார். இடம்பெற்ற அந்தச் சம்பவத்தில் மனித பலவீனம் எப்படி திருத்தப்பட வேண்டும் என்பதும் அவர் மூலம் முஸ்லிம்களுக்கு போதிக்கப்படுகிறது. அரசியல், பொருளாதார, சமூகக் காரணங்களால் தேவையுள்ள எந்த மனிதரையும் எவரும் பொருட்படுத்தாதிருக்கக் கூடாது. அவர்களுக்கு உரிமையுள்ள எந்த மரியாதையும் அளிக்கப்படாதிருக்கக்கூடாது. இறை நம்பிக்கையின் இந்தக் கொள்கையில் எந்த ஒரு சமூகத்தையும் பிடித்திருக்கும் அபாயத்திலிருந்து காக்கும் பொருட்டு, சமரசம் செய்து கொள்ளும்படி எவரையும் எதுவும் இட்டுச் செல்லக் கூடாது. செல்வாக்கான சுயநலம் மிகுந்த செல்வந்தன் ஒருவனுடைய இதயத்தை விட உண்மையான எளிய ஏழையின் உள்ளம் இறைவனின் பார்வையில் ஆயிரம் மடங்கு மேலானது.

இந்தக் கொள்கையில் மிகவும் பிடிப்பாகவும் முன் மாதிரியாகவும் இறைத்தூதர் திகழ்ந்தார். ஆனால்

காலப்போக்கில் முஸ்லிம்கள் வறியவர்களையும் தேவையுள்ளோரையும் மதித்து நடத்த வலியுறுத்தும் இந்தப் போதனையைப் புறந்தள்ளிவிட்டார்கள். இறைத்தூதர் வாழ்ந்த காலத்திலேயே அதிகாரம், செல்வாக்கு, வசதி, செல்வம் இவற்றால் சில முஸ்லிம்கள் தங்கள் கொள்கையில் நழுவி நின்றதைக் குறித்து தோழர் அபுதர் கண்டித்துள்ளார். முன்னரே சுட்டிக் காட்டப்பட்ட அழிவுகளின் முதல் அடையாளமாக இதனை அவர் கருதினார். அதிகார வேட்கையிலும், செல்வத்தின் மீதான ஆசையிலும் தங்களது கொள்கைகளை சமரசம் செய்து கொண்டவர்கள் வரலாறு முழுவதும் விரவிக் கிடப்பது, அவர் கூறியது எவ்வளவு உண்மை என்பதை உணர்த்துகிறது. இந்த வகையில் எதிர்கால சமூகம் குறித்து இறைத்தூதர் எச்சரித்தது நம் மனதில் ஓங்கி ஒலிக்கிறது. அது "ஒவ்வொரு (ஆன்மிக) சமுதாயத்திற்கும் பேதம், குழப்பம் ஆகியவற்றை உருவாக்கும் விஷயம் ஒன்று இருக்கும், எனது சமுதாயத்திற்கு அந்த விஷயம் செல்வமாக இருக்கும்".

அத்தியாயம் ஆறு

எதிர்ப்பு, பணிவு (அடக்கம்), புலம் பெயர்தல்

இனக்குழுத் தலைவர்கள் முஹம்மதை ஏளனம் செய்து கொண்டே இருந்தார்கள். மற்றவர்களையும் அப்படியே செய்யும்படி தூண்டினார்கள். தன்னை இறைத்தூதர் என்று சொல்லிக் கொள்ளும் ஒருவரிடம் அற்புதங்களை நிகழ்த்தும்படியும் நிரூபணங்களைக் காண்பிக்கும்படியும் கேட்டார்கள். சாதாரண மனிதர்களைப் போல இயங்கும், அற்புத சக்தி எதனையும் கொண்டிராத ஒருவரை இறைவன் எப்படி தன் தூதராகத் தேர்ந்தெடுத்தான் என்று மக்கள் கேட்டார்கள். அம்மனிதரையும் அவர் விடுத்த செய்திகளையும் கூட அவர்கள் பரிகசித்தனர்.

இருந்தாலும் நாம் முன்னரே கண்டதைப் போல இறைத்தூதர் தன் நிலையில் உறுதியாக இருந்தார். குரேஷி இனத் தலைவர்களில் ஒருவரான உத்பா இப்னு ராபியா பணமும் அதிகாரமும் வழங்குவதாகக் கூறி இறைத்தூதரிடம் வந்தபோது, இறைத்தூதரின் பதில் குர்ஆனிலிருந்து கூறப்பட்ட பின்வரும் இறைவசனங்களாகவே இருந்தது: “அளவற்ற அருளாளனும் நிகரற்ற அன்புடையோனுமாகிய இறைவனின் பெயரால், ஹாமீம் அளவற்ற அருளாளன் நிகரற்ற அன்புடையோனிடத்திலிருந்து இறக்கியருளப்பட்டது. அரபு மொழியில் அமைந்த இக் குர்ஆனுடைய வசனங்கள் அறிந்துணரும்

மக்களுக்குத் தெளிவாக்கப்பட்டுள்ளன. நன்மாராயம் கூறுவதாகவும் அச்சமூட்டி எச்சரிக்கை செய்வதாகவும் (அது இருக்கின்றது). ஆனால் அவர்களில் பெரும்பாலானோர் அதைப்புறக்கணிக்கின்றனர், அவர்கள் செவியேற்பதும் இல்லை. மேலும் அவர்கள் "நீர் எதன் பக்கம் எங்களை அழைக்கின்றீரோ அதனை விட்டும் எங்கள் இதயங்கள் மூடப்பட்டுள்ளன. எங்கள் காதுகளில் மந்தம் இருக்கின்றது, எங்களுக்கிடையிலும் உமக்கிடையிலும் திரை இருக்கின்றது, ஆகவே நீர் (உம் வேலையை) செய்து கொண்டிரும், நிச்சயமாக நாங்கள் (எங்கள் வேலையைச் செய்து கொண்டிருப்பவர்கள்" என்று கூறினர். "நான் உங்களைப் போன்ற ஒரு மனிதன்தான், ஆனால் எனக்கு இறைச் செய்தி அறிவிக்கப்படுகிறது. நிச்சயமாக உங்கள் நாயகன் ஒருவனேதான், ஆகவே அவனையே நோக்கி நீங்கள் உறுதியாக நிற்பீர்களாக, இன்னும் அவனிடம் நீங்கள் மன்னிப்பு கேளுங்கள் ; அன்றியும் (அவனுக்கு) இணை வைப்போருக்குக் கேடுதான் என்று நபியே நீர் கூறும். அவர்கள்தாம் ஜகாத்தைக் (ஏழை வரியை) கொடுக்காதவர்கள். மறுமையை நிராகரிப்பவர்களும் அவர்களே! "நிச்சயமாக எவர் இறை நம்பிக்கை கொண்டு நற்செயல்களைப் புரிகிறார்களோ அவர்களுக்கு முடிவே இல்லாத (நிலையான) கூலியுண்டு".

இரண்டே நாட்களில் பூமியைப் படைத்தவனை நிராகரித்து அவனுக்கு இணைகளையும் நிச்சயமாக நீங்கள் தான் ஏற்படுத்துகிறீர்களா? அவன் அகிலத்தாருக்கெல்லாம் இறைவன் என்று (நபியே) கூறுவீராக".

அவனே உயரமான மலைகளை அமைத்தான், அதன் மீது (சகலவிதமான) பாக்கியங்களையும் பொழிந்தான், இன்னும் அதில் அவற்றின் உணவுகளை நான்கு நாட்களில் சீராக நிர்ணயித்தான். (இதைப் பற்றி) கேட்கக் கூடியவர்களுக்கு (இதுவே விளக்கமாகும்" **(குர்ஆன்)**

(ஹா, மீம் என்பது அரபு எழுத்துக்கள். இறை வசன வெளிப்பாடுகளில் அவை இருப்பது குறித்து விளக்கப்படவில்லை)

இறைவனிடம் பணிந்து வணங்குவதைக் கூறும் 38வது வசனம் வரை ஓதி நிறுத்திய இறைத்தூதர், ஓரிறைவனை பயபக்தியுடன் தன் தலையைத் தரையில் சாய்த்து வணங்கினார். பணமும் பதவியும் அதிகாரமும் அளிக்க வந்த உத்பா தன் இறைநம்பிக்கையை உணர்த்தும் விதமாகவும் அவரை மறுதலிக்கும் விதமாகவும் ஓரிறைவனை வணங்கும் ஒருவரைக் கண்டார். குர்ஆனின் அந்த வசனங்களின் உள்ளடக்கமும் அவை அமைந்திருந்த விதமும் உத்பாவின் மனதில் ஆழமாகப் பதிந்தது. அவர் திரும்பிச் சென்று தன் உறவினர்களிடம் இறைத்தூதரின் செய்திகளை எதிர்க்கக் கூடாது என்று கூறினார். ஆனால் அவர்களோ வார்த்தைகளால் அவர் மயக்கப்பட்டு விட்டதாகக் கூறி தம் செயல்களைத் தொடர்ந்தார்கள்.

ஜிஹாத்

இறைத்தூதரின் எதிரிகள் எப்போது தாக்கினாலும் அவர்களுக்குத் குர்ஆனைக் கொண்டு பதிலளித்து தன்னைக் காத்துக் கொண்டு எதிர்த்து வந்தார் இறைத்தூதர். ஜிஹாத் என்ற வார்த்தையை முதன் முறையாகப் பயன்படுத்திய இந்த இறை வசனம்

அவருக்கு அதனைத்தெளிவாகக் கற்றுக் கொடுத்தது. "(நபியே) நீர் இந்த இறை மறுப்பாளர்களை வழிபடாதீர்! இதன் மூலம் (குர்ஆன் மூலம்) அவர்களுடன் பெரும் போராட்டத்தை மேற்கொள்வீராக!" (குர்ஆன்) (ஜிஹாதுன் கபீரா என்றால் பெரும் போராட்டம் என்று பொருள்)

அவமதிப்பு முதல் வன்முறை வரையிலான அனைத்துவகை நெருக்கடிகளையும் சந்தித்துக் கொண்டிருந்த முஹம்மதுக்கு அவற்றை அவர் எப்படி எதிர்க்க வேண்டும், அதாவது ஜிஹாத் புரிய வேண்டும் என்ற இறைவசனம் அருளப்பட்டது. நாம் இங்கே உன்னிப்பாகக் கவனிக்க வேண்டியது என்னவென்றால் ஜிஹாத் என்ற சொல்லின், கருத்தின் முதலும் முக்கியமுமான பொருளை அறிவதுதான். அதன் வேர்ப்பொருளான 'கடுமையான முயற்சி' என்பதையும் ஆனால் அந்தக் கட்டத்தில் 'எதிர்த்தல்' என்பதையும் அறிந்து கொள்வதுதான். அதாவது ஒடுக்கப்படுதலையும் தனிமைப் படுத்தப்படுதலையும் எதிர்ப்பது. குரேஷியர்கள் இறைத்தூதரை அவமதிப்பதை குர்ஆனின் அடிப்படையில் எதிர்க்க இறைவன் தன் தூதருக்குக் கட்டளையிட்டான். உண்மையில் அந்த வேதப்புத்தகம் குரேஷியர்களின் ஒடுக்குமுறைக்கு எதிரான ஆன்மிக வழியிலான அறிவுப்பூர்வமான ஆயுதமாக இருந்தது! அவமதித்துப் பரிகசித்துப் புண்படுத்தியவர்களுக்கும், தாக்கியவர்களுக்கும் கொலை செய்ய முனைந்தவர்களுக்கும், அற்புதங்களையும் நிரூபணங்களையும் கோரியவர்களுக்கும் அற்புதங்களையும் நிரூபணங்களையும் தன்னகத்தே கொண்டிருந்த குர்ஆன் எனும் ஆயுதம் கொண்டு காத்து பதிலளித்தார் இறைத்தூதர். ஒடுக்குமுறையை

எதிர்கொள்ளவும் வெற்றி கொள்ளவுமான ஆற்றலை இந்த வேத நூல் மக்களிடையே கொண்டு வருகிறது. வாழ்க்கையின் மாயையைத் தாண்டி அதற்கு அப்பாலுள்ள வாழ்க்கைக்கு மக்களை அது அழைக்கிறது. அது சொல்கிறது: "இவ்வுலக வாழ்க்கை வீணும் விளையாட்டுமேயன்றி வேறில்லை. இன்னும் மறுமைக்குரிய வீடு-திடமாக அதுவே (நித்தியமான) வாழ்வாகும் இவர்கள் (இதை) அறிந்திருந்தால் **(குர்ஆன்)**

ஜிஹாத் ஃபீ ஸஃபீலில்லாஹ் (இறை வழியில் எதிர்ப்பது) என்ற சொற்களின் சாரம் அது முதன்முதலாகப் பயன்படுத்தப்பட்ட அத்தியாயமான 'நட்சத்திரம்' என்பதில் கூறப்பட்டுள்ளது. அது இரண்டு அற்புதங்களான பிரபஞ்சம் மற்றும் அந்த வேதநூல் ஆகியவற்றின் மூலம் ஓரிறையின் இருத்தலையும் அதற்கு எதிரான பொய்கள் மற்றும் தங்களது சுய நலத்தினால் உந்தப்பட்டுத் தங்களின் விருப்பம் அதிகாரம் இன்ப துய்ப்பு இவற்றைக் காத்துக் கொள்ளும் பயங்கரவாதத்தையும் பிரித்து அறிந்து கொள்வதாகும். விலகி இருத்தலையே முதலாவதாக அது வேண்டுகிறது. "இறைச் செய்தியைப் புறந்தள்ளி இவ்வுலக வாழ்வை விரும்புகிறவனை அது புறக்கணித்து விடும். அவர்களது அறிவின் எல்லை அவ்வளவுதான். இறை வழியிலிருந்து விலகுபவனையும் இறை வழியை கைக்கொள்கிறவனையும் இறைவன் நன்கறிவான். வானத்திலும் பூமியிலுமுள்ள அனைத்தும் இறைவனுக்குச் சொந்தமானவை. எனவே தீச்செயல்கள் புரிந்தவர்களுக்கும் நற்செயல்கள் புரிந்தவர்களுக்கும் அவனே கூலி வழங்குவான்" **(குர்ஆன்).**

இந்த 'நட்சத்திரம்' என்ற அத்தியாயத்திற்கு அறநெறி சார்ந்ததொரு பரிமாணமும் உண்டு என்பதை மேற்கண்ட வசனங்களிலிருந்து அறியலாம். ஒரு இறை நம்பிக்கையாளரை அடையாளப் படுத்துவது அவரது மத நம்பிக்கை மட்டுமல்ல, மாறாக அவரது நடத்தையும் அவர் வாழும் முறையுமாகும் என்பதை அது தெரிவிக்கிறது. இறைத்தூதரும் அவர்தம் தோழர்களும் இந்த அறிவையே ஆயுதமாகக் கொண்டு பிரச்சனைகளை எதிர் கொள்ளும்போது தங்கள் இறைச் செய்திகளைக் கொண்டு பதிலளித்தார்கள். அவர்கள் அப்படி பிரச்சனைகளை எதிர்கொள்வதை குரேஷி இனத்தலைவர்களும் விரும்பவில்லை. இறை வசனங்கள் வெளிப்பட்டுக் கொண்டே இருந்தன. குறைஷி இனத்தலைவர்கள் தங்கள் எதிர்ப்பை அதிகரித்தனர். இஸ்லாத்தை ஏற்றுக் கொண்ட முதல் முஸ்லிம்கள் இறைத்தூதரைப் போன்றே இறைவன் ஒருவனே என்பதையும் மறுஉலக வாழ்க்கை உண்டு என்பதையும் இறுதித்தீர்ப்பு நாள் பற்றியும் கூறி, நன்மையின் தேவையையும் கூறி எதிர்த்துத் தடுத்துக் (ஜிஹாத்) கொண்டார்கள். ஆன்மிகத்தெளிவுக்கும் தங்கள் மீது தொடுக்கப்பட்ட உடல்ரீதியான தாக்குதல்களை எதிர் கொள்ளும் ஆயுதமாகவும் குர் ஆனையே எப்போதும் அவர்கள் கைக்கொண்டனர்.

இருந்தபோதிலும் வன்முறையான, காட்டுமிராண்டித்தனமான தாக்குதல்கள் அதிகரித்தபோது இவ்வகையான ஜிஹாத்தைத் தொடர்வது மிகவும் கடினமானதாக இருந்தது. ஒரு நாள் புனித ஆலயமான கஅபாவுக்கருகே ஒரு நிழற்பகுதியில் இறைத்தூதர் ஓய்வெடுத்துக் கொண்டிருந்தபோது முஸ்லிம்களின் ஒரு குழுவினர்

அவரிடம் வந்தனர். அவர்கள் கேட்டார்கள், "இறைவன் எங்களுக்கு உதவி புரியும்படி நீங்கள் இறைவனிடம் பிரார்த்திக்கக் கூடாதா?" அதற்கு இறைத்தூதர் இப்படி அழுத்தமாகப் பதிலளித்தார்:

"உங்களுக்கு முன்னர் இருந்த இறை நம்பிக்கையாளர்கள் அவர்களுக்கென தோண்டப்பட்ட குழிகளில் புதைக்கப்பட்டார்கள். தலையிலிருந்து கால்வரை இரண்டாகப் பிளக்கப்பட்டார்கள். அவை அவர்களை இறை நம்பிக்கையிலிருந்து பின் வாங்கச் செய்யவில்லை. இறைவன் மீது ஆணையாக இறைநம்பிக்கையூட்டும் இந்தச் செயல் என்றும்இருக்கும். அது எப்படி எனில் தனியாக ஒருவர் சனா நகரிலிருந்து ஏமன் தேசப் பகுதிகளுக்கு இறைவனல்லாது வேறெந்த பயமுமின்றிப் பயணிக்க முடிந்ததாயிருக்கும். நீங்கள் மிகவும் பொறுமையற்றிருக்கிறீர்கள்".

எனவே அவர்கள் மிகப் பொறுமையாகவும், எல்லாவற்றையும் தாங்கிக் கொண்டும், விடாமுயற்சியுடனும் ஊக்கமாகவும், இறைவன் மீதும் அவனது நாட்டத்தின் மீதும் நம்பிக்கை சிறிதளவும் மாறாமல் இருக்க வேண்டியதாயிற்று. கடும் வலியையும் தாங்கிக் கொண்டு இறை நம்பிக்கையுடன் இருக்க தன் தோழர்களுக்கு இறைத்தூதர் கற்பித்தார். உடல்ரீதியாகவும் அறநெறிகள் மீதும் ஏற்பட்ட துன்பங்கள், பாதிப்புகள் இறைவனைச் சற்றும் சந்தேகம் கொள்ளாமல் தன் மீது சந்தேகம் கொள்ளும்படியான நிலையிலான இறை நம்பிக்கையை ஒருவருள் உருவாக்கியது. அம்மார் என்னும் இளைஞரின் சம்பவம்: இறைவனை மறுக்காதிருந்ததற்காக அவருடைய தாயும் தந்தையும் சித்திரவதைக்காளாகிக் கொல்லப் பட்டதை அம்மார் கண்டார். அதே போன்று

அம்மாரும் கொடூரமான முறையில் சித்திரவதை செய்யப்பட்டார். ஒரு நாள் சித்திரவதையின் வேதனை தாளாது ஓரிறைவன் என்பதை விட்டுவிட்டு குரேஷியர்களின் பல தெய்வங்களை புகழ்ந்தார். சித்திரவதை செய்தவர்கள் திருப்தியடைந்து அவரை விட்டு விட்டனர். தன் செயலுக்கு மிகவும் வருந்திய அம்மார் கண்ணீர் ஒழுக இறைத்தூதரிடம் சென்று தனது கண்ணீருக்கான காரணத்தைக் கூறி அவரது கதியும் விதியும் என்னவாகும் என்று கேட்டார்.

அவரது உள்மனதில் உண்மையாக என்ன நம்பிக்கை உள்ளது என்று இறைத்தூதர் வினவினார். அதற்கு அம்மார் தனது ஓரிறை நம்பிக்கை ஒரு சிறிதும் மாறாமல் வலுவாக நிலையாக உள்ளதாகவும் தன் இறைவன் மீதும் அவனது நேசத்தின் மீதும் தனக்கு எந்தச் சந்தேகமும் இல்லை எனவும் அவர் கூறினார். அந்த இளைஞனை அமைதிப் படுத்திய இறைத்தூதர், அந்த இளைஞனால் செய்ய முடிந்ததையே செய்ததாகவும் அதற்கு அவர் மீதே அவர் கோபம் கொள்ள வேண்டாம் என்றும் கூறினார். இறைவசனம் ஒன்றும் இப்படிக் கூறுகிறது. "எவர் இறை நம்பிக்கை கொண்டு விட்டுக் கட்டாயத்தினால் நிர்பந்தத்தினால் இறை நம்பிக்கையை விட்டு விட்டதாகக் கூறுகிறாரோ, அவர் தன் இறை நம்பிக்கையில் உறுதியாக இருந்துகொண்டு (அவர் மீது குற்றம் இல்லை)

மீண்டும் அந்தக் கொடுமைக் காரர்கள் சித்திரவதை செய்தால் தனது நம்பிக்கையை மனதில் உறுதியாகக் கொண்டு, இறைவனிடம் மனதால் பிரார்த்தித்துக் கொண்டு, வெறும் உதடுகளால் மட்டும் அந்தக் கொடுமைக்காரர்கள்

விரும்பியதைச் செய்யுமாறும் இறைத்தூதர் அறிவுறுத்தினார்.

இறைத்தூதர் இரண்டு விதமான நிலைகளையும் ஏற்றுக் கொண்டார். கொல்லப்பட்டாலும் தன் இறைநம்பிக்கையை விடாத ஒரு மனநிலை; மற்றொன்று தாங்க முடியாத மிகவும் நெருக்கடியான சந்தர்ப்பங்களில் தன் இறை நம்பிக்கையில் சிறு சலனமும் இல்லாமல் கொல்லப்படுவதிலிருந்து தப்பிக்கும் பொருட்டு உதட்டளவில் இறை மறுப்பை வெறுமனே காண்பிக்கும் ஒரு மனநிலை. பின்னாட்களில் நீதியற்ற அதிகாரத்தின் கீழ் உயிர் போகும் என்ற நிலையில் உதட்டளவில் நீதியற்ற ஆட்சியாளர்கள் விரும்பும்படி கூறலாம் என்று இஸ்லாமிய அறிஞர்கள் அந்த உதாரணத்தின் அடிப்படையில் கூறினார்கள். இது 'தாக்கியாஹ்' (பாசாங்கு செய்வது) என்று குறிப்பிடப்படுகிறது. அதாவது அம்மாரின் நிலை போன்ற கொடியதொரு நிலை ஒருவருக்கு எற்பட்டால் மட்டும் அப்படி செய்யலாம். மற்ற சூழ்நிலைகளில் எதனை இழக்க நேர்ந்தாலும் முஸ்லிம்கள் உண்மையையே பேச வேண்டும். குரேஷியர்களின் எதிர்ப்பு ஒரு மனிதரையும் ஒரு செய்தியையும் பற்றியதாக மட்டும் இல்லை. அனைத்து இறைத்தூதர்களும் தங்கள் சொந்த சமூகத்தினரது எதிர்ப்புகளையும் வெறுப்பையும் எதிர் கொண்டார்கள். ஏனென்றால் அவர்கள் கொண்டு வந்த செய்தி சமூகத்தின் அனைத்துத் தளங்களையும் அடியோடு மாற்றும் புரட்சிகரமானதாக இருந்தது!

பல்வேறு காலகட்டங்களிலும் தத்தமது மக்களுக்காக இறைச் செய்தியைக் கொண்டு வந்த இறைத்தூதர்களை வாழ்த்தும் வசனங்கள் குர்ஆனில் இடம் பெற்றுள்ளன. மாற்றங்களினால்

அதிகார இழப்பு நேரிடும் என்ற பயத்தினாலேயே முதல் கட்ட எதிர்ப்பு இருந்தது: பரோவாவின் மக்களால் மோஸஸுக்கும் ஆரோனுக்கும் தெரிவிக்கப்பட்ட பதில் இப்படி இருந்தது "நீங்களும் உங்கள் சகோதரரும் இங்கே முக்கியத்துவம் பெறுவதற்காக, எங்கள் மூதாதையரின் வழிமுறைகளை நாங்கள் பின்பற்றுவதிலிருந்து மாற்றுவதற்காக வந்தீர்களா? நிச்சயமாக நாங்கள் உங்களை நம்ப மாட்டோம்" மனதில் ஊறிப்போன பழக்க வழக்கங்கள், மூதாதையர்களின் நம்பிக்கைகள் இவற்றிற்கு இடையேயான தொடர்பைப் புரிந்து கொண்டால் சமூகத்தில் பெரும் மாற்றங்களை ஏற்படுத்தும் புதிய நம்பிக்கைகளை எப்படி எதிர்த்திருப்பார்கள் என்பதைப் புரிந்து கொள்ள முடியும். இந்த எதிர்வினை அனிச்சையானதும் உணர்ச்சி வசப்பட்டதுமானதாகும். ஏனெனில் அது சமூகத்தின் அடையாளம் மற்றும் அதன் உறுதி ஆகியவற்றுடனான செயல்பாடு ஆகும். இறைத்தூதர் முஹம்மதுவின் இறைச் செய்தியால் அதன்பால் நம்பிக்கை கொள்வோர் கூடிக்கொண்டே போனது அவருக்கான எதிர்ப்பை இன்னும் அதிகமாக்கியது. தங்களின் நம்பிக்கைகளையும் அடையாளங்களையும் இழந்து விடுவோமோ என்று பயந்த குரேஷியர்கள் அவரை இன்னும் வேகமாகவும் இரக்கமற்றும் எதிர்த்தார்கள். அதிகாரம் பற்றிய பிரச்சனை கடினமான ஒன்றுதான். இறைத்தூதர்களைப் பெற்ற அனைத்து மக்களும் அந்த இறைத்தூதர்கள் அதிகாரத்தையும் கௌரவத்தையுமே தேடுகிறார்கள் என்று தொடக்கத்தில் எண்ணினார்கள். இதற்கு முஹம்மதுவும் விதி விலக்கல்ல. அதிகாரத்திற்கல்லாது வேறெதற்காகவும்

எவரும் சமூக அரசியல் மாற்றங்களைப் பற்றிப் பேசுவதில்லை என்ற வகையிலே மக்கள் இறைத்தூதர்களின் நோக்கங்களைப் புரிந்து கொண்டார்கள். இவ்வகையிலான சிந்தனையும் எண்ணமும் இறைத்தூதர்களின் நோக்கங்கள் அப்படி இல்லை என்றபோதிலும் இனத்தலைவர்களை அவர்கள் மீது சந்தேகம் கொள்ளவும் எதையும் செவி மடுத்துப் புரிந்து கொள்ளவும் முடியாமல் செய்துவிட்டன.

இறைவன் ஒருவனே என்பதை ஏற்றுக் கொள்ளவும் சிலை வணக்கத்தைக் கை விடவும் புவி வாழ்க்கைக்குப் பிறகான ஒரு வாழ்க்கை பற்றியதுமான இஸ்லாத்தின் கொள்கைகளைக் கூறியதன் மூலம் முழுமையான மாற்றத்தையே கொண்டு வரக்கூடிய புரட்சியை சமூகத்திலும் மக்களின் மனங்களிலும் முஹம்மது தொடங்கி வைத்தார். எல்லாவற்றையும் கருத்தில் கொண்டு பார்த்தால் தனக்காகவோ அல்லது வேறு எவருக்காகவோ அவர் அதிகாரத் தேடலில் இருந்திருக்கவில்லை என்பது விளங்கும். மறு உலக வாழ்வே நிலையானதும் உன்னதமானதும் என்ற அவரது இறைச் செய்தி உலக வாழ்வில் கிட்டும் அதிகாரம் பதவி இவைகள் மீதான விருப்பத்தை அடியோடு தகர்ப்பதாக இருக்கிறது.

இறைவன் ஒருவனே என்பதை ஏற்று அறநெறி சார்ந்த நிலையான மறுவாழ்வு குறித்த கருத்துக்கள் இஸ்லாத்தை ஏற்றுக்கொண்ட புதியவர்களின் ஆன்மிக, அறிவுப்பூர்வமான சமூக விடுதலைக்கான அடிப்படைக் காரணிகளாக அவர்களுக்குத் தோன்றின. குரேஷித் தலைவர்களின் எதிர்ப்புக்கான காரணம் தெளிவான, புதிய இறைச்

செய்தி அவர்களது விதியையே மாற்றிவிடும் என்பதனால்தான்.

"(நபியே) கூறுங்கள். இறைவன் ஒருவனே; அவன் யாரையும் பெறவில்லை, யாராலும் பெற்றெடுக்கப்படவுமில்லை; அவனுக்கு நிகரானது ஏதுமில்லை" **(குர்ஆன்).**

இதனைஒரு போதும் செவி கொடுத்துக் கேட்காமலும் புரிந்து கொள்ளாமலும் குரேஷியர்கள் இருந்தனர். "(நபியே) நீர் சொல்வீராக. இறை மறுப்பாளர்களே! நீங்கள் வணங்குபவற்றை நான் வணங்க மாட்டேன். இன்னும் நான் வணங்குகிறவனை நீங்கள் வணங்குபவர்கள் அல்லர். அன்றியும் நீங்கள் வணங்குபவற்றை நான் வணங்குபவனல்ல. மேலும் நான் வணங்குபவனை நீங்கள் வணங்குகிறவர்கள் அல்லர். உங்களுக்கு உங்களுடைய மார்க்கம், எனக்கு என்னுடைய மார்க்கம்" **(குர்ஆன்)**

கேள்விகள்

முஹம்மதின் இறைச்செய்தி மேலும் மேலும் பரவுவதை குரேஷியர்களால் தடுக்க முடியவில்லை. புதிய இறைச் செய்தியின் உண்மைத் தன்மை பற்றி அறிய யத்ரிப் நகரத்திலிருந்த யூதத் தலைவர்களிடம் ஒரு குழுவை அனுப்ப அவர்கள் தீர்மானித்தனர். யத்ரிப் நகரிலிருந்த யூதர்களும் ஓரிறைக் கொள்கையுடைவர்களாக இருந்ததாலும், முஹம்மதும் யூதர்களின் இறைத்தூதர் மோஸஸைப் பற்றி அடிக்கடி குறிப்பிடுவதாலும் இந்தப் பிரச்சனை பற்றி கருத்துக் கூறவோ அல்லது ஏதேனும் ஒரு திட்டத்தைக் கூறவோ பொருத்தமானவர்களாக யூதர்கள் இருந்தனர்.

புதிய இறைத்தூதரைப் பற்றிய செய்திகளைக் கேட்ட யூதர்கள் முஹம்மது இறைத்தூதர்தானா அல்லது மோசடிப் பேர்வழியா என்பதை அறிய மூன்று முக்கிய கேள்விகளை முஹம்மதிடம் கேட்குமாறு மக்காவிலிருந்து வந்தவர்களிடம் கூறினர். அம்மக்களிடமிருந்து ஒதுங்கிப்போன இளைஞர் கூட்டம் பற்றிய கதை சார்ந்தது முதலாவது கேள்வி. இரண்டாவது கேள்வி பிரபஞ்சத்தின் எல்லை வரை பயணம் செய்த ஒருவரைப் பற்றியது. ஆன்மா என்றால் என்ன என்பது மூன்றாவது கேள்வி. இதன் மூலம் முஹம்மதுவை மடக்கிவிடலாம் என்று திருப்தி கொண்ட அக்குழுவினர் மக்காவுக்குத் திரும்பினர். முஹம்மதிடம் சென்ற அவர்கள் அக்கேள்விகளை அவரிடம் கேட்டார்கள். “உங்கள் கேள்விகளுக்கு நாளை பதில் சொல்கிறேன்” என்று உடனடியாக அவர் பதிலளித்தார்.

ஆனால் மறுநாள் வானவர் ஜிப்ரீல் தோன்றவில்லை. எந்த இறைவெளிப்பாடும் இல்லை. வானவர் மறுநாளும் வரவில்லை. இந்த நிலை பதினான்கு நாட்களுக்குத் தொடர்ந்தது. தன்னை இறைத்தூதர் என்று சொல்லிக் கொண்டவரின் பொய் முகத்தை தாம் நிரூபித்து விட்டதாக குரேஷியர் ஆனந்தமடைந்தனர். முஹம்மதுவோ கவலைக்கு ஆளானார். நாட்கள் செல்ல செல்லச் தான் கைவிடப்பட்டு விடுவோமோ என்ற அவர் அச்சமடைந்தார். அவரது எதிரிகளால் உருவாக்கப்பட்ட சூழ்நிலை காரணமாக அவர் தன் மீதே சந்தேகம் கொள்ளும் நிலை எற்பட்டது. இரண்டு வாரங்கள் கடந்தன. இறை வெளிப்பாட்டையும் விளக்கத்தையும் அவர் பெற்றார்.

"இன்னும் எந்த விஷயத்தைப் பற்றியும் "நிச்சயமாக நாளை அதனை நான் செய்பவனாக இருக்கிறேன் என்று நிச்சயமாகக் கூறாதீர்கள், இறைவன் நாடினால் அன்றி, நீர் மறந்து விடுங்கால் உங்கள் இறைவனை நினைவுபடுத்திக் கொள்வீராக. இன்னும் என்னுடைய இறைவன் நேர்வழியில் இதைவிட இன்னும் நெருங்கிய விஷயத்தை எனக்கு அறிவிக்கக் கூடும் என்றும் கூறுவீராக!",

இந்த இறைவசன வெளிப்பாடு கடிந்து கொள்ளலையும் படிப்பித்தலையும் கொண்டுள்ளது. உன்னதமான ஒருவனான அனைத்தையும் கற்பிக்கும் இறைவனைச் சார்ந்தே இறைத்தூதரின் நிலை, அறிவு, விதி இருக்கிறது என்பதை அவருக்கு உணர்த்தி நினைவூட்டியது. 'இன்ஷா அல்லாஹ்' (இறைவன் நாடினால்) என்ற சொற்களின் பொருளை ஒருவர் இப்படித்தான் புரிந்து கொள்ள வேண்டும். அது ஒருவரால் என்ன முடியும் என்பதன் எல்லையைப் பற்றி அறிவூட்டி, ஒருவரால் சொல்ல முடிந்ததற்கும் செய்ய முடிந்ததற்கும் அப்பால் எவ்வளவோ உள்ளது என்பதைப் பணிவுடன் உணர்ந்து கொள்ளவும், அனைத்தையும் ஆற்றக்கூடியவன் இறைவன் மட்டுமே என்பதை உணர்ந்து கொள்ளவும் செய்கிறது. இது எவ்வகையிலும் நஷ்டத்தை அளித்த செய்தியல்ல. ஒருவர் செயல்படக் கூடாது என்பதல்ல இதன் பொருள். மாறாக மனிதனின் வரையறுக்கப்பட்ட சக்தியின் அளவை மனதிலும் அறிவிலும் இருத்தி தொடர்ந்து செயல்பட்டுக் கொண்டே இருக்க வேண்டும் என்பதுதான் இதன் பொருள். இரண்டாவது முறையாக எல்லாவற்றிற்கும் மேலான சக்தி இறைத்தூதரைச் சிந்தித்துக் கருத்தூன்றச் செய்தது. எத்தனை

எதிர்ப்புகளையும் தடைகளையும் ஒருவர் எதிர் கொண்டாலும் தன்னைப் படைத்தவனை உறுதி பிறழாமல் எப்போதும் சார்ந்திருப்பதிலேயே பூமியில் ஒருவரின் வலிமையும் சுதந்திரமும் அடங்கியிருக்கிறது.

இறைத்தூதரிடம் கேட்கப்பட்ட கேள்விகளுக்கான பதில்கள் தாமதமாகவே அருளப்பட்டன. உண்மையில் அந்தத் தாமதம் இறை நம்பிக்கையாளர்களின் நம்பிக்கையை வலுப்படுத்தவும் இறைத்தூதரிடம் விவாதம் புரிந்தவர்களுக்குக் குழப்பம் ஏற்படுத்தவுமாகத்தான் இருந்தது. தொடக்கத்திலேயே பதிலளிக்க முடியாமலிருந்ததும், இறைவசன வெளிப்பாடு தாமதமாக வந்ததும், அந்த வேத நூலை அவர் உருவாக்கவில்லை என்பதற்கும் இறைத்தூதர் தன் இறைவனையே முழுமையாகச் சார்ந்திருந்தார் என்பதற்கும் நிரூபணமாக ஆனது.

பணிவடக்கத்தின் தேவை அவருக்கு உணர்த்தப்பட்டதைப் போலவே ஆன்மா என்றால் என்ன என்ற கேள்விக்கும் இறைவசன வெளிப்பாட்டால் பதிலிறுக்கப்பட்டது.

(நபியே) “உம்மிடம் ஆன்மாவைப் பற்றி அவர்கள் கேட்கிறார்கள். ஆன்மா (ரூஹு) என் இறைவனுடைய கட்டளையிலிருந்தே உண்டானது. இன்னும், ஞானத்திலிருந்து உங்களுக்கு அளிக்கப்பட்டது மிகச் சொற்பமேயன்றி வேறில்லை எனக் கூறுவீராக” **(குர்ஆன்)**

மற்ற இரண்டு கேள்விகளான இளைஞர்கள் மற்றும் பயணி பற்றியதற்கு குர்ஆனின் அத்தியாயம் பதினெட்டின் மூலம் பதிலளிக்கப்பட்டது. குரேஷியர்களும் மற்றும் யத்ரிப் நகர யூதர்களும் திகைக்கும் வகையில் மிகத் தெளிவாக அக்

கேள்விகளுக்கான பதில்கள் இருந்தன. அது அதுவரை முஹம்மதுவும் அறிந்திராத ஒன்றாக இருந்தது. அதே அத்தியாயம் மோஸஸ் ஒரு கணம் தன்னை மறந்து 'தனக்குத் தெரியும்' என்று சொன்னதையும் பற்றி கூறுகிறது. மோஸஸை விட அறிவு மிகுந்த ஒருவரான அல்கித்ர் மூலம் இறைவனின் பேரறிவைப் புரிந்து கொள்ளச் செய்து பொறுமையாக இருக்கச் செய்து, அடக்கமாக இருக்கும் அறிவை அளித்து, தேவையற்ற கேள்விகளைக் கேட்காமலிருக்கும்படி செய்தது ஆகியவை குர்ஆனில் வருகின்றன.

மோஸஸின் பொறுமையின்மை முதல் இறைவனைச் சார்ந்திருக்க மறந்து போன முஹம்மதுவின் அனுபவங்கள் வரை முழு மனித குலத்திற்கும் சொல்லப்பட்ட போதனை வலுவற்ற நிலையை அவர்களுக்கு நினைவூட்டி, இறை நம்பிக்கையின் உறுதியான தேவையை, (அவர்கள் எந்த நிலையிலிருந்தாலும்) கற்பிக்கிறது. இது 'குகைவாசிகள்' என்ற அத்தியாயத்தில் உள்ளது. பின்னாட்களில் இறைத்தூதர் ஒவ்வொரு முஸ்லிமும் இந்த அத்தியாயம் முழுவதையும் ஒவ்வொரு வெள்ளிக்கிழமையும் ஓதவேண்டும் என்று பரிந்துரைத்தார். இது முஸ்லிம்கள் தங்களையும் இறைவனையும் மறக்காதிருக்கும்படிக்குச் செய்தது.

அபிஸீனியா

குர்ஆன் வசனங்களின் வெளிப்பாடு அதிகரிக்க அதிகரிக்கத் துன்புறுத்தல்களும் வேதனைப்படுத்தி அவமானப்படுத்துதல்களும் அதிகரித்துக் கொண்டே இருந்தன. பலவீனமான முஸ்லிம்களை மட்டுமல்லாது இப்போது செல்வாக்கு மிகுந்த அபுபக்கர் போன்ற முஸ்லிம்களையும் நோக்கி அவமானப்படுத்துதல்களும், பரிகசிப்புகளும்

நிகழ்ந்தன. முஹம்மதுவின் பெரிய தந்தையான அபுதாலிபின் பாதுகாப்பில் இருந்ததால் முஹம்மது உடல் ரீதியான வன்முறைக்கு ஆளாகாமல் இருந்தார். மக்கா நகரில் முஸ்லிம்களின் நிலை மோசமாகவே, அவர்களிடம் முஹம்மது ஒரு ஆலோசனையைக் கூறினார். "நீங்கள் அபிஸீனியாவுக்குச் சென்றால் நீதி தவறாத ஒரு மன்னனைக் காணலாம். அவரது ஆட்சியில் எவரும் துன்பமடைவதில்லை. அந்த தேசம் மதத்திற்குச் சரியான மதிப்பளிக்கும் தேசமாகும். நீங்கள் இப்போது அனுபவித்துக் கொண்டிருக்கும் துயரமான நிலையிலிருந்து உங்களை இறைவன் விடுவிக்கும் வரை நீங்கள் அங்கேயே இருக்கலாம்.

மக்களிடம் மிகவும் நீதி நியாயமாக நடந்து கொள்வதாக நற்பெயர் பெற்றிருந்த அபிஸீனியாவின் அரசராக இருந்த நெகஸ் என்ற கிறிஸ்தவரையே இறைத்தூதர் குறிப்பிட்டார். எனவே முஸ்லிம் சமூகத்தின் ஒரு பகுதியினர் புறப்படத் தயாராகி முதல் புலம் பெயர்தல் நிகழ்ந்தது. அவர்களில் எண்பத்து இரண்டு அல்லது எண்பத்து மூன்று பேர் ஆண்கள், ஏறத்தாழ இருபது பெண்கள் என புலம் பெயர்ந்தோர் எண்ணிக்கை ஏறக்குறைய நூறாக இருந்தது.

இது 615-வது ஆண்டில் நிகழ்ந்தது. அதாவது இறைவசன வெளிப்பாடு ஆரம்பித்து ஐந்து ஆண்டுகள் கழித்தும், பொதுமக்களுக்கு வெளிப்படையாக இறைச்செய்தி விடுக்கப்பட்ட இரண்டு ஆண்டுகளுக்குப் பின்னருமாக இது இருந்தது. மக்கா நகரிலிருந்து வெகு தொலைவுக்குப் புலம்பெயர்ந்தது மிகவும் கடினமான ஒன்றாக இருந்தது. இறைத்தூதரின் மகளான ருக்கையாவும் அவர்தம் கணவரான உத்மான் இப்னு அஃபானும்

அப் புலம் பெயர்ந்தவர்களில் இருந்தனர். அவர்களுடன் அபுபக்கரும் இருந்தார். ஆனால் வழியில் சந்தித்த மக்கா நகரின் செல்வாக்கு மிக்கவரில் ஒருவர் அவருக்குப் பாதுகாப்பு தருவதாகக் கூறவே அவர் மக்காவுக்கே திரும்பி விட்டார். பின்னாளில் இறைத்தூதரின் மனைவியான உம்மு சல்மாவும் அக்கூட்டத்தினரில் இருந்தார். அவர் மூலமாகவே அபிஸீனியாவுக்குப் புலம் பெயர்ந்தபோது நிகழ்ந்தவை பற்றிய தகவல்கள் நமக்குக் கிடைக்கின்றன.

சற்றே செல்வாக்கு மிகுந்த முஸ்லிம்களும் மக்காவை விட்டுச் சென்றதை குரேஷியர்கள் விரைவிலேயே கண்டு கொண்டனர். இந்த விஷயத்தில் கவலை கொண்டதற்கு அவர்களுக்குச் சில காரணங்கள் இருந்தன. இந்தச் சிறு குழுவினரான முஸ்லிம்கள் எங்காவது குடியேறுவது மக்கா நகரின் பெருமைக்கு பங்கம் சேர்த்து விடும் என்றும், பகைமை வளரும் என்றும், ஓரிறைக் கொள்கையைப் பின்பற்றும் அம்மன்னருடன் அவர்கள் அணி சேரக்கூடும் என்றும் அவர்கள் பயந்தனர். முஸ்லிம்கள் புலம் பெயர்ந்த பின் சில காலம் கழித்து குரேஷியர் ரகசியமாக அம்ர் இப்னு அல் ஆஸ் என்பவரையும் அப்துல்லா இப்னு ராபியா என்பவரையும் அனுப்பி அபிஸீனிய அரசர் நெகஸிடம் புதிதாக வந்தவர்களுக்குப் பாதுகாப்பளிக்காது அவர்களை மக்காவுக்கே திருப்பி விட வேண்டும் என்றும் கேட்டுக் கொள்ளத் தீர்மானித்தனர். அந்த இரண்டு ஒற்றர்களும் அபிஸீனியர்களுக்கு மிகவும் விருப்பமான வெகுமதிகளை எடுத்துக் கொண்டு அரசர் நெகஸின் அவைக்குச் சென்றனர். அவர்கள் அனைத்து மந்திரி பிரதானிகள் மற்றும் அதிகாரிகளை

ஒவ்வொருவராகச் சந்தித்து வெகுமதிகளை அளித்து மக்காவிலிருந்து புலம்பெயர்ந்தவர்களுக்கு ஆதரவளிப்பதில்லை என்ற உறுதியைப் பெற்றுக் கொண்டனர்.

நெகஸுடனான சந்திப்பு

புலம் பெயர்ந்து வரும் முஸ்லிம்கள் கூறும் எதனையும் கேட்கக் கூடச் செய்யாமல் அரசர் அவர்களைத் திருப்பி அனுப்பி விட வேண்டும் என்று அம்ர் இப்னு அல் ஆஸீம் அப்துல்லா இப்னு ராபியாவும் விரும்பினர். இதனை எற்காத நெகஸ் தனது பாதுகாப்பை நாடி வருபவர்களுக்குத் தங்கள் பிரச்சனையைத் தெரிவிக்கும் உரிமை உள்ளது என்று கூறி அதனை மறுத்து விட்டார். இரு சாராரும் தங்கள் பிரச்சனைகளைச் சொல்லும்படி அவர்களை அழைத்தார். புலம் பெயர்ந்தவர்கள் தங்கள் சார்பாகப்பேச நல்ல பேச்சாளராகவும் அறிவாளியாகவுமிருந்த ஜாஃபர் இப்னு அபுதாலிபை தேர்ந்தெடுத்தனர். அவர்கள் புலம்பெயர்ந்ததற்கான காரணத்தையும் முஹம்மது கொண்டுவந்த இறைச்செய்தியின் அடிப்படைக் கொள்கைகளையும் குறித்து அரசர் கேட்டார். ஓரிறை நம்பிக்கையையும் சிலை வணக்க மறுப்பையும் உறவுக்காரர்களுடனான பந்தத்திற்கு மதிப்பளிக்க வேண்டும் என்பதையும் உண்மையையே பேசவேண்டும், அநீதியை எதிர்ப்பது போன்றவற்றையும் ஜாஃபர் கூறினார். இக்கொள்கைகளினாலேயே குரேஷியர் தங்களை துன்புறுத்துவதாகவும் அதன் காரணமாக நீதியான பாரபட்சமற்ற சகிப்புத்தன்மையுடன் நல்லாட்சியை வழங்கும் அபிஸீனியாவுக்குத் தாங்கள் புலம்பெயர்ந்ததாகவும் அவர் மேலும் கூறினார். வெளியான இறைவசனமொன்றின்

பிரதியைக் காண்பிக்கவோ அல்லது ஒரு வசனத்தை ஓதிக் காட்டவோ முடியுமாவென நெகஸ், ஜாஃபரிடம் கேட்டார். அதற்கு உறுதியான இசைவைத் தெரிவித்த ஜாஃபர், குர்ஆனில் உள்ள 'மரியம்" (மேரி) என்ற அத்தியாயத்திலிருந்து சில வசனங்களை ஓதிக் காட்டினார். அது,

"(நபியே) இவ்வேதத்தில் மரியமைப் பற்றியும் நினைவு கூர்வீராக, அவர் தம் குடும்பத்தினரை விட்டு நீங்கிக் கிழக்குப் பக்கமுள்ள இடத்தில் இருக்கும்போது அவர் (தம்மை) அவர்களிடமிருந்து (மறைத்துக் கொள்வதற்காக) ஒரு திரையை அமைத்துக் கொண்டார். அப்போது நாம் அவரிடத்தில் நம் ரூஹை (ஜிப்ரீலை) அனுப்பி வைத்தோம். (மரியமிடம்) சரியான மனித உருவில் அவர் தோறினார். (அப்படி அவரைக் கண்டதும்) நிச்சயமாக நாம் உம்மை விட்டும் அளவற்ற அருளாளனிடம் காவல் தேடுகிறேன். நீர் பயபக்தி உடையவராக இருந்தால் (நெருங்காதீர்)" என்றார்.

"நிச்சயமாக நான் உம்முடைய இறைவனின் தூதன், பரிசுத்தமான புதல்வரை உமக்கு அளிக்க (வந்துள்ளேன்)" என்று அவர் கூறினார்.

அதற்கு அவர் (மரியம்) "எந்த ஆடவனும் என்னைத் தீண்டாமலும், நான் நடத்தை பிசகியவளாக இல்லாதிருக்கும் நிலையிலும் எனக்கு எவ்வாறு புதல்வன் உண்டாக முடியும்?" என்று வினவினார்.

"அவ்வாறேயாகும். இது எனக்கு மிகவும் எளிதானதே, மனிதர்களுக்கு ஒரு அத்தாட்சியாகவும், நம்மிடமிருந்து ஒரு அருளாகவும் நாம் அவரை ஆக்குவோம், இது விதிக்கப்பட்ட விஷயமாகும் என்று உம் இறைவன் கூறுகிறான்" எனக் கூறினார்.

அரபு மொழியில் அழகுற அமைக்கப்பட்டிருந்த அவ்வசனங்களை ஓதக் கேட்டதும் அரசனும் மந்திரி பிரதானிகளும் மனம் உருகினர். அவ்வசனங்கள் அவர்களது மொழியில் மொழி பெயர்க்கப்பட்டதும் அவ்வசனங்கள்இயேசு கிறிஸ்துவின் அற்புதப் பிறப்பைப் பற்றி கூறுவதைக் கேட்டு மேலும் மனதிளகினர். அரசர் நெகஸ் திகைப்படைந்து "எங்கிருந்து இயேசு கிறிஸ்து இறைச்செய்தியைக் கொண்டு வந்தாரோ அங்கிருந்தே உண்மையாகவே இதுவும் வந்திருக்கிறது, " என்றார். இரண்டு ஒற்றர்களையும் நோக்கித் திரும்பிய நெகஸ் அவர்களின் வேண்டுகோளைத் தாம் நிராகரிப்பதாகவும் முஸ்லிம்களைத் திருப்பி அனுப்ப முடியாது என்றும் அவர்களுக்கு அளித்து வரும் ஆதரவைத் தொடரப் போவதாகவும் தெரிவித்தார்.

தோல்வியுற்ற மனநிலையில் அம்ரும், அப்துல்லாவும் வெளியேறினர். ஆனால் கிறிஸ்தவ மத நம்பிக்கைக்கு முரணாக இயேசு கிறிஸ்துவைப் பற்றி இப் புதிய மதம் கொண்டிருக்கும் கருத்தைத் தெரிவிக்க நெகஸிடம் மீண்டும் செல்ல அம்ர் தீர்மானித்தார். அடுத்த நாள் அரசனைச் சந்தித்த அம்ரின் வார்த்தைகளைக் கேட்ட அரசன், ஜாஃபரையும் அவர் கூட்டத்தினரையும் அழைத்து அவர்களின் இறைத்தூதரான முஹம்மது, இயேசு கிறிஸ்துவைப் பற்றி இன்னும் என்ன சொல்கிறார் என்று கேட்டார். இதற்கு அளிக்கும் பதில் எத்தகைய அபாயத்தை உண்டாக்கும் என்று முஸ்லிம்கள் அறிந்திருந்தனர். அளிக்கும் விளக்கத்தில் இரண்டு மதங்களுக்குமிடையிலான வேறுபாடுகள் தெரிய வருவது அவர்கள் அரசரால் திருப்பி அனுப்பப்படுவதில் போய் முடியும்

என்பதுதான் அது. இருந்தாலும் உண்மையாகத் தங்கள் வேதம் என்ன சொல்கிறது என்பதைக் கூற அவர்கள் தீர்மானித்தனர். “மேரியின் மைந்தனான இயேசு கிறிஸ்து பற்றி உங்கள் கருத்து என்ன?” என்று அரசர் கேட்டார். ஜாஃபர் கூறினார், “எங்கள் இறைத்தூதர் எங்களுக்குக் கற்றுக் கொடுத்துள்ளதை நாங்கள் கூறுகிறோம். இயேசு கிறிஸ்து இறைவனின் சேவகர், அவனது தூதர், அவனது பரிசுத்த ஆவி, கன்னியான மேரிக்கு அவன் வார்த்தை கொண்டு ஜனித்தவர்” இயேசு கிறிஸ்து 'இறைவனின் மகன்' என்பதற்கான எந்தச் சொல்லும் அதில் இல்லை. ஒரு கைத்தடியைக் கையிலெடுத்த நெகஸ் “கன்னி மேரியின் மகனான இயேசுவின் பெயரால் கூறுகிறேன் கூடுதலாக ஏதும் கூற வேண்டாம்.“ ஜாஃபரின் பதிலைக் கேட்ட மதப் பிரதானிகள் திகைப்படைந்தனர். அதனை வெளிக் காண்பிக்கும் முகமாக இருமினர். அதனை ஒதுக்கித் தள்ளிய நெகஸ் “ அந்த இரண்டு ஒற்றர்களும் தாங்கள் கொண்டு வந்திருந்த அனைத்து வெகுமதிகளுடன் மக்காவுக்குத் திருப்பி அனுப்பப்படவேண்டும்“ என்று கூறினார். முஸ்லிம்களை மீண்டும் வரவேற்று அவர்களுக்கு தன் நாட்டில் பாதுகாப்பளிப்பதாக அரசர் நெகஸ் கூறினார்.

இறைத்தூதரை எதிர்த்த மக்காவாசிகளுக்கு இது மிகப் பெரும் பின்னடைவாகிவிட்டது. இரண்டு ஒற்றர்களும் திரும்பி வந்தவுடன் முஸ்லிம்களைப் பழிவாங்குவது தொடங்கியது. கிறிஸ்தவர்களைப் பெரும்பான்மையாகக் கொண்ட ஒரு நாட்டில் ஜாஃபருக்கும் அவரோடிருந்த முஸ்லிம்களுக்கும் அவர்கள் புலம்பெயர்ந்தும் கிறிஸ்தவ மதக் கொள்கையினைப் பின் பற்றாதவர்களாகவும்

இருந்தும் கூட, அவர்கள் ஏற்றுக் கொள்ளப்பட்டு, பாதுகாப்பாக நடத்தப்பட்டார்கள். மிகவும் ஆபத்தான வேளையிலும் அவர்கள் உண்மையையே உரைத்தார்கள். அவர் பொய் சொல்லாமல், கேள்வியிலிருந்து தப்பிக்காமல் இறைத்தூதர் முஹம்மது அவர்களுக்கு இயேசு கிறிஸ்துவைப் பற்றிக் கற்பித்திருந்ததையே கூறினார்கள். அவர்கள் வெளியேற்றப்பட்டிருக்கலாம். அம்மார் எதிர் கொண்டிருந்த ஆபத்தான சூழ்நிலையில் அவர் பாசாங்காகப் பொய் கூறியதுபோல் இவர்கள் செய்யவில்லை. எத்தகைய ஆபத்தான சூழ்நிலையிலும் முஸ்லிம்கள் தங்கள் நம்பிக்கைகளில் உண்மையாகவும் நேர்மையாகவும் தங்கள் கொள்கைகளில் உறுதியாக நிற்பதைத் தவிர வேறு நல்வழி இல்லை.

இதில் இரண்டு விஷயங்களைக் கவனிக்க வேண்டும். இரண்டு இறை நம்பிக்கைகளின் ஒற்றுமையையே ஜாஃபர் முதலில் கூறினார். அதாவது கிறிஸ்தவர்களைப் போன்ற ஓரிறை நம்பிக்கை. இயேசு கிறிஸ்துவை இறைத்தூதர் என்றது ஆகியவை இரண்டு இறை வெளிப்பாடுகளும் ஓரிடத்திலிருந்தே வந்துள்ளன என்றது. மக்காவிலிருந்து வந்த ஒற்றர்களின் செயலே பிரச்சனைகளையும் அபாயத்தையும் கொண்டு வரும்படியாக இரு மதங்களுக்கும் இடையில் உள்ள வேறுபாட்டை வெளிக் கொண்டு வரச் செய்தது. ஆனால் தன் இறை நம்பிக்கையின் தனித்துவத்தையும் வேறுபாட்டையும் அழகிய முறையில் ஜாஃபர் கூறினார். முஸ்லிம்கள் அபிஸீனியாவில் இருந்தது கிறிஸ்தவர்களுக்கு இன்னுமொரு செய்தியையும் தந்தது. நெகஸ் என்னும் கிறிஸ்தவ அரசர் நீதி நெறி தவறாதவர் என்பதால்தான் அவர் நாட்டிற்குப் புலம் பெயர்ந்தது என்பதுதான் அது. அரசர் நெகஸ் முஸ்லிமல்ல.

ஆனால் முஸ்லிம்கள் முன்வைத்த செய்தியின் உள்ளரங்க வெளியரங்கப் பொருளை அவர் புரிந்து கொண்டார். அதாவது நம்பிக்கைகள் மற்றும் வேதப்புத்தகங்கள் உள்ளடக்கத்தில் என்னதான் வேறுபாடுகள் கொண்டு இருந்தாலும் இரண்டு மதத்தினரும் வணங்குவது ஒரே இறைவனைத்தான். இரண்டு வேதப் புத்தகங்களின் உள்ளடக்கத்தில் முரண்பாடுகள் இருந்தாலும் நீதி நெறிகள் மற்றும் தரம் குறித்து ஒரே கொள்கையையே அவை கொண்டுள்ளன. மாற்று நம்பிக்கை கொண்டவர்களை அரசர் வரவேற்று அவர்கள் கூறும் கருத்துக்களைக் கேட்டார்.

பின்னர் நெகஸ் இஸ்லாத்தை ஏற்றுக் கொண்டு இறைத்தூதர் முஹம்மதுடன் நிலையான தொடர்பைக் கொண்டிருந்தார். இறைத்தூதர் சார்பாக ஒரு திருமண நிகழ்வில் அரசர் கலந்து கொண்டார். அரசர் நெகஸின் மரணச் செய்தியைக் கேள்விப்பட்டபோது மரித்தவர்களுக்காக நடத்தப்படும் தொழுகையை அவருக்காக இறைத்தூதர் நடத்தினார். புலம்பெயர்ந்த முஸ்லிம்களில் பெரும்பாலானோர் அபிஸீனியாவிலேயே 15 ஆண்டுகள் அதாவது கைபர் படையெடுப்பு வரை தங்கியிருந்தார்கள். 630-ஆம் ஆண்டில் கைபர் படையெடுப்பு நிகழ்ந்தபோது அவர்கள் இறைத்தூதருடன் மதீனா என்று பின்னர் அறியப்பட்ட யத்ரிப் நகரில் இணைந்து கொண்டார்கள். மக்காவிலிருந்துகிடைத்த நல்ல செய்திகளைக் கேட்டவுடன் எஞ்சியிருந்தவர்கள் மக்கா திரும்பினர். அவர்களுக்குள்ளும் சிலர் மீண்டும் அபிஸீனியாவுக்கே திரும்பினர். ஆனால் எவரும் ஒருபோதும் எந்த துன்பத்தையும் நெகஸின் அரசில் சந்திக்கவில்லை.

அத்தியாயம் ஏழு

சோதனைகள், உயர்வு மற்றும் நம்பிக்கை

மக்கா நிலைமை மோசமாகிக் கொண்டிருந்தது. அபுலஹபும், அபுஜஹ்லும், உமர் இப்னு கத்தாப் என்பவரும் இஸ்லாத்தின் கடும் விரோதிகளாயிருந்தனர். புதிதாக இஸ்லாத்தை ஏற்றிருந்த ஒரு பெண்ணைக் கடுமையாக அடித்துத் தாக்கியிருந்தவர்தான் உமர் இப்னு அல்-கத்தாப் என்பவர்.

உமர் இப்னு அல் - கத்தாப்

இஸ்லாத்திற்கு ஆதரவாக நிகழ்ந்திருந்த சம்பவங்களால் உமர் கோபமுற்று எரிச்சலடைந் திருந்தார். இறைத்தூதரைக் கொல்வதொன்றே எல்லாவற்றிற்குமான தீர்வு என்று அவர் முடிவு செய்தார். மக்கா சமூகத்தையே ஆபத்துக்குள்ளாக்கும் விஷயங்களுக்கு முற்றுப்புள்ளி வைக்க அது ஒன்றே வழி என்று உமர் எண்ணினார்.

தன் கையில் வாளை உருவிப் பிடித்துக் கொண்டு முஹம்மதை அவர் தேடலானார். ரகசியமாக இஸ்லாத்தை ஏற்றிருந்த நுவைம் இப்னு அப்துல்லா என்பவரை உமர் வழியில் சந்தித்தார். ஏன் மிகுந்த கோபத்துடன் காணப்படுகிறீர்கள் என்று உமரை நுவைம் கேட்டார். இறைத்தூதரைக் கொல்லும் தன் எண்ணத்தை உமர் கூறினார். அவருடைய எண்ணத்தை மாற்றும் வழியை நுவைம் சிந்தித்தார். முஹம்மதுக்கு முன்னால் உமரின் குடும்பத்தை ஒழுங்குபடுத்தும்படி நுவைம் உமரிடம் கூறினார்.

உமரின் சகோதரி ஃபாத்திமாவும் அவரிது கணவர் ஸெய்தும் இஸ்லாத்தை ஏற்றிருந்ததை உமரிடம் அவர் கூறினார். இதனால் திகைப்புற்று மேலும் கோபமேறிய நிலையில் தனது திட்டத்தை மாற்றிக் கொண்டு தன் சகோதரி வீட்டை நோக்கி உமர் சென்றார்.

உமர் அங்கு சென்றபோது அவருடைய சகோதரியும் சகோதரியின் கணவரும் கப்பாப் என்ற இளம் வயது தோழரும் குர்ஆனை வாசித்துக் கற்றுக் கொண்டிருந்தனர். குர்ஆன் ஓதுவதை நிறுத்திவிட்டு கப்பாப் ஓடி ஒளிந்து கொண்டார். வீட்டின் உள்ளிருந்து குர்ஆன் வாசிக்கப்படுவதை உமர் கேட்டார். எதனை ஓதிக் கொண்டிருக்கிறீர்கள் என்று உமர் கேட்டார். அவருக்கு பயந்த அவர்கள் உண்மையை மறைத்தனர். அவர்கள் எதையோ ஓதிக் கொண்டிருந்ததைத் தான் நிச்சயமாகக் கேட்டதாக உமர் கூறினார். அவர்கள் அதனைப் பற்றி ஒன்றும் பேசாதிருக்கவே உமரின் கோபம் இன்னும் அதிகமானது. அவர் ஸெய்தை அடிக்கப் பாய்ந்தார். தடுக்கப் புகுந்த உமரின் சகோதரி மீது அடி விழுந்து இரத்தம் கொட்டியது. தன் சகோதரியின் முகத்தில் இரத்தத்தைக் கண்டதும் உமரை அடிப்பதை நிறுத்தும்படி செய்தது. அக்கணத்தில் உணர்ச்சி வசத்துடன் அவர் சகோதரி "ஆம், நிச்சயமாக நாங்கள் முஸ்லிம்கள்தான். இறைவன் மீதும் அவனது தூதர் மீதும் நாங்கள் விசுவாசம் கொண்டுள்ளோம். நீ நினைத்ததைச் செய்யலாம்!" என்றார். இதனைக் கேட்ட உமர் பின்வாங்கினார். தன் சகோதரியைத் தாக்கியதால் வருத்தப்பட்ட உமர், கேட்ட செய்தியால் குழப்பமுமடைந்தார். தன் சகோதரி வாசித்த அந்த வேதத்தைத் தரும்படி உமர் கேட்டார். அதனை

வாசிக்கும் முன்பு முறைப்படி தூய்மை செய்து கொண்டால்தான் அதனைத் தர முடியும் என்று அவர் சகோதரி கூறினார். உமர் சிறிது நேரம் மௌனமாக அமர்ந்திருந்தார். ஆனால் அவர் மனதில் வருத்தம் நீங்காமலே இருந்தது. உமர் அவர் சகோதரி சொன்னதை ஏற்றுக் கொண்டு நீரினால் உடல் தூய்மை செய்து இறை வேதத்தை வாசிக்கலானார்.

"அளவற்ற அருளாளனும் நிகரற்ற அன்புடையோனுமாகிய இறைவனின் திருப்பெயரால் துவங்குகிறேன். தாஹா (நபியே) நீர் துன்பப்படுவதற்காக நாம் இந்த குர் ஆனை உம்மீது இறக்கவில்லை. (இறைவனுக்கு) அஞ்சுவோருக்கு நல்லுபதேசமே அன்றி வேறில்லை. பூமியையும் உயர்வான வானத்தையும் படைத்தவனிடமிருந்து அது இறக்கி அருளப் பெற்றது. அருளாளனான இறைவன் தனது இருப்பில் அமைந்தான். வானத்திலுள்ளவையும் பூமியிலுள்ளவையும் இவ்விரண்டிற்கும் இடையே உள்ளவையும், மண்ணுக்கு அடியில் உள்ளவையும் அவனுக்கே உரியன".

(நபியே) நீர் உரக்கச் சொன்னாலும் (இல்லை என்றாலும்) நிச்சயமாக அவன் ரகசியத்தையும் (அதைவிட) மறைவானதையும் அறிகிறான். (அல்லாஹ்) அவனைத் தவிர வணக்கத்திற்குரிய நாயகன் வேறில்லை, அவனுக்கு அழகிய திருநாமங்கள் இருக்கின்றன". **(குர்ஆன்)**

ஓதத் தொடங்கியவர் சினாய் மலையில் இறைத்தூதர் மோஸஸுக்கு இறைவன் விடுத்த செய்தியான "நிச்சயமாக நானே இறைவன், என்னைத் தவிர வேறு இறைவன் இல்லை. எனவே என்னை நினைவு கூரும் வகையில் தினமும்

என்னை வணங்கி எனக்குச் சேவை புரி” என்ற வசனம் வரை வாசித்தார்.

உமர் வாசிப்பதை நிறுத்தினார். இறை வேதத்தின் சொற்களிலும் அவை அமைந்திருந்த அழகிலும் அவர் உந்தப்பட்டார். உமரின் நேர்மறையான செயல்பாட்டைக் கண்டு கொண்ட கப்பாப் தான் ஒளிந்திருந்த இடத்திலிருந்து வெளிவந்து இறைத்தூதர் தனது சமூகத்தினருக்கான ஆதரவு அபு அல் ஹக்கம் அல்லது உமர் இப்னு அல் கத்தாப் இஸ்லாத்தை ஏற்பதன் மூலம் வேண்டும் என்று பிரார்த்தித்ததைத் தான் கேட்டதாகக் கூறினார். முஹம்மது எங்கே இருக்கிறார் என்று உமர் கேட்க, இறைத்தூதர் அல் அர்கமின் இல்லத்தில் இருப்பதாக அவர் கூறினார். உமர் அங்கே சென்றார். அர்கமின் இல்லத்தின் கதவருகே உமர் சென்றதும் வீட்டார் அனைவரும் பயந்தனர். ஏனெனில் உமரின் உடைவாள் அவர் இடுப்பில் இருந்தது. ஆனால் இறைத்தூதர் உமரை உள்ளே விடும்படி சொன்னார். தான் முஸ்லிமாக விரும்புவதை உமர் உடனடியாகத் தெரிவித்தார். “இறைவன் மிகப் பெரியவன்” என்று கூறிய இறைத்தூதர் தன் பிரார்த்தனைக்கான பலன் இது என்று அவரை ஏற்றுக் கொண்டார்.

இதயங்களின் மீது தனது ஆதிக்கமும் சக்தியும் இல்லை என்பது இறைத்தூதருக்குத் தெரிந்திருந்தது. கடினமான புறந்தள்ளப்பட்ட சூழ்நிலையில் அவர் இறைவனின் பக்கம் திரும்பினார். ஓரளவு மனிதத் தன்மையுடனும் செல்வாக்கோடும் இருந்த அவ்விருவரில் ஒருவரை இறைவன் தன் பக்கம் திருப்புவான் என்ற நம்பிக்கை இறைத்தூதருக்கு இருந்தது. மனித மனங்களில் மாற்றத்தை ஏற்படுத்தக் கூடிய சக்தி இறைவனுக்கு மட்டுமே

உண்டு என்பது இறைத்தூதருக்குத் தெரிந்திருந்தது. சந்தேகங்கள், மனமாற்றம், மீண்டும் மன மாற்றம் என இஸ்லாத்தை ஏற்றுக் கொள்வதற்குச் சிலருக்கு நீண்ட காலம் வேண்டி இருந்தது. குறிப்பிட்ட சில செயல்கள், நடத்தைகள் அல்லது வேத நூலை ஒருமுறை வாசித்தது போன்றவற்றின் தாக்கத்தினால் இஸ்லாத்தை சிலர் உடனடியாக ஏற்றுக் கொண்டனர். நீண்ட காலம் உற்று நோக்கி ஆராய்ந்து இஸ்லாத்தை ஏற்றுக் கொள்வதுதான் மிக உறுதியான ஒன்று என்று இல்லை. அதனை ஏற்காமல் போவதும் உண்மையான ஒன்றாய் இருக்கவில்லை. இறைவன் மீது நேசமும் நம்பிக்கையும் கொண்டு காரண காரியங்களில் பெரிதாகக் கவனம் செலுத்தாமல் இறைநம்பிக்கை கொள்வதில் பேரிறையின் அசாதாரண சக்தி நிற்கிறது. கண்மூடித்தனமாக இறைவன் ஒருவனே என்பதை மறுத்து வெளிக் கிளம்பிய உமருக்கு இறைத்தூதரைக் கொல்வதே குறிக்கோளாக இருந்தது. ஆனால் சில மணித்துளிகளில் இறைவேதத்தை வாசித்ததனால் அவர் மனதில் மாற்றம் நிகழ்ந்து இஸ்லாத்தை அவர் உடனடியாக ஏற்றுக் கொண்டார். தான்கொல்ல நினைத்த ஒரு மனிதரின் மிகவும் உண்மையான தோழர்களில் ஒருவராக அவர் மாறினார். மிகக் கடுமையான வெறுப்பை இஸ்லாத்தின் பால் கொண்டிருந்த உமர் இஸ்லாத்தை ஏற்றுக் கொள்வார் என்பதை எந்த முஸ்லிமும் எண்ணியிருக்கவில்லை. புரட்சிகரமான இந்த மனமாற்றம் இரண்டு படிப்பினைகளைக் கொண்ட ஒரு சமிக்ஞையாக இருக்கிறது. ஒன்று இறைவனால் முடியாதது ஏதுமில்லை. மற்றொன்று எவரைப் பற்றியும் எதைப் பற்றியும் எவரும் அறுதியிட்டு எந்த முடிவையும் கூறக்கூடாது.

அனைத்துச் சூழ்நிலைகளிலும் பணிவடக்கம் வேண்டும் என்பதை நினைவுறுத்தும் புதிய நிகழ்வாக அது இருந்தது. இறைவனின் அளப்பரியா சக்தியின் மீது நம்பிக்கை கொண்டு தன் சக்தி மீது பூரண நம்பிக்கை கொள்ளாமல், எவர் மீதும் தனது முடிவுகளைத் திணிக்காதிருக்க வேண்டும். இறைவனிடம் நெருங்கித் தன் தோழர்களுக்கு முன்மாதிரியாகத் திகழ்ந்து பணிவடக்கத்துடன் மிக மென்மையானவராக ஆகிக் கொண்டே இருந்தார் இறைத்தூதர்.

உமர் தைரியமாகவும் துணிச்சல் மிகுந்தும் தான் இஸ்லாத்தை ஏற்றுக் கொண்டதை வெளிப்படையாக அறிவிக்க முடிவு செய்தார். உடனடியாக இதனை அபுஜஹ்லிடம் தெரிவிக்க அவர் விரைந்தார். கஅபாவில் எல்லோரும் வெளிப்படையாக இறைவணக்கத்தில் ஈடுபடலாம் என்று இறைத்தூதரிடம் அவர் தெரிவித்தார். அபாயகரமானதென்றாலும் குரேஷியர்களிடையே முஸ்லிம்கள் இருப்பதையும் அவர்கள் கொண்ட கொள்கையில் உறுதியாக இருப்பதையும் உணர்த்துவதாக இது இருந்தது. வீர தீரத்திற்குப் பெயர் பெற்றிருந்த உமரும் ஹம்ஸாவும் ஒரு குழுவினருடன் கஅபாவுக்குள் நுழைந்தனர். எவருக்கும் பயப்படாமல் முஸ்லிம்கள் அனைவரும் அங்கே இறைவணக்கத்தில் ஈடுபட்டனர்.

நாடு கடத்தல்

இருந்தபோதிலும் நிலைமை இன்னும் மோசமாகிக் கொண்டே இருந்தது. பதற்ற நிலை தினமும் அதிகரித்துக் கொண்டே இருந்தது. முஸ்லிம்களின் எண்ணிக்கை படிப்படியாக அதிகரிப்பதை தடுப்பதற்காகக் கூட்டப்பட்ட குரேஷியத் தலைவர்களின் கூட்டம் மிகவும்

கடுமையான நடவடிக்கைகளை எடுக்க வேண்டும் என்று தீர்மானித்தது. இஸ்லாத்தை ஏற்றுக் கொண்டவர்கள் அனைத்துப் பழங்குடி இனத்திலிருந்தும் வந்திருந்ததால் அணிகளை அமைப்பது இயலாத ஒன்றாக இருந்தது. நீண்ட ஆலோசனை மற்றும் கடுமையான விவாதங்களுக்குப் பின்னர் முஹம்மதுவின் கோத்திரமான பனுஹாஷிம் கோத்திரத்தின் அனைத்து உறுப்பினர்கள் மீதும் தடைகளை விதிக்க அவர்கள் தீர்மானித்தனர்.

இந்த ஒரே மனதான தீர்மானம் நாற்பது குரேஷியத் தலைவர்களால் கையெழுத்திடப்பட்டு கஅபாவின் உள்ளே தொங்க விடப்பட்டது. பனு ஹாஷிம் கோத்திரத்தைச் சார்ந்த அபுலஹப் இந்தத் தீர்மானத்தை ஆதரித்ததன் மூலம் பாரம்பர்யமாகத் தொடர்ந்து கொண்டிருந்த வழக்கத்தை அவமதித்தார். அபுதாலிப் இந்தத் தீர்மானத்திற்கு எதிராகி முஹம்மதுக்கான தன் ஆதரவு நிலையைத் தொடர்ந்தார். வர்த்தக, திருமண உறவுகள் முதல் எந்தத் தொடர்பும் கொள்ளக் கூடாது என்றிருந்த அந்தத் தடை இனம் சார்ந்த ஒன்றாக இருந்தது. முஹம்மது தனது போதனைகளையும் இறைவன் ஒருவனே என்ற கொள்கையையும் விடும் வரை தொடரும் என்ற தெளிவான நிலையில் அந்தத் தடை இருந்தது.

பனுஹாஷிம் மற்றும் முத்தலிபின் கோத்திரத்தார் பாதுகாப்புக் காரணங்களுக்காக மக்கா சமவெளியிலிருந்த மற்றொரு இடத்திற்கு குடியேறத் தீர்மானித்தார்கள். உறவினர்கள் உணவுப்பொருட்களையும் இன்ன பிறவற்றையும் கொடுத்து உதவிக்கொண்டு தடை முழுமையாக செயல்படவில்லை என்றபோதும் பசியும் பிணியும்

அதிகரித்து நிலைமை மோசமாகிக் கொண்டே வந்தது. இந்தத் தடை மூன்றாண்டுகளுக்குத் தொடர்ந்தது, இரு கோத்திரத்தாரையும் பொருளாதார ரீதியில் இந்தத்தைடைமிகவும் நலிவடையச் செய்தது. இந்தத் தடையின் காரணமாக அபுபக்கர் தன் செல்வ நிலையை இழந்தார். சமூக ரீதியாகவும் மனோரீதியாகவும் ஏற்பட்ட நெருக்கடிகள் தாங்க முடியாத வகையில் இருந்தன.

குரேஷியரில் பெரும்பாலோர் இந்தத் தடை தேவையற்றது என்று கருதினர். மறக்கவோ விட்டுவிடவோ முடியாத நிலையில் உறவினர்களுடன் சில கோத்திரத்தார் தொடர்பு கொண்டிருந்தனர். அந்த மூன்று ஆண்டுகளில் அந்தத் தடையை ரத்து செய்யப் பல முயற்சிகள் நடந்தபோதும் அபுலஹப் மற்றும் அபுஜஹ்ல் போன்றோரின் எதிர்ப்பால் அவை வெற்றி பெறவில்லை. இனங்களுக்கிடையிலேயான அணி சேர்க்கையைத் தேடிய தனி நபர்களின் மூலமாகத் தடையை நீக்கும் முன்முயற்சிகள் நடைபெற்றன. கஅபாவின் அருகில் மக்கள் கூடியிருந்த நேரத்தில் பனு ஹாஷிம் கோத்திரத்தார் மீதான தடையை எதிர்த்து எல்லோர் முன்னிலையிலும் ஒருவர் பேசத் தொடங்கினார். அப்போது கூட்டத்திலிருந்து இன்னுமொருவர் அவருடன் சேர்ந்து கொண்டார். பின் இன்னுமொருவர் என தடைக்கு ரத்து கோரியவர் எண்ணிக்கை நான்கானது. இதில் அபுஜஹ்ல் தலையிட முயன்றபோது முன்பே இந்த எண்ணத்தைக் கொண்டிருந்து அபுஜஹ்லுக்காக பயந்து கொண்டிருந்தவர்கள் எல்லோரும் ஒன்றாகத் தடையை எதிர்த்தனர். தடையை ரத்து செய்ய வேண்டும் என்ற பேச்சைத் துவக்கி வைத்தவர்களில் ஒருவர் கஅபாவின் உள்ளே சென்று

தொங்க விடப்பட்டிருந்த தடைத் தீர்மானத்தைக் கிழித்தார். தடையில் உறுதியாக இருந்தவர்கள் இந்த எழுச்சியை எதிர்ப்பது பயன் தராது என்று உணர்ந்தனர். தடை விலக்கிக் கொள்ளப்பட்டது. இது பெருந்துன்பம் அனுபவித்துக் கொண்டிருந்த இரண்டு கோத்திரத்தாருக்கும் பெரும் ஆசுவாசமாக இருந்தது.

துயரம் தோய்ந்த ஆண்டு

தடை நீக்கப்பட்ட பல மாதங்கள் கழித்து சிறுதொகையினராக இருந்த முஸ்லிம்களின் நிலை சற்றே மேம்பட்டது. குரேஷியர்களுடன் அவர்கள் மீண்டும் உறவு கொள்ள முடிந்தது. தனது இறைச் செய்தியை இறைத்தூதர் பரப்புவதைத் தொடர்ந்து கொண்டே இருந்தார். அவமதிப்புகளும் மறுதலிப்புகளும் நிற்காத போதும் உமர் இப்னு கத்தாப் இஸ்லாத்தை ஏற்றுக் கொண்டது போன்ற நிகழ்வுகள் மக்கா நகரில் தினந்தோறும் நிகழ்ந்தன.

இருந்தபோதிலும் வேறு சம்பவங்களும் நிகழ்ந்தன. தடை ரத்து செய்யப்பட்ட சில காலத்திலேயே இறைத்தூதரின் மனைவி கதீஜா காலமானார். முஹம்மதுக்கு மனைவியாகவும் அவரது இறை நம்பிக்கைத் தோழராகவும் இருபத்தைந்து ஆண்டு காலம் பெரும் ஆதரவாக விளங்கிய கதீஜாவை இறைப்பணி துவக்கப்பட்ட ஒன்பது ஆண்டுகள் கழித்து கி.பி 619-ல் இறைவன் தன்னிடம் அழைத்துக் கொண்டான். இறைத்தூதரின் மனவேதனை விவரித்துக் கூற முடியாத அளவுக்குக் கடினமான ஒன்றாக இருந்தது. தன்னுடன் கதீஜா இருந்தது இறைவனின் பாதுகாப்பு மற்றும் நேசத்தின் அடையாளம் என்பது அவருக்குத் தெரிந்திருந்தது. கதீஜா அவருடன் இருந்ததன் அருள் ஒளி அவருடைய வாழ்வில் கதீஜா வகித்த பங்கு

ஆகியவை குறித்துப் பின்னாட்களில் வெளியான இறைவசனமொன்றிலிருந்து ஒருவர் நன்கு புரிந்து கொள்ள முடியும். அவ்வசனம் ஒரு கணவனுக்கும் மனைவிக்குமிடையிலான உறவை இப்படி விளக்குகிறது. 'அவர்கள் உங்களுக்கு ஆடையாகவும் நீங்கள் அவர்களுக்கு ஆடையாகவும்'. மன ரீதியாகவும் உடல் ரீதியாகவும் பாதுகாக்கும் ஒரு ஆடையாக கதீஜா விளங்கினார். அது வளத்தை அருளி அதே நேரத்தில் பலவீனங்களையும் சந்தேகங்களையும் மறைக்கும்படியானதொன்றாக இருந்தது. அது ஆறுதலூட்டி வலுப்படுத்தி, கௌரவம் உயர்நிலை மற்றும் நல்லியல்புகளைத் தரும் ஒன்றாக இருந்தது.

குரேஷியர்களிடமிருந்து பாதுகாப்பை வழங்கிய பெரிய தகப்பனார் அபுதாலிப் நோய்வாய்ப்பட்ட நிலையில் கதீஜாவின் மறைவு இருந்தது. இறக்கும் தருவாயில் முஹம்மதைப் பாதுகாத்ததில் தான் மிகவும் மகிழ்ச்சியடைவதாக அபுதாலிப் முஹம்மதிடம் கூறினார். மரணமுறும் முன்பு இறை நம்பிக்கை கொள்ளும்படி முஹம்மது அவரை அழைத்தார். சாவுக்கு பயந்து தான் அதனைச் செய்வதாக குரேஷித் தலைவர்கள் எண்ணக்கூடும் என்று அபுதாலிப் தனது இன கௌரவத்தால் உந்தப்பட்டுக் கூறினார். அவர்கள் மேலும் உரையாடிக் கொள்ள இயலாமல் அபுதாலிப் முஹம்மது அருகிலிருக்கையிலேயே மரணமுற்றார். இளைஞரான முஹம்மதுவை கௌரவத்துடனும் தைரியமாகவும் அதே நேரத்தில் மிகுந்த பாசத்துடனும் மரியாதையுடனும் காத்து வந்த அந்த மனிதர் இஸ்லாத்தைத் தழுவவேயில்லை. அவர்மீது முஹம்மது மிகுந்த மரியாதையும் நேசமும் கொண்டிருந்தார். அவரை

இழந்த துக்கமும் இலேசான ஒன்றாக இல்லை. அந்தத் துக்கத்திலும் கையறு நிலையிலும் ஒரு இறைவசனம் வெளியானது. அது மனத்தின் விருப்பம் குறித்த போதனையாக இருந்தது.

"(நபியே) நீர் நேசிப்பவர்களை(யெல்லாம்) நிச்சயமாக நேர்வழியில் செலுத்திவிட உம்மால் முடியாது. ஆனால் இறைவன் தான் நாடியவர்களை நேர்வழியில் செலுத்துகிறான். மேலும் நேர்வழி பெற்றவர்களை அவன் நன்கறிகிறான்" **(குர்ஆன்).**

சில மாத கால இடைவெளியில் முஹம்மது இரு மடங்கு பலவீனமானதைப் போல் தோன்றியது. தன் மீது மிகுந்த அன்பு செலுத்தித் தன்னைப் பாதுகாத்த ஒருவரை அவர் இழந்துவிட்டார். அந்தத் துக்க நிலையையும் மீறி மக்காவிலிருந்த முஸ்லிம் சமுதாயத்தினரைப் பாதுகாக்கும் வழியை உடனடியாக அவர் தேட வேண்டி வந்தது. மக்கா நகருக்குச் வெளியிலிருந்து ஆதரவைத் திரட்ட முஹம்மது தீர்மானித்தார்.

தாயிஃப் நகரமும் ஒரு அடிமையும்

இஸ்லாமியக் கொள்கையை ஏற்று முஸ்லிம்களை அவர்களுடைய எதிரிகளிடமிருந்து காப்பார்கள் என்ற நம்பிக்கையில் இறைத்தூதர் தாயிஃப் நகருக்குச் சென்று அங்குள்ள தலைவர்களிடம் பேசினார். அங்கு அவர் அலட்சியப் படுத்தப்பட்டு அவர் இறைத்தூதர் என்று சொல்வதை அவர்கள் பரிகசித்தனர். அவர் இறைத்தூதர் என்றால் அறிமுகமற்ற பழங்குடியினரிடம் உதவி கேட்கும்படி இறைவன் அவனது தூதரை எப்படி அனுமதித்தான் என்று அவர்கள் கேட்டனர். இறைச்செய்தி சம்பந்தமாகப் பேசவும் மறுத்த அவர்கள், இறைத்தூதருக்கு

எதிராக மக்களைத் திரட்டினர். அவர் அங்கிருந்து வெளியேறியபோது வசைச்சொற்களால் புண்படுத்தப்பட்டார். சிறுவர்கள் அவரைக் கல்லால் அடித்தனர். அந்நகர மக்கள் மேலும் மேலும் கூடி பரிகசித்தனர். மறுதலிக்கும் அவர்களிடம் இருந்து தப்பிக்கக் கடைசியில் ஒரு பழத்தோட்டத்தில் அவர் புகலிடம் தேட வேண்டி வந்தது. தனியாளாகி தன் மனித குலத்தினரிடமே பாதுகாப்பற்ற நிலையில் அவர் இறைவனிடம் பிரார்த்தனை புரிந்தார். "ஓ இறைவா! எனது பலவீனத்தையும் மனிதர்களிடையில் முக்கியமற்று இருப்பதையும் வளமற்ற எனது நிலையையும் குறித்து உன்னிடம் மட்டுமே நான் வருந்திக் கூற முடியும். கருணையாளர்களிலேயே மாபெரும் கருணையாளனே! பலவீனமானவர்களுக்கெல்லாம் நீயே இறைவன். என்னுடைய இறைவனும் நீயே. எவருடைய கைகளில் என்னை ஒப்படைக்கிறாய்? அறியாதவர்கள் என்னை அவமதிப்பதா? எனது விஷயங்களைக் கையாள்வதை என் எதிரிகளிடம் அளிப்பதா? என் மீது நீ கோபம் கொள்ளாதவரை எனக்கு அச்சமென்பது இல்லை. உனது கருணை மிகு ஆதரவு எனக்குப் பெரிய வழியைக் காட்டும். இருளை அகற்றி ஒளியைத் தரும் உன் பக்கமே நான் அடைக்கலம் தேடுகிறேன். அடுத்து வருவதைச் சரியானதாக்கும் உன் பக்கமே நான் அடைக்கலம் தேடுகிறேன். அதனால் உனது கோபத்திற்கு நான் ஆளாகாமலுமிருக்கிறேன். உனது அருளின்றி ஏதுமில்லை. உன்னிலல்லாது வலிவோ சக்தியோ ஏதுமில்லை".

அவரது பிரார்த்தனை அவர் நம்பிக்கை கொண்டவனும் பாதுகாப்பாளனுமான ஓரிறைவனிடமானதாக இருந்தது. வேறு வழியே

இல்லாத நிலையில் அவர் இறைவனிடம் வேண்டினார். தனது நோக்கம், சேவை குறித்தான சந்தேகங்களாக அவை இல்லை. உதவியற்ற ஒரு மனிதனாகவும் இறைப்பணியைச் செய்ய முடியாமல் போகும் நிலைக்காகவுமே அவரது பிரார்த்தனை இருந்தது. மற்ற மக்களிடம் இருந்து நீங்கி, தனது நம்பிக்கையில் தனித்துவம் கொண்டு அளவற்ற கருணை மிக்கவனான இறைவன் மீது நம்பிக்கை வைத்து அந்தச் சூழ்நிலையில் தன்னை இறைவனின் கைகளில் அவர் ஒப்படைத்தார். தனக்கு மிகவும் நெருக்கமானவனாக இருந்த இறைவனிடம் தான் கொண்டிருந்த உறவின் மூலம் தனது தெளிவான இறை நம்பிக்கையை இப்பிரார்த்தனை மூலம் அவர் எடுத்துக் காட்டினார். மிகப் பிரபலமான இப்பிரார்த்தனை மனிதனின் இயலாமையையும் இறைத்தூதரின் அசாதாரணமான ஆன்ம பலத்தையும் காட்டுகிறது. ஆதரவற்றுத் தனியாக இருப்பதாகத் தோன்றும் தான் அந்நிலையில் தனித்தவனாக இல்லை என்பது அவருக்குத் தெரிந்திருந்தது. அந்தப் பழத் தோட்டத்திற்குள் முஹம்மது நுழைவதைத் தொலைவிலிருந்து பார்த்த அந்தத் தோட்டத்தின் உடைமையாளர்கள் இருவர் அவர் கையுயர்த்துவதையும் பிரார்த்திப்பதையும் கண்டார்கள். கிறிஸ்தவரான அடாஸ் என்ற தங்கள் அடிமை மூலம் திராட்சைக் கொத்தொன்றை அவருக்குக் கொடுத்தனுப்பினர். அடாஸ் அவரிடம் திராட்சைக் கொத்தைக் கொடுத்தபோது அவர் இறைவனின் பெயரால் தொடங்குகிறேன் என்ற பொருள் படும்படி "பிஸ்மில்லாஹ்" என்று சொல்வதை அந்த அடிமை கேட்டார். அடாஸ் அவ்வார்த்தைகளைச் சொன்ன மனிதரைப் பற்றி

இறைத்தூதர் முஹம்மது | தாரிக் ரமதான் | 137

ஆச்சர்யமாக விசாரித்தார். கிறிஸ்தவராயிருந்த அவர் பல தெய்வ வணக்கக்காரர்கள் அப்படிச் சொல்வதை ஒருபோதும் கேட்டிருக்கவில்லை. அடாஸ் எவ்விடத்தைச் சேர்ந்தவர் என்று முஹம்மது கேட்டபோது, அடாஸ் தான் நைனவேயிலிருந்து வந்துள்ளதாகக் கூறினார். "மட்டாவின் மகனான நீதி தவறாத ஜோனாவின் தேசம்!" என்று முஹம்மது சொன்னவுடன் இம்மனிதருக்கு எப்படி அது தெரியும் என்று திகைப்புற்றார் அடாஸ். தான் ஒரு கிறிஸ்தவன் என்று தன்னைப் பற்றி சொல்லிக் கொண்ட அடாஸ் அவர் யார் என்றும் அவருக்கு எப்படி ஜோனாவைப் பற்றிய அறிவு வந்தது என்றும் கேட்டார். இறைத்தூதர் அவரிடம் சொன்னார் "ஜோனா என் சகோதரர். அவர் இறைத்தூதராக இருந்தார். நானும் ஒரு இறைத்தூதராகவே இருக்கிறேன்". (ஜோனா - இறைத்தூதர் யூனுஸ்).அடாஸ் அவரைச் சற்று நேரம் உற்று நோக்கினார். பின் அவரது தலை, கைகள் மற்றும் கால்களில் முத்தமிட்டார். இதனைக் கண்ட அவரது எஜமானர்கள் அதிர்ச்சியடைந்தனர். அடாஸ் அவர்களிடம் சென்று அவருக்குத் தெரிந்த விஷயங்கள் ஒரு இறைத்தூதர் மட்டுமே தெரிந்து கொள்ள முடிந்தவை என்றார். சில நிமிட நேர பேச்சுக்களுக்குப் பிறகு அடாஸ் இஸ்லாத்தை ஏற்றுக் கொண்டார். அபிஸீனியாவின் அரசரும் இரண்டு இறைச் செய்திகளுக்குமிடையிலான தொடர்பை உடனடியாக அங்கீகரித்தார். கிறிஸ்தவரான அடாஸூம் அப்படியே செய்தார். கிறிஸ்துவர்களான அவர்கள் துயரடைந்து தனியாக்கப்பட்ட நிலையில் முஹம்மதை இருமுறை நம்பிக்கையுடன் மரியாதை அளித்து இருக்க இடமும் அளித்தனர். ஒரு அரசர் முஸ்லிம்களை வரவேற்றுப் பாதுகாத்தார்.

எல்லோரும் அவரையும் அவர் கொண்டு வந்த செய்தியையும் மறுதலித்தபோது இறைத்தூதருக்கு ஒரு அடிமை சேவைகள் புரிந்தார்.

பின்னர் மக்காவை நோக்கி முஹம்மது புறப்பட்டார். குதிரை மீது அமர்ந்த ஒரு மனிதரை வழியில் இறைத்தூதர் கண்டார். அக்குதிரை மீதமர்ந்து வந்து கொண்டிருந்தவரிடம் மக்காவில் அவரது உறவினரான செல்வாக்கு மிக்க ஒருவரின் பாதுகாப்பைத் தனக்குப் பெற்றுத் தர முடியுமா என்று முஹம்மது கேட்டார். அம்மனிதர் அதனை எற்றுக் கொண்டு அவர்தம் உறவினரிடம் கேட்டபோது அவ்வுறவினர் பாதுகாப்பளிக்க மறுத்துவிட்டார். அதே போன்று இன்னொருவரும் மறுத்துவிட்டார். அபாயகரமானதொரு சூழலில் மக்கா நகருக்குள் செல்லாமல் முதல் இறைவசன வெளிப்பாடு கிட்டிய ஹீரா குகைக்குச் சென்றார். இறுதியாக அவர் பாதுகாப்பை கோரிய நவஃபல் கோத்திரத்து முடிம் இறைத்தூதரை கஅபாவில் வைத்து வாழ்த்தி ஏற்றுக்கொண்டார்.

இரவுப் பயணம்

இரவு நேரத்தில் கஅபா ஆலயத்திற்குள் செல்வதை இறைத்தூதர் மிகவும் விரும்புவார். அங்கு அவர் நீண்ட நேரம் நின்ற நிலையிலேயே இறைவணக்கத்தில் ஈடுபடுவார். ஒரு மாலை நேரத்தில் மிகவும் சோர்வாகவும் உறங்கியே ஆக வேண்டும் என்றும் அவர் உணர்ந்தார். எனவே கஅபாவின் அருகே அவர் தரையில் படுத்துறங்கி விட்டார். வானவர் ஜிப்ரீல் அவரிடம் வந்ததாகப் பின்னர் முஹம்மது கூறினார். அவரை அசைத்து இருமுறை ஜிப்ரீல் எழுப்பினார். ஆனால் முஹம்மது எழாமல் உறங்கிக்கொண்டிருந்தார். மூன்றாவது முறை வானவர் அவரைப் அசைத்ததும்

முஹம்மது கண்விழித்தார். வானவர் அவரை பள்ளியின் கதவு வரை அழைத்துச் சென்றார். அங்கே வெண்ணிறத்தில் கோவேறுக் கழுதையும் கழுதையும் இணைந்தது போன்ற தோற்றத்தில் இறக்கைகளுடன் ஒரு மிருகம் அவர்களுக்காகக் காத்திருந்தது. அல்புராக் என்ற பெயருடைய அதன் மீது ஏறி அமர்ந்து ஜிப்ரீலுடன் சேர்ந்து ஜெருசலேம் நகர் நோக்கிப் பயணமானார். அங்கே முஹம்மது அவருக்கு முன்னர் இறைத்தூதர்களாக இருந்த ஆப்ரஹாம் மற்றும் மோஸஸுடன் மற்றவர்களையும் சந்தித்தார். அந்த ஆலய வளாகத்தில் அவர்களுக்குத் தொழுகை நடத்தினார். இறைவணக்கம் முடிந்ததும் வானவர் ஜிப்ரீலுடன் இடமும் காலமும் கடந்த நிலையில் உயர்த்தப்பட்டார். ஏழு வானங்களைக் கடந்து போகும் வழியில் அவர் இன்னும் பல்வேறு இறைத்தூதர்களையும் சந்தித்தார். சுவன லோகத்தின் வனப்பைக் கண்டார். பின் பரிபூரண எல்லையின் கமலத்தை அவர் அடைந்தார். அங்குதான் ஐ வேளை இறைவணக்கம் கடமையாக்கப்பட்டு முஸ்லிம் சமூகத்தின் கருதுபொருட்கள் குறித்த இறைவசன வெளிப்பாட்டையும் அவர் பெற்றார்.

"அவரது இறைவனிடத்திலிருந்து வந்த செய்தியை முஹம்மது நம்பினார். இறை நம்பிக்கையாளர்களைப் போலவே ஒவ்வொருவரும் இறைவனையும் மலக்குமார் என்றழைக்கப்படும் தேவதைகளையும் இறை வேதங்களையும் இறைத்தூதர்களையும் நம்பினார்கள்". அவர்கள் கூறினர், "நாங்கள் செவியுறுகிறோம், அடிபணிகிறோம். உனது மன்னிப்பைத் தேடுகிறோம், எங்கள் இறைவா அனைத்துப் பயணங்களும் உன்னிடமே முடிகின்றன".

வானவர் ஜிப்ரீலால் புராக் என்ற அந்த வாகனம் மூலம் மீண்டும் ஜெருசெலேம் கொண்டு செல்லப்பட்டு பின் மக்காவுக்கு அவர் கொண்டு வரப்பட்டார். வரும் வழியில் மக்காவை நோக்கி வியாபாரக் கூட்டம் ஒன்று வருவதையும் அவர் கண்டார். அவர் கஅபாவை வந்தடைந்தபோது இன்னும் இரவாகவே இருந்தது. வானவரும் வாகனமும் சென்றவுடன் தனது நம்பிக்கைக்கு மிகவும் பாத்திரமானவராயிருந்த தோழர் உம்மு ஹானி என்பவரின் இல்லத்தை நோக்கிச் சென்றார். தனக்கு நேர்ந்ததைப் பற்றி அவரிடம் இறைத்தூதர் கூறினார். அதனை எவரிடமும் கூற வேண்டாம் என்று அத்தோழர் கூறவே இறைத்தூதர் அதனை மறுத்துவிட்டார். பின்னாட்களில் அந்த அனுபவத்தைக் குறித்து குர்ஆன் தெரிவிக்கிறது 'அல் இஸ்ரா' (இரவுப் பயணம்) என்ற பெயருடைய ஒரு அத்தியாயம் அச்சம்பவத்தைக் குறித்துக் கூறுகிறது. இறைவன் பரிசுத்தமானவன். அவன் தன் அடியானை புனிதமான பள்ளியிலிருந்து தூரத்திலிருக்கும் பள்ளிக்குப் பயணியாக எடுத்துச் சென்றான். அப்பள்ளியோ (இறைவனால்) மிகவும் ஆசீர்வதிக்கப்பட்ட அபிவிருத்தியுடைய பள்ளியாகும். நம்முடைய அத்தாட்சிகளை அவருக்குக் காண்பிப்பதற்காக நாம் அவ்வாறு அழைத்துச் சென்றோம். நிச்சயமாக அவன் (யாவற்றையும்) செவியுறுவோனாகவும் பார்ப்பவனாகவும் இருக்கிறான் **(குர்ஆன்)**.

அது அன் நஜ்ம் (நட்சத்திரம் என்ற அத்தியாயத்திலும் குறிப்பிடப்படுகிறது.

அந்த இரவுப் பயணம் குறித்தான செய்திகளை முஹம்மது விவரித்தது பல விமர்சனங்களைக் கொண்டு வந்தது. இஸ்லாமிய

அறிஞர்களிடையேயும் பின்னாட்களில் பல கருத்துக்களை அது ஏற்படுத்தியது. முஹம்மது கஅபாவுக்குச் சென்று அந்த இரவுப் பயணத்தைப் பற்றி கூறியதும் பரிகாசமும் கேலியும் பல்வேறு கருத்துக்களும் எழுந்தன. பல வாரப் பயணம் செய்ய வேண்டியிருந்த ஜெருசலேம் நகருக்கு ஒரே இரவில் சென்று வந்ததையும் அதற்கும் மேலாக ஓரிறைவன் முன்பு அவர் உயர்த்தப் பட்டதாகக் கூறியதும் முஹம்மது மனம் பேதலித்த பைத்தியக்காரர் என்பதற்கான நிரூபணம் என்று குரேஷியர் பெருமிதம் கொண்டனர். அவரது மனம் பேதலித்திருந்தது தெளிவாகத் தெரிவதாக அவர்கள் எண்ணினர்.

அந்த இரவுப் பயண அனுபவம், இறைத் தூதரின் வாழ்க்கை இறைவனின் அன்பளிப்பு என்பதைக் காட்டும் ஒரு அரிய நிகழ்வாக இருந்தது. தனது தூதருக்கு சமர்ப்பிக்கப்பட்டதாகவும், முஹம்மதுக்கும் அவரைச் சார்ந்திருந்தவர்களுக்கும் அது ஒரு பரிசோதனையாகவும் இருந்தது. அச்சம்பவம் இறைத்தூதர் மீதும் அவரது செய்திகள் மீதும் பற்றுக் கொண்டவர்களுக்கும் அச்சம்பவத்தையும் அவரையும் நம்பாதவர்களையும் பிரித்துக் காட்டும் எல்லைக்கோடாக விளங்கியது. குரேஷியர் குழு ஒன்று அபுபக்கரிடம் சென்று பைத்தியக்காரத்தனமாக அவர் நண்பர் கூறுவது பற்றி கேட்டபோது அபுபக்கரின் நேரடியான உடனடி பதில் அவர்களைத் திகைப்பிலாழ்த்தியது. "அவர் அப்படிச் சொல்லியிருந்தால் அது உண்மையாகவே இருக்கும்" ஒரு மிகச் சிறு கணம் கூட சந்தேகம் கொள்ளாத நம்பிக்கையை அபுபக்கர் இறைத்தூதர் மீது கொண்டிருந்தார். அதற்குப் பின்னர் அபுபக்கர் இறைத்தூதரிடம் சென்று

கேட்டபொழுது இறைத்தூதர் அந்தச் செய்தியை உறுதிப்படுத்தியதும் அபுபக்கர் மிகவும் வேகமாக இப்படிக் கூறினார், "நான் உங்களை நம்புகிறேன். நீங்கள் எப்போதும் உண்மையையே பேசி வந்திருக்கிறீர்கள்". அந்த நாள் முதல் அபுபக்கரை இறைத்தூதர் உண்மையாளர் - உண்மையை நிச்சயப்படுத்துபவர் என்ற பொருளுடைய 'அஸ்ஸித்திக்' என்ற அடைமொழியுடன் அழைக்கலானார்.

இஸ்லாத்தை ஏற்றிருந்த முஸ்லிம்கள் கடும் இன்னல்களுக்காளாகியிருந்த நேரத்தில் முஹம்மதின் இரவுப் பயண நிகழ்வு கூறப்பட்டது. சில முஸ்லிம்கள் இஸ்லாத்தை விட்டுச் சென்றனர். ஆனால் பெரும்பான்மையினர் முஹம்மதின் மீது நம்பிக்கை கொண்டனர். அவர் கூறியதை மெய்ப்பிக்கும்படியான சம்பவங்கள் சில வாரங்கள் கழித்து நடந்தன. அவர் அப்பயணத்தின் போது சில வர்த்தகக் கூட்டத்தினரை வழியில் கண்டிருந்ததும் மற்றவையும் அவர் கூறியபடியே இருந்தது. அவர்களைப் பற்றி அவர் மிகத் துல்லியமாகக் கூறியிருந்தார். முஸ்லிம்களுக்கு இதன் காரணமாக மனதில் வலிமை கூடியது. இதன் பின்னர் இந்த ஆன்மிகக் கூட்டத்தின் முன் வரிசையில் அபுபக்கரும் உமர் இப்னு கத்தாபும் எப்போதும் இருந்தனர். அந்த இரவுப் பயணம் ஆன்மிகம் மட்டுமேயான ஒன்றா அல்லது ஸ்தூல உடலுடன் நிகழ்ந்ததா என்பதைப் பற்றி இஸ்லாமிய அறிஞர்கள் சிந்தித்துக் கொண்டே இருந்தனர். ஆன்மாவும் உடலும் சேர்ந்த பயணமாகவே அது இருந்தது என்று பெரும்பான்மையான அறிஞர்கள் கருதுகின்றனர். எல்லாவகையிலும் கவனிக்கும்போது இறைத்தூதரின் இந்த

அனுபவம் மூலம் கிட்டும் போதனைகளுக்கு முன் இந்தக் கேள்வி முக்கியமற்றுப் போய்விடுகிறது. முதலாவதாக, ஜெருசலேம் நகரின் முக்கியத்துவம். ஆரம்பத்தில் ஜெருசலேம் நகரம் இருந்த திசை நோக்கியே இறைத்தூதர் இறை வணக்கத்தில் ஈடுபட்டார். அந்த இரவுப் பயணத்தின் போது அந்நகர ஆலயத்தில் அனைத்து இறைத்தூதர்களுக்கும் அவர் தலைமையாயிருந்து தொழுகை நடத்தினார். அவ்வகையில் இறைத்தூதர் அந்நகரை நோக்கி இறைவணக்கத்தில் ஈடுபட்டதில் அந்நகரம் மையப்புள்ளியாகவும் அனைத்து இறைத்தூதர்களும் ஒருமித்துத் தொழுததில் பிரபஞ்சம் முழுமைக்குமான ஒருமை எனவுமான இரட்டை போதனைகள் உள்ளன. பின்னர் மதீனா நகரிலிருந்தபோது இறைவணக்கம் செய்யும் திசை கஅபா நோக்கி மாற்றப்பட்டது. அதாவது இஸ்லாம் மற்றும் யூத மதம் இரண்டையும் வேறுபடுத்திக் காட்டுவதற்காக அப்படி செய்யப்பட்டது.ஆனால் இது எவ்வகையிலும் ஜெருசலேம் நகரைக் குறைத்துக் காட்டுவதற்காக செய்யப்பட்டது அல்ல. கஅபாவை மிகவும் புனிதமான பள்ளி என்றும் ஜெருசலேம் நகரிலுள்ள அல் அக்ஸா பள்ளியைத் தொன்மையான பள்ளி என்றும் கூறும் குர்ஆனின் வாசகங்கள் இவ்விரு நகரங்களுக்கிடையேயான ஆன்மிக மற்றும் புனிதமான தொடர்பைக் காட்டுவதாக உள்ளது.

அப்பயண அனுபவம் தரும் இரண்டாவது போதனை முழுமையான ஆன்மிகம் சார்ந்த ஒன்றாகும். பூமியில் இறைத்தூதர் மூலம் வெளியான இறைவசனங்களிலிருந்து மாறுபட்டு, இரவுப் பயணத்தின் போது இறைத்தூதர் மூலம் வெளியான இறைவசனங்கள் இஸ்லாம்

மார்க்கத்தின் ஐந்து தூண்களையும் இறைவணக்கம் கடமையாக்கப்பட்டது பற்றியும் கூறுகின்றன. இறைத்தூதர் சுவனத்திற்கு உயர்த்தப்பட்டு இஸ்லாமிய வணக்கத்தின் அடிப்படைகளையும் முறையாகச் செய்ய வேண்டியவற்றையும் குறித்தான போதனைகளைப் பெற்றார். இறைநம்பிக்கையாளர்கள் அவற்றின் அமைப்பை ஏற்று அவற்றின் சரியான பொருளையும் புரிந்து கொள்ள வேண்டியவைகயாக அவை இருந்தன. காரண காரியங்களைக் கொண்டு சமூக விஷயங்களில் தெளிவு பெறுவது போலல்லாமல் ஆராயும் மனப்பான்மையை இறை நம்பிக்கையின் பெயராலும் பணிவடக்கத்தினைக் காண்பிக்கும் முகமாகவும் இறைவெளிப்பாடுகள் விடுக்கும் கட்டளைப்படி மக்கள் செயலாற்ற வேண்டும். மூளை கேட்டுச் செயல்படும்படியும் இதயம் நேசிக்கும்படியான நியதிகளையும் செய்ய வேண்டிய கருமங்களையும் இறைவன் பரிந்துரைக்கிறான். வானுக்கு உயர்த்தப்பட்டுக் கடமையான இறைவணக்கத்தை இறைத்தூதர் பெற்று மிக உன்னதமான இறைவனை மறக்காமல் நினைவு கூர்ந்து கொண்டே, அவனுடன் தொடர்பு கொண்டே தன்னிலிருந்தும் உலகியல் விஷயங்களிலிருந்தும் மாயைகளிலிருந்தும் விலகி இருக்கும் வகையில் ஐந்து வேளைத் தொழுகை கடமையாக்கப்பட்டது. இறைத்தூதரின் இந்த மிஃராஜ் என்னும் இரவுப் பயணம் வெறும் ஆன்மிக அனுபவமாக மட்டுமல்லாமல் இறைவணக்கத்தின் முக்கியத்துவத்தைக் கூறும் ஒன்றாகவும் உள்ளது. அவ்வணக்கம் காலம், வெளி போன்றவற்றிலிருந்து நம் மனதை விலக்கி இவ்வுலக வாழ்க்கைக்குப்

பின்னரான நிரந்தர வாழ்வைப் பற்றிப் புரிந்து கொள்ளச் செய்யும் ஒன்றாக உள்ளது.

வெளியேறுதலை நோக்கி

இறைத்தூதரின் மனைவி கதீஜாவும் பெரிய தகப்பனார் அபுதாலிபும் இறந்த ஓராண்டு கழித்து அதாவது கி.பி. 620-ல் கஅபாவுக்கான புனித யாத்திரைக்காலமும் மக்கா நகரின் ஆண்டுச் சந்தைக் காலமும் நெருங்கிக் கொண்டிருந்தன. எதிர்ப்புகள், மறுதலிப்புகள் விலக்கப்படல்களுக்கிடையிலும் முஹம்மது தனது போதனையைத் தொடர்ந்து கொண்டிருந்தார். ஏரக்குறைய நூறு முஸ்லிம்கள் அபிஸீனியாவில் பாதுகாப்பாக வாழ்ந்து கொண்டிருக்கையில் மக்காவிலிருந்த முஸ்லிம்களின் பிரச்சனைகளுக்குத் தீர்வு ஏதும் தோன்றுவதாயில்லை. அரேபியத் தீபகற்பத்தின் அனைத்துப் பகுதிகளிலிருந்தும் மக்கா நகரை நோக்கி வந்திருந்த யாத்திரிகர்கள் விழாக்காலம் முழுக்கத் தங்கி இருக்கும்படியாக மினா என்னும் இடத்தில் முகாமிட்டனர். தொலை தூரப் பிரதேசங்களில் வாழ்ந்து இந்தப் புதிய இறைச் செய்தியைப் பற்றி முழுவதும் அறியாமல் கேள்விப்பட்டு மட்டுமே இருந்த ஆண்களும் பெண்களும் நிறைந்திருந்த இடத்தில் முஹம்மது அடிக்கடி சென்று இறைச்செய்தியைக் கூறி வந்தார். அவர்களிடமிருந்து ஆதரவான எதிர்வினை கிடைப்பது மிகவும் கடினமான ஒன்றாக இருந்தது. மினாவுக்கு அருகிலிருந்த அல் அக்கபா என்ற இடத்தில் யத்ரிப் நகரிலிருந்து வந்திருந்த குழு ஒன்றினை இறைத்தூதர் சந்தித்தார். யத்ரிப் நகரிலிருந்த இரண்டு பெரும் போட்டிக் குழுவினருள் ஒருகுழுவான கஸ்ரஜ் இனத்தைச் சேர்ந்தவர்களாக அவர்கள் இருந்தனர். அவர்களிடம்

தனது இறைச் செய்தியை இறைத்தூதர் கூறலானார். யூதர்கள் மூலம் இச்செய்தியை முன்னரே கேட்டிருந்த அவர்கள் இன்னும் மேலதிகமாகத் தெரிந்து கொள்ள விரும்பினார்கள். அவர்கள் இறைத்தூதரின் செய்தியைக் கவனமாகக் கேட்டனர். பின்னர் அவர்கள் இஸ்லாத்தை ஏற்றுக் கொண்டனர். அந்த இறைச் செய்தியைத் தமது கூட்டத்தாரிடம் நிச்சயம் தெரிவிப்பதாகவும் இறைத்தூதருடன் நிலையான தொடர்பு கொள்வதாகவும் அவர்கள் உறுதி கூறினர். அவர்கள் யத்ரிப் நகருக்குத் திரும்பி இறைத்தூதர் அளித்த இறைச்செய்தியைப் பரப்பத் தொடங்கினர்.

இஸ்லாத்தை ஏற்பவர்களின் எண்ணிக்கை மக்கா நகரில் அதிகரித்த வண்ணமிருந்தது. முஹம்மது தமது அழைப்பைத் தொடர்ந்த வண்ணமேயிருந்தார். மீண்டும் திருமணம் செய்து கொள்ளும்படி பலரும் அவரிடம் கூறினர். திருமணம் செய்வதற்கான பெண்களையும் அவர்கள் முன் மொழிந்தனர். ஆனால் இறைத்தூதர் அவற்றை சட்டை செய்யவில்லை. இருந்தபோதும் அபுபக்கரின் மகளான ஆயிஷாவைத் திருமணம் செய்வது போல் அவர் கனவு கண்டார். கதீஜாவின் மரணத்திற்குப் பின் அவரைக் கவனித்துக் கொண்ட கவ்லா என்பவர் இறைத்தூதரை மறுமணம் செய்துகொள்ளுமாறு கூறி இரண்டு பெண்களின் பெயர்களை முன் மொழிந்தார். ஒருவர் அபிஸீனியாவிலிருந்து அப்போதுதான் திரும்பியிருந்த முப்பது வயது விதவையான சவ்தா. மற்றொருவர் அபுபக்கரின் மகளான ஆயிஷா. ஆயிஷாவைத் தான் மணம் செய்வதாக இருமுறை கனவு கண்டதையும் இப்போது கவ்லா கூறுவதையும் கேட்ட இறைத்தூதர் அந்தத் திருமண

பந்தம் சாத்தியமாவதற்கு என்ன செய்ய வேண்டும் என்பதைக் கண்டறியும்படி கவ்லாவிடம் கூறினார். பல தார மணம் என்பது ஒரு நியதியாகவே அரேபியாவில் அந்தக் காலங்களில் இருந்தது. ஆனால் இறைத்தூதர் இதற்கு விதி விலக்காக இருப்பத்தைந்தாண்டு காலம் மணம் புரியாமல் தனித்தே வாழ்ந்து வந்தார். ஆயிஷாவை மணம் கொள்வது எளிய காரியமாக அமைந்தது. அவரிடம் திருமணம் பற்றி முன்மொழியப்பட்டதும் அவர் உடனடியாக ஏற்றுக்கொண்டு அடுத்த சில மாதங்களிலேயே திருமணம் நிகழ்ந்து விட்டது. ஆனால் அக்காலத்தைய அரேபிய கலாசாரப்படி முதிம் என்பவரின் மகனுக்கு தன் மகளான ஆயிஷாவை மணம் செய்வித்து வைப்பதாக அபுபக்கர் வாக்களித்திருந்தார். அந்த வாக்களிப்பை முறித்துக் கொள்ள அபுபக்கர் முதிமிடம் பேச வேண்டி இருந்தது. முஹம்மதுவின் இரண்டாவது மனைவியாக ஆயிஷா ஆனபோதிலும் அவர்களது மணவாழ்க்கை பல ஆண்டுகள் தொடங்கப்படாமலே இருந்தது.

ஒரு ஆண்டு கழித்து கி.பி. 621-ல் யாத்ரிகர்களும் வர்த்தகர்களும் மக்காவில் குவியலானார்கள். அல் அக்கஅபாவில் இறைத்தூதரும் யத்ரிபிலிருந்து வந்த குழுவினரும் சந்திக்கையில் யத்ரிப் நகரில் ஏற்பட்டுள்ள மாற்றம் பற்றி கூறினார்கள். யத்ரிபிலிருந்து வந்த பன்னிரெண்டு பேரில் கஸ்ரஜ் இனமல்லாது அவர்களது போட்டி இனமான அவ்ஸ் கூட்டத்திலிருந்தும் இருவர் வந்திருந்தனர். ஓரிறையை மட்டுமே வணங்குவதாகவும் இஸ்லாமியக் கடமைகளை ஒழுங்காகப் பேணுவதாகவும் இறைத்தூதருடன் அணி சேர்வதாகவும் அவர்கள் வாக்களித்தனர்.

அவ்வகையில் யத்ரிப் நகரின் முதல் முஸ்லிம் சமூகமாக அவர்கள் ஆனார்கள். விவேகமும் அமைதியும் நிரம்பிய, குர்ஆனை மிக இனிய முறையில் ஓதக்கூடிய, அபிஸீனியாவிலிருந்து திரும்பி இருந்த முஸாப் இப்னு உமைர் என்னும் தன் தோழரை அவர்களுடன் இறைத்தூதர் அனுப்பி வைத்தார்.

அக்குழுவினர் யத்ரிப் நகரில் இஸ்லாமியப் பிரச்சாரத்தை மேற்கொண்டனர். முஸாப் குர்ஆனை ஓதிக் காண்பித்து, கேள்விகளுக்கு விடையளித்து இஸ்லாமியக் கோட்பாடுகளைக் கற்பித்து வந்தார். பழங்காலம் முதலே பகைமை காட்டி வந்த அவ்ஸ் கூட்டத்திலிருந்தும் கஸ்ரஜ் கூட்டத்திலிருந்தும் பலர் புதிய மதத்தை ஏற்றனர். அவர்கள் தங்களுக்கிடையிலான பகைமை மறைந்து போனதைக் கண்டனர். இஸ்லாத்தின் சகோதரத்துவம் பற்றிய செய்திச் அவர்களை இணைத்துவிட்டது. இருந்தபோதும் இனக்குழுக்களின் தலைவர்கள் இஸ்லாத்தை ஏற்காமலே இருந்தார்கள். அவர்கள் தாக்கியபோதும் கடுமையாக நடந்து கொண்ட போதும் முஸாப் உணர்ச்சி வசப்படாமல் அமைதியாக "அமருங்கள், செய்தியை செவிமடுத்துக் கேளுங்கள், உங்களுக்குப் பிடித்திருந்தால் ஏற்றுக் கொள்ளுங்கள், உங்களுக்குப் பிடிக்கவில்லை என்றால் விட்டு விடுங்கள்" என்று மென்மையாகக் கூறுவார். இஸ்லாத்தை ஏற்றுக் கொண்டவர்களின் எண்ணிக்கை மிக அதிகமானது. ஏன் இனத் தலைவர்கள் கூட இஸ்லாத்தை ஏற்றுக் கொண்டனர்.

அதனைத் தொடர்ந்த ஆண்டின் புனிதப் பயணத்தின்போது இரண்டு பெண்கள் உட்பட எழுபத்து மூன்று பேரைக் கொண்ட யத்ரிப் நகரின்

முக்கியமான முஸ்லிம் குழுவினரை இறைத்தூதர் சந்தித்தார். அதில் அவ்ஸ், கஸ்ரஜ் என்ற இரு கூட்டத்தாரும் இருந்தனர். இஸ்லாத்தைத் தாங்கள் ஏற்றுக் கொண்ட நற்செய்தியை இறைத்தூதருக்குத் தெரிவிப்பதற்காக அவர்கள் வந்தனர். சிறிது நேர பரஸ்பர பேச்சுக்களுக்குப் பின்னர் அக்குழுவினர் இறைத்தூதரையும் மக்காவில் இருந்த முஸ்லிம்களான பெண்களையும் குழந்தைகளையும் காப்பதாக உறுதியளித்தனர். இந்த இரண்டாவது சந்திப்பு மக்காவின் முஸ்லிம்களுக்குப் பாதுகாப்பு அளிப்பது, புகலிடம் கொடுப்பது போன்றவற்றில் யத்ரிப் முஸ்லிம்களுக்கான கடப்பாட்டினை ஏற்படுத்தி நல்லதொரு எதிர்காலத்தின் வாயிலையும் திறந்து வைத்தது. அப்பொழுது முதல் முஸ்லிம்களை யத்ரிப் நகருக்கு இடம்பெயற இறைத்தூதர் ஊக்குவித்தார். அவருடைய தோழர்கள் அவருடனே இருந்தனர்.

முஸ்லிமல்லாதோருடன்

இஸ்லாத்தை ஏற்காத இனக்குழு உறுப்பினர்களுடனும் அவர்களது சொந்த பந்தங்களுடனும் வலுவானதொரு உறவை முஹம்மது பராமரித்து வந்தார். அவரின் பெரிய தந்தையரான அபுதாலிபின் மரணம் வரை முஹம்மது அவருடன் நல்லுறவில் இருந்ததே இதற்கு சாட்சி. மற்றொரு பெரிய தகப்பனாரான அப்பாஸ் என்பவர் இஸ்லாத்தை ஏற்கவில்லை என்றாலும் அவர் இறைத்தூதருடனேயே இருந்தார். அவர் மீது அளப்பரிய நம்பிக்கையை முஹம்மது கொண்டிருந்தார். அவருடன் ரகசியங்களைப் பகிர்ந்து கொள்ள இறைத்தூதர் தயங்கியதே இல்லை. மிக முக்கியமான சந்திப்புகளிலும் கூட அப்பாஸ் இறைத்தூதருடன் இருப்பார்.

புலம்பெயர்ந்து செல்வதற்கான இரகசியத் தயாரிப்புகளில் ஈடுபட்டிருந்தபோது கூட அத்தகவல்களை அப்பாஸுடன் இறைத்தூதர் பகிர்ந்து கொண்டார்.

அபிஸீனியாவுக்கு முஸ்லிம்கள் நம்பிக்கையுடன் புலம்பெயர்ந்து சென்றதைப் போன்ற நம்பிக்கையாக அது இருந்தது. முஸ்லிம் அல்லாதவராயிருந்த அபிஸீனிய அரசர் மீது இறைத்தூதருக்கு நம்பிக்கை இருந்தது. இத்தகையதானதொரு மனநிலையை இறைத்தூதரின் வாழ்க்கை முழுதும் காண முடியும். கொள்கைகளையும் நியதிகளையும் மதித்து நம்பிக்கையின் அடிப்படையில் உறவுகளை இறைத்தூதர் அமைத்துக் கொண்டார். அது ஒரே மதம் என்ற வகையிலானதாய் இருக்கவில்லை. அவரது தோழர்களும் கூட இதனைச் சரியாகப் புரிந்து கொண்டு முஸ்லிமல்லாதோருடன் பரஸ்பர மரியாதை மற்றும் நம்பிக்கை சார்ந்த நட்புறவை வைத்துக் கொள்ளத் தயங்கியதில்லை. அது நெருக்கடி மிகுந்த அபாயகரமான சூழலில் கூட இருந்தது. தன் கணவரைத் தேடி தனியாளான உம்மு ஸலாமா என்பவர் தன் மகனுடன் மதீனா செல்லலானார். முஸ்லிமல்லாத உத்மான் இப்னு தல்ஹா என்பவர் அவர் கணவரிடம் சென்றுசேறும்வரை அவருக்குப் பயணத்தில் பாதுகாப்பாக இருந்தார். அப்பெண்மணி அவர் மீது நம்பிக்கை வைக்கத் தயங்கவில்லை. அப்பெண்மணியுடனும் அவர் மகனுடனும் பாதுகாப்பாக வந்த உத்மான் இப்னு தல்ஹா அவர் கணவரிடம் அவர்களைச் சேர்ப்பித்துவிட்டு மிக இனிமையான முறையில் விடைபெற்றார். அம்மனிதரின் நல்லுயர் குணத்தைப் பற்றிக் கூறி

அவரை உம்மு ஸலாமா எப்போதும் பாராட்டி வந்தார்.

இறைத்தூதரோ அல்லது மற்ற முஸ்லிம்களோ மாற்று மதத்தாருடன் சமூக மனிதாபிமான உறவு கொள்ளத் தயங்கியதே இல்லை என்பதற்கான உதாரணங்கள் கணக்கிலடங்காதவை. பரஸ்பர மரியாதையுடன் அத்தகைய நட்புறவுகளைக் கொள்வது மிகச் சரியானது என்பதை குர்ஆனின் இவ்வசனம் விளக்குகிறது.

"மார்க்க (விஷய)த்தில் உங்களிடம் போரிடாமலும் உங்கள் இல்லங்களிலிருந்து உங்களை வெளியேற்றாமலும் இருந்தார்களே அவர்களுக்கு நீங்கள் நன்மை செய்வதையும் அவர்களுக்கு நீங்கள் நீதி செய்வதையும் இறைவன், விலக்கவில்லை. நிச்சயமாக இறைவன் நீதி செய்பவர்களை நேசிக்கிறான்". *(குர்ஆன்)*

தனது நம்பிக்கையைப் பின்பற்றாதவர்களிடம் கூட நன்முறையில் நடந்து கொள்வதில் தாமே ஒரு முன்மாதிரியாக இறைத்தூதர் விளங்குகிறார். இறைப்பணிக்காலம் முழுவதும் முஸ்லிம் அல்லாத வர்த்தகர்கள் இறைத்தூதரை முழுமையாக நம்பி அவரிடம் தங்கள் பொருட்களைப் பாதுகாப்பாக வைப்பார்கள். இறைத்தூதர் மதீனா நகருக்குப் புறப்படும் தருவாயில் அவர் வசமிருந்த முஸ்லிமல்லாதோர் கொடுத்து வைத்திருந்த பொருட்களை அலியை அழைத்து ஒவ்வொருவரையும் விளித்துக் கொடுக்கும்படி செய்தார். இஸ்லாம் கற்பித்த கொள்கைகளான நேர்மையையும் நியாயமாகச் செயல்படுவதையும் அவர்கள் முஸ்லிமாக இருந்தாலும் சரி, இல்லையென்றாலும் சரி, இறைத்தூதர் மிகவும் கவனமாக உரிய நேர்மையுடன் கடைப்பிடித்து வந்தார்.

அக்கால கட்டத்தில் தம் குடும்பத்தினரின் நெருக்கடியாலும் அவமதிப்புகளாலும் இஸ்லாத்தை விட்டுச் சென்றவர்கள் மீதும் இறைத்தூதர் மிகவும் புரிதலுடன் பரிவாக நடந்து கொண்டார். இது முஸ்லிமாக இருந்து தன் குடும்பத்தாரின் தொடர் எதிர்ப்புகளால் இஸ்லாத்தை விட்டுச் சென்ற ஹிஸாம் மற்றும் அயாஷ் என்ற இளைஞர்களிடம் இறைத்தூதர் நடந்து கொண்டதன் மூலம் தெரிய வருகிறது. அவர்களுக்கு எதிராக எதுவுமே செய்யப்படவில்லை. பின்னாட்களில் மிகுந்த குற்ற உணர்வுடனும் வெட்கத்துடனும் அயாஷ் இஸ்லாத்திற்குத் திரும்பி வந்தார். அவரது துன்ப துயர குற்ற உணர்வுகள் மற்றும் தன்னைப் பற்றி அவர் கொண்ட மதிப்பீடு பற்றி இறை வசனம் வெளியானது. “ என் அடியார்களே (உங்களில்) எவரும் வரம்பு மீறி தமக்குத் தாமே தீங்கிழைத்துக் கொண்டபோதிலும் அல்லாஹ்வினுடைய ரஹ்மத்தில் (இறைவனின் அருளில்) அவர் நம்பிக்கை இழக்க வேண்டாம். நிச்சயமாக இறைவன் பாவங்கள் யாவற்றையும் மன்னிப்பான் , நிச்சயமாக அவன் மிக்க மன்னிப்பவன் மிகுந்த கருணையுடயவன் (என்று நான் கூறியதை) நபியே நீர் கூறுவீராக!!

“ஆகவே (மனிதர்களே) உங்களுக்கு வேதனை வரும் முன்னரே நீங்கள் உங்கள் இறைவன் பால் திரும்பி அவனையே முற்றிலும் வழிபடுங்கள், (வேதனை வந்து விட்டால்) பின்பு நீங்கள் உதவி செய்யப்படமாட்டீர்கள்” (ரஹ்மத்-அருள்) **(குர்ஆன்)**

அவ்வசனங்களைக் கேட்ட ஹிஸாமும் இஸ்லாத்திற்கு மீண்டும் வந்து விட்டார். உபைதுல்லாஹ் இப்னு ஜஹ்ஸ் என்பவர் மீண்டும் இஸ்லாத்திற்குத் திரும்பி வராத

ஒருவராயிருந்தார். அபிஸீனியாவுக்கு சென்ற அவர் தன் மனைவி உம்மு ஹபீபா பின்த் அபுஸுஃப்யான் என்பவரைக் கைவிட்டுவிட்டுக் கிறிஸ்தவரானார். இறைத்தூதரோ அல்லது அபிஸீனியாவிலிருந்த இன்னபிற முஸ்லிம்களோ அவருக்கு எதிராக எந்த நடவடிக்கையும் எடுக்கவில்லை. எந்தவிதமான தொல்லைக்கும் ஆளாகாமல் இறக்கும் வரை அவர் கிறிஸ்தவராகவே இருந்தார். தனிமனிதச் சுதந்திரம் பற்றிய இத்தகைய மென்மையான நாகரிகமான கண்ணோட்டம் இறைத்தூதரின் வாழ்க்கை முழுக்க இருந்தது! இதற்கு மாறாக அவர் நடந்து கொண்டதற்கான எந்தச் சம்பவமும் வரலாறு முழுக்க இல்லை. பின்னாட்களில் மதீனாவில் முஸ்லிம்களைப் பற்றி ஒற்றறிய வேண்டி மட்டுமே முஸ்லிமாக மாறியவர்களைக் கண்டித்து அவர்களுக்கு எதிரான நியதிகளைக் கொண்டு வந்தார். முஸ்லிமாக மாறி ஒற்றறிவது என்பது போர்க்கால நெறிமுறைகளை மீறி முஸ்லிம் சமூகத்தை அழிக்கும் செயலாக இருந்தது.

இடம் பெயர அனுமதி

இறைத்தூதரின் சமீபத்திய பாதுகாவலராயிருந்த முதிம் மரணமுற்றார். முஸ்லிம்கள் மக்கா நகரை விட்டுச் செல்வதைக் கண்ணுற்ற குரேஷியர் தங்களது தாக்குதலை மேலும் வன்மையாகத் தொடரவே நிலைமை இன்னும் கடினமானது. அபுலஹப் மற்றும் அபுஜஹ்லின் தூண்டுதல்களினால் உந்தப்பட்ட இனக்குழுக்களின் தலைவர்கள் இறைத்தூதரைக் கொன்றொழிக்கத் தீர்மானித்தார்கள். ஒவ்வொரு இனக்குழுக்களிலிருந்தும் ஒரு கொலையாளியைத் தேர்ந்தெடுக்க அவர்கள் முடிவு செய்தனர். அது இறைத்தூதர் சார்ந்திருந்த பனுஹாஷிம் கோத்திரத்தாரால் பழிவாங்கப்படாமலும் கொலைக்கான பலித்தொகையைக்

கோராமலிருக்கவும்தான். எவ்வளவு சீக்கிரம் முடியுமோ அவ்வளவு விரைவில் திட்டத்தைச் செயல்படுத்த அவர்கள் முனைந்தனர்.

வளமானதொரு நகரம் வரவேற்பதாக இறைத்தூதர் ஐந்து நாட்களுக்கு முன்னர் கண்ட கனவு பற்றி உறுதி கூற வானவர் ஜிப்ரீல் வந்தார். யத்ரிப் நகருக்குப் புலம்பெயரத் தயாராகும்படியும் அவருடன் உற்ற தோழர் அபுபக்கர் துணையாக வருவார் எனவும் வானவர் கூறினார். இதனை கூறக்கேட்ட அபுபக்கரின் கண்கள் மகிழ்ச்சியால் கண்ணீர் சிந்தின. இருந்தபோதிலும் புலம்பெயர்வு பற்றிய இறுதித் தயாரிப்புகளை அவர்கள் முறைப்படுத்த வேண்டி இருந்தது. இறைத்தூதரைக் கொல்வதற்கு குரேஷியர் திட்டமிட்டிருந்ததை அவர்கள் கேள்விப்பட்டனர். தன்னுடைய படுத்திருக்கையில் படுக்கும் படியும் தான் கூறும்வரை மக்காவை விட்டுச் செல்ல வேண்டாம் என்றும் அலியிடம் இறைத்தூதர் கூறினார்.

சூரிய உதயத்திற்கு முன்னால் இறைவணக்கம் செய்துவிட்டு எப்போதும் வெளியே வருவதைப் போல இறைத்தூதர் வரும்போது அவரைக் கொலை செய்வதற்காக நியமிக்கப்பட்டவர்கள் இறைத்தூதர் வீட்டின் முன்பாக ஒளிந்திருந்தார்கள். வீட்டினுள்ளில் இருந்து ஓசைகேட்டதும் இறைத்தூதர் வெளியே வரத் தயாராகிறார் என்றெண்ணிய கொலையாளிகள் தாக்குதலுக்குத் தயாராகினர். வீட்டினுள்ளிலிருந்தது அலி என்றறிந்ததும் தாங்கள் ஏமாற்றப்பட்டதை அவர்கள் உணர்ந்தார்கள். அவர்களது திட்டம் தோற்றது. அதே சமயம் யத்ரிப் நகருக்குப் புறப்படுவதற்கான பயண தயாரிப்புகளை முன்னரே முடிவு செய்து கொண்ட அபுபக்கரின் வீட்டிற்கு இறைத்தூதர் சென்றார்.

அத்தியாயம் எட்டு

ஹிஜ்ரா

இறைத்தூதர் முஹம்மது முழுக்க முழுக்க விதிவசத்தையோ அன்றி முற்று முழுக்க அறிவையோ நம்பிச் செயல்பட்டவரில்லை. இறைவன் மீதான அவரது நம்பிக்கை முழுமையானது. ஆனால் அந்த நம்பிக்கை நிகழும் சம்பவங்களின் போக்கிலேயே செல்வதாக இல்லை. மனிதனின் சொந்த ஆற்றலைப் பொறுத்தவரை பணிவடக்கத்துடன் இறைத்தூதர் எதனைச் செய்ய நினைத்தாலும் (இன்ஷா அல்லாஹ்) 'இறைவன் நாடினால்' என்றே மறக்காமல் சொல்ல வேண்டும் என்று இறைவசனம் வெளியானது. மனித ஆற்றலைப் பொறுத்தமட்டில் இறைவனைப் பணிவடக்கத்துடன் நினைவு கூர வேண்டும் என்றும் இறைவசனம் கூறுகிறது. உலகில் பொறுப்புடனும் முன்னறிவுடனும் செயல்படக் கூடாது என்பதல்ல இதன் பொருள். அவ்வகையில் மதீனா நகருக்குப் புலம் பெயர எந்தக் குறைபாடும் நிகழாவண்ணம் இரண்டாண்டு காலம் முஹம்மது திட்டமிட்டார். இறைவனின் நாட்டப்படியான தன் மீதான நம்பிக்கையுடன் விவேகமான புத்தி சாதுர்யத்துடன் மனித சக்தி முழுவதையும் பயன்படுத்தி அவர் செயல்பட்டார். 'தவக்கல்து அலல்லாஹ்' "இறைவனைச் சார்ந்து இறைவன் மீது நம்பிக்கை வைத்து" என்பதை நமக்கும் கற்பித்தார். மனிதன் இயன்ற அளவு அறிவார்ந்து, ஆன்மிகம்

சார்ந்து உணர்வு சார்ந்து அனைத்து வகையிலும் சிந்தித்துச் செயல்படவேண்டும் என்பதையும் அவர் போதித்தார். அந்தசெயல்பாட்டைச் செய்வது இறைவன் நாடினால் மட்டுமே என்பதையும் அவர் போதித்தார். குர்ஆனில் இடம் பெற்றுள்ள ஒரு இறை வசனம் இப்படிக் கூறுகிறது.

"எந்த ஒரு சமுதாயமும் தன் நிலையைத் தானே மாற்றிக் கொள்ளாத வரையில் இறைவன் அவர்களை நிச்சயமாக மாற்றுவதில்லை" *(குர்ஆன்)*

அபுபக்கருடன்

எவருடைய கவனத்தையும் கவராதபடிக்கு முஹம்மதும் அபுபக்கரும் மக்காவை நோக்கிய ஏமன் நாட்டின் திசையில் இரவில் புறப்படத் தீர்மானித்தார்கள். கஸ்வா என்ற பெயருடைய ஒட்டகத்தை முஹம்மதுக்கு அபுபக்கர் அளித்தார். அந்தப் புலப்பெயர்வு தன்னைச் சார்ந்ததாக மட்டுமே இருக்க வேண்டும் என்றும், யத்ரிப் நகருக்குச் செல்கையில் கடனேதுமற்றவராகச் செல்ல வேண்டும் என்றும் விரும்பிய இறைத்தூதர் அந்த ஒட்டகத்திற்கான விலையைத் தான் கொடுப்பதாக வலியுறுத்தினார். அதே போன்று மதீனா நகரில் இருவர் சிறு நிலப்பகுதியை அவருக்குப் பரிசளிக்க முயன்றபோதும் அதனையும் அவர் ஏற்க மறுத்தார்.

தெற்கு திசை நோக்கிப் பயணப்பட்ட முஹம்மதும் அபுபக்கரும் தவ்ர் என்னும் குகையில் சில நாட்கள் தலைமறைவாய் இருந்தனர். அபுபக்கரின் மகனான அப்துல்லாஹ் என்பவர் குரேஷியரின் நடவடிக்கைகளைக் கண்காணித்து உளவு கூற அமர்த்தப்பட்டிருந்தார். அபுபக்கரின்

மகள்களான அஸ்மாவும் ஆயிஷாவும் உணவு தயாரித்து இரவு நேரங்களில் ரகசியமாகக் கொண்டு வந்து கொடுத்தனர். தனது மகள்களுக்கு நேரிடக்கூடிய ஆபத்தையும் பொருட்படுத்தாது அவர்களையும் தன்னுடைய மகனையும் இறைத்தூதரும் தானும் இடம்பெயரும் திட்டத்தில் அபுபக்கர் ஈடுபடுத்தினார். இறைத்தூதரின் போதனையின்படி தனது மகள்களையும் மகன்களையும் எப்போதும் ஒன்று போலவே அவர் நடத்தி வந்தார்.

அனைத்து ஏற்பாடுகளையும் மீறி, சந்தேகம் கொண்ட சில குரேஷியர் இறைத்தூதரைத் தெற்குப் பக்கம் தேடிப் புறப்பட்டனர். அவர்கள் தேடித் தேடிக் குகையின் வாசல் வரை வந்துவிட்டனர். அபுபக்கர் இருந்த இடத்திலிருந்து அவர்களைப் பார்க்க முடிந்தது. அவர்கள் கண்டு விடக் கூடும் என்று இறைத்தூதரிடம் அபுபக்கர் கூறினார். முஹம்மது அவரிடம் கிசுகிசுப்பான குரலில் "இறைவன் நம்முடன் இருப்பதால் பயங்கொள்ள வேண்டாம்" என்று கூறினார். அவர் மேலும் கூறினார், "மூன்றாவதாக இறைவன் நம்முடன் இருக்கையில் இரண்டு பேர் மட்டும் தான் இருக்கிறோம் என்று நினைக்கிறீர்களா?" என்று. அவ்வார்த்தைகள் அபுபக்கருக்கு ஆறுதல் அளித்தன. குகையின் வாயிலில் சிலந்தி வலை பின்னப்பட்டிருந்ததையும் ஒரு புறா கூடுகட்டி இருப்பதையும் அவர்களைத் தேடி வந்த குரேஷியர் கண்டனர். அவர்கள் தேடி வந்தவர்கள் அங்கிருக்க முடியாது என்று அவர்களுக்குத் தெளிவாகத் தோன்றியது. அவர்கள் வேறு இடத்தில் தேடலாம் என்று முடிவு செய்தனர்.

மிகத் தெளிவாகத் திட்டமிட்டிருந்தும் கூட இறைத்தூதரும் அவரது தோழரும் தாக்கப்படக்கூடிய பலவீனமானதொரு சூழலுக்குக் கொண்டு வரப்பட்டுச் சோதனை செய்யப்பட்டார்கள். அவர்களின் உயிர் மிகவும் மெல்லிய சிலந்தி வலை கொண்டு காக்கப்பட்டது. அந்தச் சூழ்நிலையில் அந்தக் குறிப்பிட்ட கணத்தில் இறைவன் மீது நம்பிக்கை கொள்வதைப் பற்றி இறைத்தூதர் தன் தோழர் அபுபக்கரிடம் அறிவுறுத்தியது இறை நம்பிக்கையின் பொருளையும் அதன் வலிமையையும் காட்டுவதாக உள்ளது. தன் தூதரைக் காக்கும் சக்தி இறைவனிடம் மட்டுமே உள்ளது. முஹம்மது புலம் பெயர்கையில் எவ்விதமான கடன்களும் கடப்பாடுகளும் (வெகுமதிகளை மறுத்தது, தனது கடன்களை அடைத்தது, அமானிதமாக அவரிடம் பாதுகாக்கும்படி கொடுத்து வைக்கப்பட்டிருந்த பொருட்களைத் திருப்பி க்கொடுத்தது போன்றவை) இல்லாத வகையில் புறப்பட்டார். ஆனால் தன்னை முழுமையாகப் பேரிறையின் கையில் அவர் அர்ப்பணித்திருந்த நம்பிக்கை அளவிடற்கரியதாக இருந்தது. இந்த இடப்பெயர்வு (ஹிஜ்ரா) இறைத்தூதரின் மனதில் மிக முக்கியமானதொரு போதனையை அளித்தது.

எவரிடமும் சாராது, கர்வம் அகந்தை அற்று இறைவனையே முழுக்க முழுக்கப் பணிவடக்கத்துடன் சார்ந்து இருத்தல் என்பதுதான் அந்தப் போதனை. தெளிவற்ற, முன்னர் பழக்கப்படாதிருந்த ஒரு பாதையில் யத்ரிப் நகருக்குச் செல்ல வழிகாட்டியாய் இருந்த முஸ்லிமல்லாதவரான பெடோயின் சமூகத்தைச் சேர்ந்த அப்துல்லா இப்னு உரைக்கத் என்பவரின் சேவையை அபுபக்கர் குகையில் பாராட்டிக்

கூறுகிறார். புறப்படும் தருவாயில் ஒட்டகங்களுடன் அப்துல்லா குகையில் அவர்களை வந்து சந்தித்தார். யத்ரிப் நகரை நோக்கிச் செல்லும் திசையில் செல்லாது முதலில் மேற்கு, பின் தெற்கு, பின்னர் யத்ரிப் நகர் இருந்த திசையான வடக்கு நோக்கிப் புறப்பட்டனர். அப்பயணம் மிகவும் அபாயகரமானதொன்றாக இருந்தது. எந்நேரமும் அம்மூவரையும் குரேஷியர் கொல்லக் கூடும் என்ற நிலையும் இருந்தது. தனது எதிரிகளின் பல தெய்வக் கொள்கையையுடைய பெடோயின் கூட்டத்தைச் சேர்ந்த ஒருவரின் உதவியை நாடிய இறைத்தூதருக்கும் அவரது தோழருக்கும் இறைவன் மீது மிக உறுதியான நம்பிக்கை இருந்தது. நம்பிக்கைக்குரியவராக வழி காட்டுவதில் நுட்பமான அறிவைப் பெற்றிருந்த அவரது சேவையை இறைவன் மீது நம்பிக்கை வைத்து அவர்கள் ஏற்றுக் கொண்டனர். இவ்வகையிலான கண்ணோட்டத்தைத் தம் வாழ்வு முழுவதும் இறைத்தூதர் கொண்டிருந்தார். அவரைச் சுற்றி இருந்த ஆண்களும் பெண்களும் அவர் கொண்டிருந்ததைப் போன்ற இறை நம்பிக்கையைக் கொண்டிருக்கவில்லை என்றபோதும், அவர்களிடமிருந்த அறநெறிகள் மற்றும் திறமைகளை ஏற்றுப் பாராட்டும் குணத்தை இறைத்தூதர் கொண்டிருந்தார். இறைத்தூதருக்குப் பின்வந்த இஸ்லாமிய ஞானிகளும் அறிஞர்களும் அப்படிப்பட்ட மக்களுடன் நல்லுறவு கொள்ளத் தயங்கியதே இல்லை.

பள்ளிகள்

கூபா சென்று சேர இருபது நாட்களானது. யத்ரிப் நகரின் எல்லைக்கருகிலிருந்த சிறிய கிராமமான கூபாவை இறைத்தூதரும் அபுபக்கரும்

வந்தடைந்தனர். அவர்கள் வரவுக்காகக் காத்திருந்த மக்கள் அவர்களை மகிழ்ச்சியுடன் வரவேற்றனர். அக்கிராமத்தில் மூன்று பள்ளிவாசல்களைக் கட்டத் தொடங்கினர். இப்புலப்பெயர்வு மூன்று கட்டங்களாக இருந்தது. கூபா நகரிலிருந்து யத்ரிப் நகர் நோக்கிப் புறப்பட்ட இறைத்தூதர், ரானூணா என்னும் சமவெளிப் பகுதியை உச்சிவேளையில் அடைந்தார். தன் தோழர்களுடன் வெள்ளிக்கிழமை சிறப்புத் தொழுகையை இறைத்தூதர் தொழுதார். அங்கும் புதிய பள்ளிவாசல் கட்டும் பணி தொடங்கி வைக்கப்பட்டது. யத்ரிப் நகரின் மையப் பகுதியை நோக்கிப் பயணப்பட்ட இறைத்தூதரைத் தங்களுடன் வந்து தங்குமாறு பலரும் வேண்டினர். எங்கு தங்க வேண்டும் என்பதைத் தனது ஒட்டகையான கஸ்வா தானாகவே நிற்கும் இடத்திலிருந்து முடிவு செய்யலாம் என அவர்களிடம் இறைத்தூதர் கூறினார். கஸ்வா முன்னும் பின்னும் சென்றது. இறுதியில் இரண்டு அநாதைகளுக்குச் சொந்தமானதொரு இடத்திற்குச் சென்று அது நின்றது. அந்த இடத்திற்கான கிரயத் தொகையை இறைத்தூதர் அந்த இடத்திற்குச் சொந்தக்காரர்களிடம் கொடுத்தார். அவருக்கான வீடும் இறைவணக்கத்திற்கான பள்ளியும் கட்டும் வேலை உடனடியாகத் தொடங்கியது.

பள்ளியை நிர்மாணிக்கும்போது இறைவனுடனான நெருக்கம், பிரபஞ்சத்தை மனதில் எண்ண வைக்கும்படியான வெளி மற்றும் மனித சமூகங்கள் ஆகியவற்றை முதன்மையாக கவனத்திற்கொண்டு நிர்மாணிக்கப்பட வேண்டும் என்றார் இறைத்தூதர். ஒருவன் தன் தலையைத் தாழ்த்தி இறைவனைத் தொழும் இடம் எவ்வளவு புனிதமானதோ அது போல இப்பிரபஞ்சமும்

புனிதமானதுதான். இறைத்தூதர் சொன்னார்: “முழு உலகமுமே ஒரு பள்ளிவாசல்தான்”. கட்டப்பட்ட பள்ளி அப்பகுதியில் வாழும் முஸ்லிம்களின் மையமாகிவிடுகிறது. அது ஒவ்வொருவருக்கும் 'இல்லம்' போன்றே மாறித் தனதில்லத்தில் ஒருவர் இருப்பதைப் போன்ற உணர்வை உண்டாக்குகிறது. இறைத்தூதர் மீண்டும் மீண்டும் செயல்படும் விதம் இப்போதனையைக் கூறுகிறது. அது புலம்பெயர்வோ அல்லது பயணமோ எப்படிச் செல்வதாக இருந்தாலும் தனது நோக்கத்தையும் எதனை நோக்கிச் செல்கிறோம் என்பதையும் குறித்த தெளிவான பார்வையை ஒருவர் இழக்கக்கூடாது. வழி, பொருள் மற்றும் அமைதல் பற்றி பள்ளிவாசல்கள் கூறுகின்றன. யத்ரிப் நகரம், மதீனா எனவும் இறைத்தூதரின் நகரம் என்று பொருள்படும் படியாக மதீனா அர்ரஸூல் எனவும், ஞானஒளி நிரம்பிய நகரம் என்ற பொருளில் அல்மதீனா அல் முனவ்வரா என்றும் அழைக்கப்படலாயிற்று.

புலப்பெயர்வு: பொருளும், போதனைகளும்

தாங்கள் சார்ந்த இனத்தின் உறவுகளாலும் நட்புகளாலும் மறுதலிப்பும் பரிகாசமும் எதிர்ப்பும் காட்டப்படுவது அதிகரிக்கவே இறைத்தூதரும் அவரது அனைத்துத் தோழர்களும் மக்காவை விட்டு வெளியேற வேண்டியதாயிற்று. மக்கா நகரில் முஸ்லிம்களின் நிலை மிகவும் கடினமான ஒன்றாகிவிட்டது. ஆண்களும் பெண்களும் துன்பம் தாங்காமல் இறந்தனர். மற்றவர்கள் சித்திரவதைக்காளாக்கப்பட்டனர். இறுதியில் முஹம்மதைக் கொல்ல குரேஷியர் தீர்மானித்தனர். பெண்களும் ஆண்களும் தாங்கள் கொண்டிருந்த

இறைநம்பிக்கை சார்ந்த கிரியைகளைச் செய்ய முடியாத நிலை தொடர்ந்தபோது தங்களின் இறைநம்பிக்கையைக் காத்துக் கொள்ளும் பொருட்டே தங்களை எதிர்ப்பவர்களிடமிருந்து விலகிச் சென்றனர். 'இறைவனின் பூமி மிகவும் பரந்தது' என்ற குர்ஆனின் வசனத்திற்கு எற்ப அவர்கள் தங்கள் சொந்தப் பகுதியை விட்டு வெளியேறவும் தங்கள் வாழ்சூழல், பழக்கவழக்கங்களிலிருந்து விடுபடவும், தாங்கள் கொண்டிருந்த நம்பிக்கைக்காகப் புலம்பெயரவும் தீர்மானித்தனர். இறைவன் மீது மட்டுமே நம்பிக்கை கொண்டு மிகவும் அபாயகரமான, எவரும் செய்யத் துணியாத அப்புலப் பெயர்வை துணிச்சலுடன் மேற்கொண்டவர்களை வெளியான இறைவசனம் பாராட்டுகிறது.

"கொடுமைப்படுத்தப்பட்ட பின்னர் எவர் இறைவனுக்காக நாடு துறந்து சென்றார்களோ, அவர்களுக்கு நாம் நிச்சயமாக அழகான ஒரு தங்குமிடத்தை இவ்வுலகில் கொடுப்போம். இன்னும் அவர்கள் அறிந்து கொண்டார்களேயானால் மறுமையிலுள்ள (நற்) கூலி (அதைவிட) மிகவும் பெரிது"

"இவர்கள்தாம் (துன்பங்களைப் பொறுமையுடன்) சகித்துக் கொண்டு தம் இறைவன் மீது முற்றிலும் சார்ந்து முழு நம்பிக்கை வைப்பவர்கள்". **(குர்ஆன்)**

புலப்பெயர்வும் இறை நம்பிக்கை மீதான சோதனைதான். இத்தகைய சோதனைகளை அனைத்து இறைத்தூதர்களும் அனுபவித்தார்கள். அவர்களைப் பின் தொடர்ந்தவர்களும் அனுபவித்தார்கள். எவ்வளவு தூரம் அவர்கள் போகத் தயாரானார்கள், ஓரிறைவனின் அன்பையும் நெருக்கத்தையும் பெறுவதற்காகத் தங்களையும் தங்கள் வாழ்வையும்

தியாகம் செய்ய எந்த அளவுக்குத் தயாரானார்கள் என்பதாக அச்சோதனை இருந்தது. நம்பிக்கை கொள்ளும் மனதைச் சோதிக்கும் நிலையான கேள்விகளாக அவை இருந்தன. முஸ்லிம் சமூகத்தின் இருத்தல் பற்றிய கேள்விகளுக்கான தொடக்கமான பதிலாக ஹிஜ்ரா இருந்தது. இடம், கலாசாரம் மற்றும் தன்னறிவு ஆகியவற்றையும் தாண்டி முஸ்லிம்கள் தங்கள் இறைநம்பிக்கை சார்ந்த இஸ்லாமிய போதனைகளின் வழியில் எவ்விதத்திலும் தவறாமல் செல்ல வேண்டும் என்பதை வலியுறுத்தும் ஒன்றாக இப்புலப்பெயர்வு விளங்குகிறது. புதிய பழக்க வழக்கங்கள் புதிய வகையிலான சமூக உறவமைப்புகள் பழங்குடி இனத்தவர்களுக்கிடையிலான சிக்கலான உறவு முறைகள் மற்றும் முஸ்லிம்கள் இதுவரை அறிந்திராத யூத, கிறிஸ்தவ மதங்களைச் சார்ந்தவர்களின் சமூக செல்வாக்கு ஆகியவற்றைப் புலம்பெயர்ந்து வந்த முஸ்லிம்கள் சந்திக்க வேண்டியதாயிற்று. இறைத்தூதரைப் பின்பற்றி வந்தவர்கள் இஸ்லாமியக் கோட்பாடுகள் மற்றும் மக்கா நகரின் கலாசாரம் ஆகியவற்றின் தனித்துவங்களைத் தொடக்கத்திலேயே புரிந்து கொள்ள வேண்டி வந்தது. தங்களது கொள்கையிலிருந்து சற்றும் பிசகாமல் தங்களின் சொந்தக் கலாசாரம் சார்ந்து இணக்கமான நுணுக்கமான அணுகுமுறையை அவர்கள் கைக்கொள்ள வேண்டி இருந்தது. இஸ்லாத்தை விடவும் மிகவும் சமூக ரீதியிலான விஷயங்களில் தங்களுடைய எண்ணங்களை அவர்கள் மாற்றிக் கொள்ள முயல வேண்டி வந்தது. இப்படிப்பட்ட சூழ்நிலையை உமர் தன் மனைவியிடம் கோபமாகக் கூறியபோது, அவர் மனைவியோ இறைத்தூதர் எப்படி ஏற்றுக்கொண்டு

செயல்படுகிறாரோ அதனையே பின்பற்றும்படி கூறினார். தங்களது பழக்க வழக்கங்களும் கலாசாரமும் இஸ்லாம் சார்ந்தவையாக உள்ளனவா என்று எல்லோரையும் சிந்திக்க வைத்ததைப் போலவே உமரையும் சிந்திக்க வைத்தது. ஒவ்வொரு கலாசார செயல்பாடும் இஸ்லாமிய நெறிகளுக்கு உட்பட்டு இருக்கிறதா என்பதைச் சிந்தித்து மற்ற கலாசாரங்களின் வளமான கூறுகளைக் கைக்கொள்ள வேண்டியதைப் புலப்பெயர்வு (ஹிஜ்ரா) அறிவுறுத்துகிறது. உதாரணமாக மதீனா நகரைச் சேர்ந்த முஸ்லிம்களிடம் ஒரு திருமணம் நடக்கவிருக்கையில் அத்திருமண நிகழ்ச்சிக்குப் பாடல்கள் பாடக்கூடிய இரண்டு பணிப்பெண்களை (மதீனாவைச் சேர்ந்த முஸ்லிம்களுக்குப் பாடல்கள் என்றால் மிகவும் விருப்பம் என்பதால்) அனுப்புவதாகக் கூறி இறைத்தூதர் அனுப்பி வைத்தார். இஸ்லாமியக் கொள்கைக்கு எதிராக இல்லாத கலாசார செயல்பாடு ஒன்றை அங்கீகரித்ததோடு மட்டுமல்லாமல், தமது மனித அனுபவத்தின் உன்னதத்தினை வளப்படுத்தும் விதமாகவும் இறைத்தூதர் செயல்பட்டார். கொள்கைகள் மற்றும் கலாசார செயல்பாடுகளுக்கிடையிலான வேறுபாட்டை உணர்ந்து கொள்ள வேண்டியதன் தேவையை உணர்த்தும் அறிவார்ந்த சோதனையாகவும் ஹிஜ்ரா (புலப்பெயர்வு) இருக்கிறது. அதற்கும் மேலாகப் புதிய கலாசாரங்கள், புதிய சிந்தனைகள் ஆகியவற்றைப் பரிசீலித்து வரவேற்கவும் புலப்பெயர் நிகழ்வு படிப்பிக்கின்றது. பல்வேறுபட்ட வாழ்க்கை மற்றும் கலாசாரத்தைச் சர்வதேசக் கொள்கைளுடன் இணைத்து நம்பிக்கையுடன் வரவேற்று அங்கீகரிப்பதன் தேவையையும்

இந்நிகழ்வு காட்டுகிறது. புலப்பெயர்வு என்பது இதன் பேரனுபமாகவே உள்ளது. தான் கொண்ட இறை நம்பிக்கையிலிருந்து சற்றும் பிசகாமல் தன்னை வேருடன் பிடுங்கி முற்றிலும் வேறான சூழ்நிலையில் இருத்துவதால் இந்த அனுபவம் உடனடியாகக் கிட்டுகிறது.

வரலாற்று ரீதியாகவும் ஆன்மிக ரீதியாகவும் சுதந்திரமடைதலை ஹிஜ்ரா என்ற புலப்பெயர்வு தருகிறது. பரோவாக்களின் ஒடுக்குமுறையிலிருந்து மோஸஸ் தன் மக்களை இறைநம்பிக்கை மற்றும் சுதந்திரம் என்ற நிலைக்குக் கொண்டு சென்றார். இந்த ஹிஜ்ரா என்ற புலப்பெயர்வும் இதே சாரத்தைக் கொண்டதாகத்தான் இருக்கிறது. தங்களது நம்பிக்கையால் ஏளனம் செய்யப்பட்டு, மறுக்கப்பட்டு சித்திரவதைக்காளானவர்கள் அந்தக் கொடுமைக்காரர்களிடமிருந்து விலகி சுதந்திரத்தை நோக்கிச் சென்றனர். அந்தச் செயல்பாடு ஒடுக்குமுறைக்கெதிரானதாகத் தாங்கள் இருப்பதை அழுத்தமாகத் தெரிவித்து அடிப்படையாக ஒன்றைக் தெரிவிக்கிறது. இறைவனின் பெயரை வெளிப்படையாகக் கூறுவது சுதந்திரமானது தானா அல்லது சுதந்திரத்தை வெட்டிக் கொள்வதா என்பதுதான் அது. இறைத்தூதரின் மூலமாக முன்பே வெளிப்படுத்தப்பட்ட இப்போதனை, பின்னர் அபுபக்கரால் மக்காவிலிருந்த அனைத்து அடிமைகளுக்கும் போதிக்கப்பட்டது. அதாவது அவ்வடிமைகள் இஸ்லாத்தினை ஏற்பது அவர்கள் சுதந்திரமடைதலைக் குறிக்கிறது. இஸ்லாத்தின் அனைத்து போதனைகளும் அடிமைத்தனத்தை அழித்தொழிப்பதையே முதன்மையாகக் கொண்டுள்ளது. அப்படியாக ஒட்டுமொத்த முஸ்லிம் ஆன்மிக சமூகத்திற்கு ஒரு செய்தியை

இப்புலப்பெயர்வு பெரிதாகச் சொல்கிறது. இறை நம்பிக்கையானது சுதந்திரத்தையும் நீதியையும் வேண்டி நிற்கிறது. மேலும் ஹிஜ்ரா என்ற புலப்பெயர்வில் நேர்ந்தது போல் ஒருவர் அதற்கான விலையையும் கொடுக்கத் தயாராக வேண்டும்.

அந்த போதனையின் ஆன்மிகப் பரிமாணம் புரிந்து கொள்ளக் கூடியதாகவே உள்ளது. தனக்கு கிட்டிய முதல் இறைவசன வெளிப்பாட்டிலிருந்தே தன்னை மறுத்து ஏளனம் செய்தவர்கள் மற்றும் பாவம் இவற்றிலிருந்து ஒதுங்கியே விலகியே இருக்க வேண்டும் என்று இறைத்தூதருக்கு அழைப்பு விடுக்கப்பட்டது.

"அன்றியும் அவர்கள் (உமக்கெதிராகக்) கூறுவதைப் பொறுத்துக் கொள்வீராக. மேலும் அழகான கண்ணியமான முறையில் அவர்களை விட்டும் ஒதுங்கி விடுவீராக".

"அன்றியும் அசுத்தத்தை (வெறுத்து) ஒதுக்கி விடுவீராக" *(குர்ஆன்)*

ஆப்ரஹாமைப் பின்பற்றிவந்தவர்களில் ஒருவரான அவரது மைத்துனர் லூத் என்பவர் தம் மக்களிடம் பேசுகையில் இதே மனநிலையைக் கொண்டிருந்தார். மேலும் இப்ராஹீம் (ஆப்ரஹாம்) சொன்னார்: "உலக வாழ்க்கையில் இறைவனையன்றி (சிலரை) வணக்கத்திற்குரியவர்களாக நீங்கள் ஆக்கிக் கொண்டது (அவர்கள் மீது) உங்களிடையேயுள்ள நேசத்தினால்தான். பின்னர் மறுமை நாளில் உங்களில் சிலர் மற்றவர்களை நிராகரிப்பார்கள். உங்களில் சிலர் அவர்களைச் சபித்துக் கொள்வார்கள். (இறுதியில்) நீங்கள் ஒதுங்கும் தலம் (நரக) நெருப்புதான் (அங்கு) உங்களுக்கு உதவுபவர் எவருமில்லை",

“(இதன் பின்னரும்) லூத் (மட்டுமே) அவர் மீது நம்பிக்கை கொண்டார். (அவரிடம் இப்ராஹீம்) நிச்சயமாக நான் என் இறைவனை நாடி (இவ்வூரை விட்டு) ஹிஜ்ரத் செல்கிறேன். நிச்சயமாக அவன் (யாவற்றையும்) மிகைத்தவன். ஞானம் மிக்கவன்” என்று கூறினார் **(குர்ஆன்)**

ஹிஜ்ரா என்ற புலப்பெயர்வு போலியான தெய்வங்கள் மற்றும் பாவங்கள், தீமைகள் போன்றவற்றிலிருந்து மனப்பூர்வமாக புலம்ப் பெயர்தலை உணர்த்துவதாக உள்ளது. செல்வம், அதிகாரம், ஒருவரின் தோற்றப் பொலிவு போன்றவற்றின் தாக்கத்திலிருந்து விலகி பொய் மற்றும் புரட்டு, அறநெறி பிறழ்வான வாழ்க்கை இவற்றிலிருந்து தூர இடம்பெயர்ந்து தன்னை அவற்றிலிருந்து விடுவித்துக் கொண்டு நமது பழக்க வழக்கங்களினால் உந்தப்பட்டு சுதந்திரம் என தோற்றம் கொள்பவற்றிலிருந்தும் ஒதுங்கி விலகி இருத்தல் என்பதே ஹிஜ்ரா எனும் புலப்பெயர்வின் ஆன்மிகத் தேவையாக உள்ளது. ஹிஜ்ரா என்பதன் ஆகச்சிறந்த விளக்கம் பற்றி இறைத்தூதரிடம் அவரது தோழர்களில் ஒருவர் கேட்டபோது “தீயவற்றிலிருந்து உங்களை நீங்கள் விலக்கிக் கொள்வதுதான் சரி” என்று இறைத்தூதர் பதிலளித்தார். ஆன்மிகப் புலப்பெயர்வின் தேவை பலவாறாகவும் உள்ளது.

மதீனாவிற்கு ஹிஜ்ரா என்ற புலப்பெயர்வை மேற்கொண்ட முஸ்லிம்கள் தங்களைத் தாங்களே உளப்பூர்வமாக மாற்றிக் கொள்ள வேண்டிய இஸ்லாமிய போதனையை அனுபவித்தார்கள். மக்காவிலிருந்து மதீனாவிற்கு அவர்கள் புலம் பெயர்ந்தது தங்களது உள் மன வட்டங்களிலிருந்து விலகுவதாகவும் தங்களது நகரம் பூர்வீகம் இவற்றை

விட்டு விட்டு இறைவனின் நெருக்கத்தை நாடி செயல்பட்டதாகவும் ஆனது.

உடல் ரீதியாக முதல் முஸ்லிம் சமூகம் புலம் பெயர்ந்தது ஒரு முடிவுக்கு வந்தது. அது மீண்டும் நிகழாது என்பது மதீனாவிலிருந்து புலம் பெயர்ந்து அதனை அனுபவிக்கத் தலைப்பட்டவர்களுக்கு ஆயிஷா விளக்கமளித்ததிலிருந்து தெளிவாகிறது. கி.பி.622-ல் நிகழ்ந்த இந்தப் புலப்பெயர்வு இஸ்லாமிய யுகத்தின் தொடக்கம் என உமர் இப்னு கத்தபால் பின்னர் தீர்மானிக்கப்பட்டது. ஒரு தனி மனிதனை (ஆண் - பெண் இருபாலரும்) தன்னைப் பற்றி அறியத் தூண்டி தன்னிடமே கொண்டுவந்து சேர்த்துத் தன் மற்றும் உலக மாயையிலிருந்து விடுவித்து ஆன்மிக ரீதியான பெயர்வை அவனு(ளு)ள் நிகழ்த்துவதே அனைவருக்குமான பாடமாக உள்ளது.

ஒவ்வொருவரிடமும் இறைவன் கேட்கும் கேள்விகளுக்கான விடையாகவே இறைவனுக்கான புலப்பெயர்வு இருக்கிறது. அக்கேள்விகள் இப்படியாக இருக்கின்றன.

யார் நீ? உன் வாழ்க்கைக்கான நோக்கம் மற்றும் அபாயகரமான பொருள் என்ன? நீ எதனை நோக்கிச் செல்கிறாய்? ஓரிறைவனை நம்பி அப்படிப்பட்ட அபாயகரமான புலப்பெயர்வை ஏற்பது “உன் மூலமாக என்னுள் திரும்புவதும் நான் சுதந்திரமாக இருப்பதும்“ என்ற பதிலாக இருக்கிறது.

குடி அமைவும் ஒப்பந்தங்களும்

கூபாவை வந்தடைந்த இறைத்தூதரின் முதல் வார்த்தைகள் முஸ்லிம்களின் அடிப்படைப் பொறுப்புகளைப் பற்றியதாக இருந்தது. அவை “சமாதானத்தையும் சாந்தியையும்

பரப்புங்கள், பசித்தவர்களுக்கு உணவளியுங்கள், உறவு முறைகளுக்கு உரிய மதிப்பளியுங்கள், விழித்திருந்து இறை வணக்கம் புரியுங்கள். அப்படிச் செய்வீர்களேயானால் சாந்தி சமாதானத்துடன் நீங்கள் சுவனம் புகுவீர்கள்." தனது சொற்களின் தொடக்கத்திலும் இறுதியிலுமாக சாந்தி சமாதானத்தைப் பற்றி இரு முறை இறைத்தூதர் கூறியது புதிய நகரத்தில் தன்னுடைய தோழர்கள் எப்படி வாழ வேண்டும் என்பதைப் பற்றி அவர்கள் புரிந்து கொள்ளக் கூடியதாக இருந்தது. ஏழைகளுக்கு ஆதரவளிப்பது, உறவு முறைகளை மரியாதையுடன் பேணுவது ஆகியவை குறித்துச் சொன்னது ஒவ்வொரு இறை நம்பிக்கையாளரும் நிரந்தரமாகப் பேண வேண்டிய இஸ்லாமியக் கடமையாக இருந்தது. மக்கள் எல்லோரும் உறங்குகையில் விழித்திருந்து இறைவணக்கத்தில் ஈடுபடுவதென்பது ஆன்மிக ரீதியாகப் புலம்பெயர்வதைக் கொண்டு அறநெறிகளைப் பேணி சமாதானத்தைப் பரப்பத் தேவையான வலிமையை இதயத்திற்கு, மனதிற்கு ஊட்டுவதற்கானது. ஆழ்மனதின் அமைதி வேட்கையை (தனித்திருந்து ஆனால் தன் குடும்ப நேசத்தின் அரவணைப்புடன்) ஒரு இறை நம்பிக்கையாளர் கொள்வதென்பது உலகில் சமாதானத்தைப் பரப்பி, ஏழைகளுக்கு ஆதரவளித்து இறைவழியில் செல்வதாக அமைந்துள்ளது.

இத்தகைய போதனைகளும் அவற்றைச் செயற்படுத்துதலும் இறைத்தூதரின் வாழ்க்கை முழுக்க விரவிக் கிடக்கின்றன. எந்தத் தலைவரும் புறந்தள்ள இயலாத ஒரு செல்வாக்கையும் அரசியல் அதிகாரத்தையும் கொண்டவராகவே அவர் மதீனா நகரை வந்தடைந்தார். யத்ரிப் நகரின் பெரும்பாலான மக்கள் இஸ்லாத்தையும் இறைத்தூதரையும்

ஏற்றிருந்தனர். அப்படி இஸ்லாத்தை ஏற்றவர்களில் காலம் காலமாகப் பகைவர்களாயிருந்த அவ்ஸ் மற்றும் கஸ்ரஜின் கூட்டத்தினரும் இருந்தனர். அனைத்துப் பிரிவினைகள் மற்றும் வேற்றுமைகளைக் களைந்து சமூகப் பிரிவுகள் மற்றும் பூர்வீகம் ஆகியவற்றினால் உண்டாகும் மாறுபாடுகளையும் ஒதுக்கித் தள்ளிவிடச் சொல்லிய இஸ்லாத்தின் செய்தி வலுவான ஒன்றாக இருந்தது. இந்தச் சமூக சமத்துவக் கொள்கை எற்கனவே பதவி, அதிகாரம் ஆகியவற்றை அனுபவித்துக் கொண்டிருந்தவர்களிடையே அச்சத்தை உண்டாக்கியது. தங்களது ஓரிறைக் கொள்கையைப் போன்ற இஸ்லாத்தின் கொள்கையைக் கண்டு வேறுபட்ட எண்ணங்களைக் கொண்டிருந்த கிறிஸ்தவர்களும் யூதர்களும் இறைத்தூதரின் நோக்கத்தைப் பொறுத்திருந்து பார்ப்போம் என்ற முடிவுடன் இருந்தனர். மதீனாவில் குடியேறுவது சமூகரீதியாக மத ரீதியாக அரசியல் ரீதியாக எந்த அளவுக்குச் சிக்கலானது என்பதை முஹம்மது அறிந்திருந்தார்.

அந்தப் பாலைவனப் பசுஞ்சோலையில் வாழ்ந்த முஸ்லிம்கள் மற்றும் யூதர்களிடையே ஒருவருக்கொருவர் உதவிக் கொள்ளும்படியான உடன்படிக்கையை அவர் உடனடியாகக் கொண்டு வந்தார். அவ்உடன்படிக்கையின் முதன்மையான அம்சம் என்னவென்றால் மாறுபட்ட வழிமுறைகளை ஏற்பது மற்றும் மதமாற்றத்தை கோருவதில்லை என்பதுதான். நீதி, சமத்துவம், சம அந்தஸ்து (அவர் யூதராக இருந்தாலும் முஸ்லிமாக இருந்தாலும். மதீனாவின் பூர்வ குடியாக இருந்தாலும் புலம் பெயர்ந்து வந்தவர்களானாலும்) ஆகியவை அவ்உடன்படிக்கையில் இடம் பெற்றிருந்தன.

அவ்உடன்படிக்கையில் யூதர்களைப் பற்றி இவ்வாறு குறிப்பிடப்பட்டுள்ளது: "அவர்களுக்கு அதே உரிமைகளும் அதே கடமைகளும் உண்டு" என்பதன் மூலம் அவர்கள் முழுமையாகவும் சமமமாகவும் உள்ளூர் மக்களே என்பதை அவ்வாசகங்கள் உணர்த்துகின்றன. ஒவ்வொரு மனிதனின் உரிமையை அனைவரும் சேர்ந்து காப்பது என்றும் பல தெய்வ வழிபாட்டுக்காரர்களுடன் பிரச்சனைகள் தோன்றும்போது ஓரிறைக் கொள்கையினர் பிரிவுபடாமல் ஒற்றுமையாய் நின்று அதனை எதிர் கொள்ள வேண்டுமெனவும் அவ் உடன்படிக்கை மேலும் கூறுகிறது. ஏதேனும் முரண்பாடுகள் தோன்றினால் அது சம்பந்தமாக பதிலளிப்பவர் இறைத்தூதர் மட்டுமாகவே இருப்பார் என்றும் அவ்உடன்படிக்கை கூறுகிறது. இறைவசன வெளிப்பாடுகளின் ஒளியில் போடப்பட்ட ஒப்பந்தங்களினால் உண்டாகும் உறவை மதித்துப் போற்றுவதென்பது இறைத்தூதர் வாழ்வு முழுவதிலும் அவர் போதனைகளிலும் காணக் கிடைக்கிறது. ஓர் ஒப்பந்தம் வரைமுறைகளை நிர்ணயிக்கிறது. அது சுய உரிமையை வலியுறுத்தி அதில் சம்பந்தப்பட்ட வகுப்பினரை அங்கீகரித்து (இரு சாராரும் அதனை மதிக்கும் பட்சத்தில்) அதன் செயல்பாட்டைச் சாத்தியமாக்கி வரையறைகளையும் நியதிகளையும் கூறுகிறது. திருமணம் முதல் சமூக வர்த்தகம் வரையும், போரினாலும் வேறு பிரச்சனைகளாலும் கொண்டு வரப்படும் உடன்படிக்கை போன்றவை இஸ்லாம் மதத்தின் மிக முக்கியமான கூறாக அமைந்துள்ளது. உடன் படிக்கைகளின் முக்கியத்துவத்தையும் அதில் இடம் பெற்றுள்ள நியதிகளையும் விதிமுறைகளையும்

பின்பற்ற வேண்டியதன் அவசியம் குறித்து இறைவசனமொன்று தெளிவுபடுத்துகிறது.

"இன்னும் (நீங்கள் இறைவனிடமோ மனிதர்களிடமோ (கொடுத்த) வாக்குறுதியை நிறைவேற்றுங்கள்" **(குர்ஆன்)**

"தங்களது உடன்படிக்கையின் விதிமுறைகளின் படி முஸ்லிம்கள் செயல்பட வேண்டும்" என்று இறைத்தூதரும் கூறியுள்ளார்.

யூதர்களுடன்

இறைவசன வெளிப்பாடு, உடன்படிக்கையின் அம்சங்கள், இறைத்தூதர் மதீனா வந்தடைந்தது முதல் யூதர்கள் பற்றிய இறைத்தூதரின் எண்ணம் ஆகியவை எல்லாம் சேர்ந்து இரு மதங்களுக்கிடையிலான உறவை உருப்படுத்தின. முதலாவதாக இரு மதங்களுக்குமிடையிலான உறவை ஏற்றுக்கொள்ளுதல், அதாவது மோஸஸையும் முஹம்மதையும் ஒரு இறைவனே தூதர்களாக அனுப்பினான் என்பது. யூதர்களும் கிறிஸ்தவர்களும் இறைவனால் அளிக்கப்பட்ட வேதத்தையுடையவர்களாக இருந்தனர். இதனை குர்ஆன் தெளிவாக இப்படிக் கூறுகிறது:

"அல்லாஹ்.அவனைத் தவிர (வணக்கத்திற்குரிய) நாயன் வேறில்லை. அவன் நித்திய ஜீவன்; என்றும் நிலைத்திருப்பவன்" (நபியே! முற்றிலும்) உண்மையைக் கொண்டுள்ள இவ்வேதத்தை (படிப்படியாக) அவன்தான் உம்மீது இறக்கி வைத்தான். இதற்கு முன்னாலுள்ள (வேதங்களை) உறுதிப்படுத்தும் தவ்ராத்தையும் இன்ஜீலையும் இதற்கு முன்னால் மனிதர்களுக்கு நேர்வழிகாட்டுவதற்காக அவனே இறக்கி வைத்தான்" **(குர்ஆன்)**

மதீனா நகரில் குடியேறிய பின்பு இஸ்லாத்திற்கு வர வேண்டும் என்று எவரையும் இறைத்தூதர் வேண்டவில்லை. புதிய சமத்துவ சமூகத்தினரிடையே நல்லுறவு நிலவ வேண்டும் என்றே தான் விரும்புவதாக அவர் தெளிவு படுத்தினார்.

பின்னாட்களில் முரண்பாடுகள் வளர்ந்து அணிகளுக்குள் ஏமாற்றுதல்கள் நிகழ்ந்ததும் சூழ்நிலை மிகவும் மோசமாகி யூதக் குழுக்களில் ஒன்றுடனோ அல்லது மற்றொன்றுடனோவான உறவு மிகவும் சீர் குலைந்தது. இருந்தபோதும் முஸ்லிம்களுக்கும் யூதர்களுக்குமிடையிலான (தனி மனிதர்களுக்குள்ளோ அல்லது குழுவினர்களுக்கடையிலோ உண்டாகும்) பிரச்சனைகளை நீதிப்பூர்வமாகக் கையாளுதல் போன்றவை பாதிக்கப்படவில்லை.

உதாரணமாக, பல காலங்களுக்குப் பின்னர் துரோகம் இழைப்பதாகச் சந்தேகப்பட்ட ஒரு யூதப் பழங்குடி இனத்தவருடன் முஸ்லிம்களுக்கு ஏற்பட்ட பிரச்சனையைக் கூறலாம். திருட்டு சம்பந்தமான தனது குற்றத்தை மறைக்க அந்த யூத இனத்தவர் மீது பழி போட்ட ஒரு முஸ்லிமின் சம்பவம் அது. அப்போது வெளியான எட்டு வசனங்களைக் கொண்ட இறைவசன வெளிப்பாடு அந்த முஸ்லிமின் குற்றத்தைக் கூறி அந்த யூதரின் குற்றமற்ற தன்மையை வெளிக்காட்டியது. முஸ்லிமின் குற்றத்தை அது இப்படி விளக்குகிறது: “மேலும் எவன் ஒரு தவறையோ பாவத்தையோ சம்பாதித்து விட்டு அப்பால் ஒரு நிரபராதி மீது வீசி விடுகிறானோ அவன் நிச்சயமாக அவதூறையும் பாவத்தையும் சுமந்து கொள்கிறான்” **(குர்ஆன்)**

குழுக்களுக்குள் எத்தனை பிரச்சனைகள் இருந்தாலும் மரியாதை குறித்த கோட்பாடுகள், நீதி ஆகியவை வரலாறுகளையும் தாண்டித் தொடர்வது கண்மூடித்தனமான உணர்ச்சிகள் மற்றும் வெறுப்பு ஆகியவற்றால் முஸ்லிம்களின் மனசாட்சி ஆக்கிரமிக்கப்படுவதில்லை என்பதைக் காட்டுகிறது.

"எதிர்பாராத விதமாக ஒரு போரின் காரணமாக உருவாகும் வெறுப்பு இறை நம்பிக்கையாளர்கள் கொண்டிருக்கும் உடன்படிக்கையின் நியதிகளை, அம்சங்களை மீறக் கூடியதாக இருக்காது" என்று குர்ஆன் கூறுகிறது.

"மு ஃ மின்களே! நியாயத்தை நிலை நாட்டுவதற்காக (இறைவனுக்கு) அல்லாஹ்வுக்கு நீங்கள் உறுதியான சாட்சியாக இருங்கள். எந்த ஒரு கூட்டத்தார் மீதும் நீங்கள் கொண்டுள்ள வெறுப்பு நீதி செய்யாமலிருக்க உங்களைத் தூண்ட வேண்டாம். நீதி செய்யுங்கள், இதுவே பய பக்திக்கு மிக நெருக்கமாகும். அல்லாஹ்வுக்கு அஞ்சுங்கள், நிச்சயமாக நீங்கள் செய்பவற்றை (எல்லாம் நன்கு) அறிந்தவனாக இருக்கிறான்". *(குர்ஆன்).*

சூழ்நிலைகள் மற்றும் அதில் சம்பந்தப் படுபவர்களை முஹம்மது தனித்தனியாகப் புரிந்து கொண்டு வந்தார். அதுவுமல்லாமல் தனி மனிதர்களிடமும் அவர்கள் கொண்டிருந்த கொள்கைகள் மீதும் இறைத்தூதர் மரியாதை கொண்டிருந்தார். இறைத்தூதரின் அருகே இருப்பதை மிகவும் நேசித்த யூத இளைஞரொருவர் பல ஆண்டுகாலம் இறைத்தூதருடனேயே இருந்து அனைத்து இடங்களுக்கும் அவருடனே சென்று வந்தார். அந்த யூத இளைஞர் தனது நம்பிக்கையை விட்டு விட வேண்டும் என்று இறைத்தூதர்

ஒருபோதும் அவரிடம் கேட்டதேயில்லை. அந்த இளைஞன் நோயுற்று மரணத் தருவாயில் இருக்கையில் இஸ்லாம் மதத்தை ஏற்க தன்னை அனுமதிக்குமாறு தன் தந்தையிடம் கோரினார். அத்தனைக் காலமும் தான் கொண்ட மதத்திலேயே இருந்து கொண்டு இறைத்தூதரின் நேசத்தையும் அன்பையும் அவர் அனுபவித்து வந்தார்.

பின்னாட்களில் இறைத்தூதர் முஸ்லிம்களுடன் அமர்ந்திருக்கையில் அவர்கள் இருந்த இடத்தைக் கடந்து ஒரு இறுதி ஊர்வலம் சென்றது. இறைத்தூதர் இறந்து போனவருக்குத் தன் மரியாதையைச் செலுத்தும் விதமாக எழுந்து நின்றார். அதைக் கண்ட முஸ்லிம்கள் அது ஒரு யூதரின் மரண ஊர்வலம் என்றனர். அதற்கு இறைத்தூதர் தெளிவாகவும் பெருந்தன்மையுடனும் பதிலிறுத்தார். "அது ஒரு மனிதனின் ஆன்மா இல்லையா?" என்று. கடினமான நிலை, துரோகம், போர்க்காலம் போன்ற நிலைகளிலும் தன்னிலை தவறாமல் ஒரே மாதிரியாக இருக்க வேண்டும் என்பதே இதன் போதனையாகும். மதம் மாற எவரும் நிர்பந்திக்கப்படவில்லை. வேறுபாடுகள் மதிக்கப்பட்டன. அனைவரும் சமமாக நடத்தப் பட்டனர். இறைவெளிப்பாடுகள் அளித்த மிக முக்கிய செய்தி இதுவேயாகும். அதுவே இறைத்தூதரின் செயல்பாடாகவும் இருந்தது. அதற்குப் பின்னர் பிரச்சனைகள், கொலைகள் மற்றும் சண்டை என்பன குறித்து வெளியான இறைவசனங்கள் அனைத்தும் எந்தச் சூழ்நிலையில் எதன் பொருட்டாக அவை வெளியானது என்பதையறிந்து அதே பொருளில் அவை வாசிக்கப்பட வேண்டும். புரிந்து

கொள்ளப்பட வேண்டும். இறைவசனங்களில் எந்த மாறுதல்களையும் எதற்காகவும் செய்யக்கூடாது.

கபட வேடதாரிகள்

உடன்படிக்கை, வேறுபட்ட இனக் குழுக்கள் மற்றும் மதத்தலைவர்களிடம் முஹம்மது அளித்த உறுதிமொழி இவை எல்லாவற்றையும் மீறி சூழ்நிலை சிக்கலானதொன்றாகவே இருந்தது. பொறாமை, பேராசை, பதவிக்கும் அதிகாரத்திற்குமான போட்டி மற்றும் விரக்தி, ஆதங்கங்களுடன் இருந்த சிலரையும் எதிர் கொள்ள வேண்டி வந்தது. மக்காவிலிருந்தபோது அறிந்து கொள்ள வாய்ப்பற்ற ஆட்களின் செயல்பாடுகளை இறைத்தூதர் எதிர்கொள்ள வேண்டியிருந்தது. அங்கிருந்த சூழ்நிலையில் இஸ்லாத்தை ஒருவர் ஏற்பதற்கு எதனையும் தியாகம் புரியக்கூடிய நிலையில் மிக ஆழமான நம்பிக்கை மற்றும் உண்மையானவராக இருக்க வேண்டி இருந்தது.

எனவே மக்காவிற்கும் மதீனாவிற்கும் வேறுபாடுகள் இருந்தன. மதீனாவின் சமூக அமைப்பில் வேறுவிதமான அதிகார மையத்தில் இறைத்தூதர் நேரடியாகச் செல்வாக்கு செலுத்தக் கூடிய நிலை சூழ்நிலையை மாற்றி அமைத்ததாக இருந்தது. இஸ்லாத்தை ஏற்றிருந்த ஒரு சிலர் தாங்கள் இஸ்லாத்தை ஏற்றதைக் கூறி பதவியும் அதிகாரமும் பெற முயன்றனர். மதீனாவில் வெளியான முதல் இறை வசனம் 'நயவஞ்சகர்கள்' என்பதாக இருந்தது. இஸ்லாத்திலேயே இருந்து கொண்டு கேடு விளைவிக்கக் கூடியவர்களாக இவர்கள் இருந்தனர். குர் ஆனைக் குறித்து இஸ்லாமிய அறிஞர் இப்னு காதிர் குறிப்பிடும்போது, அல் பகரா (பசுமாடு) என்னும் அத்தியாயத்தில் முதல் நான்கு வசனங்கள் இறை

நம்பிக்கையுடையோரைப் பற்றியும், வெறும் இரண்டு வசனங்கள் இறை மறுப்பாளர்களைப் பற்றியதாகவும் இருக்கும் பொழுது பதின்மூன்று நீண்ட வசனங்கள் நயவஞ்சகர்களின் எண்ணம், பேச்சு, போலித்தனம் மற்றும் துரோகம் இவை பற்றிக் கூறுவதாகக் குறிப்பிடுகிறார்.

இன்னும் மனிதர்களில் "நாங்கள் அல்லாஹ்வின் (இறைவனின்) மீதும் இறுதி (தீர்ப்பு) நாள் மீதும் நம்பிக்கை கொள்கிறோம்" என்று கூறுவோரும் இருக்கின்றனர். ஆனால் அவர்கள் (உண்மையில்) நம்பிக்கை கொண்டோர் அல்லர். (இவ்வாறு கூறி) அவர்கள் அல்லாஹ்வையும் நம்பிக்கை கொண்டோரையும் ஏமாற்ற நினைக்கின்றார்கள். ஆனால் அவர்கள் (உண்மையில்) தம்மைத் தாமே ஏமாற்றிக் கொள்கிறார்களே தவிர வேறில்லை. எனினும் இதனை அவர்கள் உணர்ந்து கொள்ளவில்லை.

மேலும் இன்னும் (இந்தப் போலி விசுவாசிகள்) ஈமான் (விசுவாசம்) கொண்டிருப்போரைச் சந்திக்கும்போது "நாங்கள் ஈமான் கொண்டிருக்கிறோம்" என்று கூறுகிறார்கள். ஆனால் அவர்கள் தங்கள் (தலைவர்களான) சாத்தான்களுடன் தனித்திருக்கும் போது "நிச்சயமாக நாங்கள் உங்களுடன்தான் இருக்கிறோம், நிச்சயமாக நாங்கள் (அவர்களை) பரிகாசம் செய்பவர்களாகவே இருக்கிறோம்" என்று கூறுகிறார்கள். *(குர்ஆன்).*

உண்மையான ஆபத்துதான் அது. அது நிலையாக நீடித்து விடும் போலவுமிருந்தது. அத்தகைய நயவஞ்சகர்களில் சிலர் அவ்ஸ் மற்றும் கஸ்ரஜ் கூட்டத்தாரிடையே நிலவி வந்த பழம் பூசலைக் கிளறி விட்டனர். இஸ்லாத்தில் அவர்கள் சகோதர நிலையில் உள்ளதை ஒருவர் சமயத்தில் எடுத்துக்

கூறவில்லை எனில் பெரும் சண்டை மூண்டிருக்கும். கஸ்ரஜ் கூட்டத்தாரிலிருந்து அப்துல்லாஹ் இப்னு உமை என்பவர் இஸ்லாத்தை ஏற்றிருந்தார். அவர் தொல்லையும் தொந்தரவும் தருபவராக இருப்பதாகப் பல இறைநம்பிக்கையாளர்களுக்கும் தோன்றினார். இறைவசன வெளிப்பாட்டில் குறிப்பிடப்பட்டிருந்த நயவஞ்சகர் என்பதற்கான முழு உதாரணமாக அவர் இருந்தார். அதே போன்று அவ்ஸ் கூட்டத்தாரிலும் அபு அமீர் என்பவர் இருந்தார். அவர்களுக்கு எதிராக எந்த நடவடிக்கையும் எடுக்கப்படவில்லை. ஆனால் அவர்களின் செயலுக்கு பலியாகி முஸ்லிம்களுக்குள் பிளவு ஏற்பட்டுவிடக் கூடாது என்பதனால் ஒவ்வொருவரும் அவர்களிடம் எச்சரிக்கையாக இருந்தனர்.

சகோதரத்துவ ஒப்பந்தம்

முஸ்லிம்களுக்கிடையிலான பந்தம் வலுப்படவேண்டும். குறிப்பாக மதீனாவைப் பூர்வீகமாகக் கொண்ட முஸ்லிம்களுக்கும் மக்காவிலிருந்து புலம் பெயர்ந்து வந்த முஸ்லிம்களுக்கும் இடையே நல்லதொரு உறவு நிலவ வேண்டும் என்று கருதிய இறைத்தூதர் முஸ்லிம்களுக்குள் ஒரு ஒப்பந்தத்தைக் கொண்டு வர தீர்மானித்தார். அதன்படி மக்காவிலிருந்து புலம் பெயர்ந்து வந்த ஒவ்வொரு முஸ்லிமையும் (முஹாஜிர்) மதீனத்து முஸ்லிம் (அன்சார்) ஒருவர் பொறுப்பேற்று அவர் வாழும் வகைக்கு உதவ வேண்டும். இன்னும் விரிவாகப் பார்த்தோமானால் அவர்களுக்கிடையிலான உறவு சகோதரத்துவத்தின் அடிப்படையில் பகிர்ந்து கொள்ளுதல், பரஸ்பர ஆன்மிக உதவி (மக்காவிலிருந்து வந்த முஸ்லிம்கள் மதீனாவிலிருந்த தமது சகோதர முஸ்லிம்களுக்குத்

தங்களுக்கு என்ன தெரியுமோ அதனைக் கற்பிக்க வேண்டும்) புரிதல் என்பதாக இருந்தது. இந்த உடன்படிக்கை மதீனாவில் குடியேறிய முஸ்லிம்களுக்கு வலிமையையும் ஒற்றுமையையும் கொடுத்து இறைவன் மீது மேலதிக நம்பிக்கையும், நேசமும் கொண்டவர்களுக்கிடையே அசாதாரணமான அன்பையும் நிறுவியது.

இத்தகைய அன்பு இறைநம்பிக்கை கொண்ட சகோதரத்துவத்தின் சிகரம் என்றும் அதனை எட்ட தோழர்கள் கடுமையாக முயல வேண்டும் என்றும் இறைத்தூதர் கூறியுள்ளார். மறுமை நாளில் இறைவன் கேட்பான்: "என் அருளின் பொருட்டு (ஒருவர் மீது ஒருவர்) நேசம் கொண்டிருந்தவர்கள் எங்கே? என்னையன்றி நிழலே இல்லாத அந்நாளில் எனது நிழல் கொண்டு அவர்களை மூடுவேன்" என்று இறைவன் கூறியுள்ளான்.

கடினமான வேதனை மிகுந்த அபாயகரமான சூழ்நிலைகளை முஸ்லிம்கள் எதிர் கொண்ட விதம் அவர்கள் எத்தகைய சகோதரத்துவத்தைக் கொண்டிருந்தார்கள், எதனாலும் உடைக்க முடியாத எத்தகைய நம்பிக்கையை கொண்டிருந்தார்கள் என்பதையும் காட்டியது. அத்தகைய உறவுகளே முஸ்லிம்களின் சமூக, ஆன்மிக வலிமையைக் கொண்டிருந்தது. அதுவே இறைவனிடமும் மனிதர்களிடமும் அவர்கள் கண்ட வெற்றிக்கு அடிப்படையான ரகசியமாக இருந்தது. அது இறைவன் மீது நம்பிக்கை, பெற்றோர்கள் மீது நேசம், மக்கள் அனைவரும் சகோதரர்கள் என்ற எண்ணத்துடன் பழகியது, உலகம் மற்றும் அனைத்துப் படைப்புகளுடனும் அறநெறிகளுடன் நடந்து கொண்டது ஆகியவை ஆகும்.

இறைவணக்கத்திற்கான அழைப்பு

மாதங்கள் செல்லச் செல்ல இறைவணக்க வழிமுறைகள் உருவாயின. ரமலான் மாதத்தில் நோன்பிருத்தல், ஜக்காத் என்னும் ஏழை வரி ஆகியவை இறை நம்பிக்கை மற்றும் வணக்கம் சார்ந்தவையாக ஆயின. முஸ்லிம்கள் குறிப்பிட்ட சமயங்களில் பள்ளிவாசல்களில் ஒன்று கூடி கூட்டுத் தொழுகையில் ஈடுபட்டனர்.

இறைநம்பிக்கையாளர்களை இறை வணக்கத்திற்கு அழைப்பதற்கான ஒரு வழிமுறையைப் பற்றி இறைத்தூதர் தேடலானார். கிறிஸ்தவர்களும் யூதர்களும் போல் மணி ஒலித்துக் கொம்புகளைக் கொண்டு சத்தம் எழுப்பி இறைவணக்கத்திற்கு அழைக்கும் முறையைப் பற்றி சிந்திக்கலானார். அல் அக்கஅபாவில் நடந்த உடன்படிக்கையில் பங்கேற்ற மதீனா நகர வாசியான அப்துல்லா இப்னு ஸெய்த் என்பவர் இறைத்தூதரிடம் வந்து தொழுகைக்கு அழைக்கும் முறையைப் பற்றி ஒருவர் அவரது கனவில் வந்து கற்றுக் கொடுத்ததைக் கூறினார். அவர் கூறியதைக் கவனமாகக் கேட்ட இறைத்தூதர் அவரது கனவு உண்மையானதென உணர்ந்தார். முன்னாட்களில் அடிமையாயிருந்த, மிக இனிமையான கம்பீரமான குரல் வளம் கொண்டவராயிருந்த பிலாலை அழைத்து வரும்படி கூறிய இறைத்தூதர், இறைஇல்லத்திற்கு அருகிலிருந்த உயரமான வீட்டின் மேல் ஏறி நின்று இறைவணக்கத்திற்கு மக்களை அழைக்கும்படி செய்தார்.

“இறைவன் மிகப் பெரியவன், வணக்கத்திற்குரிய இறைவன் ஒருவனேயன்றி வேறில்லை. முஹம்மது அவனுடைய தூதராக இருக்கிறார் என்ற இறை நம்பிக்கை வாக்கியம் கொண்டு தொழுகைக்கு

அனைவரும் வாருங்கள், இவ்வுலகிலும் மறு உலகிலும் வெற்றி பெறுங்கள்" என்ற அந்த இறைவணக்க அழைப்பு வாக்கியங்கள் பதினைந்து நூற்றாண்டுகளாகியும் கிஞ்சிற்றும் மாறாமல் முஸ்லிம்கள் வாழும் நகரங்களிலும் பெருநகரங்களிலும் பகுதிகளிலும் ஒலித்துக் கொண்டே இருக்கிறது. வேறுபட்ட இசை ததும்பும் அந்த வாக்கியங்கள் இறைநம்பிக்கையும் அழகும் சேர்ந்தது போல, ஆன்மிகமும் உயர்வான ரசனையும் ஒன்று கலந்தது போல அமைந்துள்ளது. அது உயர்வான இறை நம்பிக்கை கொண்டு இனிமையான குரல்வளம் பொருந்தி இருந்த பிலாலை மு அத்தினாக (இறைவணக்க அழைப்பாளராக) இறைத்தூதர் தேர்ந்துதெடுத்தது போலவும் அமைந்துள்ளது. ஒரு நாளில் ஐந்து முறை விடுக்கப்படும் அந்த அழைப்பு பதிலளிக்கும் இறை நம்பிக்கையாளர்களை அழைக்கும் ஓரிறைவனை நினைவுபடுத்தும் செயலாகும். அந்த அழைப்பு அழகை நேசிக்கும் அழகு மயமான இறைவனைச் சந்திக்க அழைக்கும் அழைப்பாகும்.

அத்தியாயம் ஒன்பது

மதீனா, வாழ்க்கை மற்றும் போர்

இறைத்தூதரும் மக்காவிலிருந்து வந்த அவரது தோழர்களும் மதீனாவில் மெல்ல வாசம் செய்யத் தொடங்கினார்கள். இறையில்லமும் இறைத்தூதருக்கான இல்லமும் உருவாக்கி முடிக்க ஆன ஏழு மாத காலமும் அபு அய்யூப் என்பவரின் விருந்தினராக முஹம்மது அவரது வீட்டில் தங்கி இருந்தார். கட்டி முடிக்கப்பட்ட தனது இல்லத்திற்கு இறைத்தூதர் தன் மனைவி சௌதாவுடன் குடியேறினார். பின்னர் மதீனாவில் திருமண விழாவைக் கொண்டாடிய ஆயிஷாவையும் தன் வீட்டிற்கழைத்துக் கொண்டார். அடுத்த சில வாரங்களில் முஹம்மதின் மகள்களும் அவர்களுடன் சேர்ந்து கொண்டனர்.

மிகவும் கடினமான நெருக்கடியான சூழலில் ஒரு சமூகம் உருவானது. உடன்படிக்கைகள், கூட்டணிகள் இவற்றை எல்லாம் மீறி பழங்குடி இனங்களுக்குள்ளும் முஸ்லிம்களுக்கும் இன்னபிற கோத்திரத்தார்க்கும் இடையில் பிரச்சனைகள் உருவாயின. இஸ்லாத்தை ஏற்றவர்களுக்கிடையிலும் பழைய பகைமையின் காரணமாகச் சில மோதல்கள் தலை காட்டின. இருந்தும் மதம் சார்ந்த, ஆன்மிகம் சார்ந்த போதனைகள் இறைத் தூதரின் தோழர்களுக்குத் தொடர்ந்து கொண்டேயிருந்தன. இறைத்தூதரின்

நேரடி போதனைகளும் அவர்களுக்குக் கிடைத்துக் கொண்டே இருந்தன.

மக்கா நகரில் மனக்கசப்பு அதிகமானது. முஸ்லிம்களின் வெற்றிகரமான புலப்பெயர்வு மனக்காயத்தை உருவாக்கியதோடல்லாமல் அரேபிய தீபகற்பம் முழுமைக்குமே அச்சத்தை விளைவிக்கக் கூடியதாக மக்காவாசிகள் எண்ணினார்கள்.

ஏராளமான விக்ரகங்களைக் கொண்டு ஆண்டுக்கு ஒரு முறை அனைத்துப் பழங்குடி இனத்தவரும் வர்த்தகத்திற்காக ஒன்று கூடும் இடமான மக்கா கேள்வியே கேட்க முடியாத அளவுக்கு குரேஷியர்களின் அதிகாரத்தின் கீழ் பல்லாண்டுகளாக இருந்து வந்தது. முஹம்மது மதீனாவில் வாசம் கொண்டு விட்டதும் அவரைப் பற்றிய தகவல்களும் பரவப் பரவ குரேஷியர்களின் அதிகாரத்திற்கும் செல்வாக்கிற்கும் பாதிப்பு ஏற்பட்டது. இதனை அறிந்து கொண்ட முஹம்மதுவும் அவர்தம் தோழர்களும் மக்காவிலிருந்தவர்களிடமிருந்து உடனடியான எதிர்வினை நிகழும் என எதிர்பார்த்தார்கள்.

குரேஷியர்களுடன் சச்சரவு

மக்காவிலிருந்த அனைத்து முஸ்லிம்களும் புலம் பெயர்ந்திருக்கவில்லை. முஹம்மதுவின் வெற்றி, சாதனை, வெற்றிகரமான சேவைகளால் எரிச்சலுற்ற குரேஷியர்களால் மக்காவிலிருந்த முஸ்லிம்கள் மிகுந்த தொல்லைகளுக்கு ஆளாயினர். இரகசியமாக இஸ்லாத்தை ஏற்றிருந்த மக்கா நகரிலிருந்த முஸ்லிம்கள் தாங்கள் இஸ்லாத்தை ஏற்றது வெளியே தெரிந்தால் மிகவும் துன்பப்படவேண்டி வரும் என்று பயங்கொண்டனர். பழங்குடி

இன நியதிகளையும் கௌரவங்களையும் மீறி முஸ்லிம்களின் சொத்துக்களையும் உடைமைகளையும் பறித்தெடுக்கக்கூட சில குரேஷியர்கள் தீர்மானித்தனர். இந்த வெட்ககரமான கோழைத்தனமான செயலைக் கேள்விப்பட்ட முஹம்மதுவும் அவர்தம் தோழர்களும் கோபமுற்றனர். புலம் பெயர்ந்து ஆறு மாதங்கள் கழிந்த நிலையில் தம் உடைமைகளுக்கும், சொத்துக்களுக்கும் பகரமாக மக்கா நகர வர்த்தகர்களைத் தாக்கி அவர்களிடம் இருந்து பொருட்களை எடுத்துக்கொள்வது என தீர்மானிக்கப்பட்டது.

அதனைத் தொடர்ந்த மாதங்களில் குறைந்தது ஏழு முறை இந்தச் சம்பவங்களை இறைத்தூதர் செயல்படுத்தினார். (எல்லாவற்றிலும் அவர் பங்கு பெறவில்லை). இந்தச் சம்பவங்களில் குரேஷியர்களால் பெரிதும் பாதிக்கப்பட்ட முஹாஜிரூன்களே பங்கு பெற்றனர். பிரச்சனைகளுக்குச் சம்பந்தமில்லாத மதீனாவாசிகள் விலக்கி வைக்கப்பட்டனர். இந்தச் சம்பவங்களில் சண்டையோ கொல்லப்படுதலோ நிகழவேயில்லை. வர்த்தகர்கள் தங்கள் பொருட்களைக் கொடுத்த பின்னர் அவர்கள் அங்கிருந்து செல்ல அனுமதிக்கப் பட்டனர். மக்கா நகரத்தினர் நிறுத்தப்பட வேண்டிய இடத்திற்கு முஹாஜிரூன்கள் தாமதமாக வந்த சில வேளைகளில் முஹாஜிரூன்களால் எதுவும் செய்ய இயலாமல் திட்டம் தோல்வியடைந்தது. இருந்தாலும் முஹாஜிரூன்கள் தங்களது உடைமை சொத்துக்களுக்குப் பகரமாகப் பொருட்களை எடுத்துக் கொள்ள முடிந்தது.

இந்தக் காலகட்டத்தில் குரேஷியர்களின் செயல்பாடுகள், அவர்களது தீர்மானங்கள்,

போருக்கான அவர்களது தயாரிப்புகள் போன்றவற்றை ஒற்றறிந்து வர ஒற்றர்களை இறைத்தூதர் அனுப்பினார். குரேஷியர்களின் பகைமை வளர்ந்து மேலும் மேலும் பரவிக் கொண்டிருந்த நிலையில் எச்சரிக்கையாக இருக்க வேண்டியது மிகவும் அவசியமான ஒன்றாக இருந்தது. இருந்தும் அத்தகைய ஒற்று வேலைகளில் ஒன்று மிகவும் மோசமான விளைவைத்தந்தது. மக்காவுக்கும் தாயிஃப் நகருக்கும் இடையிலிருந்த நக்லா பள்ளத்தாக்கிலிருந்த குரேஷி கோத்திரத் தலைவர்களின் திட்டங்களை அறிய அப்துல்லா இப்னு ஜாஷ் என்பவரிடமும் அவருடனான ஒரு சிறிய குழுவிடமும் கட்டளையிடப்பட்டது.

மாதங்களில் புனிதமானதொன்றான ரஜப் மாதத்தின் கடைசி இரவில் அப்துல்லா இப்னு ஜாஷும் அவர் குழுவினரும் ஒரு வர்த்தகக் குழுவினரைத் தாக்கத் தீர்மானித்தார்கள். ஆனால் அந்தப் புனித மாதத்தில் போர் புரிவது தடைசெய்யப்பட்ட ஒன்றாக அனைத்து இனத்தவர்களாலும் கொள்ளப் பட்டிருந்தது. அந்தத் தாக்குதலின் போது ஒரு குரேஷியர் கொல்லப்பட்டார். இருவர் சிறை பிடிக்கப்பட்டனர். ஒருவர் தப்பிவிட்டார். அவர்கள் மதீனா திரும்பியதும் தனது அறிவுறுத்தலுக்கு முற்றிலும் மாற்றமாகச் செயல்பட்டிருந்த அவர்கள் மீது இறைத்தூதர் மிகவும் சினங்கொண்டார். இந்தச் சம்பவம் மக்காவுக்கும் மதீனாவுக்கும் இடையிலான உறவில் பெரும் திருப்பத்தைக் கொண்டுவந்தது.

மதீனா நகரைத் தாண்டி ஈராக் மற்றும் சிரியா நாடுகளுக்கு வர்த்தகக் குழுக்கள் செல்லும் வழியிலிருந்த பழங்குடி இனத்தவர் சிலருடன்

ஓராண்டுக்கும் மேலாக இறைத்தூதர் உடன்படிக்கை செய்து கொண்டிருந்தார். இது குரேஷியர்களுக்கு சிரமங்களைக் கொடுத்து அவர்களைக் கிழக்கு திசையில் புதிய வழிகளைக் கண்டுபிடிக்க வைத்தது. பதற்றங்கள் பெருகி வந்த வேளையில் புலம்பெயர்ந்தவர்களின் செல்வாக்கைக் குலைக்க எண்ணியிருந்த குரேஷியர்களுக்கு அப்புனித மாதத்தில் தொடுக்கப்பட்ட தாக்குதல் அருமையான சந்தர்ப்பத்தை அளித்தது. பல பகுதிகளிலிருந்தும் வந்திருந்த ஒற்றர்களின் ரகசியச் செய்திகள், சண்டை மூள்வது தூரத்தில் இல்லை என்ற உண்மையைக் கொண்டு வந்தன.

வெளிப்பாடு

இதே காலகட்டத்தில் இரண்டு இறைவசன வெளிப்பாடுகளை இறைத்தூதர் பெற்றார். இயல்புக்கு முற்றிலும் மாற்றமாகவும், கடந்த காலத்திலிருந்து துண்டித்துக் கொள்ளக் கூடிய நிகழ்வுகளைக் கொண்டு வருபவைகளாகவும் அவை இருந்தன. குரேஷியத் தலைவர்கள் மற்றும் மற்ற இனத்தவர்களின் கொடுமைகளையும் ஏளனங்களையும் சித்திரவதைகளையும் பயங்கரமான தாக்குதல்களையும் பொறுமையாகச் சகித்துக் கொண்டு இருக்கும்படி முஸ்லிம்கள் பதின்மூன்று ஆண்டுகளுக்கும் மேலாக அறிவுறுத்தப்பட்டிருந்தனர். அவ்வளவு துன்பங்களையும் பொறுமையுடன் சகித்துக் கொண்டு எதிர்வினை ஏதும் செய்யாமல் முஸ்லிம்கள் இடம்பெயர்ந்திருந்தார்கள்.

முஸ்லிம்கள் மதீனா நகரில் குடியேறி வசிக்கத் தொடங்கியதும் மக்காவில் மட்டுமல்லாமல், அரேபிய தீபகற்பம் முழுவதும் தங்கள் அரசியல் அதிகாரம் பாதிக்கப்படும் என்று பயந்த

குரேஷியர்கள் தங்களது எதிர்ப்பை அதிகரித்து இறைத்தூதரின் செயல்பாடுகளுக்கு முடிவுகட்ட வேறு வழிகளையும் நாடலானார்கள். மற்றெந்தப் பழங்குடி இனத்தவர் மற்றும் கோத்திரத்தாரை விட மதரீதியாகவும் ராணுவ ரீதியாகவும் குரேஷியர்கள் பலம் பெற்றவர்களாயிருந்தது பெரும் சவாலாக இருந்தது. ஹிஜ்ரா என்பதற்கு விடுதலை என்ற பொருளுடன் பிரச்சனைகளும் வரக்கூடிய போராட்டங்களும் என்ற பொருளும் உண்டு.

இச்சமயத்தில் எந்தச் சந்தேகமும் அற்று தெளிவாக ஒரு இறை வசனத்தை இறைத்தூதர் பெற்றார்.

“போர் தொடுக்கப்பட்டோருக்கு அவர்கள் அநியாயம் செய்யப்பட்டிருக்கிறார்கள் என்பதனால் (அவ்வாறு போர் தொடுத்த இறை மறுப்பாளர்களை எதிர்த்துப் போரிடுவதற்கு) அனுமதி அளிக்கப்பட்டிருக்கிறது. நிச்சயமாக அவர்களுக்கு உதவி செய்ய அல்லாஹ் பேராற்றலுடையவன்”.

இவ்வசனத்தைத் தான் கேட்ட உடனேயே போர் நிகழவிருப்பதைத் தான் புரிந்து கொண்டதாகப் பின்னாளில் அபுபக்கர் கூறினார். அதைப் போலவே இறைத்தூதரும் அவர்தம் தோழர்களும் கூறினார்கள். எனவே எதிரிகளின் கொடுமைகளை இனிமேல் முஸ்லிம்கள் பொறுத்துக் கொண்டு அமைதியாக இருக்க வேண்டியதில்லை. எதிரிகளின் ஒடுக்குமுறையிலிருந்து தம்மைப் பாதுகாத்துக் கொள்ளலாம். அகங்காரத்தின் மீதான கடுமையான தன்னார்வம், பேராசை அல்லது வன்முறை மீதான தீவிர ஆவல் ஆகியவற்றை ஆன்மிக ரீதியாக அறிவுப்பூர்வமாக எதிர்கொள்ளும் போராட்டமான ஜிஹாத் என்பதற்கு இன்னொரு உருவும் வந்து சேர்ந்தது. அதாவது ஆயுதங்கள் கொண்டு

ஒடுக்கப்படும்போது ஒடுக்குமுறையாளர்களுக்கு எதிராக தற்காப்புக்காக ஆயுதங்கொண்டு எதிர்த்துப் போராடும் 'அல் கித்தால்' என்பதுதான் அது.

அனைத்து வகையான ஜிஹாத் (புனிதப் போர்) களும் எதிர்த்துப் போராடுவது என்பதாக உள்ளதைக் காணலாம். கித்தால் என்ற ஆயுதம் தாங்கிப் போராடும் முறையும் அதனைப் போன்றதே. ஆக்கிரமிப்பு மற்றும் ஒடுக்குமுறைக்கு எதிராகப் போராடும் மனிதனின் இயற்கையான குணத்தை அவசியமான சமயத்தில் கைக்கொள்வது பற்றியே அந்த இறை வசனத்தின் இறுதிப் பகுதி தெரிவிக்கிறது.

"...மனிதர்களில் சிலரை, சிலரைக் கொண்டு இறைவன் தடுக்காதிருப்பின் ஆசிரமங்களும் கிறிஸ்தவக் கோயில்களும் யூதர்களின் ஆலயங்களும் இறைவனின் திருநாமம் தியானிக்கப்படும் பள்ளிவாசல்களும் அழிக்கப்பட்டுக் போயிருக்கும்; இறைவனுக்கு எவன் உதவி செய்கிறானோ, அவனுக்குத் திடமாக இறைவனும் உதவி செய்வான். நிச்சயமாக இறைவன் வலிமை மிக்கோனும் (யாவற்றையும்) மிகைத்தோனுமாக இருக்கின்றான்" (குர்ஆன்)

மனிதனின் இயற்கையான குணம் சரியான முறையில் ஒழுங்குபடுத்தப்பட வேண்டியதன் அவசியத்தை அவ்வசனம் கூறுகிறது. ஒரு தனி மனிதனுக்கோ அல்லது ஒரு தேசத்திற்கோ அல்லது ஒரு சாம்ராஜ்யத்திற்கோ உள்ள முழு அதிகாரம் மனிதர்களின் வேறுபட்டத் தனித்துவத்தை நிர்மூலமாக்கிப் பல்வேறுபட்ட வணக்கத் ஸ்தலங்களை அழித்து விடும் என்று கூறுவது மதங்களின் பன்மைத் தன்மையை நிர்ணயித்து இறைவன் அதனை விரும்புவதையும் குறிக்கிறது.

எனவே மனிதர்கள் எதிர்த்துத் தாக்கிப் போராடி போர் புரிவது என்பது முரண்படுவது போலத் தோன்றினாலும் மனிதர்களுக்கிடையில் அமைதி நிலவ வேண்டியதற்கான வாக்குதான் அது. இதனை இன்னொரு வசனம் பொதுவான தளத்தில் நின்று தெரிவிக்கிறது.

"... இறைவன் மக்களில் (நன்மை செய்யும்) ஒரு கூட்டத்தினரைக் கொண்டு (தீமை செய்யும்) மற்றொரு கூட்டத்தினரைத் தடுக்காவிட்டால் உலகம் சீர் கெட்டிருக்கும்". (குர்ஆன்)

ஆரம்பத்தில் படைப்பினங்களைப் படைக்கையில் ஏன் மனிதனைத் தன்னுடைய பிரதிநிதியாக இறைவன் படைக்க விரும்புகிறான் என்று வானவர்கள் இப்படி இறைவனிடம் கேட்டார்கள். "குழப்பத்தை உண்டாக்கி இரத்தத்தைச் சிந்துவோரையா அதில் அமைக்கப் போகிறாய்?". (குர்ஆன்)

மனிதர்கள் இயல்பாகவே அதிகாரத்திற்காகப் பேராசை கொண்டவர்களாகவும், தீமைகளையும் பாவங்களையும் பரப்பிக் கொலைகள் புரிபவர்களாகவும் இருப்பதையும் இன்னொரு வகையில் மனிதர்கள் நன்மையின்பால் விருப்பம் கொண்டு நீதியையும் விரும்பிப் போராடி எதிரெதிர் சக்திகளுக்கிடையே நியாயமான சமநிலை ஒன்றைத் தோற்றுவித்து அமைதியை அடையும் குணத்தையும் இது நினைவூட்டுகிறது. அவ்வகையில் ஜிஹாத் மற்றும் கித்தால் என்ற புனிதப் போர்கள் மனிதனின் அகத்தில் தோன்றும் தீய இருளை எதிர்த்து அமைதியையும் சமாதானத்தையும் அடைவதற்காக மனிதனின் போரிடும் இயல்பைப் பயன்படுத்துவதையும் குறிக்கின்றன. அது தீய எண்ணங்களை வெற்றிகொள்வதையும் அடக்கு

முறையாளர்களை எதிர்த்துப் போராடுவதையும் குறிக்கிறது. ஜிஹாத் என்பதன் சாராம்சம் சாந்திக்கான தேடல் என்பதாகும். கித்தால் என்பது மிகவும் அவசியமான சமயங்களில் அமைதியை வேண்டிச் செயல்படும் ஒரு பாதையாகும்.

மதீனா நகரில் முஸ்லிம்களுக்கானதொரு புது யுகம் தொடங்கியது. போர்களின் பின் விளைவுகளை அவர்கள் சந்திக்க வேண்டியதாயிற்று. தங்களின் சொந்த இனத்தாருடனும் சுற்றத்தாருடனும் போரிடும் துன்பத்தை அது அதிகரித்தது. அவர்கள் வாழ்வதற்கான விலையாக அது இருந்தது.

கிப்லாவின் (தொழுதிசை) மாற்றம்

முஸ்லிம்கள் மதீனா நகரில் குடியேறி ஏறக்குறைய ஒன்றரை ஆண்டுகள் ஆகிவிட்டது. இறைத்தூதர் இரண்டாவது இறைவசன வெளிப்பாட்டைப் பெற்றார். அதுவரை முஸ்லிம்கள் தொழும் திசை ஜெருசலேம் நகரை நோக்கி இருந்தது. ஆனால் இறைக்கட்டளை இப்படி வந்தது: "தூதரே! நாம் உம் முகம் அடிக்கடி வானத்தை நோக்கக் காண்கிறோம். எனவே நீர் விரும்பும்படியான கிப்லாவின் பக்கம் உம்மைத் திடமாகத் திருப்பி விடுகிறோம். ஆகவே நீர் இப்பொழுது (மக்காவின்) மஸ்ஜிதுல் ஹரம் (மக்காவின் புனிதப் பள்ளியான கஅபா) பக்கம் உம் முகத்தைத் திருப்பிக் கொள்ளும்; (முஸ்லிம்களே) நீங்கள் எங்கிருந்தாலும் (தொழுகையின்போது) உங்கள் முகங்களை அந்த (கிப்லாவின்) பக்கமே திருப்பிக் கொள்ளுங்கள். நிச்சயமாக எவரிடம் வேதம் கொடுக்கப்பட்டிருக்கிறதோ, இது இறைவனிடமிருந்து வந்த உண்மை என்பதை அவர்கள் நிச்சயம் அறிவார்கள்..." *(குர்ஆன்)*

இவ்வசனங்கள் பல செய்திகளைக் கொண்டிருக்கின்றன. யூத, கிறிஸ்தவ இனங்களுடனான இறைத்தூதரின் உறவில் இந்தத் தொழுதிசை மாற்றம் ஒரு வேறுபாட்டைக் கொண்டு வந்தது. முஸ்லிம்களின் மனதில் ஜெருசலேம் என்ற நகரம் முக்கியமான இடத்தைக் கொண்டிருக்கிறது என்றாலும் இந்தத் தொழுகையின் திசை மாற்றம் ஓரிறைக்காக முதல் பள்ளியைக் கட்டிய ஆப்ரஹாமுடன் (இப்ராஹீமுடன்) ஒரு ஆன்மிகத் தொடர்பைத் தக்க வைத்தது. 'ஒருவரின் முகத்தைத் திருப்புதல்' என்பதற்கு ஒருவரின் இருத்தலை (இதயத்தை) மூலத்தை நோக்கி, ஆதித் தொடக்கப்புள்ளியை நோக்கி, ஓரிறையை நோக்கி, இப்ராஹீமின் (ஆப்ரஹாமின்) இறைவனை நோக்கி, பிரபஞ்சத்தை நோக்கி, மனித குலத்தை நோக்கித் திருப்புதல் என்று பொருள்படும். பூமியில் இறைவனின் இல்லமாக அனைத்து இதயங்களும் திரும்பும் மையப்புள்ளியாக மாறி கஅபா தனது முதன்மையான செயல்பாட்டை மீட்டுக் கொண்டது.

முஸ்லிம்கள் மதீனாவில் குடியேறிய காலம் முதலே ஓரிறை என்ற விஷயத்திலும் உடன்படிக்கைகளைக் கைக்கொள்வதிலும் யூதர்கள் முரண்பாடுகளைக் கொண்டிருந்தனர். சில யூதர்களிடையே புதிய மதத்தினைப் பற்றிய சந்தேகங்களும் அது பரவுவது பற்றிய பயமும் இருந்து கொண்டே வந்தது. சில யூத இனக்குழுக்கள் குரேஷியரின் சில அணிகளுடன் தொடர்புகளை ஏற்படுத்திக் கொண்டிருந்ததை முஹம்மதும் கேள்விப்பட்டிருந்தார். மேற்கண்ட இறைவசன வெளிப்பாடு முஹம்மது கொண்டு வந்திருந்த இறைக் கொள்கை யூத மதத்திலிருந்து வேறுபட்டு

நின்றதைத் தெளிவாகக் காட்டியது மதீனா நகரின் யூதத் தலைவர்களுக்குத் திருப்தி அளிப்பதாக இருந்திருக்க முடியாது.

இதற்கெல்லாம் மேலாகத் தொழும் திசையின் மாறுதல் மக்கா நகரவாசிகளுக்கு வலுவான ஒரு செய்தியைக் கொண்டிருந்தது. முஸ்லிம்களின் தாக்கம் மக்கா நகர் மீதும் கஅபா மீதும் உண்டாகும் என்ற பயம் மக்கா நகர் வாசிகளைப் பீடித்தது. முஸ்லிம்களின் தாக்கத்தை குரேஷியர்களால் ஏற்க முடியாமலிருந்தது. முஹம்மதின் மதச் சேவையை அழித்தொழிப்பதன் மூலமே தங்கள் வரலாற்று நிலையைத் தொடர்ந்து காத்துக் கொள்ளச் செய்யும் என்பது தெளிவானது.

ஒரு வர்த்தகக் கூட்டம்

குரேஷியக் கோத்திரங்களின் பங்குகளைக் கொண்ட பெரும் பொருட்களுடன் அபு ஸுஃப்யான் என்பவரின் தலைமையிலான வர்த்தகக் கூட்டமொன்று சிரியாவிலிருந்து திரும்பி வருவதை முஹம்மது அறிந்தார். அவ்வர்த்தகக் கூட்டத்தினரை இடைமறிக்க முஹம்மது தீர்மானித்தார். புலம் பெயர்ந்து வந்தவர்களின் சொத்துக்களையும் செல்வங்களையும் ஆக்கிரமித்து எடுத்துக் கொண்ட குரேஷியரிடம் இருந்து சமமான பொருட்களை மீட்பதென்பதே அதற்கான காரணமாயிருந்தது. மதீனாவிற்கு எதிராகச் செய்யும் சதிச் செயல்களை அதிகரித்துக் கொண்டே இருக்கும் மக்கா நகர வாசிகளுக்குத் தங்களது ஆற்றலை - சக்தியைக் காண்பிப்பதுவும் இன்னுமோர் காரணமாயிருந்தது.

மக்கா நகரிலிருந்து புலம் பெயர்ந்து வந்தவர்களும் மதீனத்து முஸ்லிம்களுமாகக் கொண்ட படைக்குத் தலைவராய் முஹம்மது

கிளம்பினார். அப்படையினரின் எண்ணிக்கை 309 என்றும் 313 என்றும் சொல்லப்படுகிறது. அவர்கள் முறையான போருக்குத் தகுதியில்லாதவர்களாயிருந்தும் கூட ஆயுதங்களேந்திச் சென்றார்கள். கடுமையாக நோய்வாய்ப்பட்டிருந்த இறைத்தூதரின் மகளான ருக்கையாவை கவனித்துக் கொண்டு மதீனாவிலேயே தங்கியிருக்கும்படி உத்மான் இப்னு அஃப்பான் என்பவரை முஹம்மது கேட்டுக் கொண்டார்.

பத்ர் என்னுமிடத்தில் அவ்வர்த்தகக் கூட்டத்தினரை இடைமறிக்க முஹம்மது எண்ணினார். ஆனால் தாம் தாக்கப்படலாம் என்ற செய்தியைத் தன் ஒற்றர்கள் மூலம் அறிந்த அபு ஸுஃப்யான் தாங்கள் இருக்கும் அபாய நிலையைக் கூறி உதவி கேட்டு மக்கா நகரத் தலைவர்களுக்குச் செய்தி அனுப்பினார். அவர்கள் உடனடியாகத் தம் பாதையை மாற்றிக் கொண்டு தாக்குதலிலிருந்து தப்பிவிடலாம் என்று உறுதியாகத் தெரிந்த நிலையில் ஆபத்து இல்லை என்றும் உதவி தேவையில்லை என்றும் குரேஷியத் தலைவர்களுக்குப் புதிய செய்தியை அனுப்பினர். ஆனால் அதற்குள் குரேஷியத் தலைவர்கள் ஆயிரம் வீரர்களைக் கொண்ட படையைத் திரட்டி விட்டிருந்தனர். அவர்கள் அபு ஜஹ்ல் என்பவர் கேட்டுக் கொண்டபடி அந்த வர்த்தகக் கூட்டம் தம் வழியை மாற்றாமல் போய்க் கொண்டே இருக்க வேண்டும் என்று தீர்மானித்தனர். போரைத் தவிர்க்கலாம் என்றபோதும் இதனைத் தங்கள் வலிமையைக் காட்ட ஒரு சந்தர்ப்பம் என்று அவர்கள் எண்ணிச் செயல்பட்டனர். பத்ரின் அருகில் முகாமிட்டிருந்த இறைத்தூதரும் அவர்தம் தோழர்களும் மக்காவிலிருந்து

பெரும் படையொன்று திரண்டு வருவதைக் கேள்விப்பட்டனர். இது அவர்கள் திட்டத்தையே மாற்றி விட்டது. வர்த்தகக் கூட்டத்தினரிடமிருந்து பொருட்களைக் கவர்ந்து செல்ல வேண்டியே அவர்கள் மதீனாவிலிருந்து புறப்பட்டிருந்தனர். இப்போதோ அவர்களைவிட மூன்று மடங்கு பெரிதான படையணியொன்று அவர்களுடன் போரிடும் முகமாக வந்து கொண்டிருந்தது. அது போராக இருந்தது. முஸ்லிம்கள் போருக்குத் தயாராக வரவில்லை என்பதே உண்மை நிலையாக இருந்தது.

ஆலோசனைகள்

முன்னேறிச் செல்வதா, வர்த்தகக் கூட்டத்தை இடைமறிப்பதா அல்லது பெரும்படையினருடன் மோதும் அபாயத்தைத் தவிர்த்து மதீனாவுக்கே திரும்பிச் செல்வதா என்று முஹம்மது திகைத்தார். தன்னுடையை தோழர்களுடன் கலந்தாலோசித்து அவர்கள் என்ன நினைக்கிறார்கள் என்று அறிய முஹம்மது தீர்மானித்தார். முதலில் அபுபக்கரும் உமரும் தாக்குதலுக்குத் தாங்கள் தயாராக இருப்பதாகவும் முன்னேறிச் செல்லலாம் என்றும் கூறினர். அவர்களுக்கு அடுத்து அல் மிக்தாத் இப்னு அமர் என்பவர் பேசினார். “நீங்களும் இறைவனும் விரும்பியபடி முன்னேறிச் செல்லுங்கள். போர் புரியுங்கள், உங்கள் வலப்பக்கமும் இடப்பக்கமும் உங்கள் முன்னும் பின்னும்நாங்களும் போர் புரிவோம்“ என்று.

தோழர்களின் இவ்வகையிலான மன நிலை இறைத்தூதரை ஆறுதலளித்து திருப்திப் படுத்துவதாக இருந்தபோதும் புலம்பெயர்ந்து வந்தவர்களிடம் எதிர்பார்க்கக் கூடியதாகவே இது இருந்தது. மதீனா நகரில் போர் எற்பட்டால்

போரில் ஈடுபடலாம் என்ற உடன்படிக்கை செய்து கொண்டிருந்த மதீனத்து முஸ்லிம்களிடமிருந்தே ஆதரவு தேவையாய் இருந்தது. ஏனெனில் குரேஷியர்களுடன் அவர்களுக்கு நேரடிப் பிரச்சனைகள் இல்லாதிருந்தது. மதீனத்து முஸ்லிம்களான அன்சாரிகளின் சார்பில் சாத் இப்னு முவாத் என்பவர் பேசினார். "நீங்கள் என்ன செய்ய விரும்புகிறீர்களோ, அதனைச் செய்யுங்கள்! சத்தியத்தை உங்கள் மூலம் அனுப்பியவன் மீது ஆணையாக! நாங்கள் உங்களுடனேயே இருப்போம். கடலுக்குள் குதிக்க நீங்கள் கட்டளை இட்டாலும் சரி, நாங்கள் உடனே செய்வோம். எங்களுள் ஒருவர் கூடப் பின்வாங்க மாட்டோம்! இது உறுதியான ஒன்றாக இருந்தது. இரு சாராரின் எண்ணங்களையும் கேட்ட முஹம்மது, குரேஷியர்களுக்கு அஞ்சாமல் முன்னேறிச் செல்லத் தீர்மானித்தார்.

இறைத்தூதர் தன் தூதுத்துவ வாழ்வு முழுவதும் தனது தோழர்களின் ஆலோசனைகளைக் கேட்டார். அவர்களது கருத்துக்களைச் சொல்லும்படி ஊக்குவித்தார். அவற்றை உன்னிப்பாகக் கேட்டார். மேலும் முஸ்லிம்கள் தங்கள் திறமைகளை வெளிப்படுத்தவும், அவற்றை வளர்த்தெடுக்கவும் அவற்றில் நல்ல தேர்ச்சி பெறவுமான அபூர்வமான கற்பிக்கும் ஆற்றலை முஹம்மது பெற்றிருந்தார். அவர் தம் தோழர்களிடம் பல்வேறு தலைப்புகளிலும் கேள்விகளைக் கேட்பார். அவர்களாகச் சிந்தித்துப் பதில் கூறும்படி அவர்களை விட்டுவிடுவார். தேவைப்படும்போது அவர் பதில்களைக் கூறுவார். சில நேரங்களில் எளிதில் தெளிவாகத் தோன்றாத நுட்பமான விஷயங்களை அவர்களிடம் கூறி

அவர்களை மேலும் ஆழமாகச் சிந்திக்கச் செய்வார். ஒரு முறை அவர் இவ்வாறு கூறினார்.

"தன் எதிரியை வெற்றி கொள்ளும் வலிமையான மனிதன் மனிதனல்ல" என்று. கேட்டவர்கள் யோசனைகளில் ஆழ்ந்தார்கள். பின்னர் அதன் ஆழமான உட்கருத்தைப் புரிந்து கொள்ளும்படி அவர் இப்படிச் சொன்னார்: "தான் கோபமாய் இருக்கையில் தன்னைக் கட்டுப்படுத்திக் கொள்ளும் வலிமையான மனிதனே, மனிதன்". அவர் மேலும் சொன்னார், "வளம் என்பது நீங்கள் பெற்றிருக்கும் செல்வ வளமல்ல. மாறாக உண்மையான வளம் என்பது ஆன்ம வளமே". சில வேளைகளில் இறைத்தூதரின் மொழி பொது அறிவுக்கும் நியதிக்கும் முரண்பட்டது போலத் தோன்றும். "உங்களது சகோதரருக்கு உதவுங்கள். அவர் நீதியுடன் இருந்தாலும், நீதி தவறியவராக இருந்தாலும்" என்பார். நீதி தவறி வாழும் தன் சகோதரருக்கு எப்படி உதவ முடியும் என்று தோழர்கள் குழம்புவர். அப்போது இறைத்தூதர் கூறுவார் "அவரை (நீதி நெறி தவறிய சகோதரரை) நீதி நெறி தவறுவதிலிருந்து தடுங்கள். அவருக்கு உதவுவதற்கு அதுவே வழியாகும்".

கேள்விகளைக் கேட்பதன் மூலமும் மிகவும் நுட்பமான முரண்பட்டது போலத் தோன்றும் விஷயங்களைக் கூறுவதன் மூலமும் இறைத்தூதர் தன் தோழர்களிடம் கண் மூடித்தனமான பணிவு அல்லது சுய சிந்தனையற்ற இயந்திர கதியிலான செயல்பாடு அல்லது சற்றும் பிசகாமல் ஒருவர் செயல்படுவதைப் போலவே செயல்படுவது ஆகியவற்றுக்கும் அப்பால் தாண்டிச் செல்லும்படியான திறனையும் நுட்பமான அறிவையும் அவர்களுக்குள் தூண்டினார்.

இவ்வகையிலான பயிற்சி நல்ல விளைவுகளைத் தரும் ஆலோசனைகளை வழங்கும் நுட்பமான அறிவுத் திறனை அவர்களுக்குள் வளர்த்தது. அவர்கள் பலன் தரும் ஆலோசனைகளை வழங்க வேண்டுமெனில் தோழர்கள் அறிவுப்பூர்வமாக விழித்துணர்ந்து, வலுவாகச் சுதந்திரமாக இன்னும் தங்களுள் பெரும் தாக்கத்தை ஏற்படுத்தியிருந்த ஆளுமையும் பெருந்தகுதியும் கொண்ட இறைத்தூதரின் முன்கூட தைரியமாக இருக்க வேண்டியிருந்தது. அறிவுக்கூர்மையைத் தூண்டி தங்கள் கருத்துக்களைக் கூறுவதற்கு வாய்ப்பளித்ததன் மூலம் தங்களை சுய மதிப்பீடு செய்து கொள்ளவும் எதனையும் துணிந்து தொடங்கவுமான அறிவைத் தோழர்கள் கற்றுக் கொள்ளும்படியான தலைமையாக இறைத்தூதர் விளங்கினார்.

இதற்கு மிகச் சிறந்த உதாரணமாக ஹுபாப் இப்னு முந்திர் என்பவர் விளங்குகிறார். இறைத்தூதர் பத்ரு என்ற இடத்தை அடைந்ததும் முதலில் கண்ட கிணற்றின் அருகே தமது பாசறையை அமைக்கிறார். இதனைக் கண்ட இப்னு அல் முந்திர் இறைத்தூதரிடம் வந்து "முன்பின் செல்லாமல் இந்த இடத்தில் பாசறையை அமைக்க வேண்டும் என்பது இறைவனிடமிருந்து வந்த செய்தியாலா அல்லது தங்களது சொந்த அபிப்பிராயத்தாலா?" என்று கேட்டார். அது தனது சொந்த அபிப்பிராயம்தான் என்று இறைத்தூதர் சொன்னவுடன் இப்னு அல் முந்திர் எதிரிகள் வந்து சேரும் பாதைக்கு அருகிலிருந்த பெரியதொரு கிணற்றின் அருகில் பாசறையை அமைத்துக் கொண்டு மற்ற கிணறுகளுக்குப் பகைவர்கள் சென்று விடாதபடி தடுக்கலாம் என்ற கூறினார்.

இதன் காரணத்தால் போரின்போது முஸ்லிம்களின் பகைவர்கள் நெருக்கடிக்கு ஆளானார்கள். இந்தப் போர் தந்திரத்தை முஹம்மது உன்னிப்பாகக் கவனித்து உடனடியாக ஏற்றுக் கொண்டார். பாசறை மாற்றப்பட்டது. ஹுபாபின் திட்டம் செயல்படுத்தப்பட்டது.

மறுயோசனை ஏதுமின்றி இறைச் செய்தி வெளிப்பாட்டை இறைத்தூதரின் தோழர்கள் உடனடியாக ஏற்றுக் கொள்வார்கள். முஹம்மது என்ற மனிதரின் அபிப்பிராயங்கள் நன்கு விவாதிக்கப்பட்டு, மேலும் கூர் தீட்டப்பட்டு அல்லது சமயங்களில் மறுக்கப்படவும் செய்தன. மனிதர்கள் சம்பந்தப்பட்ட விவகாரங்களில் இறைத்தூதர் ஏகாதிபத்திய மனநிலையுடனோ வரம்பு கடந்த முறைகளிலோ இருந்ததில்லை. அனைத்து விதமான ஆலோசனைகளிலும் தன் தோழர்களையும் பங்கு பெறச் செய்து அவர்கள் அறிவுக்கூர்மை பெறும்படி இறைத்தூதர் செய்தார். இவ்வகையான மனோபாவம் கொண்டு தோழர்களின் அறிவுக்கூர்மைக்கும் அவர்களது எண்ணங்களுக்கும் மிகுந்த மரியாதையை இறைத்தூதர் அளித்து வந்தார். தங்களது திறன்களை முழுமையாக பயன்படுத்தும் வாய்ப்பை அளித்த தங்களது தலைவரான இறைத்தூதரை அவருடைய தோழர்கள் மிகவும் ஆழமாக நேசித்தனர்.

பத்ருப் போர்

வர்த்தகக் கூட்டம் தப்பிக் கடந்து விட்ட நிலையில் போர் தொடங்கும் சூழ்நிலையில் போரிடுவதிலிருந்து குரேஷியர்களைப் பின்வாங்கும்படிச் செய்ய முஹம்மது முயன்றார். அவர் உமர் இப்னு அல் கத்தாப் மூலம் போரைத் தவிர்க்கும்படியும் திரும்பிப்

போகும்படியும் குரேஷியர்களுக்குச் செய்தி அனுப்பினார். குரேஷியர்களில் சிலரும் கூட போரைத் தவிர்க்க எண்ணினார்கள். மக்கா நகரத்துத் தலைவர்களில் ஒருவரான உத்பா புனித மாதத்தில் கொல்லப்பட்டவர்களுக்கு நஷ்ட ஈடு தரக் கூட முன்வந்தார். இருந்தும் அவை ஒன்றும் பலனளிக்கவில்லை. குரேஷியர் போரிடத் தீர்மானித்தனர். படை வீரர்களின் எண்ணிக்கை கூட அவர்களுக்குச் சாதகமாகவே இருந்தது. உமர் தூதுவராக வந்ததை அவர்கள் பலவீனமாக எண்ணினர். முஹம்மதுவையும் முஸ்லிம் சமுதாயத்தையும் அழிக்க இதனைப் பெரும் வாய்ப்பாக அவர்கள் கருதினர்.

முஹம்மது நிறைய கனவுகளையும் உள்ளுணர்வுகளையும் பெற்றுக் கொண்டே இருந்தார். குரேஷியர்களுடனான இந்தப் போர் நிச்சயம் என்பதையும் போரின் முடிவு தனக்குச் சாதகமாகவே இருக்கும் என்பதையும் அவர் புரிந்து கொண்டார். அவர் இறைவனைத் தொடர்ந்து வணங்கிப் பிரார்த்தித்துக் கொண்டே இருந்தார். தன் தோழர்களைக் கட்டுறுதியுடன் இருக்கும்படி ஊக்குவித்துக் கொண்டே இருந்தார். "முஹம்மதின் ஆன்மாவை எவன் தன் கரங்களுக்கிடையில் வைத்துக் கொண்டிருக்கிறானோ அவன் மீது ஆணையாகக் கூறுகிறேன், இன்று எவரும் கொல்லப்படப் போவதில்லை, நல்லதொரு வெகுமதியில் நம்பிக்கை வைத்துப் போரிடுங்கள், திரும்பாமல் முன்னேறிச் செல்லுங்கள், இறைவன் தனது சுவனத்தில் உங்களை புகச் செய்வான்" என்று இறைத்தூதர் தம் தோழர்களுக்கு அறிவித்தார். அவர் மீண்டும் தலையைத் தரையில் சாய்த்து நீண்ட நேரம் வணங்கி இறைவன் அளித்த உறுதிமொழியை

காப்பாற்றும்படியும், தன் சமுதாயத்தைக் காக்க வேண்டும் என்றும் பிரார்த்தித்தார். இறைவன் அவர்களைக் கைவிடமாட்டான் என்று அபுபக்கர் தலையிட்டுக் கூறும் வரையிலான நீண்ட பிரார்த்தனையாக அது இருந்தது.

ஹிஜ்ரி இரண்டாம் ஆண்டின் (கி.பி.624) ரமலான் மாதத்தின் பதினேழாம் நாளில் போர் நடக்கவிருந்தது. படையணியர் பத்ரு களத்தை நோக்கிச் சென்று கொண்டிருந்தனர். முஸ்லிம்கள் கட்டாயமாக நோன்பு நோற்கும் அம்மாதத்தில் நோன்பு நோற்க விரும்பியவர்களிடம் பயணத்தின் போது நோன்பு கட்டாயமானதல்ல என்று இறைத்தூதர் கூறினார். "பயணத்திலிருக்கும் போது நோன்பு நோற்பதில் இறைபக்தி என்பது இல்லை. உங்களுக்கு இறைவனால் அனுமதி அளிக்கப்பட்டுள்ளவற்றைப் பயன்படுத்திக் கொள்வது உங்கள் கடமை. அவற்றை ஏற்றுக் கொள்ளுங்கள்" என்று அவர் கூறினார். வாழ்க்கையின் ஒவ்வொரு சந்தர்ப்பமும் முஸ்லிம்களுக்குத் தங்கள் மதத்தின் போதனையை நினைவூட்டக் கூடியதாகவே இருந்தது. இறை விசுவாசம் கொண்டோர் தங்களின் மதத்தை, மதக் கொள்கைகளை எளிதாகப் புரிந்து கொண்டு எளிதாகச் செயல்படும்படியாகவும் நற்செய்திகளைக் கொண்டு வருபவர்களாகவும் இருக்கும்படி இறைத்தூதர் அவ்விசுவாசிகளுக்கு இறைவன் அனுமதி அளித்திருப்பவற்றை அறிவுறுத்திக் கொண்டே இருந்தார். "அவர்களுக்குக் கடினமானவற்றை அளிக்காமல் விஷயங்களை இலகுவாக்குங்கள்! (அவர்கள் மனங்களில் ஆனந்தமுண்டாக்கும்) நற்செய்திகளை அளியுங்கள் (அவர்கள் மனங்களை வாட்டி வேதனைப்

படுத்தும்) கெட்ட செய்திகளை அல்ல" என்று நபி மொழி ஒன்று கூறுகிறது. அச்சமயங்களில் எல்லோருக்கும் தெளிவாகத் தெரியும்படி ஒரு முன்னுதாரணமாக இறைத்தூதர் குடிநீரைப் பருகினார்.

போர் தொடங்கியது. ஹம்ஸா, அலி மற்றும் உபைதா இப்னு அல் ஹாரித் ஆகியோர் போரிடத் தொடங்கினர். ஹம்ஸாவும் அலியும் தங்கள் எதிரிகளை வீழ்த்தினர். ஆனால் உபைதா கடுமையாகக் காயமுற்றார். தாக்குதல்கள் தீவிரமாயின. குரேஷியர்கள் பின்னடையும் வகையில் முஸ்லிம்கள் உறுதியாகத் தாக்குதலில் ஈடுபட்டனர். குரேஷியர்கள் முஸ்லிம்களை விட மூன்று மடங்கு அதிகமாக இருந்தபோதும் முஸ்லிம்களின் தாக்குதலைச் சமாளிக்க முடியவில்லை. வானவர்கள் மூலமான நிலைத்த பாதுகாப்பும், இறைவனது வாக்குறுதி பூர்த்தி செய்யப்பட்டதற்குமான (பின்னர் வந்த) இறைவசன வெளிப்பாடு இப்படி இருந்தது. பத்ர் போரில் நீங்கள் மிகவும் சக்தி குறைந்தவர்களாக இருந்தபோது இறைவன் உங்களுக்கு உதவி புரிந்தான். ஆகவே நீங்கள் நன்றி செலுத்துவதற்காக இறைவனுக்கு அஞ்சி நடந்து கொள்ளுங்கள்" *(குர்ஆன்)*

இந்த வெற்றி திருப்புமுனையாக அமைந்தது. குரேஷியர்களின் செல்வாக்கும் அவர்களது மேலாதிக்கமும் மோசமான பாதிப்புக்கு ஆளாயின. அவர்களடைந்த தோல்வி அரேபிய தீபகற்பம் முழுவதும் காட்டுத்தீ போல பரவியது.

முஸ்லிம்கள் தங்களுடைய படையினரில் பதினான்கு வீரர்களை இழந்தனர். இஸ்லாத்தின் பரம எதிரியான இந்தப் போர் நடக்க வேண்டும்

என்று மிகவும் ஆசைப்பட்ட அபுஜஹ்ல் உட்பட எழுபது வீரர்களை குரேஷியர்கள் இழந்தனர். எழுபது குரேஷிய வீரர்களும் சிறைப் பிடிக்கப்பட்டிருந்தனர். அவர்களுள் இறைத்தூதர் புலம் பெயர்கையில் அவரின் நம்பிக்கைக்குப் பாத்திரமாயிருந்த அவருடைய சிறிய தந்தையாரான அப்பாஸூம் இருந்தார்.

மக்காவிலும் மதீனாவிலும்

பெரும்பாலான இனக்குழுவினரும் தத்தமது இனத்தின் உறுப்பினரொருவரை இழந்திருக்க, மக்காவுக்குத் திரும்பிய குரேஷியர்கள் வேதனை மிகுந்தவர்களாக இருந்தனர். போரில் தங்கள் தந்தையையும் சகோதரரையும் தந்தையின் சகோதரரையும் இழந்திருந்த ஹிந்த் என்ற பெண் போன்றோர் பழி வாங்க வேண்டும் என்று கூறினார்கள். ஹிந்த் தனது தந்தையையும் தந்தையின் சகோதரரையும் கொன்ற ஹம்ஸாவின் குருதியைக் குடிப்பேன் என்று சபதமிட்டார். குரேஷியத் தலைவர்கள் தாமதிக்காமல் முஸ்லிம்களுடன் போர் தொடுக்க அடுத்திருந்த நகரங்களுடனும் இனக்குழுக்களுடனும் அணி சேரப் பாடுபட்டனர். அது பழி வாங்குவதற்காகவும் அரேபியத் தீபகற்பத்தில் முஸ்லிம்களை இல்லாதொழிக்கவுமாக இருந்தது.

நோயின் காரணமாகப் போரில் பங்கெடுக்காத அபூலஹப் மக்காவிலேயே இருந்தார். என்ன சம்பவித்தது என்பதையும் தோற்றதற்கான சூழல் என்னவென்றும் அபூலஹப் அபு ஸூப்யானிடம் கேட்டார். அபு ஸூப்யான் நடந்ததை விவரித்துக் கொண்டிருந்தார். இதனைக் கேட்டுக்கொண்டு அடிமையொருவர் அவர்களருகில் அமர்ந்து இருந்தார். அவர் ரகசியமாக இஸ்லாத்தை

ஏற்றிருந்தார். முஸ்லிம்களின் வெற்றியைக் கேட்ட அவர் தன்னைக் கட்டுப்படுத்த இயலாமல் தனது மகிழ்ச்சியை வெளிப்படுத்திவிட்டார். சட்டென்று புரிந்து கொண்ட அபூலஹப் பாய்ந்து அந்த அடிமையைப் பிடித்துக் கடுமையாகத் தாக்கினார். இஸ்லாத்தை ரகசியமாக ஏற்றிருந்த இறைத்தூதரின் சிறிய தந்தையான அப்பாஸின் மனைவியும் அபூலஹபின் மைத்தினியுமான உம் அல் பத்ல் என்ற பெண்மணியும் அங்கு இருந்தார். அவர் வேகமாகத் தன் மைத்துனரின் அருகில் சென்று கூடாரம் அமைக்கும் தடியால் வன்மையாக அவரைத் தாக்கினார். அந்த வேகமான தாக்குதலால் தலையில் ஆழமான காயமேற்பட்டு அந்தக் காயம் புரையோடிப்போய் நோய்த் தொற்றாக மாறி தொடர்ந்த நாட்களில் அது உடல் முழுவதும் பரவியது. சில வாரங்களில் அபூலஹப் மரணமடைந்தார். அபூலஹபும் அவர் மனைவியும் இஸ்லாத்தை வெறுத்து மிகக் கடுமையான எதிரிகளாகச் செயல்பட்டுக் கொண்டிருந்தனர். உண்மையில் அபூலஹப் மற்றும் அவர்தம் மனைவியின் விதி பல ஆண்டுகளுக்கு முன்பே குர்ஆன் வெளிப்பாட்டில் இருந்தது. இஸ்லாத்திற்கும் முஹம்மதிற்கும் எதிரானவர்கள் காட்டிய ஓரளவு அனுதாபத்தைக் கூட அபூலஹபும் அவர் மனைவியும் முஹம்மதின் இறைச்செய்தி மீது எப்போதும் காட்டியதே இல்லை. எதிர்ப்பிலும் வன்முறையிலும் சம்பவித்த அபூலஹபின் மரணம் இறை வசன வெளிப்பாடொன்றை உறுதிபடுத்தியது. "அவர்கள் இறுதிவரை இறைச் செய்தியை ஒதுக்கிப் புறந்தள்ளிக் கலகம் செய்து கொண்டே இருப்பார்கள்" என்பதுதான் அது.

இறந்தவர்களை அடக்கம் செய்துவிட்டு மதீனா செல்ல முஸ்லிம்கள் தயாரானார்கள். அவர்கள் ஏறக்குறைய எழுபது மக்கத்து வீரர்களைச் சிறைப் பிடித்திருந்தனர். அவர்களை என்ன செய்யலாம் என்று இறைத்தூதருடன் அபுபக்கரும் உமரும் ஆலோசித்தனர். சிறைப் பிடிக்கப்பட்டவர்களைக் கொல்லலாம் என்று உமர் கூறியபோது அதனை அபுபக்கர் ஆட்சேபித்தார். மக்காவில் முஸ்லிம்களை மிகவும் கொடுமையாகச் சித்திரவதை செய்து கொலை செய்த இருவரைத் தவிர மற்றவர்களைப் போர்க் கைதிகளாக்க முஹம்மது முடிவு செய்தார். முஸ்லிம்களுக்குக் கணிசமான பலனைத் தரும்படியான ஈட்டுத் தொகையை அளித்து சிறைப் பிடிக்கப்பட்டிருந்தவர்களை விடுவிக்க மதீனா செல்ல வேண்டி இருந்த நிலை குரேஷியர்களை இன்னும் அவமானத்தில் ஆழ்த்தியது. செல்வத்தை பெறுவதான இந்தச் செயல்பாட்டிற்காக வெளிப்பட்ட இறைவசனமொன்று இறைத்தூதரைக் கடிந்து கொண்டது.

எல்லாவற்றிற்கும் மேலாக போரில் கைப்பற்றப்பட்ட பொருட்களைப் பங்கிடுவது என்பதில் முஸ்லிம் படை வீரர்களுக்கிடையில் சச்சரவு உண்டாயிற்று. இஸ்லாத்திற்கு முந்தைய காலகட்டத்தில் போரில் கைப்பற்றப்பட்ட பொருட்கள் வெற்றி பெற்றவரின் பெருமையாகவும் கௌரவமாகவும் கருதப்படுவது மிக ஆழமாக வேரோடியதொரு பழக்கமாக இருந்தது. முஸ்லிம்களுக்கிடையிலான இந்த சச்சரவைக் குறிப்பிட்ட குர்ஆனின் வசனமொன்று போரில் கைப்பற்றப்பட்ட பொருட்கள் 'இறைவனுக்கும் இறைத்தூதருக்குமே' சொந்தம் என்று கூறியது. அது கைப்பற்றப்பட்ட பொருட்களை குர்ஆனில்

கூறப்பட்ட வகையில் அனைவருக்கும் சமமாகப் பங்கிடும் உரிமையை இறைத்தூதருக்கு அளித்து, சச்சரவுகளுக்கு முற்றுப்புள்ளி வைப்பதாக இருந்தது. தோழர்களிடம் இத்தகைய சச்சரவுகள் தோன்றியபோதெல்லாம் இறை வசனங்களைக் கூறியோ அல்லது அவர்களின் நோக்கம் இவ்வுலக வாழ்வில் செல்வ வளத்தைப் பெறுவதா அல்லது மறு உலக வாழ்வில் சாந்தியை அடைவதா என்று தங்களைத் தாங்களே கேட்டுக் கொண்டு செயல்படுமாறு தோழர்களை இறைத்தூதர் நெறிப்படுத்த வேண்டி இருந்தது. அவர்கள் சாதாரண மனிதர்களுக்கு உரித்தான பலவீனங்களுடனும் விருப்பங்களுடனும் இருந்தார்கள். அவர்களுக்கு நினைவூட்டி, ஆன்மிக அறிவை அளித்துப் பொறுமையாக இருக்கச் செய்ய வேண்டி இருந்தது.

அவர்கள் மதீனாவை அடைந்த போது உத்மான் இப்னு அஃப்பானின் மனைவியும் இறைத்தூதரின் மகளாருமான ருக்கையாவின் மரணச் செய்தி இறைத்தூதரிடம் தெரிவிக்கப்பட்டது. இறைத்தூதர் போரில் வெற்றிகண்டு தன்னுடைய தோழர்கள் சிலரை இழந்திருந்தபோது அவர் மகளாரின் மரணச் செய்தி அவரை வந்தடைகிறது. துன்பமும் இன்பமும் கலந்து இருந்தது வாழ்க்கையின் நிலையற்ற தன்மையை அவருக்கு நினைவூட்டிக் கடினமான நெருக்கடியான சூழலிலும் மகிழ்ச்சியான நேரங்களிலும் ஓரிறைவனுடனான உறவின் முக்கியத்துவத்தை மீண்டும் ஒருமுறை அவருக்கு நினைவூட்டியது. பின்னாட்களில் இறைத்தூதரின் மற்றொரு மகளாரான உம்மு குல்தும் என்பவரை உத்மான் மணந்தார். உமர் இப்னு கத்தாபின் மகளாரான ஹஃப்ஷா என்பவரை இறைத்தூதர் மணக்க வேண்டி வந்தது.

சிறைப்பிடிக்கப்பட்ட கைதிகளின் உறவினர்களிடம் பேரம் தொடங்கியது. சிலர் ஈட்டுத் தொகையைக் கொடுத்துத் தங்கள் உறவினர்களைக் கொண்டு சென்றார்கள். ஏழைகளாயிருந்த கைதிகளும் மற்றவர்களும் ஈட்டுத்தொகை ஏதும் பெறப்படாமலேயே விடுவிக்கப்பட்டார்கள். எழுதவும் வாசிக்கவும் தெரிந்திருந்து ஈட்டுத் தொகை கொடுக்க இயலாமல் இருந்த கைதிகள் மதீனத்து இளைஞர்களுக்கு பத்து பேருக்கு எழுதப் படிக்கக் கற்றுக் கொடுத்தபின் விடுதலை செய்யப்பட்டார்கள். கல்வி அறிவின் முக்கியத்துவத்தை இறைத்தூதர் மீண்டுமொரு முறை தன் சமுதாயத்திற்குக் காட்டினார். அதாவது போர்க்காலமோ அல்லது அமைதியான வாழ்சூழலோ, எழுதவும் வாசிக்கவும் கற்றுக் கொள்வது அறிவை வளர்த்துக் கொள்வது அத்தியாவசியமான திறன்களைக் கற்பித்து நல்லதொரு சமூக நிலையையும் அளிக்கும். சில கைதிகள் பெற்றிருந்த அறிவே அவர்களது செல்வ வளமாகி அவர்களது ஈட்டுத் தொகையாகவும் ஆனது.

பனு கைனுகா

பத்ரிலிருந்து திரும்பி வந்த பின் தொடர்ந்த மாதங்கள் கடினமான சூழலைக் கொண்டிருந்தன. பத்ரிலிருந்து திரும்பி வந்த சில நாட்களிலேயே அல் குத்ர் என்ற பகுதியிலிருந்த பனு ஸலீம் மற்றும் பனு கட்டாஃபன் என்ற இரு கிராமங்கள் மீது இருநூறு படை வீரர்களுடன் சதிச்செயலையும் அபாயங்களையும் தடுக்கும் முகமாக இறைத்தூதர் படையெடுக்க வேண்டி வந்தது. எதிரிகள் பயந்து ஓடினார்கள். முஸ்லிம் சமுதாயத்தின் நிலை வலுவாயிருப்பது இதன் மூலம் தெளிவானது.

அரேபியத் தீபகற்பத்தில் முஹம்மது பெற்றிருந்த அரசியல் ராணுவ செல்வாக்கு, உடன்படிக்கை செய்து கொண்டிராத நகரங்களைக் கூட அச்சங்கொள்ளச் செய்தது.

பழிவாங்கும் எண்ணத்துடன் இருந்த குரேஷியர்களைப் பற்றிய ரகசியத் தகவல்களை இறைத்தூதர் ஒற்றர்கள் மூலம் பெற்றுக் கொண்டே இருந்தார். உமைர் இப்னு வஹாப் என்பவர் இறைத்தூதரைத் தந்திரமாகக் கொல்லத் திட்டமிட்டிருந்ததை ஒரு கனவின் மூலம் அறிந்த இறைத்தூதர், உமைர் அவரை நெருங்கிய வேளையில் உமைரின் திட்டத்தைப் பற்றித் தெளிவாகக் கூறியது உமைரை திகைப்பில் ஆழ்த்தியது. உடனே அவர் இஸ்லாத்தை ஏற்றுக் கொண்டார். குரேஷியர்கள் தங்களால் முடிந்த அளவு இனக் குழுக்களை அணி சேர்த்துக் கொண்டு படையெடுப்பார்கள் என்பதை முஹம்மது அறிந்திருந்தார்.

பத்ரிலிருந்து திரும்பிய பின், முஸ்லிம்கள் வெற்றி பெற்றது பல மதீனத்து வாசிகளை ஏமாற்றவும் கவலையில் ஆழ்த்தவும் செய்ததை இறைத்தூதர் அறிந்து கொண்டார். அரசியல் லாபத்துக்காக இஸ்லாத்தைப் போலியாக ஏற்றிருந்தவர்களையும் அவர் கண்டு கொண்டார். மதீனத்தை முதலில் வந்தடைந்தபோது உடன்படிக்கை செய்து கொண்டவர்களில் உடன்படிக்கையின் படி செயல்படாதவர்களையும் சந்தர்ப்பம் கிடைத்தால் எதிர்த்துச் செயல்படக் கூடியவர்களையும் அவர் கண்டு கொண்டார். மிகவும் கவனமாக இருக்கும்படி கூறிய இறைவசனத்தை முஹம்மது சமீபத்தில் பெற்றிருந்தார்.

அது "(உம்முடன் உடன்படிக்கை செய்திருக்கும்) எந்தக் கூட்டத்தாரும் மோசம் செய்வார்கள் என நீர் பயந்தால் (அதற்குச்) சமமாக (அவ்வுடன்படிக்கையை) அவர்களிடம் எறிந்து விடும்; நிச்சயமாக இறைவன் மோசம் செய்பவர்களை நேசிப்பதில்லை" **(குர்ஆன்)** என்றிருந்தது. இறைவசன வெளிப்பாடு முன்யோசனையுடன் விவேகமாகச் செயல்பட அவரை அறிவுறுத்தியிருந்ததால் அவர் பொறுமையயுடன் உன்னிப்பாக அனைவரையும் கவனித்து வந்தார்.

> "அவர்கள் சமாதானத்தின் பக்கம் சாய்ந்து (இணங்கி) வந்தால் நீங்களும் அதன் பக்கம் சாய்வீராக! இறைவனின் மீது நம்பிக்கை வைப்பீராக!" **(குர்ஆன்)**

மதீனத்துப் பகுதியில் வாழ்ந்து வந்த மூன்று யூத இனக் குழுக்களில் பனு கைனுகா என்ற இனக்குழுவே மதீன நகரத்தில் வாழ்ந்தது. அவர்கள் முஸ்லிம்களுடன் உடன்படிக்கை செய்து கொண்டவர்களாக இருந்தார்கள். இருந்தும் அவர்கள் மூலம் சதிச் செயல்கள் வரக் கூடிய நிலை இருந்ததையும் உடன்படிக்கைக்கு விரோதமாகச் செயல்படவிருப்பதையும் இறைத்தூதர் அறிந்து கொண்டார். உண்மையை உறுதிப்படுத்திக் கொள்ளவும். அவர்கள் நினைத்தது போல சதி புரிவதைத் தடுக்கும் முகமாகவும் அவர்களை இறைத்தூதர் சந்தித்து குரேஷியர் அடைந்த தோல்வி குறித்துக் கருத்துக்களைப் பரிமாற அழைத்தார். பனு கைனுகா தலைவர்கள் "அவருக்கு எதிராகத் தாங்கள் போரிட்டால் தாங்கள் நிச்சயம் வெற்றிபெறுவோம்" என்று சூடாக பதில் கூறினார்கள். இந்த பதில் அவர்கள்

முஸ்லிம்களிடமிருந்து அந்நியப் பட்டுவிட்டார்கள் என்ற இறைத்தூதரின் சந்தேகத்தை உறுதிப் படுத்தியது.

சில தினங்கள் கழித்து பனு கைனுகாவின் சந்தைப்பகுதிக்கு ஒரு முஸ்லிம் பெண்மணி வழக்கமாகச் செல்வதைப் போல் சென்றார். அங்கிருந்த ஒரு வியாபாரி அந்தப் பெண்மணி அமர்ந்திருந்த இருக்கையில் அவரின் உடையைப் பின்புறமாக கட்டியதால் அப்பெண்மணி எழுந்ததும் உடைகள் மேலே ஏறி, அப்பெண்ணின் உடல் கீழ்பக்கத்தில் வெளித் தெரியும்படி செய்யப்பட்டு அவமானப்படுத்தப்பட்டார். இதனைக் கண்ட முஸ்லிம் ஆணொருவர் தலையிடவே சண்டை மூண்டது. சண்டையில் ஏற்பட்ட காயங்களினால் அந்த முஸ்லிமும் வியாபாரியும் இறந்தனர். இரு சாராருக்கும் இடையிலான உடன்படிக்கையின்படி அத்தகைய தருணங்களில் பிரச்சனை இறைத்தூதரிடம் கொண்டு செல்லப்பட்டு நீதி நெறிப்படி அமைதியாகத் தீர்க்கப்பட வேண்டும். ஆனால் உடன்படிக்கையில் மோசம் செய்து பனு கைனுகா இனத்தினர் இப்னு உபை என்ற நயவஞ்சகனுடன் முஸ்லிம்களுக்கு எதிராக அணி திரட்ட உதவுவான் என்று நம்பி பேரம் செய்து கொண்டு இருந்தனர்.

உடனடியாகச் செயல்பட்ட முஹம்மது, ஒரு படையைத் திரட்டி பனு கைனுகா இனத்தினர் தங்களைக் காத்துக் கொள்ளும் பொருட்டு ஒளிந்திருந்த கோட்டையை முற்றுகையிட்டார். போலித்தனமாக இஸ்லாத்தை ஏற்றிருந்த, உண்மையான முஸ்லிம்களை அழித்தொழிப்பதே தம் நோக்கம் என்றிருந்த நயவஞ்சகர்கள் தமக்கு வெளியிலிருந்து ஆதரவளிப்பார்கள் என்று

பனுகைனுகா இனத்தினர் நம்பிக்கொண்டு இருந்தனர். ஆனால் எந்த ஆதரவும் கிட்டாத நிலையில் இரண்டு வார முற்றுகைக்குப் பின்னர் பனு கைனுகாவினர் சரணடைந்தனர்.

"லாபங்களை எண்ணிப் போர்க்கைதிகளைப் பிடிப்பது ஒரு இறைத்தூதருக்குப் பொருத்தமான செயலல்ல" என்ற இறை வசனத்தை இறைத்தூதர் நினைவு கூர்ந்தார். போரில் எதிரிகளைக் கொன்று அவர்களின் பெண்களையும் குழந்தைகளையும் துரத்தியடிக்கும் வழக்கத்தைச் செய்யும் வாய்ப்பை இறைத்தூதர் பெற்றிருந்தார். முஸ்லிம் சமுதாயத்தை மோசம் செய்யவோ தாக்கவோ எண்ணும் இனக் குழுக்களுக்கு அப்படிச் செய்வதன் மூலம் ஒரு எச்சரிக்கையை அளிக்கும்படியாகவும் அது அமைந்திருக்கும். இதற்கென ஒரு இறைவசன வெளிப்பாடு வந்தது

"எனவே போரில் நீர் அவர்கள் மீது ஆதிக்க வாய்ப்பைப் பெற்று விட்டால் அவர்களுக்குப் பின்னால் உள்ளவர்களும் பயந்தோடும்படி சிதறடித்து விடுவீராக, இதனால் அவர்கள் நல்லறிவு பெறட்டும்"
(குர்ஆன்)

உபையின் நயவஞ்சகத்தையும் எதிரான செயல்பாடுகளையும் அறிந்து கொண்ட நிலையிலும் பனு கைனுகாவினருக்காக பேச வந்த உபையை வரவேற்ற இறைத்தூதர் போர்க்கைதிகளை விடுவிக்க முடிவு செய்தார். ஆனால் அவர்கள் உடைமைகள் பறிமுதல் செய்யப்பட்டு அவர்கள் வெளியேற வேண்டும் என்று நிபந்தனை வைத்தார். அவர்கள் மற்ற இனக்குழுவினருடனும் கூட்டத்தாரிடமும் புகலிடம் தேடினர். ஆனால் அவர்கள் இறைத்தூதருக்கு எதிராகச் சதி செய்வதை

நிறுத்தவேயில்லை. அவர்கள் வெறுப்பை இன்னும் அதிகமாகக் காட்டினார்கள். முஹம்மதின் எதிரிகளின் எண்ணிக்கை அதிகரித்தது. அவர்கள் ஆத்திரமும் கூடியது. இதனை அறிந்து கொண்ட இறைத்தூதர் தமது தோழர்களிடம் விவேகத்துடனும் பொறுமையுடனும் அதே சமயம் கவனமாகவும் இருக்கும்படி பணித்தார்.

அத்தியாயம் பத்து

பாடமும் தோல்வியும்

மதீனத்தில் வாழ்க்கை கடந்து கொண்டிருந்தது. இனக் குழுக்களுடனான உறவு சிக்கலடைந்த நிலையில் மிகவும் கவனமாக இருக்க வேண்டியதற்கு மாறாக இறை வசன வெளிப்பாடுகளின் ஒளியில் முஹம்மது தன் போதனைகளைச் செய்து கொண்டிருந்தார். தன்னுடைய கொள்கையில் மிகவும் உறுதியாகவும் அவருடைய இருத்தலில் மனித நேயத்தைப் பரப்பிக் கொண்டு அவர் குறிப்பிடத்தக்க அபூர்வ குணாம்சம் கொண்டு விளங்கினார். தோழர்கள் எவ்வளவு நேரம் முடியுமோ அவ்வளவு நேரம் அவருடனே இருந்து அவரைக் கவனித்து கற்றுக் கொண்டனர். யார் இறைத்தூதருடன் இருப்பது என்பதில் முறை வைத்துக் கொண்டனர். இறைத்தூதர் மீதான தோழர்களின் நேசம் மிகவும் ஆழமானதாக, மரியாதை மிகுந்ததாக, உண்மையானதாக இருந்தது. இறை நேசத்தின் பேரொளியில் அவரை நேசித்து அன்பு பாராட்டும்படியாக அவர்களை இறைத்தூதர் மிகுந்த ஆதரவுடன் நடத்தி வந்தார்.

மென்மை, அக்கறை, நேசம்

தாக்குதல்கள், மோசடி, எதிரிகளின் பழி வாங்கும் வெறி இவற்றுக்கிடையில் இறைத்தூதர் முஹம்மது தன்னுடைய தினசரி வாழ்க்கையில் சிறிய விஷயங்களில் கூட தன்னிடம் கற்க நினைப்பவர்களை மனதிற்கொண்டு விழிப்பாக

தயாள சிந்தனையுடன் இரக்கம் கொண்டு, மன்னிக்கும் உயர்மனதுடன் வாழ்ந்தார். இரவுகளில் மிக நீண்ட நேரம் தன்னுடைய தோழர்கள் மற்றும் மனைவியர்களிடமிருந்து ஒதுங்கி அவர் இறைவணக்கத்தில் ஈடுபடுவதை அவர்கள் கவனித்தனர். அவ்வணக்கங்களின் போது மிக மெல்லிய குரலில் இறைவனிடம் பிரார்த்திப்பதையும் அவர்கள் கண்டனர். இதனால் தாக்கமுற்றுத் திகைப்படைந்த அவர் மனைவி ஆயிஷா, “இறைவன் உங்கள் முன் பின் பாவங்களை மன்னித்து விட்டிருக்கையில் ஏன் நீண்ட நேரம் நீங்கள் இறைவணக்கத்தில் ஈடுபடுகிறீர்கள்?” என்று கேட்டபோது “ஒரு நன்றியுள்ள அடியானாக நான் எப்படி இருக்க முடியும்?” என்று இறைத்தூதர் பதிலளித்தார். தான் வணங்கியதைப் போன்றும், நோன்பிருந்ததைப் போன்றும், தியானங்களில் ஆழ்ந்தது போன்றும் தன் தோழர்களும் செய்ய வேண்டும் என்று அவர் கோரவில்லை. மாறாகத் தோழர்கள் அனைவரும் தங்கள் சுமைகளை எளிதாக்கிக் கொள்ளவும் மேலதிகச் சுமைகளைத் தவிர்க்கவும் வேண்டினார். சில தோழர்கள் தாம்பத்ய வாழ்க்கையை நிறுத்திவிட்டு இரவு நேரம் முழுக்க இறைவனை வணங்கவோ அல்லது தொடர்ந்து நோன்பு நோற்கவோ (உத்மான் இப்னு மஸீன் அல்லது அப்துல்லாஹ் இப்னு அம்ர் இப்னு அல் ஆஸ் ஆகியோரைப் போன்று) கோரிய போது “அப்படிச் செய்ய வேண்டாம். சில நாட்களில் நோன்பிருந்து மற்றைய நாட்களில் உணவருந்துங்கள். இரவின் ஒரு பகுதியில் உறங்கி ஒரு பகுதியில் இறைவணக்கத்தில் ஈடுபடுங்கள். உங்கள் உடலுக்கு உங்கள் மீது உரிமை உள்ளது, உங்கள் கண்களுக்கு உங்கள் மீது உரிமை உள்ளது,

உங்கள் மனைவிக்கு உங்கள் மீது உரிமை உள்ளது, உங்கள் விருந்தினருக்கு உங்கள் மீது உரிமை உள்ளது" என்றார் இறைத்தூதர். ஒரு முறை உரத்து மூன்று முறை இப்படிக் கூறினார் இறைத்தூதர். "மிகைப்படுத்துவோர் (மிகவும் கட்டாயமாக) மீது துக்கம் சூழட்டும்". இன்னொரு தருணத்தில் இறைத்தூதர் கூறினார், "மிதமாக மிதமாக! மிதமாக இருந்தால் மட்டும் நீங்கள் வெற்றியடைவீர்கள்!".

தங்களின் பலவீனங்களையும் தோல்விகளையும் குறித்து அச்சம் கொண்டிருந்த இறை நம்பிக்கையாளர்களின் மனதை ஆறுதல்படுத்தித் தேற்றுவதையே எப்போதும் இறைத்தூதர் செய்து வந்தார். ஒரு நாள் தோழர் ஹன்ஸலாஹ் அல் உஸைதி என்பவர் தோழர் அபுபக்கரைச் சந்தித்து, வருத்தத்துடன் "இறைத்தூதருடன் இருக்கையில் பாவம் புண்ணியம் சொர்க்கம் நரகம் பற்றிய சிந்தனை வந்து இறைவனின் பால் நாட்டம் செல்வதாகவும் அச்சூழ்நிலையிலிருந்து நீங்கினால் மனைவி, மக்கள் மற்றும் வாழ்க்கை விவகாரங்கள் மனதினுள் தோன்றி இறைச் சிந்தனை மறந்து போய் விடுவதாகவும்" கூறினார். தானும் அப்படியே உணர்வதாகத் தோழர் அபுபக்கரும் கூறினார். இருவரும் சேர்ந்து இறைத்தூதரிடம் தங்களது குழப்ப நிலை குறித்துக் கேட்கத் தீர்மானித்தனர். தோழர் ஹன்ஸலாஹ் தனது சந்தேகத்தை முஹம்மதிடம் கூறவும் அதற்கு அவர் இப்படி பதிலளித்தார். "எவன் கைகளில் எனது ஆன்மா உள்ளதோ அவன் பெயரால் கூறுகிறேன். ஆன்மிகச் சிந்தனையிலும் இறைவனையே நினைத்துக் கொண்டும் எப்போதும் நீங்கள் இருப்பீர்களேயானால் வானவர் உங்களுடன் கைகுலுக்கி உங்களுடனேயே இருப்பார். ஆனால்

இறை பக்திக்கும் இறைவனையே நினைத்துக் கொண்டு இருப்பதற்கும் ஒரு நேரம் உண்டு. அதேபோல் வாழ்வியல் விவகாரங்களுக்கும் நேரம் உண்டு." இறை நினைவிலிருந்து மாறிவிட்டதல்ல அவர்கள் நிலை. நினைவு கூர்வதும் மறந்து போவதுமான மனித இயல்பே அது. மறந்து போதலை நினைவிற் கொண்டு வர வேண்டியே இருக்கிறது. ஏனெனில் மனிதர்கள் வானவர்கள் அல்ல.

சில சமயங்களில் பரிபூரணமான இறை வணக்கம், தர்ம காரியங்கள் அல்லது மனமொன்றிய பிரார்த்தனை பற்றி அவர் இப்படிக் கூறுவார்: "நற்செயல்களைச் செய்து நல்லனுபவம் பெறுதல் அறமாகும்; பாவச் செயல்களிலிருந்து விலகி இருத்தலும் அறமாகும். உங்களுக்கு உரிமையுள்ள உங்கள் மனைவியுடன் தாம்பத்யம் கொள்வதும் அறமே". ஒரு தோழர் கேட்டார்: "ஒருவரின் பாலியல் தேவையைப் பூர்த்தி செய்வதற்கும் "வெகுமதி கிட்டுமா?" முஹம்மது பதிலளித்தார் கூறுங்கள், உங்களில் யாராவது ஒருவர் உரிமையின்றி முறையற்ற வகையில் தாம்பத்ய உறவு கொண்டால் அவர் பாவம் செய்தவரில்லையா? எனவேதான் முறைப்படியான வகையில் உரிமையுள்ளவருடன் தாம்பத்ய உறவு கொள்வதற்கு நற்கூலியுண்டு". இப்படியாக மனித இயல்புகளிலிருந்து மாறாதிருக்க அவர் போதித்தார். சுயக்கட்டுப்பாடு என்பதே அவர் போதனையின் மையமாக இருந்தது. ஆன்மிகம் என்பது ஒருவரின் இயற்கையான உள்ளுணர்ச்சியை இயற்கையாக உள்ள சுபாவத்தை அறிந்து ஏற்று அதனைத் தன் கட்டுப்பாட்டுக்குள் கொண்டு வருவதாகும். ஒருவரின் கொள்கையில் வழுவாது தன் விருப்பங்களைக் கொண்டு வாழ்வதே

இறைவணக்கமாகும். அப்படி வாழ்வது தவறான செயல் முறையோ அல்லது கபட வேடமிட்டுப் பாசாங்கு செய்வதோ ஆகாது.

தன் தோழர்கள் ஒன்று மற்றவற்றிற்குக் குற்ற மனப்பான்மை கொள்வதை இறைத்தூதர் வெறுத்தார். மிகவும் அன்பாளனான கருணையாளனான தனது கருணையின் பால் அனைவரையும் அழைக்கும், பிழைகளுக்கும் பாவங்களுக்கும் உண்மையாக மனம் வருந்தி அவனிடமே மீளும் அடியார்களை நேசிக்கும் ஏக இறைவனிடம் தொடர்பு கொண்டு உரையாடுவதை இறை நம்பிக்கையாளர்கள் ஒருபோதும் நிறுத்தவே கூடாது என்று இறைத்தூதர் கூறிக்கொண்டே இருப்பார். பாவமன்னிப்பு (அத்தவ்பா) என்பதன் ஆழமான பொருள் இதுதான். ஒரு பாவத்திலிருந்து ஒரு தவறிலிருந்து உண்மையாக இறைவனிடம் மீளுவதுதான் அது. இறைவனிடம் அப்படி உண்மையாக மீளுவதை இறைவன் விரும்புகிறான். அவன் மன்னித்துத் தூய்மைப்படுத்துகிறான். இதனைப் பல்வேறு சமயங்களில் இறைத்தூதர் உதாரணமாக நிகழ்த்திக் காட்டியுள்ளார். ஒரு முறை ஒரு பெடோயின் இனத்தைச் சேர்ந்தவர் இறைவணக்கம் புரியும் பள்ளிக்குள் நுழைந்து சிறுநீர் கழித்து விட்டார். தோழர்கள் அவரை அடிக்கப் பாய்ந்தனர். அவர்களைத் தடுத்து நிறுத்திய இறைத்தூதர், “அவரை விட்டு விடுங்கள் அவர் சிறுநீர் கழித்த இடத்தின் மீது நீரை ஊற்றிச் சுத்தம் செய்யுங்கள்” என்று கூறி “கடமைகளை எளிதாக்கவே இறைவன் உங்களை அனுப்பியுள்ளான் அவற்றைக் கடினமாக்க அல்ல” என்று கூறினார்.

இறைத்தூதரின் மனைவி ஆயிஷா கூறுகிறார், "ஒரு முறை ஒரு மனிதன் இறைத்தூதரிடம் வந்து "நான் கைச் சேதப்பட்டுவிட்டேன்" என்று கூறினார். இறைத்தூதர் "ஏன்" என்று கேட்டபோது அவர் "நான் நோன்பு நோற்றிருந்த வேளையில் என் மனைவியுடன் தாம்பத்ய உறவு கொண்டு பாவம் புரிந்து விட்டேன்!" என்றார். அதற்கு முஹம்மது கூறினார், "பாவத்திற்குப் பகரமாக தர்மம் செய்யுங்கள்" என்று. அதற்கு அம்மனிதர் "என்னிடம் ஒன்றுமேயில்லையே!" என்று கூறி இறைத்தூதரிடமிருந்து சற்று தள்ளி அமர்ந்துவிட்டார். சிறிது நேரம் கழித்து ஒருவர் உணவுப்பொருள் அடங்கிய தட்டொன்றை முஹம்மதுக்காக கொண்டு வந்தார். "கைச்சேதப்பட்டுவிட்டேன்" என்று கூறிய அம்மனிதரை அழைத்த முஹம்மது "இந்த உணவைக் கொண்டு சென்று தர்மம் செய்யுங்கள்" என்றார். அம்மனிதர் திகைப்புடன் "என்னைக் காட்டிலும் ஒரு ஏழைக்கா? எனது குடும்பத்தார்க்கு உண்ண ஏதுமில்லை" என்றார். "அப்படியானால் நீங்களே உண்ணுங்கள்" என்று சிரித்தபடியே முஹம்மது கூறினார்.

அத்தகைய மென்மையான தன்மையும் அன்புமே அவரது போதனையின் சாராம்சமாக இருந்தது. "இறைவன் மென்மையானவன்; அவன் ஒவ்வொன்றிலும் மென்மையையே நேசிக்கிறான்" என்ற அவர் கூறிக் கொண்டே இருந்தார். அவர் மேலும் கூறினார்: "இறைவன் வன்முறைக்கும் மற்றெதற்கும் அளிக்காததை அருளாததை மென்மையான தன்மைக்கு அளிக்கிறான்". அவர் தன் தோழர் ஒருவருக்கு அறிவித்தார் "உங்களுள் இரண்டு குணங்களை இறைவன் நேசிக்கிறான். ஒன்று

பொறுமையுடனான இரக்ககுணம், மற்றொன்று உன்னதமான சகிப்புத் தன்மை." மென்மையான நடத்தைக்கும் மன்னித்தருள்வதற்கும் விடாது முயலும்படி தன் தோழர்களுக்கு அவர் கூறினார்: "நீங்கள் ஏற்றுக் கொள்ள முடியாத ஒன்றை உங்கள் சகோதரர் செய்வதை நீங்கள் அறிந்தால் அதனை சமாதானப்படுத்திக் கொள்ளும்படியான எழுபது காரணங்களைத் தேடுங்கள். அவற்றுள்ளும் சரியான காரணம் உங்களுக்குக் கிட்டவில்லை என்றால், அது உங்களுக்குத் தெரியாத காரணம் என்று உங்களை நீங்களே சமாதானம் செய்து கொள்ளுங்கள்"என்று. மென்மையான நடத்தைக்கும் மன்னித்தருள்வதற்கும் விடாது முயலும்படி இறைத்தூதர் கூறினார். இஸ்லாத்தைப் புதிதாக ஏற்றுக் கொண்டவர்கள் வசிக்க வீடும் உண்ண உணவுமற்றவர்களாயிருந்த அவர்களில் பலர் பள்ளிவாசலைச் சுற்றி இறைத்தூதரின் இல்லத்திற்கு அருகில் வாழ்ந்தனர். ஆதரவற்ற அநாதைகளாக இருந்து அவர்கள் முஸ்லிம்களின் நன்கொடைகள் மற்றும் உதவிகளைக் கொண்டு வாழ்ந்தனர். அவர்களில் சிலர் உலகியலை வெறுத்து உயர்வான ஆன்மிக நிலையிலான வாழ்வினை விரும்பித் தங்கள் சுய விருப்பத்தின்படி அப்படி வாழ்ந்தனர். அவர்களின் எண்ணிக்கை அதிகரித்து அவர்கள் திண்ணைத் தோழர்கள் என்றழைக்கப்பட்டனர். அவர்களது நிலையைக் கருத்தில் கொண்டு அவர்கள்மீது இறைத்தூதர் கனிவையும் அன்பையும் காட்டி வந்தார். அவர்கள் மீது கருத்தூன்றி அவர்களது கேள்விகளுக்குப் பதிலளித்து அவர்கள் தேவைகளை இறைத்தூதர் கவனித்து வந்தார். ஆன்மிகம், சமயம், கல்வி அல்லது வேறு சந்தேகங்களைக் கேட்பவர்களிடம்

அனுபவம், அவர்களது புரிந்து கொள்ளும் திறன், அவர்களது மன நிலை ஆகியவற்றைக் கருத்தில் கொண்டு இறைத்தூதர் பதிலளித்து வந்தது அவரது ஆளுமையின் குணாம்சங்களில் ஒன்றாக இருந்தது.

இறைநம்பிக்கை கொண்டவர்களை மதித்து, புரிந்துகொண்டு அவர்கள் மீது அன்பு செலுத்தியதை இறை நம்பிக்கை கொண்டவர்கள் உணர்ந்தனர். "தங்களின் சகோதரர் அல்லது சகோதரி மீது அன்பு கொண்டவர்கள் அவர்களும் அவர்கள் மீது அன்பு கொள்ளும்படி கூற அனுமதிக்க வேண்டும்" என்றும் அவர் கூறினார். ஒரு முறை முவாத் இப்னு ஜபல் என்னும் இளைஞரைக் கையில் பற்றிக் கொண்டு அவர் காதில் மெல்ல இப்படிக் கூறினார்: "ஓ முவாத்தே, இறைவனின் பெயரால் கூறுகிறேன், நான் உம்மை நேசிக்கிறேன். ஒவ்வொரு தொழுகையிலும் "ஓ இறைவா, உன்னை மறக்காதிருக்கவும், உனக்கு நன்றி செலுத்தவும், எனது இறைவணக்கம் முழுமையானதொன்றாக இருக்கவும் உதவுவாயாக" என்று பிரார்த்திக்க ஒருபோதும் மறக்க வேண்டாம்" இப்படியாக அந்த இளைஞருக்கு நற்போதனையை அன்பில் பொதிந்து இறைத்தூதர் வழங்கினார்.

நஜ்ரன் கிறிஸ்தவர்கள்

நஜ்ரன் பகுதி கிறிஸ்தவர்கள் முஹம்மதை சந்தித்த தேதி சரியாகத் தெரியவில்லை. இப்னு ஹிஸாம் போன்ற அறிஞர்கள் பத்ருப் போருக்கு முன்னதாக அச்சந்திப்பு நிகழ்ந்ததாகக் கூறுகையில் இப்னு இஸ்ஹாக் போன்ற அறிஞர்கள் அச்சந்திப்பு பதுருப் போருக்கும் உகதுப் போருக்கும் இடைப்பட்ட காலத்தில் நிகழ்ந்திருக்கக் கூடும் என்று இறைத்தூதரின் மொழி மற்றும் குர்ஆன் வெளிப்பாடுகளின் அடிப்படையில் கூறுகின்றனர்.

அச்சந்திப்பின் நோக்கமும் அது நிகழ்த்திய தாக்கமும் சந்தித்த தேதி பற்றிய தேடலைப் பின்தள்ளி விடுகின்றன.

நஜ்ரனிலிருந்து (ஏமன்) பதினான்கு கிறிஸ்தவத் தலைவர்களைக் கொண்ட குழு ஒன்று புதிய சமயத்தையும், அதன் நம்பிக்கைகளையும் இயேசு கிறிஸ்துவைக் குறித்து அது என்ன கொள்கையைக் கொண்டிருக்கிறது என்பது குறித்தும் அறிய வேண்டி இறைத்தூதரை அணுகியது. அரேபிய தீபகற்பத்தில் பல்வேறு கிறிஸ்தவப் பழங்குடி மக்கள் வாழ்ந்தனர். ஏமன் பகுதி கிறிஸ்தவர்களில் பெரும்பாலானவர்கள் கான்ஸ்டான்டிநோபிள் நகரை மையமாகக் கொண்டு இயங்கிய 'மெல்ஸைட் ஆர்தோடாக்ஸ்' என்னும் பிரிவைச் சார்ந்தவர்களாக இருந்ததாகத் தோன்றுகிறது. இறைத்தூதர் அக்குழுவினரின் கேள்விகளுக்கு இரு சமயங்களுக்கும் இடையிலான தொடர்பைக் குறிப்பிட்டுக் கூறி இயேசு கிறிஸ்துவானவர் அளித்த இறைச் செய்தியின் தொடர்ச்சியே இஸ்லாம் என்று பதிலளித்தார். ஆனால் கடவுளின் மும்மை என்ற கொள்கையை அவர் மறுத்துக் கூறினார். ஓரிறையை வணங்கி இறுதி இறைச் செய்தியான இஸ்லாத்தை ஏற்கும்படி அவர்களை இறைத்தூதர் அழைத்தார். கிறிஸ்தவத்திற்கும் இஸ்லாத்திற்கும் இடையிலான ஒற்றுமைகளையும் வேற்றுமைகளையும் பற்றியும் இந்தச் சம்பவம் குறித்தும் குர்ஆன் நீண்ட வசனங்களைக் கொண்டிருக்கிறது. 'அல் இம்ரான்' எனும் குர்ஆனின் அத்தியாயத்தின் மூன்றாவது வசனம் இஸ்லாமிய இறைக் கோட்பாட்டைக் கூறுகிறது.

"அலிஃப். லாம். மீம். அல்லாஹ். அவனைத் தவிர (வணக்கத்திற்குரிய) நாயன் வேறில்லை. அவன் நித்திய ஜீவன், என்றும் நிலைத்திருப்பவன்.

"(தூதரே முற்றிலும்) உண்மையைக் கொண்டுள்ள இந்த வேதத்தைப் (படிப்படியாக) அவன்தான் உம்மீது இறக்கி வைத்தான். இது, இதற்கு முன்னாலுள்ள (வேதங்களை) உறுதிப்படுத்தும் தவ்ராத்தையும், இன்ஜிலையும் அவனே இறக்கி வைத்தான்.

மனிதர்களுக்கு நேர்வழி காட்டுவதற்காக (நன்மை தீமை இவற்றைப் பிரித்தறிவிக்கும்) ஃபுர்க்கான் (எனும் குர்ஆனையும்) இறக்கி வைத்தான்".

இறைத்தூதர்களான மோஸஸ் மற்றும் இயேசு கிறிஸ்துவுக்கு அனுப்பப்பட்ட வேதங்களை உறுதியாக அங்கீகரிப்பதோடு மட்டுமல்லாமல் அந்த ஓரிறைக் கொள்கையின் ஒரு பகுதியே குர்ஆன் என்பதையும் அது தெரிவிக்கிறது. மேலும் கிறிஸ்தவர்களுக்கு விடுக்கப்பட்ட அழைப்பையும் அது தெளிவாகத் தெரிவிக்கிறது.

"(நபியே அவர்களிடம்) வேதத்தையுடையோரே! நமக்கும் உங்களுக்குமிடையே (இசைவான) ஒரு பொது விஷயத்தின் பக்கம் வாருங்கள் (அதாவது) நாம் அல்லாஹ்வைத் தவிர வேறெவரையும் வணங்க மாட்டோம், அவனுக்கு எவரையும் இணை வைக்க மாட்டோம், அல்லாஹ்வை விட்டு நம்மில் சிலரைக் கடவுளர்களாக எடுத்துக் கொள்ள மாட்டோம்" எனக் கூறும். (இதன் பிறகும்) அவர்கள் புறக்கணித்துவிட்டால் "நாங்கள் அவனிடமே சரணடைந்துவிட்ட முஸ்லிம்கள் என்பதற்குச் சாட்சியாக இருங்கள்" என்று கூறுவீராக!".

இறைவனின் ஒருமைத் தன்மையை உறுதிப்படுத்தி மும்மைத் தன்மையை ஒதுக்கித் தள்ளுவதுடன் கிறிஸ்தவ மத குருமார்களின் செல்வாக்கான நிலையையும் அது கண்டிக்கிறது. 'சிலரைக் கடவுளராக' என்று இங்கே குறிப்பிடப்படுவது இறைவனுக்கும் மக்களுக்குமிடையே செயல்படும் மதகுருமார்கள் மற்றும் புரோகிதர்கள் இறைசக்தியைக் கொண்டிருப்பதாகக் கூறுவதைத்தான் குறிப்பிடுகிறது.

நஜ்ரனிலிருந்து வந்த குழுவினர் இறைத்தூதர் கூறியதை ஏற்க மறுத்தனர். அவர்கள் அங்கிருந்து புறப்படும் முன் பள்ளிவாசலுக்குள் சென்று இறைவணக்கம் புரிய விரும்பினர். அப்படி அவர்கள் செய்வதை இறைத்தூதரின் தோழர்கள் எதிர்க்கத் தலைப்பட்டனர். ஆனால் அதில் குறுக்கிட்ட இறைத்தூதர் "அவர்கள் வணங்கட்டும்" என்று கூறினார். அவர்கள் கிழக்குப் பக்கம் நோக்கி வணக்கத்தில் ஈடுபட்டனர். அவர்கள் புறப்படுகையில் அவர்களுடைய சந்தேகங்களுக்கு பதில் கூறவும் குறிப்பிட்ட சில விவகாரங்களில் முடிவுகளைக் கூறவும் தங்களுடனே வாழும்படியான ஒரு பிரதிநிதியை அனுப்பும்படி இறைத்தூதரை அவர்கள் வேண்டினர். அபு உபைதா இப்னு அல் ஜாரா என்பவர் தேர்ந்தெடுக்கப்பட்டார். அந்தப் பிரதிநிதியாகத் தான் செல்ல விரும்பி இறைத்தூதரின் கவனத்தைக் கவர தாம் முயன்று தோற்றதாகப் பின்னாளில் உமர் இப்னு அல் கத்தாப் கூறினார். அக்குழுவினர் நஜ்ரானைச் சென்றடைந்தனர். இறைச்செய்தியை அறிந்து கொள்ளவும் புதிய சமயத்தின் கோட்பாடுகளை விளங்கிக் கொள்ளவும் தங்கள் கருத்துக்களைக் கூறி

விவாதிக்கவும் கிறிஸ்தவர்கள் மதீனா நகர் நோக்கி வர வேண்டியிருந்தது. அவர்கள் மதீனா நகர் வந்து பள்ளிவாசலில் இறைவணக்கம் புரிந்து எந்தத் தொந்தரவும் துன்பமும் இன்றி கிறிஸ்தவர்களாகவே முழுச் சுதந்திரத்துடன் திரும்பினர். இறைத்தூதரின் எண்ணங்களை, குணங்களை இறைத்தூதருடன் இருந்த தோழர்கள் உள்வாங்கிக் கொண்டார்கள். மிகுந்த சகிப்புத்தன்மையைக் கைக்கொண்டு கவனித்து கற்றறிந்து பிறருடைய சுய கௌரவத்தை மதித்து நடக்க வேண்டும் என்ற இறை நம்பிக்கை கொண்டோருக்கான குணநலன்களை வேண்டி நிற்கும் இஸ்லாம் சமயத்தின் சாரத்தை அவர்கள் இறைத்தூதரிடமிருந்து பெற்றுக் கொண்டனர். "வலுக்கட்டாயம் என்பது சமயத்தில் இல்லை" என்ற கட்டளை வேற்றுமைகளை மதித்து அணுகுவது என்பதில் உள்ளது. குர்ஆன் கூறுகிறது, "மனிதர்களே! நிச்சயமாக நாம் உங்களை ஓர் ஆண், பெண்ணிலிருந்தே படைத்தோம்; நீங்கள் ஒருவரை ஒருவர் அறிந்து கொள்ளும் பொருட்டு பின்னர் உங்களைக் கிளைகளாகவும் கோத்திரங்களாகவும் ஆக்கினோம். ஆகவே உங்களில் எவர் மிகவும் பயபக்தியுடன் நன்மைகளைப் புரியும் சரியானவர்களாக இருக்கிறார்களோ, அவர்கள்தாம் அல்லாஹ்விடத்தில் நிச்சயமாக மிகச் கண்ணியமானவர். நிச்சயமாக அல்லாஹ் நன்கறிபவன் (யாவற்றையும் சூழ்ந்து) தெரிந்தவன்".

அதிகாரம் கொண்டு தன்னைவிடத் தாழ்ந்தவர்களிடம் இரக்கம் கொள்வதை உடைத்தெறிந்து சகிப்புத்தன்மை என்பதனைவிட மேலதிக நற்குணம் கொள்ள வேண்டும் என்பதனை இறைவன் வேண்டுவது பரஸ்பர புரிதல்களுடனான சமத்துவமான உறவினை அடிப்படையாகக்

கொண்ட ஒன்றாக உள்ளது. ஒவ்வொருவரின் இதயத்திலும் எத்தகைய பயபக்தியுள்ளது என்பதை இறைவன் மட்டுமே அறிவான். மதகுருமார்கள் மற்றும் மதத் தலைவர்களின் செல்வாக்கை விமர்சித்து மறுத்து ஒதுக்கியபோதும் குர்ஆன் பணிவும் மென்மையும் கலந்த இறைத்தேட்டமுள்ளோரைப் பல இடங்களிலும் குறிப்பிட்டு அவர்களின் உண்மைத் தன்மையைப் பாராட்டுகிறது.

"நிச்சயமாக நாங்கள் கிறிஸ்தவர்களாக இருக்கின்றோம் என்று சொல்பவர்களை முஸ்லிம்களுக்கு (இறை நம்பிக்கை கொண்டவர்களுக்கு) நேசத்தால் மிகவும் நெருங்கியவர்களாக (நபியே) நீர் காண்பீர்; ஏனென்றால் அவர்களில் கற்றறிந்த குருமார்களும், துறவிகளும் இருக்கின்றனர்; மேலும் அவர்கள் இறுமாப்புக் கொள்வதுமில்லை".

குர்ஆனின் ஐந்தாவது அத்தியாயத்திலிருந்து மேலே குறிப்பிட்டுள்ள வசனமானது முஸ்லிம்களுக்கும் கிறிஸ்தவர்களுக்குமிடையில் உண்மை மற்றும் பணிவுநயம் ஆகியவற்றை அடிப்படையாகக் கொண்ட நல்லுறவைச் சுட்டுவதாக உள்ளது. மற்ற மாற்று சமயத்தினருடன் வாழ்வதைப் போலவே கிறிஸ்தவர்களுடனும் சந்தித்துப் பகிர்ந்துகொண்டு சமாதானத்துடன் வாழ்தல் என்பது மூன்று நிபந்தனைகளின் அடிப்படையிலானது. ஒன்று ஒருவரை மற்றவர் புரிந்து கொள்ள முயல்வது. இரண்டாவது விவாதங்களிலும் கருத்துக்களைப் கூறும்போதும் நேர்மையாக உண்மையாக இருப்பது. உண்மையைக் கொண்டிருப்பதாக ஒருவர் கூறுவதைப் பணிவுடன் அறிவது என்பது மூன்றாவதாகும். மற்ற சமயத்தின்

இறை நம்பிக்கையாளர்களிடம் இறைத்தூதர் கொண்டிருந்த உறவு இந்தச் செய்தியையே கொண்டிருக்கிறது. அவர் கேள்விகளை எதிர்கொள்ளத் தயங்கியதே இல்லை. இறைவனின் மும்மைத் தன்மை என்ற கிறிஸ்தவக் கொள்கையில் முரண்பட்டது அறிவு, உண்மை, நேர்மை, அடக்கம் ஆகியவற்றின் அடிப்படையில் அமைந்திருந்தது. நஜ்ரானிலிருந்து வந்திருந்த குழுவினர் சுதந்திரமாகத் திரும்பிச் செல்ல முடிந்தது. அவர்களது உரையாடல் இறைத்தூதரின் பிரதிநிதியுடன் தொடர்ந்தது.

ஒரு மகள், ஒரு மனைவி

இறைத்தூதர் மிக எளிமையாக வாழ்ந்தார். பல சமயங்களில் உண்பதற்கான உணவாகச் சில பேரீச்சம் பழங்களே இருந்தன. இருந்தும் ஆதரவற்றவர்களுக்குக் குறிப்பாக, திண்ணைத் தோழர்களுக்கு அவர் உதவிகள் புரிந்து வந்தார். அவருக்கு வெகுமதிகளும் பரிசுகளும் வந்தால் அவற்றை உடனே மற்றவர்களுக்கு வழங்கிவிடுவார். சில வேளைகளில் அடிமைகள் சிலரைப் பரிசாகப் பெறுவார். உடனே அவர்களை இறைத்தூதர் விடுதலையாக்கி சுதந்திரமாக்கி விடுவார். அவருடைய சிறிய தகப்பனாரான அப்பாஸ் தனது விடுதலைக்காக அளித்த அடிமையான அபுராஃபி என்பவருக்கு விடுதலையளித்துச் சுதந்திரமாக்கினார். மதீனத்து சமூகத்தில் அவரது செல்வாக்கு உயர்ந்து கொண்டே வந்தது. பொறுப்புகள் மிகுந்தன. ஆனால் மிக எளிமையானவராகவே அவர் வாழ்ந்தார். அனைவராலும் எளிதில் அணுகக் கூடியவராக அவர் விளங்கினார். அவருக்குச் சொந்தமான செல்வம் ஏதுமில்லை. ஆனால் அவரைச் சுற்றிலும் ஏழைகளும், அடிமைகளும், குழந்தைகளும், பெண்மணிகளும் இருந்தனர்.

அவர் அவர்களுடன் வாழ்ந்தார். அவர்களுள் ஒருவராக அவர் இருந்தார்.

அவரது மகளான ஃபாத்திமா அவருடன் மிக நெருக்கம் கொண்டவராக இருந்தார். இறைத்தூதரின் பெரிய தந்தையாரின் மகனான அலியை அவர் மணந்தார். பாத்திமா தன் தந்தையின் இல்லத்தருகில் குடியேறினார். ஏழைகள், வறியவர்கள் குறிப்பாகத் திண்ணைத் தோழர்கள் மீது அவர் மிகுந்த கருணை கொண்டிருந்தார். இறைத்தூதர் தனியாகவோ அல்லது பொது இடத்திலோ இருக்கும்போது அவருடைய மகளான ஃபாத்திமா வந்தால் இறைத்தூதர் எழுந்து நின்று மிகுந்த அன்புடன் அவரை வாழ்த்தி வரவேற்பார். ஒரு மகளிடம் ஒரு தந்தை இப்படி அன்பு பாராட்டுவதென்பது மக்கா மற்றும் மதீனா நகரத்துச் சமூகங்களில் பழக்கம் இல்லாத ஒன்றாக இருந்தது. அதனால் அம்மக்கள் மிகவும் ஆச்சர்யமுற்றனர். இறைத்தூதர் தம் மகளாரின் நெற்றியில் முத்தமிடுவார். அவருடன் உரையாடுவார். அவரிடம் மிகுந்த நம்பிக்கை கொண்டிருப்பார். தன் மகளைத் தன் அருகில் அமர்த்திக் கொள்வார். ஒரு முறை இறைத்தூதர் தன் மகள் ஃபாத்திமா வழிப் பேரரான அல்ஹஸனை பெடோயின் இனத்தவர்கள் முன் முத்தமிட்டார். அவர்கள் திகைத்தனர். அவர்களுள் ஒருவரான அல் அக்ரா இப்னு ஹாபிஸ் என்பவர் "எனக்கு பத்து குழந்தைகள் உள்ளனர். நான் அவர்களுள் ஒருவரைக்கூட முத்தமிட்டதில்லை" என்று கூறினார். அதற்கு இறைத்தூதர் இப்படி பதிலளித்தார்: "எவர் ஒருவர் அன்பும் கருணையும் கொண்டிருக்கவில்லையோ, அவர் மீது இறைவன் அன்பும் கருணையும் கொள்வதில்லை." தன் செய்கைகள் மற்றும் மொழிகளின் மூலமாக

இறைத்தூதர் தம் மக்களுக்கு நல்லியல்புகள் அன்பு, மென்மை, குழந்தைகளை மதித்துப் பொருட்படுத்திப் பழகுதல், பெண்கள் மீது அக்கறையும் கவனமும் கொள்வது ஆகியவற்றைக் கற்பித்தார். பின்னாளில் அவர் கூறினார்: "உயர் நற்குணங்களை முழுமையாக்கவே நான் அனுப்பப்பட்டுள்ளேன்".

தன் தந்தையார் மூலம் பெற்ற நன்னெறிகளையும் இறை நம்பிக்கையையும் மென்மையான நடைமுறைகளையும் ஏழைகள் பால் காட்டி தன்னைச் சுற்றியிருந்தவர்களுக்கு அவற்றைக் கற்பித்தார் ஃபாத்திமா. இருந்தும் தன் வாழ்வின் கடினமான சூழ்நிலையைத் தன் கணவரிடம் ஒரு நாள் அவர் கூறினார். அவரது தந்தையைப் போலவே அவர்களிடமும் ஒன்றும் இல்லாதிருந்தது. குடும்பம், குழந்தைகள், தினசரி வாழ்க்கை இவற்றில் நெருக்கடிகள் மிகுந்து இருந்தன. அவரது தந்தையாரிடம் சென்று பொருளுதவி கோருமாறு அவர் கணவரான அலி அவரிடம் கூறினார். ஃபாத்திமா தன் தந்தையாரிடம் சென்றார். தன் தந்தையாரிடம் அவர் கொண்டிருந்த ஆழமான மரியாதை அவரை எதையும் கூற இயலாமல் செய்து விட்டது. ஒன்றுமற்று வெறுங்கையுடன் திரும்பிய ஃபாத்திமாவைக் கண்ட அலி தன் மனைவியுடன் இறைத்தூதரிடம் சென்று உதவி கேட்க தீர்மானித்தார். அவர் கூறியதைக் கேட்டத் இறைத்தூதர் தன்னால் உதவ முடியாதென்றும் தங்கள் சூழ்நிலை திண்ணைத் தோழர்களின் நிலையை விட எவ்வளவோ நன்றாக உள்ளதென்றும், அவர்கள் வறிய நிலையைத் தாங்கிப் பொறுமையுடன் இருக்க வேண்டும் என்றும் கூறினார். இறைத்தூதரின் மருமகனும்

மகளுமாக அவர்கள் இருந்தபோதும் அவர்களால் எந்தச் சலுகையையும் கோர முடியவில்லை.

மாலையானது. இறைத்தூதர் அவர்களது இல்லத்தின் வாயிலில் வந்து நின்றார். அவர்கள் இருவரும் எழுந்து இறைத்தூதரை வரவேற்க முனைந்தனர். ஆனால் அதற்குள் உள்ளே நுழைந்த முஹம்மது அவர்களருகில் அமர்ந்து மெல்லிய குரலில் கூறினார். "நீங்கள் என்னிடம் கோரியதைவிடவும் நல்லதொன்றை நான் உங்களுக்கு அளிக்கட்டுமா?" அவர்கள் அதற்கு இணக்கம் தெரிவிக்கவே அவர்களிடம் இறைத்தூதர் கூறினார். "இவை வானவர் ஜிப்ரீலால் எனக்குக் கற்றுக் கொடுக்கப்பட்டவை. ஒவ்வொரு இறைவணக்கத்தின் முடிவிலும் பத்துமுறை இதனை நீங்கள் கூற வேண்டும். அவை இறைவன் மிகத் தூய்மையானவன், எல்லாப் புகழும் இறைவன் ஒருவனுக்கே, இறைவன் மிகப் பெரியவன் என்பதாகும். உறங்கச் செல்லும் முன் அவை ஒவ்வொன்றையும் முப்பத்து மூன்று முறை நீங்கள் உச்சரிக்க வேண்டும்". தமது மகளாரின் அருகில் நீண்ட நேரம் அமர்ந்து மகளாரின் வறிய நிலையைக் கேட்டு அவர் பொருளாதார நெருக்கடியிலிருப்பதால் பொருளாதார உதவி கோரியபோது இறைவன் மீது நம்பிக்கை கொள்ளும்படியான உபதேசத்தை இறைத்தூதர் தம் மகளாருக்கு வழங்கினார். அந்த ஆன்மிக போதனை காலங்காலமாய் நம்மிடம் வந்து கொண்டேயிருக்கிறது. தன் கணவர் அலியைப் போலவே ஃபாத்திமாவும் இறைபக்தி, கருணை, அன்பு இவற்றிற்கான உதாரணமாக விளங்கினார். அவர் தம் தந்தையிடம் இருந்து பெற்ற ஆன்மிக ஒளியில் தன்னிடம் உள்ள அனைத்தையும் பிறருக்கு

வழங்கி உள்ளதைக் கொண்டு நல்லதைச் செய்து தேவைகள் அனைத்தையும் ஓரிறைவனிடமே வேண்டி வாழ்ந்தார்.

பல ஆண்டுகளுக்குப் பின்னர் மரணமுறும் தருவாயில் இருந்த தம் தந்தையின் அருகில் அவர் அமர்ந்திருக்கையில் தன்னை இறைவன் தன்னிடம் அழைத்துக் கொள்ளப் போவதாகவும் பிரிவதற்கான நேரம் வந்து விட்டதாகவும் இறைத்தூதர் ஃபாத்திமாவிடம் மெல்லிய குரலில் கூறியபோது பாத்திமா தாங்க இயலாமல் அழுதார். சிறிது நேரம் கழித்து மிகவும் நம்பிக்கையுடன் உறுதியாகத் தந்தை மகள் உறவின் ஆழத்தை உணர்த்தும் விதத்தில் தன் உறவினர்களிலேயே ஃபாத்திமாதான் தன்னிடம் முதலில் வந்தடைவார் என்று இறைத்தூதர் கூறியதும் ஃபாத்திமாவின் முகத்தில் புன்னகை அரும்பியது.

இறைத்தூதரின் மனைவியான ஆயிஷாவும் இறைத்தூதரின் மொழி கொண்டும் அவரது செயல்கள் கொண்டும் வளர்ந்தார். அவை ஒவ்வொன்றும் ஆன்மிக விளக்கங்களாகவே இருந்தன. இறைத்தூதரின் ஆளுமை, சொந்த வாழ்க்கையில் அவரது மனநிலை, பொதுவான விவகாரங்கள் ஆகியவற்றின் மதிப்பரிய தகவல் களஞ்சியமாக அவர் விளங்கினார். மிக இள வயதில் மதீனா வந்தடைந்தபோது எவ்வளவு அக்கறையும், கவனமும் கனிவும் கொண்டு இறைத்தூதர் அவரை நடத்தினார் என்பதை ஆயிஷா கூறினார். ஒருமுறை அபிஸீனியாவிலிருந்து வந்த குழுவினர் நிகழ்த்திக் காட்டிய விளையாட்டுகளை இறைத்தூதரின் பின்புறம் நின்று கவனிக்க இறைத்தூதர் தனக்கு அனுமதி அளித்தார் என்று அவர் கூறினார். தன் மீது இறைத்தூதர் கொண்ட அக்கறையையும்

தன்னிடம் மிக மென்மையான முறையில் நடந்து கொண்டதையும் தனது வாழ்க்கையில் தனக்கு இறைத்தூதர் அளித்த சுதந்திரத்தையும் குறித்து அவர் அடிக்கடி கூறுகிறார். இறைத்தூதுத்துவச் செய்திகளை ஆயிஷா கூறுவதிலிருந்து அவருடன் இறைத்தூதர் எத்தனை ஆழமாக ஆன்மிகச் செய்திகளை அன்புகாட்டி மென்மையான முறையில் உரையாடியிருக்கிறார் என்பதைக் காட்டுகிறது. தன் மனைவியுடன் அவர் நடந்து கொண்ட விதம் மக்காவிலிருந்து புலம் பெயர்ந்து வந்தவர்கள் மற்றும் மதீனத்து அன்ஸாரிகள் ஆகியோரின் வாழ்க்கை முறையையே மாற்றும்படியான உதாரணமாக விளங்கியது.

பெண்கள் உடை உடுத்தும் முறை பற்றிய இறைவசன வெளிப்பாடு ஹிஜ்ரி (புலப்பெயர்வின்) இரண்டாம் ஆண்டில் வெளியானது. கிமர் என்பது பெண்கள் தலைமீது இட்டுக் கொள்ளும் ஒரு துணியாகும். அது தலையிலிருந்து அதன் முனைகள் பெண்களின் பின்புறத்தில் போய் விழும்படி இருக்கும். இத்துணியின் முனைகள் பெண்களின் முன் பக்கத்தில் அவர்களின் மார்பகப் பகுதிகளையும் கழுத்துப் பகுதியையும் மறைத்தவாறு இருக்க வேண்டும் என்று முஸ்லிம் பெண்களுக்குக் குர்ஆன் கட்டளை இறங்கியது. மற்றெல்லாப் பெண்களையும் போலவே இறைத்தூதரின் மனைவியரும் அக்கட்டளையைப் பின்பற்றினர். மற்ற ஆண்களின் பார்வையிலிருந்து இறைத்தூதரின் மனைவியர் மறைவாக இருக்க வேண்டும் என்ற இறைவசனம் வெளியாகும் முன்பு மதீனா நகரில் மற்ற பெண்களைப் போலவே ஆயிஷாவும் செயல்பட்டு வந்தார். தன் தோழர்களின் மனைவிகளுக்கான முன்னுதாரணமாக

ஆயிஷா விளங்க வேண்டும் என்று இறைத்தூதர் தம் மனைவியிடம் கூறினார்.

ஒரு முறை பெர்ஸியாவைச் சேர்ந்த அண்டை வீட்டுக்காரர் இறைத்தூதரை விருந்துக்கு அழைத்தார். தம் மனைவியைச் சுட்டிக் காட்டிய இறைத்தூதர் “அவர்?” என்று வினவினார். அந்த பெர்ஸியரிடமிருந்து எதிர்மறையான பதில் கிட்டவே இறைத்தூதர் விருந்துக்குச் செல்ல மறுத்து விட்டார். சில நாட்கள் கழித்து அப்பெர்ஸியர் இறைத்தூதரை மீண்டும் விருந்துக்கு அழைக்கவே தம் மனைவி ஆயிஷாவைச் சுட்டிய இறைத்தூதர் “அவர்?” என்று வினவ பெர்ஸியரிடமிருந்து எதிர்மறையான பதில் வரவே விருந்தை இறைத்தூதர் மறுத்து விட்டார். மீண்டும் சில நாட்கள் கழித்து அப்பெர்ஸியர் இறைத்தூதரை விருந்துக்கு அழைத்தார். இறைத்தூதர் தம் மனைவி ஆயிஷாவைச் சுட்டி “அவர்?” என்று வினவ இம்முறை பெர்ஸியரிடமிருந்து நேர்மறையான பதில் கிட்டவே இறைத்தூதர் விருந்துக்குச் சம்மதித்தார். அரேபிய தீபகற்பத்தில் வாழ்ந்த அரேபியர்கள் மற்றும் பெடோயின் இனத்தவரது பழக்கவழக்கங்களைத் தாக்காமல், தனது நிலையில் இறைத்தூதர் உறுதியாக நின்று அவர்களின் குறைகள் நிறைந்த பழக்க வழக்கங்களை மாற்றினார். இறைத்தூதரின் வாழ்க்கையில் இடம்பெற்ற பெண்களான ஆயிஷா, கதீஜா மற்றும் ஏனைய மனைவியர், மகள்கள் இப்படி எல்லோரும் பொது வாழ்க்கையில் பங்கு பெற்றனர். சமூக, அரசியல், பொருளாதார, ஏன் ராணுவச் சேவைகளிலும் கூட நெறிகளில் பிடிப்புடன் குழப்பமின்றி அங்கம் வகித்தனர்.

அவர்கள் தங்கள் சுயத்தை இழக்காமலிருக்கவும், வளர்ச்சி பெறவும், தங்களை வெளிப்படுத்தவும், நுட்பமான அறிவுடன் இருக்கவும், போலித்தனமான அடக்க ஒடுக்கத்தைத் தவிர்த்து பெண்மை சார்ந்த நுட்பமான விஷயங்களைப் பகிர்ந்து கொள்ளவும், அவர்கள் விருப்பு வெறுப்புகளை வெளிக்காட்டவும் இறைத்தூதர் அவர்களுக்குச் சம்மதங்களை அளித்தார். பல ஆண்டுகளுக்குப் பின் மதீனத்துப் பூர்வீகப் பெண்களான அன்ஸார் பெண்களின் துணிவையும் தைரியத்தையும் ஆயிஷா வியந்து பாராட்டினார்.

"(மிகவும் சிறந்த) அன்ஸார் பெண்கள் ஆசீர்வதிக்கப்பட்டவர்கள், (அவர்கள் சமயம் சார்ந்த) விதிமுறைகளைக் குறித்தறிவதை அவர்களது அடக்க ஒடுக்க குணம் தடுக்கவில்லை" என்று ஆயிஷா கூறினார். ஆயிஷாவும் கூட இறைத்தூதரால் அப்படியே பயிற்றுவிக்கப்பட்டார். இறைத்தூதருக்கு இறை வெளிப்பாடு அருளப்படும்போது ஆயிஷா அவருடன் இருந்தார். இறைத்தூதர் இறை வசன வெளிப்பாட்டை மற்றவர்களுக்குக் கூறும்போதோ அல்லது எதையேனும் பரிந்துரைத்து அறிவுரை வழங்கும்போதோ ஆயிஷா அவருடன் இருந்தார். அவர் தனியாக இருக்கையில் அல்லது வணக்க வழிபாடுகளில் ஈடுபட்டிருக்கும் நிலையில் கூட ஆயிஷா இறைத்தூதருடன் இருந்தார். தன் கணவரின் செய்கைகள் மற்றும் எண்ண ஓட்டங்களை அவர் நன்கு கவனித்து வந்தார். தேவைப்பட்ட இடங்களில் கேள்விகளை எழுப்பித் தெளிவு பெற்றார். இறைத்தூதரின் செய்கைகளுக்கான காரணங்களையும் பொருளையும் அவற்றின் மூலம் அவர் அறிந்து கொண்டார். ஆயிஷாவின் மூலமாக இரண்டாயிரத்திற்கும் அதிகமான (நபி

மொழிகள்) ஹதீஸ்கள் நமக்குக் கிடைக்கின்றன. இறைத்தூதரின் தோழர்கள் மூலம் தெரிவிக்கப்பட்ட இறைத்தூதரின் பொன்மொழிகளை அவர் பல முறை திருத்தி சரி செய்திருக்கிறார். அவருடைய நினைவாற்றல், கூர்மையான அறிவாற்றல், நுட்பமான நுண்ணிய அறிவு இவற்றிற்கெல்லாம் நாம் நன்றி கூறும்படியாக அவரது செயல்பாடுகள் அமைந்திருந்தன.

இறைத்தூதருக்கும் ஆயிஷாவுக்கும் இடையிலான நேசம் மிகவும் ஆழமானதாகவும் சக்தி வாய்ந்ததாகவும் இருந்தது. இறைத்தூதர் அவர் மனைவி ஆயிஷாவின்பால் காட்டிய அருமையான நேசத்தைப் பற்றிக் கூற ஆயிஷா தயங்கியதில்லை. இறைத்தூதர் பற்றிய தெளிவானதொரு விளக்கம் ஆயிஷா அவர்களின் நேசம் தோய்ந்த, அக்கறை மிகுந்த, அறிவாற்றல் சார்ந்த இறைத்தூதருடனான அவரது வாழ்க்கை மூலம் கிடைக்கிறது.

பின்னாட்களில் அதாவது ஹிஜ்ரி ஐந்து அல்லது ஆறாவது ஆண்டுகளில் அவருக்கொரு சோதனை நேரிட்டது. அது அவரது பெயருக்குக் களங்கம் விளைவிக்கும் ஒரு வதந்தியாக இருந்தது. ஆனால் அவர் தம் தூய்மையான நிலையைக் கருத்திற்கொண்டு தன்னுடைய கருத்தில் தெளிவாக இருந்தார். இறைத்தூதர் ஒரு மாதம் வரை அவரை விட்டு விலகி இருந்தார். ஆனால் ஆயிஷா தன் மேல் குற்றம் ஏதும் இல்லை என்ற நிலையில் உறுதியாக இருந்தார். இறை வசனங்கள் வெளிப்படலாயிற்று. அவை அவருடைய களங்கமின்மை பற்றி மட்டுமல்லாது அவதூறைப் பரப்புபவர்களைக் கண்டித்து ஒரு பெண் அல்லது ஆணின் நடத்தை மீது குற்றம் சுமத்தினால் சந்தேகமற்ற

தெளிவான சாட்சியங்களின் அடிப்படையிலே அது தீர்மானிக்கப்பட வேண்டும் என்றும் கூறியது.

இந்தச் சோதனை இறைத்தூதர் மற்றும் ஆயிஷாவை மனவேதனைக்குள்ளாக்கிய போதும் அது அவர்களிடையே நேசத்தையும் நம்பிக்கையையும் வலுப்படுத்தவே செய்தது. இதனை விரிவாகப் பார்த்தால் மிக உன்னதமானவர்கள் கூட இத்தகைய துன்பத்தில் சிக்கக் கூடும் என்பது முஸ்லிம் சமூகத்திற்கு அறிவுறுத்தப்பட்டு, அவதூறு, தூஷித்துக் கூறுதல் பற்றிய இறைவசனம் வெளிப்பட்டு, முஸ்லிம்கள் நாவடக்கத்துடன் இருக்க வேண்டும் என்பதை வலியுறுத்துகிறது. பின்னாளில் இறைத்தூதர் "நாவினை அடக்கிக் கொள்ளுங்கள்" என்று கூறினார். ஆயிஷா மீண்டும் தன் உயர் நிலையைப் பெற்றார். இஸ்லாமிய அறிவிலும் அறிவியலிலும் சந்தேகங்களைத் தெளிவிக்கும் பெண்ணாக அவர் இருந்தார். தன் தோழர்களிடம் இறைத்தூதர் கூறுவார், "அந்த இளம் பெண்ணிடமிருந்து அறிவுத் தெளிவினைப் பெற்றுக் கொள்ளுங்கள்". சந்தேகங்கள் அவதூறுகள் இவற்றிலெல்லாம் பாதிக்கப்படாமல் தன் இறை நம்பிக்கையிலும் இறைத்தூதர் மீது வைத்திருந்த நேசத்திலும் எள்ளளவும் மாறாதிருந்து தன் இறை பக்தியிலும் அர்ப்பணிப்பிலும், நுண்ணறிவு மற்றும் சமூகக் கடப்பாடுகளின் மீதான செயல்பாடுகளிலும் மிகச் சிறந்த முன்னுதாரணமாக ஆயிஷா விளங்கினார். இறைத்தூதரின் நேசமெனும் ஒளியில் திளைத்த ஆயிஷா ஒரு மிகச் சிறந்த முன்னுதாரணமாக இருந்தார். இறைத்தூதர் தன் மரணம் ஆயிஷா இருக்கும் இல்லத்திலேயே நிகழ வேண்டும் என்று

விரும்பினார். அவ்வில்லத்திலேயே அவர் அடக்கம் செய்யப்பட்டார்.

உஹத்

தனது சொந்த விவகாரங்கள், ஆன்மிக சமூக போதனைகள், கற்பித்தல்கள் இவற்றையெல்லாம் தாண்டி மதீனத்து முஸ்லிம்களின் பாதுகாப்பின் மீது இறைத்தூதர் மிகவும் கவனமாக இருந்து வந்தார். பழிவாங்குவதற்கான தயாரிப்புகளில் குரேஷியர்கள் ஈடுபட்டிருப்பது அவருக்குத் தெரிந்தது. மூவாயிரம் வீரர்களுக்கும் அதிகமான பெரும்படை ஒன்று மதீனா நோக்கிக் கிளம்பி வருவதாக இறைத்தூதரின் மாமனாரான அப்பாஸிடமிருந்து இறைத்தூதருக்குக் கடிதம் வந்தது. போருக்கான ஆயத்தங்களைச் செய்வதற்கு இறைத்தூதருக்கு ஒரு வார கால அவகாசமே இருந்தது. போர் குறித்துத் தன் தோழர்களுடன் ஆலோசிக்க ஒரு கூட்டத்தை உடனடியாக அவர் கூட்டினார். அவர்களுக்கு இரண்டு வாய்ப்புகள் இருந்தன. ஒன்று மதீனாவிலேயே இருந்து எதிரிகள் நகருக்குள் நுழைகையில் தாக்குவது; மற்றொன்று படையணியுடன் நகரத்திற்கு வெளியே சென்று சமவெளியில் எதிரிகளை எதிர் கொள்வது. அப்துல்லா இப்னு உபை போன்ற தன் தோழர்களைப் போலவே இறைத்தூதரும் எதிரிகளை மதீனாவிலேயே எதிர் கொள்ளலாம் என்று நினைத்தார். இருந்தபோதும் ஆலோசனைக் கூட்டத்தில் நடந்த விவாதத்தில் அவர்களின் அபிப்பிராயம் பின்தள்ளப்பட்டது. பத்ரு யுத்தத்தில் பங்கெடுத்திராத புதிய இளம் தோழர்கள் போரில் பங்கெடுத்து நற்பெயர் பெற விரும்பியதாலேயே இது நிகழ்ந்தது.

படையணியினர் நகரைவிட்டு வெளிக் கிளம்பி எதிரிகளை நேருக்குநேர் எதிர் கொள்வது என்ற முடிவுக்கு ஆதரவாகப் பெரும்பாலோர் வாக்களித்தனர். இம்முடிவை ஏற்ற இறைத்தூதர் நேரம் மிகவும் குறைவாக இருந்த காரணத்தால் உடனடியாக யுத்தத்திற்கான கவசம் மற்றும் ஆயுதங்களைத் தரிக்க தன் இல்லம் செல்ல தலைப்பட்டார். தாங்கள் தவறு செய்து விட்டோமோ, இறைத்தூதரின் எண்ணத்தின்படி அவருக்குப் பணிந்திருந்தால் நன்றாக இருந்திருக்குமோ என்று எண்ணிய சில தோழர்கள் இறைத்தூதர் தன் இல்லத்திலிருந்து வெளி வந்தபோது எடுத்த தீர்மானத்தை மறுபரிசீலனை செய்யலாம் என்றும் அவரது எண்ணப்படியே செயல்படலாம் என்றும் கூறினர். எல்லோராலும் சேர்ந்து எடுக்கப்பட்ட ஒன்றாக அந்தத் தீர்மானம் இருந்தது. இறைத்தூதர் போருக்கான உடையணிந்து தயாராகி விட்டார். தீர்மானத்தில் பின் வாங்குவது என்ற பேச்சுக்கே இடமில்லை. எனவே இறைத்தூதர் அவர்கள் கூறியதற்கு மறுப்பு தெரிவித்து விட்டார்.

அவர்கள் அனைவரும் உஹதை நோக்கிப் புறப்பட்டனர். ஆயிரம் வீரர்களைக் கொண்ட படை வலுவானதாக மூவாயிரம் எதிரி வீரர்களை எதிர் கொள்ளக் கூடியதாக இருந்தது. அவர்கள் சென்று கொண்டிருந்தபோது அப்துல்லா இப்னு உபை, தனது எண்ணத்திற்கு மாறாகப் போரில் அனுபவமற்ற இளைஞர்களின் எண்ணப்படி செயல்பட்டதனால் முன்னூறு வீரர்களுடன் போரிலிருந்து விலகிக் கொண்டுவிட்டார். இச்செயல் தீவிரமான விளைவுகளை ஏற்படுத்தக் கூடியதாக இருந்தது. இப்னு உபையின் நயவஞ் சகத்தனம் எல்லோரும் அறிந்த ஒன்றாகவே

இருந்தது. அவருடைய இப்போதைய செயலும் அதில் ஒன்றாகி விட்டது.

முஸ்லிம் படையணியினர் சற்றே பலவீனமடைந்திருந்தபோதும் முன்னேறிக் கொண்டிருந்தனர். படையணி சென்று கொண்டிருந்தபோது வழியில் பதின்மூன்றிலிருந்து பதினாறு வயதுக்குட்பட்ட ஆறு சிறுவர்கள் படையில் கலப்பதை இறைத்தூதர் கண்டார். மிகவும் இளையவர்களாக இருந்த அந்த நால்வரையும் அவர் உடனே திருப்பி அனுப்பினார். அனுபவம் மிக்க போர் வீரர்களைப் போல் திறன் பெற்றிருந்த இரண்டு இளைஞர்களைப் படையில் இறைத்தூதர் சேர்த்துக் கொள்ள சம்மதித்தார். அந்தச் சூழ்நிலையில் அந்த முடிவு கடினமானதுதான். போர்ப் பகுதிகளிலிருந்து குழந்தைகள் விலகி இருக்க வேண்டும் என்பதை இறைத்தூதர் அடிக்கடி வலியுறுத்தி வந்தார். இவ்விஷயத்தில் எந்த விட்டுக் கொடுத்தலையும் அவர் மேற்கொண்டதே இல்லை.

தங்களின் படை செல்வது கண்டுபிடிக்கப் படாமலும் எதிர்பாராத ஒன்றாக இருக்கவும் எவரும் எதிர்பார்த்திட இயலாத ஒரு வழியை முஸ்லிம் படையினர் கண்டுபிடிக்க வேண்டி இருந்தது. இதற்காக மீண்டும் ஒரு முறை முஸ்லிமல்லாத வழிகாட்டியொருவரின் உதவியை இறைத்தூதர் நம்பிக்கையுடன் பெற்றார். அந்த வழிகாட்டி மிகத் திறமையானவராக இருந்தார். படையினர் தங்கள் தங்கள் இடங்களில் நிலை கொண்டனர். இறைத்தூதர் தம் படையினருக்குப் போர் பற்றியும் யுத்த தந்திரங்கள் பற்றியும் விளக்கினார். வில்லாளிகள் குன்றுப் பகுதியிலும் குதிரை வீரர்களும் காலாட்படையினரும் எதிரிகளுடன் நேரில் மோதும்படியும் அப்போர்

முறை அமைந்திருந்தது. குரேஷியர்கள் குன்றின் பின்புறம் வந்து தாக்கும் வாய்ப்பை அவர்களுக்குக் கொடுக்கக் கூடாது என்றும் வில்லாளிகள் எந்தச் சூழ்நிலையிலும் தத்தம் நிலையை விட்டு நகரக் கூடாது என்றும் கூறப்பட்டது. போரின் தொடக்கம் முதலே குரேஷியர்கள் இப்படித் தாக்க முயன்று கொண்டிருந்தார்கள். ஆனால் அவர்கள் அம்பு மழையால் பின் வாங்கினார்கள். இந்த யுத்த தந்திரம் நன்றாகவே வேலை செய்தது.

போர் தொடங்கியது. முஸ்லிம் வீரர்கள் படிப்படியாக முன்னேறினார்கள். மக்கா நகரிலிருந்து புலம் பெயர்ந்து வந்த முஹாஜிரூன்களும் மதீனத்துவாசிகளான அன்சாரிகளும் மிகுந்த துணிச்சலுடன் போரிட்டனர். குரேஷியர்கள் பின்னடைந்து பலரை இழந்தனர். இரண்டு பெண்மணிகள் மிகுந்த தீரத்துடன் போரிட்டனர். அவர்கள் உம் சுலைம் மற்றும் அன்சாரிப் பெண்மணியான நுஸைபா பின் காப் என்பவர்களாவர். அன்சாரிப் பெண்ணான நுஸைபா படைவீரர்களுக்குக் குடிநீர் கொடுக்கவும் காயமடைந்த வீரர்களுக்கு உதவி செய்யவும் வந்தவர். ஆனால் சந்தர்ப்பவசத்தால் அவர் வாளேந்திப் போரிடலானார்.

இறைத்தூதர் ஒருபோதும் பெண்களைப் போரில் ஈடுபட அழைத்ததும் இல்லை; போரிட அறிவுறுத்தியதும் இல்லை. ஆனால் போரில் நுஸைபாவின் துணிச்சலும் தீரத்தையும் கண்ட இறைத்தூதர் அவரது செயலைப் பாராட்டியதோடல்லாமல் அவரைப் பாதுகாத்து வெற்றியளிக்கும்படி இறைவனிடம் பிரார்த்தித்தார். முஸ்லிம்கள் சில தோழர்களை இழந்திருந்தபோதும் அவர்கள் வெற்றி முகத்திலிருந்தார்கள்.

பத்ருப் போரில் தன் நெருங்கிய உறவினர்களை இழந்திருந்த குரேஷியப் பெண்ணான ஹிந்த் என்பவர் தன் உறவினர்களின் மரணத்திற்குப் பழிவாங்கும் விதமாக இறைத்தூதரின் சிறிய தகப்பனாரான ஹம்ஸாவைக் கொன்று அவரது ஈரலை மென்று துப்புவேன், அவரது குருதியைக் குடிப்பேன் என்று சபதம் இட்டிருந்தார். அவர் வஹ்ஸி என்னும் அபிஸீனியர் ஒருவரை அதற்கென அமர்த்தியிருந்தார். ஹம்ஸாவோ தீரத்துடன் போரிட்டுக் கொண்டிருந்தார். அவரைக் கொல்வதை மட்டுமே நோக்கமாகக் கொண்ட வஹ்ஸி அவரை அண்மித்து தனது ஈட்டியால் கடுமையாகத் தாக்கினார். ஹம்ஸா உடனே மரணமுற்றார். ஹிந்த் என்ற அந்தப் பெண்மணி ஹம்ஸாவின் உடலைத் தேடி எடுத்துத் தான் சபதமிட்டபடியே செய்தார். ஹம்ஸாவின் உடலிலிருந்து காதுகளையும் மூக்கையும் உறுப்புகளையும் வெட்டி எடுத்துத் தன் கழுத்தில் மாலை போல அப்பெண்மணி அணிந்து கொண்டார்.

போர் தீவிரமடைந்து கொண்டிருந்தது. முஸ்லிம் படையினரின் தாக்குதலைச் சமாளிக்க முடியாமல் குரேஷியப் படையினர் தங்கள் யுத்த தளவாடங்களையும் பொருட்களையும் விட்டுவிட்டுப் பின்வாங்கினர். முஸ்லிம்களின் வெற்றி உறுதியானது போலத் தோன்றியது. குன்றிலிருந்த வில்லாளிகள் வெற்றி பெறுவது உறுதி என்ற நிலையில் தரைப்பகுதியில் முன்னணியில் நின்று போரிட்டுக் கொண்டிருந்த வீரர்களின் அண்மையிலிருந்த குரேஷியரின் பொருட்கள் மீது விருப்பம் கொண்டு இறைத்தூதரின் கட்டளையையும் வில்லாளிகளின் தலைவரான அப்துல்லா இப்னு ஜுபைரின்

அறிவுறுத்தலையும் மீறி அப்பொருட்களை நோக்கி ஓடினர். வெகுசில வீரர்களே குன்றின் மீதிருந்தனர். பொருட்களை நோக்கி ஓடிய வில்லாளிகள் தாங்கள் வெற்றி பெற்று விட்டோம் என்று எண்ணியே ஓடினார்கள். வில்லாளிகள் இறங்கி ஓடுவதைக் கண்ட தந்திரசாலியான குரேஷியப் படைத்தளபதி காலித் இப்னு வலீத் என்பவர் உடனடியாகக் குன்றைச் சுற்றி வந்து முஸ்லிம் படையினரைப் பின்புறமிருந்து தாக்கத் தொடங்கினார். இத்தாக்குதல் குழப்பத்தை ஏற்படுத்தி முஸ்லிம் படையினரைச் சிதறச் செய்தது. சிலர் கொல்லப்பட்டனர். சிலர் ஓடினர். மீதமிருந்தவர்கள் எந்தப் பக்கம் தாக்குவது என்ற குழப்பத்துடன் போரிட்டனர். இறைத்தூதர் தாக்கப்பட்டுக் கீழே விழுந்தார். அவரது பல் ஒன்று உடைந்தது. அவர் கன்னச் சதைகளில் அவர் அணிந்திருந்த தலைக்கவசத்தின் வளையங்கள் புகுந்தன. இறைத்தூதர் கொல்லப்பட்டார் என்று கிளப்பப்பட்ட வதந்தியால் முஸ்லிம் வீரர்கள் இன்னும் குழப்பமுற்றுத் தாறுமாறான நிலைக்கு தள்ளப்பட்டனர். அவ்வேளையில் சில தோழர்கள் அவரைப் பாதுகாப்பாகத் தூக்கிச் சென்றனர். முஸ்லிம் வீரர்கள் போர்க்களத்தை விட்டு வெளிவந்து தேவைப்பட்டால் எதிரிகளை மீண்டும் எதிர் கொள்ளும்படி ஒன்று கூடினார்கள். போர் முடிந்தபோது குரேஷிய வீரர்கள் பதினான்கு பேரும் முஸ்லிம் வீரர்கள் எழுபது பேரும் கொல்லப்பட்டிருந்தனர்.

கட்டளையை வில்லாளிகள் மீறியது முடிவையே தலைகீழாக்கிவிட்டது. தங்களது பழங்கால குணங்களான பொருட்கள் மீதும் லாபங்கள் மீதுமான ஆசைக்கு வில்லாளிகள் பலியானார்கள்.

ஓரிறைவன் மீதான நம்பிக்கை, நீதிநெறி, வாழ்வியல் பொருட்களின் மீதான ஆசைகளைத் துறப்பது என்ற போதனைகளுக்கு மாற்றமாக அவற்றை உடனே மறந்து பொருட் செல்வங்களின் மீதான ஆசையால் அவர்கள் செயல்பட்டனர். போரில் கவர்ந்த செல்வங்களை வைத்தே வெற்றி என்பது தீர்மானிக்கப்படும் பழங்கால வழக்கத்தை அழிக்கும்படியாக அவர்களின் கலாசாரத்தில் மாற்றத்தைக் கொண்டு வந்ததாக இருந்தது அவர்களது ஆன்மிகக் கல்வி. பொருளாசையால் உந்தப்பட்ட வில்லாளிகளின் செயலின் பலனைத் தன் வசம் எடுத்துக் கொண்ட காலிதின் தந்திரம் வென்றது. இதே காலித் இப்னு அல் வலீத் பின்னாளில் இஸ்லாத்தை ஏற்று இஸ்லாமியப் படையணியின் பெருவீரராக விளங்கினார். உஹதுப் போரின் அந்தக் குறிப்பிட்ட கணம் வலுவானதொரு படிப்பினையைக் கொண்டிருக்கிறது. மனிதர்கள் தங்களை உருவாக்கிய கலாசாரத்தையும் அனுபவங்களையும் முழுமையாக வெற்றி கொள்ள முடியாது. மனிதர்கள் தங்கள் எதிர்காலத்தில் தேர்ந்து எடுக்கும் முடிவுகளுக்கும் சார் நிலைக்குமான இறுதித் தீர்ப்பு என்ன என்பது தெரியாது. முஸ்லிம்கள் துரதிர்ஷ்டவசமாகத் தங்களது பழைய பழக்கவழக்கங்களால் பீடிக்கப்பட்டார்கள். கடந்த காலச் செயல்களுக்காக எந்தத் தீர்ப்பு வழங்கப்பட்டிருப்பினும் அவை அனைத்தும் துடைத்தெறியப்படும் விதமாக காலித் இப்னு அல் வலீத் இஸ்லாத்தை ஏற்றார். “ஒரே முடிவு என்பதே இல்லை” என்ற போதனை அடக்கத்தில் பணிவில் கற்றுக் கொள்வதாகும். “இறுதியான தீர்ப்பென்று எதுவும் சொல்லப்படக்கூடாது” என்பது நம்பிக்கைக்கான உறுதிமொழியாகும்.

மரணித்த வீரர்களையும் தங்கள் பொருட்களையும் குரேஷியர் கொண்டு சென்றனர். இறைத்தூதர் பாதுகாப்பாக இருக்கிறார் என்பதை அபு ஸுஃப்யான் உமரிடம் கேட்டுத் தெரிந்து கொண்டார். முஸ்லிம்கள் போர்க்களத்திற்கு மீண்டும் சென்று பார்த்தபோது உடல்கள் சிதைக்கப்பட்டிருப்பதைக் கண்டனர். தன் சிறிய தகப்பனார் ஹம்ஸாவின் உடல் மோசமான முறையில் சிதைக்கப் பட்டிருப்பதைக் கண்ட இறைத்தூதர் மிகவும் வேதனைப் பட்டார். கோபமடைந்த இறைத்தூதர், பழிக்குப்பழியாக அடுத்த போரில் முப்பது எதிரிகளைச் சின்னாபின்னப்படுத்த வேண்டும் என்று ஆவேசமாகக் கூறினார். ஆனால் அவரை முறையாகவும் பொறுமையாகவும் அளவுடனும் இருக்கப் பணித்து இறைவசனம் வெளியானது.

“பொறுத்துக் கொண்டால், நிச்சயமாக அதுவே பொறுமையாளருக்கு மேன்மையானதாகும்“. இறந்தவர்களோ உயிருடன் இருப்பவர்களோ, எவராயினும்அவர்கள் உடல்கள் மதிக்கப்பட வேண்டும்; சித்திரவதைகளோ அல்லது உடல்கள் சிதைக்கப்படுதலோ எவ்வகையிலும் ஏற்றுக் கொள்ள முடியாதது அல்லது ஊக்குவிக்கப்படக் கூடாதது என்பது படைப்பின் மீதான மரியாதையாகவும் மனிதர்களின் கௌரவம் மற்றும் ஒற்றுமையின் அடையாளமாகவும் இருக்க வேண்டும் என்பது இறைத்தூதரின் வேண்டுதலாக இருந்தது.

ஒரு தோல்வி ஒரு கொள்கை

நிகழ்வுகளின் தாக்கத்தினால் மன வேதனையுடனும் ஏமாற்றத்துடனும் காயமடைந்த நிலையில் முஸ்லிம்கள் மதீனா திரும்பினார்கள். பலர் கொல்லப்பட்டிருந்தனர். செல்வ வளத்தின்

மீதான வெறியால் கட்டளைக்குக் கீழ்ப்படிய மறுத்தமையின் காரணத்தால் தோல்வி ஏற்பட்டது. இறைத்தூதர் காயமுற்றார். அரேபியத் தீபகற்பத்தில் குரேஷியர்கள் மீண்டும் தங்கள் செல்வாக்கைப் பெறப் போகிறார்கள். மதீனா நகரை வந்தடைந்தவுடனே அனைத்து வீரர்களிடமும் அடுத்தப் போருக்குத் தயாராகும்படி இறைத்தூதர் கூறினார். உஹதுப் போரில் தங்களை ஏமாற்றிக் கைவிட்ட நயவஞ்சகனான அப்துல்லா இப்னு உபை இறைத்தூதரின் படையில் சேர்ந்து கொள்வதாகக் கூறியதை இறைத்தூதர் மறுத்துவிட்டார். அவர் ஹம்ரா என்னும் இடத்திற்குச் சென்று பத்து இடங்களில் கூடாரமிட்டுள்ளது போல் கூடாரத்தீ மூட்டப் பணித்தார். பெரும் படையணியினர் புறப்பட்டு வருவது போன்ற தோற்றத்தை அது கொடுத்தது.

அந்த உபாயம் முஸ்லிம்கள் மீண்டும் தாக்க வருகிறார்கள் என்ற எண்ணத்தைக் குரேஷியர்கள் மனதில் உருவாக்கி அவர்கள் மதீனா நகரைத் தாக்க வருவதை ஆபத்தானதொன்றாகக் கருதச் செய்தது. ஒரு பெரும் முஸ்லிம் படைதிரட்டல் நடக்கிறது போன்ற தகவலை அபு ஸுஃப்யானுக்கு ஒரு மாற்று மதத்தவர் மூலம் இறைத்தூதர் அனுப்பினார். முஸ்லிம்கள் பலவீனமடைந்திருந்த இந்த நிலையில் அவர்களைத் தாக்க எண்ணிய அபு ஸுஃப்யான் தனது எண்ணத்தை இதனால் மாற்றிக் கொண்டார். மூன்று நாட்கள் கழிந்ததும் ஹம்ராவை விட்டு முஹம்மதும் அவர்தம் தோழர்களும் வெளியேறினர். வாழ்க்கை மீண்டும் பழையபடியானது.

அதனைத் தொடர்ந்த நாட்களில் உஹதுப் போரைப் பற்றி இறைவசனங்கள்

வெளிப்பட்டன. அது யுத்த தந்திரங்களின் முரண்பாடுகள், கட்டளைக்குப் பணியாமை, தோல்வி, இறைத்தூதரின் எண்ணங்கள் ஆகியவை குறித்து இருந்தது. அனைத்தையும் இறைத்தூதர் நன்கு புரிந்து கொண்டார். கொள்கைகளின் மீது மதிப்புடன் இறைத்தூதரின் மென்மையான ஆளுமையையும் இணைத்ததாக அந்த இறை வசனங்கள் அமைந்திருந்தன.

"இறைவனின் அருளின் காரணமாகவே நீர் அவர்களிடம் மென்மையாக நடந்து கொள்கிறீர். நீர் கடுகடுப்பானவராகவும் கடின சித்தமுடையவராகவும் இருந்திருப்பீரேயானால், அவர்கள் உம் சமூகத்தை விட்டும் ஓடிப் போயிருப்பார்கள். எனவே அவர்களின் (பிழைகளை) அலட்சியப்படுத்தி விடுவீராக, அவ்வாறே அவர்களுக்காக மன்னிப்புத் தேடுவீராக. தவிர சகல காரியங்களிலும் அவர்களுடன் கலந்தாலோசனை செய்யும்; பின்னர் (அவை பற்றி) நீர் முடிவு செய்துவிட்டால் இறைவனின் மீதே பொறுப்பேற்படுத்துவீராக! நிச்சயமாக இறைவன் தன் மீது பொறுப்பேற்படுத்துவோரை நேசிக்கிறான்". (குர்ஆன்)

இறைத்தூதரின் கருத்திற்கு எதிராக முடிவுகள் எடுக்கப்பட்டதே தோல்விக்குக் காரணமாயிற்று. மேலும் கட்டளைக்குக் கீழ்ப்படிய வில்லாளிகள் மறுத்ததும் ஒரு காரணமாகும். ஆலோசித்தல் என்னும் கொள்கையை குர்ஆன் வலியுறுத்துகிறது. இந்த இறைவசனம் நிதானித்துச் செயல்படும் கொள்கை, பெரும்பான்மையின் முடிவு, அதுபற்றி மேலும் விவாதிக்காமல் மனிதத் தவறுகள் நிகழ்ந்தாலும் அதனை ஏற்றுக் கொள்ளுதல் என்பனவற்றைக் கொண்டுள்ளது. ஆகவே

முஸ்லிம்கள் தங்கள் விவகாரங்களைப் பரஸ்பர ஆலோசனைகளின் அடிப்படையிலேயே செயல்படுத்த வேண்டும். எல்லா வகையிலும் இக்கொள்கை கடைப்பிடிக்கப்படவேண்டும்.

வில்லாளிகளை இறைத்தூதர் கடிந்து கொள்ளவில்லை. அவரது மென்மையான செயல்பாடு அவ்வில்லாளிகளின் மன வேதனையைக் குறைத்து அவர்களைப் பல போதனைகளைக் கற்கச் செய்தது. அத்தோல்விக்கு அவர்கள் காரணமெனினும் இறைவன் அவர்களுடனிருந்தான். இறைவசன வெளிப்பாடுகளில் நாசம் விளைவிக்கும் எதுவும் இல்லாதது போலவே இறைவழியில் போராடுவதால் எதுவும் எளிதாகி விடும் என்பதும் இல்லை. மாறாக, கொள்கைகளைக் கடைப்பிடிப்பதில் உறுதியும் அதிகப்படியான அக்கறையும் கவனமும், சிக்கலான நிலைகளில் மிகுந்த எச்சரிக்கையும் வேண்டும் என்பதை அது உணர்த்துகிறது. உஹதுப் போரில் இறைத்தூதர் காயமடைந்தது போரில் எதுவும் நடக்கலாம் என்பதை ஒவ்வொருவருக்கும் தெரிவித்தது. அவரது மனிதத்தன்மையையும் காட்டியது.

அத்தியாயம் பதினொன்று

சூழ்ச்சியும் சதிகளும்

மதீனத்து முஸ்லிம் சமூகத்தினரின் நிலை கடினமாகியது. உஹதுப் போரில் தோல்வியடைந்தது பல விளைவுகளை ஏற்படுத்தியது. அண்டைப் பகுதி இனக் குழுக்களிடம் அவர்களின் கௌரவம் குலைந்து முஸ்லிம்களை பலவீனர்களாக எண்ணச் செய்தது. அந்தச் சூழ்நிலையைச் சாதகமாக்கி முஸ்லிம்களுக்கு எதிரான பல செயல்பாடுகள் நடந்தேறின. மதீனாவை எதிரிகள் தாக்கக்கூடும் என்றெண்ணிய முஹம்மது சுமார் நூறிலிருந்து நூற்றைம்பது பேர் கொண்ட தன் தோழர்களை அண்டைப் பகுதி இனக் குழுக்களைச் சந்தித்து வர அனுப்பினார். ஹிஜ்ரி நான்காம் ஆண்டு (கி.பி.626) உள்ளூர் சில்லறைப் பிரச்சனைகளை எதிர்கொண்டு தீர்க்க வேண்டியதொன்றாக இருந்தது. இச்செயல்பாடுகள் மதீனத்துவாசிகள் மற்றும் குரேஷியர்களிடையில் ஒரு சதுரங்க விளையாட்டு போல இருந்தது. ஒரு போர் நிகழவிருப்பது இரு சாராரும் அறிந்த ஒன்றாக இருந்தது. முஸ்லிம்களை அழித்தொழிக்க வேண்டும் என்பதில் எந்தச் சமரசமும் செய்து கொள்ளாது குரேஷியர்கள் மற்ற இனக்குழுக்களுடன் ஒப்பந்தங்கள் செய்து வந்தனர். ஆனால் வடக்கே சிரியா மற்றும் ஈராக்கை நோக்கிச் செல்லும் அனைத்து வர்த்தகப் பாதைகளும் மதீன நகரின் கட்டுப்பாட்டில் இருந்தது அவர்களது நிலையை கடினமாக்கியிருந்தது. எனவே

தோல்வியடைந்து பலவீனமான நிலையில் இருந்த முஸ்லிம்களின் நிலையைச் சாதகமாக்கிக் கொண்டு அவர்களுக்கெதிராக வேகமாக இயங்கி வர்த்தகப் பாதைகளை மீட்க வேண்டும் என்று அவர்கள் எண்ணினர்.

பனு நதிர்

அவ்வாண்டுகளில் பல முஸ்லிம்கள் திடீர் தாக்குதல்கள் மூலம் சிறைப் பிடிக்கப்பட்டு சித்திரவதை செய்யப்பட்டுக் கொல்லப்பட்டனர். அவ்வேளைகளில் முஸ்லிம்கள் மிகுந்த துணிச்சலுடன், பொறுமையாக, கௌரவமாக மரணத்தை எதிர் கொண்டனர். சிறைப் பிடிக்கப்பட்டதாக மிகைப்படுத்தியும் சொல்லப் பட்டது. கொல்லப்படுவதற்கு முன்பு குபைப் என்பவரைப் போல இறைவணக்கம் புரிய அனுமதி வேண்டி எல்லாவற்றையும் தங்களுக்களித்த இறைவனை அவர்கள் வணங்கினர்.

ஒருநாள் பனு அமீர் என்ற இனக்குழுவைச் சேர்ந்த அபு பாரா என்பவர் இறைத்தூதரிடம் வந்து தன் இனத்தவருக்கு இஸ்லாத்தை போதிக்க நாற்பது தோழர்களை அனுப்பும்படி வேண்டினார். குரேஷியர்கள் உடன்படிக்கைகள் செய்து கொண்டிருந்ததை அறிந்த இறைத்தூதர் தம் தோழர்கள் வழியில் எதிரிகளால் தாக்கப்படலாம் என்ற தம் அச்சத்தை அவரிடம் தெரிவித்தார். பல அணியினருடன் கூட்டமைத்து நல்ல செல்வாக்கும் கொண்டிருந்த பனு அமீர் இனத்தினர் தோழர்களைப் பாதுகாப்பார்கள் என்ற உறுதிமொழியை அவரிடமிருந்து இறைத்தூதர் பெற்றுக் கொண்டார். இருந்தபோதும் பனு அமீர் இனத்திற்குள்ளேயே போட்டி இருந்ததை அவர் கவனத்தில் கொள்ளவில்லை. அபு பாராவின்

நெருங்கிய உறவினர் ஒருவர் முஸ்லிம் குழுவினர் கொல்லப்படுவார்கள் என்று எச்சரித்தார். அபு பாராவின் வாக்குறுதியின்படி முஸ்லிம் குழுவினர் பாதுகாக்கப்பட வேண்டும் என்ற கடிதத்தைத் தன் இனக்குழுவினர் மதித்துச் செயல்படுத்த முனைந்த நிலையில் மற்ற இரண்டு இனக்குழுக்களைக் கொண்டு அம்முஸ்லிம்களை பாராவின் உறவினர் பிர் அல் மௌனா என்ற இடத்தில் கொன்றார். குடிநீர் எடுக்கச் சென்றிருந்த இரண்டு முஸ்லிம்கள் மட்டும் தப்பிவிட்டனர். அவர்களில் ஒருவர் எதிரிகளை எதிர்த்துப் போரிட முடிவு செய்த நிலையில், மற்றொருவரான அம்ர் இப்னு உமைய்யா இறைத்தூதரிடம் தகவலைத் தெரிவிக்க மதீனா சென்றார். வழியில் இருவரைக் கண்ட அத்தோழர் பனு அமீர் தாக்குதலை அவர்களும் நடத்தினர் என்றெண்ணிப் பழிவாங்கும் முகமாக அவர்கள் இருவரையும் கொன்றுவிட்டார்.

தன் தோழர்களுக்கு நிகழ்ந்ததைக் கேட்ட இறைத்தூதர் அதிர்ச்சியடைந்து, கவலையுற்று மிகுந்த மன வேதனைக்காளானார். சூழ்நிலை மிகவும் அபாயகரமானதாக மாறுவதை இச்சம்பவம் காட்டியது. அணி சேர்க்கைகளும் ஒப்பந்த மீறல்களும் அதனையே சுட்டியது. அபு பாராவிடம் பனு அமீர் இனத்தினர் உண்மையானவர்களாக இருந்தனர். அவரது உறுதிமொழியின் மீது மிகுந்த மரியாதை கொண்டிருந்தனர். எனவே இறைத்தூதரின் ஆட்கள் கொல்லப்பட்டதற்கு அவர்கள் காரணமில்லை. ஒப்பந்தங்கள் உடன்படிக்கையின் மீது மிகவும் மரியாதை கொண்டிருந்த இறைத்தூதர், தனது தோழர் ஒருவரால் தவறுதலாகக் கணிக்கப்பட்டுக் கொல்லப்பட்ட பனு அமீர் இனத்தைச் சார்ந்த இருவரின் மரணத்திற்கு நஷ்டஈடு வழங்க

உடனடியாக முடிவு செய்தார். ஒப்பந்தத்தில் உள்ளபடி பனு நதீரின் யூதர்களைக் கண்டு நஷ்ட ஈடு வழங்குவதற்கான உதவியைக் கோருவது என்று இறைத்தூதர் முடிவு செய்தார். பனு கைனுகாவை கட்டாயப்படுத்தி வெளியேற்றியது முதல் பனு நதிர்கள் சந்தேகப்படட் வேண்டியவர்களானார்கள். இறைத்தூதருக்கு விரோதியாக இறைத்தூதருடைய விரோதிகளுடன் அவர்கள் கூட்டமைத்துக் கொண்டிருந்தனர். எனவே அவர் மிகவும் எச்சரிக்கையானார்.

தன் மிக நெருங்கிய தோழர்களான அபுபக்கர், உமர், அலி ஆகியோருடன் பனு நதிர் யூதர்களை அவர் சந்தித்தார். முரண்பட்ட குணத்தைக் கொண்ட அவர்களின் தலைவரான ஹுயேய் நஷ்ட ஈட்டுத் தொகையை வழங்க உருப்படியான எந்த நடவடிக்கையும் எடுக்காமலிருந்தார். உணவுகளைத் தயார் செய்கிறோம் என்று கூறிச் சென்ற அந்த யூதர்கள் ஒளிந்து கொண்டார்கள். பனு நதிர்கள் ஏதோ சதிவேலை செய்வதாக இறைத்தூதரின் உள்ளுணர்வு சொல்லவே அவர் எழுந்து தனியாகச் சென்றுவிட்டார். அவர் திரும்பி வருவார் என அவருடைய தோழர்கள் நினைத்தனர். அவர் திரும்பாததைக் கண்ட தோழர்கள் அவரைப் பின்தொடர்ந்து அவரது இல்லத்திற்கு வந்துவிட்டனர். பனு நதிர் யூதர்கள் அவரைக் கொல்லத் திட்டமிட்டுள்ளதாக வானவர் ஜிப்ரீல் மூலம் தான் அறிந்ததாக அவர் அவர்களிடம் கூறினார். மதீனா நகருக்குள்ளேயே வாழ்ந்து கொண்டிருந்ததால் பாதுகாப்பிற்கான உத்திகளை முஸ்லிம்களால் உண்டாக்க முடியவில்லை. இறைத்தூதர் விரைந்து செயல்பட வேண்டி இருந்தது. பனு நதிர் கூட்டத்தினர் உடன்படிக்கையின்படி

நடக்காமல் ஏமாற்றி விட்டதால் அவர்கள் தங்கள் பெண்கள் குழந்தைகள் மற்றும் உடைமைகளுடன் பத்து நாட்களுக்குள் வெளியேற வேண்டும் என்றும், தவறினால் கொல்லப்படுவார்கள் என்றும் முஹம்மத் இப்னு மஸ்லமா என்பவர் மூலம் பனு நதிர் யூதர்களுக்கு இறைத்தூதர் செய்தி அனுப்பினார். பனு நதிர் கூட்டத்தினர் பயந்து வெளியேறத் தலைப்பட்டனர். ஆனால் நயவஞ் சகனான அப்துல்லா இப்னு உபை அவர்களை வெளியேற வேண்டாம் என்றும் தான் தொடர்ந்து பாதுகாப்பளிப்பேன் என்றும் கூறினார். அவர் கூறியதை நம்பிய பனு நதிர் கூட்டத்தினர் தாங்கள் வெளியேறப் போவதில்லை என்று முஹம்மதுக்கு செய்தி அனுப்பினார்கள். இதன் விளைவாகப் போர் அறிவிக்கப்பட்டது. பனு நதிர்கள் தஞ் சமடைந்திருந்த கோட்டையை முற்றுகையிட இறைத்தூதர் உடனடியாக முடிவு செய்தார். இந்த உடனடியான முற்றுகையை எதிர்பார்க்காத பனு நதிர் கூட்டத்தினர் திகைத்தனர். அவர்கள் இப்னு உபை மற்றும் யூத இனக்குழுவினரான பனு குரேஷாவினர் காப்பார்கள் என்று நம்பினர். அவர்களும் உதவவில்லை. பத்து நாட்கள் கடந்தன. அந்தச் சூழ்நிலை அவர்களால் தாங்கிக் கொள்ள முடியாத ஒன்றாகியது. கோட்டைக்குள்ளிருந்தால் கூட பார்க்க முடிந்த உயரமான பேரீச்சம் மரங்களை வெட்டிச் சாய்த்து, இன்னும் அவர்கள் தங்கள் எதிர்ப்பைத் தொடர்ந்தால் மதிப்புமிக்க எதுவும் எஞ்சியிருக்காது என்பதை அவர்களுக்கு முஹம்மது காட்டினார். இறைத்தூதர் முஹம்மது தன் வாழ்வில் அவ்வொருமுறை மட்டுமே மரங்களை வெட்டினார், அது போரானாலும் சரி, சாதாரண காலமானாலும் சரி.அந்தச் சூழ்நிலை

அசாதாரணமானதொன்றாக இருந்தது. அதனைக் குறிப்பிட்டு இறைவசனம் வெளியானது.

"நீங்கள் (அவர்களுடைய) பேரீச்சசை மரங்களை வெட்டியதோ அல்லது அவற்றின் வேர்களின் மீது நிற்கும்படியாக விட்டுவிட்டதோ இறைவனின் அனுமதியாலும் அந்தப் பாவிகளை அவன் இழிவுபடுத்துவதற்காகவுமேதான்". (குர்ஆன்)

படைப்புக்களை இழிவுபடுத்தும்படி எத்தனையோ சந்தர்ப்பங்கள் வந்தும் இறைத்தூதர் பின்னர் ஒருபோதும் அப்படிச் செய்ததேயில்லை. அசாதாரணமான விதிவிலக்கான செயல் அது என்பதற்கு அதற்கென வெளியான இறை வசனமே உறுதியாகின்றது.

அந்த உத்தி நல்ல பலனை அளித்தது. பனு நதிர்கள் சரணடைந்து தாங்கள் வெளியேறுதல் சம்பந்தமாகப் பேச முயன்றனர். முற்றுகைக்கு முன்னர் பனு நதிர் தங்கள் செல்வ வளங்களுடன் வெளியேறலாம் என இறைத்தூதர் கூறி இருந்தார். பனு நதிர்கள் அதனை மறுத்துச் செயல்பட்டு இப்போது சரணடைந்து பலவீனமான நிலையில் இருந்தனர். இறைத்தூதர் அவர்களுக்கு முதலில் அனுப்பிய செய்தியில் வெளியேறாவிட்டால் கொல்லப்படுவார்கள் என்று கூறி இருந்தார். ஆனால் இவ்வளவும் நிகழ்ந்த பிறகும் அவர்களைக் கொல்லாமல் அவர்கள் தங்கள் பெண்கள் மற்றும் குழந்தைகளுடன் வெளியேற இறைத்தூதர் அனுமதித்தார். ஆனால் அவர்கள் தங்கள் உடைமைகளை விட்டுச் செல்ல வேண்டும் என்று கூறினார். பனு நதிர்களின் தலைவரான ஹூயேய் பேச்சுவார்த்தைக்கு முற்பட்டார். இப்போது இறைத்தூதர் அவர்களின் ஒட்டகங்கள் எவ்வளவு

சுமக்க இயலுமோ அவ்வளவு உடைமைகளைக் கொண்டு செல்ல அனுமதித்தார். அவர்கள் கைபர் என்ற இடத்தில் தஞ்சமடைந்தனர். இறைத்தூதர் அவர்களை அச்சமூட்டியபடி அவர்களைக் கொல்லாமல் விட்டதோடல்லாமல் தங்கள் மனைவி குழந்தைகளுடன் கணிசமான செல்வ வளத்தையும் கொண்டு செல்ல அனுமதித்தார். இறைத்தூதர் தனது பகைவர்களின் ஏமாற்றுதல், வாக்கு மீறல்கள், சதிகள், நெறிப்படி செயல்படாமை இவற்றை எல்லாம் கவனத்தில் கொள்ளாமல் போருக்குப் பின் அவர்களிடம் மிகவும் கருணையுடனும் ஆதரவாகவும் எப்போதும் நடந்து கொண்டார். பத்ருப் போரின்போது தன்னால் மன்னித்துவிடப்பட்ட சிலரை உஹதுப் போரில் தீவிரமான எதிரிகளுடன் கண்டார். இம்முறையும் அது போலவே நடந்தது. அவரால் விடப்பட்ட பனு நதிர் தலைவர்களும் உறுப்பினர்களும் அவருக்கு எதிரான அணியில் சில மாதங்களிலேயே இணைந்தனர்.

முஸ்லிம்களின் நிலை சற்றே மேம்பட்டது. ஆனால் பலவகையிலும் அபாயங்கள் நீடித்திருந்தன. உஹதுக்குப் பின் அடுத்த ஆண்டில் பத்ரில் சந்திப்போம் என உமரிடமும் இறைத்தூதரிடமும் அபு ஸுஃப்யான் கூறியிருந்தார். அந்தச் சவாலை முஹம்மது ஏற்றார். தன் வார்த்தையில் பின்வாங்க விரும்பாத முஹம்மது ஆயிரத்து ஐநூறு வீரர்களுடன் பத்ருக்குச் சென்றார். இரண்டாயிரம் வீரர்களுடன் புறப்பட்ட அபு ஸுஃப்யான் பாதி வழியில் திரும்பி விட்டார். குரேஷியருக்காக எட்டு நாட்கள் முஸ்லிம்கள் அங்கே காத்திருந்தனர். ஆனால் குரேஷியர் வரவேயில்லை. தங்கள் வார்த்தையில் உறுதியாக நின்று தாங்கள் இட்ட சவாலை

நம்பிக்கையுடன் எதிர்கொண்டது முஸ்லிம்களது மதிப்பை மேலும் அதிகப் படுத்தியது.

உயர்வு

பத்ரு போருக்குப் போனபோது மதீனா நகரின் பொறுப்பையே ஒப்படைக்கும் அளவுக்கு அபுலுபாபா என்ற தோழர் மீது இறைத்தூதர் மிகுந்த நம்பிக்கையும் மதிப்பும் கொண்டிருந்தார். சில நாட்கள் கழிந்த பின் இளம் வயது அநாதை ஒருவர் இறைத்தூதரிடம் வந்து நெடுநாட்களாகத் தனக்குச் சொந்தமாக இருந்த பேரீச்சை மரத்தை அபுலுபாபா அபகரித்து விட்டார் என குற்றம் சாட்டினார். இறைத்தூதர் அபுலுபாபாவை அழைத்து விசாரித்தார். விசாரணையில் அம்மரம் அபுலுபாபாவுக்குத்தான் சொந்தமெனத் தெரிய வந்ததும் இறைத்தூதர் அபுலுபாபாவுக்கு ஆதரவாகத் தீர்ப்பளித்தார். இது அந்த இளம் அநாதைக்கு மிகுந்த ஏமாற்றத்தை அளித்தது. இப்போது அபுலுபாபாவிடம் இறைத்தூதர் தனிப்பட்ட முறையில் அந்த அநாதைக்கு மிகவும் முக்கியமெனப்படும் அம்மரத்தை அவருக்கே கொடுத்து விடும்படி கூறினார். ஆனால் அபுலுபாபாவோ விடாப்பிடியாக மறுத்துவிட்டார். அதோடு மட்டுமல்லாமல் இறைத்தூதரின் வேண்டுகோளை ஏற்க முடியாது என்றும் அவர் சொல்லிவிட்டார். இந்தப் பிடிவாதம் அவர் உள்ளத்தையும் கருணையையும் திரையிட்டது போல மறைத்து விட்டது. இறை வசனமொன்று கூறுகிறது, "நிச்சயமாக இறைவன் நீதி செலுத்துமாறும் நன்மை செய்யுமாறும் உறவினர்களுக்குக் கொடுப்பதைக் கொண்டு (உங்களை ஏவுகிறான்)" *(குர்ஆன்)*

இது தனிப்பட்டவர்களுக்கும் ஒட்டுமொத்த மனிதர்களுக்கும் சொல்லப்பட்டதாகும். அப்படிச் செய்வது நீதியையும் தாண்டிக் கருணை புரியவும் உயர்வான எண்ணம் கொண்டு ஒருவருக்கு உரிமையானதைவிட அதிகமாகக் கொடுப்பதையும் மன்னிப்பதையும் கொண்டு ஆன்மிக உயர்நிலையை அடையலாம் என்பதைச் சுட்டுகிறது.

ஒருவருக்கு உரிமையானதைக் கொடுப்பது பற்றியதல்ல இது. அனைத்தையும் தாண்டி மன்னிக்கச் சொல்லும் மனம் மற்றும் தனக்கு சொந்தமானதை மனித நேயம் கொண்டு பிறருக்கு அளிப்பது பற்றியதாகும். தான் உயர்ந்த மதிப்புக் கொண்டிருந்த தன் தோழர் ஒருவர் இப்படி நடந்து கொண்டது இறைத்தூதருக்கு மிகுந்த மனவருத்தத்தை அளித்தது. இஸ்லாம் போதிக்கும் நீதி தவறக் கூடாது என்ற கட்டளையைக் கண்மூடித்தனமாக அபுலுபாபா பிடித்துக் கொண்டது, கருணையுடன் சிறப்பாக அம்மரத்தை அந்த அநாதைக்கு அளிப்பதைத் தடுத்து விட்டது என்பதை இறைத்தூதர் புரிந்து கொண்டார். நடந்த இவை அனைத்தையும் பார்த்துக் கொண்டிருந்த இன்னொரு தோழரான தாபித் இப்னு தஹ்னாஹ் என்பவர் அந்த ஒற்றைப் பேரீச்சை மரத்திற்குப் பகரமாக தனக்குச் சொந்தமான தோட்டம் ஒன்றை அபுலுபாபாவுக்குக் கொடுத்துவிட்டு மரத்தை அந்த அநாதை இளைஞருக்கு அளித்தார். இதனைக் கண்ட முஹம்மது மகிழ்ச்சியடைந்தார். அபுலுபாபாவின் மீது வைத்த நம்பிக்கையையும் அவர் குறைத்துக் கொள்ளவில்லை. பனு குரேஷாக்களை சரணடையும்படிச் சொல்ல நம்பிக்கையுடன் அபுலுபாபா பணிக்கப்பட்டார். தனக்குத் தரப்பட்ட பணியை அபுலுபாபா

நிறைவேற்றினார். தன் செயலுக்கு வெட்கப்பட்ட அபுலுப்பாபா தனது தவறை இறைவனும் இறைத்தூதரும் மன்னிக்கும்படியாகத் தனக்குத் தானே தண்டனை தரும் முகமாகத் தன்னை ஒரு மரத்தில் ஆறு நாட்கள் கட்டிக் கொண்டார். அவரை மன்னித்த இறைத்தூதர், தானே அவர் கட்டுகளை அவிழ்த்துவிட்டார். மனசாட்சியை ஒதுக்கி வைத்துச் செயல்படுதல் என்பது முழுமையான ஆன்மிக போதனையல்ல என்பதை இந்தச் சம்பவம் உணர்த்துகிறது. இறைத்தூதர் தனது போதனைகளில் மிகவும் உறுதியாக இருந்தார். ஆனால் அது கருணையுள்ளத்தையும் கொண்டிருந்தது.

தயாள சிந்தனையும் ஏழைகளிடத்து மிகுந்த அன்பும் இரக்கமும் கொண்டிருந்த பனு அமீர் கோத்திரத்தைச் சேர்ந்த ஜைனப் என்பவரை முஹம்மது மணம் புரிந்திருந்தார். இந்தத் திருமணத்தின் மூலம் பனு அமீர் கோத்திரத்தாருடன் முஹம்மது நெருக்கம் கொண்டார். கோத்திரத்திற்குள்ளும் வெளியேயும் இருந்த நெருக்கடிகளையும் மீறி அக்கோத்திரத்தார் இறைத்தூதருக்கு மிகவும் உண்மையாகவும் ஆதரவாகவும் இருந்தார்கள். மிகவும் அர்ப்பணிப்புடன் ஏழைகள் மீது மிகுந்த அன்பு கொண்டதால் 'ஏழைகளின் தாயார்' என்று அழைக்கப்பட்ட ஜைனப் மிகுந்த இறை பக்தி கொண்டு அர்ப்பணிப்பு உணர்வுடன் வாழ்ந்தார். அவர் பள்ளிவாசலுக்கருகில் வாழ்ந்து வந்தார். திருமணமான எட்டாம் மாதத்திலேயே அவர் மரணமடைந்தார். இறைத்தூதரின் மகளான ருக்கையாவின் அடக்க ஸ்தலத்திற்கு அருகிலேயே ஜைனபும் நல்லடக்கம் செய்யப்பட்டார். அபு ஸலாமா என்பவரும் அவர் மனைவி உம்மு ஸலாமா என்பவரும் அபிஸீனியாவுக்குப்

புலம்பெயர்ந்தவர்களாய் இருந்தார்கள். அபுஸலாமாவின் மரணத்தினால் விதவையான உம்மு ஸலாமா இறைத்தூதரை மணந்து ஜைனப் வசித்து வந்த இல்லத்தில் குடியேறினார். உம்மு ஸலாமா பணிவடக்கம் நிரம்பியவராகவும் நல்லழகு மிகுந்தவராகவும் அறிவு நிரம்பிய நிர்வாகியாகவும் இறைத்தூதருடன் வசித்து வந்தார். அவரது அறிவார்ந்த திறன்களும் அழகும் பொறாமை கொள்ளும்படி இருந்ததாக இறைத்தூதரின் இன்னொரு மனைவியான ஆயிஷாவே ஒப்புக் கொண்டிருந்தார்.

மிகுந்த நெருக்கடிகளும் கடினமான சூழ்நிலையும் நிலவி வந்தபோதும் இறைத்தூதர் தன் போதனைகளைத் தொடர்ந்து செய்து கொண்டு எல்லோருக்கும் ஒரு முன்மாதிரியாக வாழ்ந்து வந்தார். அவரது வாழ்க்கை முறை எல்லோருக்கும் சிறந்ததொரு உதாரணமாக விளங்கியது. ஒரு முறை இறைத்தூதரின் தோழர் ஒருவர் ஒரு பறவையின் கூட்டிலிருந்து பறவைக் குஞ்சொன்றைப் பிடித்துவிட்டார். அதனால் அதன் தாய்ப்பறவை அவரைத் தாக்கியது. இதனைக் கண்ட இறைத்தூதர் அந்தத் குஞ்சை அப்பறவையின் கூட்டிலேயே விட்டுவிட அந்தத் தோழரைப் பணித்துவிட்டுக் கூடியிருந்த தோழர்களிடம் கூறினார். "உங்கள் மீது இறைவன் கொண்டிருக்கும் கருணை தனது குஞ்சிடம் தாய்ப் பறவை கொண்டிருக்கும் நேசத்தை விடப்பெரிது" என்று சுற்றி இருக்கும் அனைத்துப் படைப்புகளையும் உற்றுக் கவனித்து அவற்றிலிருந்து கற்றுக் கொள்ளும்படி தன்னுடைய தோழர்களுக்கு அவர் போதித்தார். இறைவசனங்கள் மீண்டும் மீண்டும் இதனையே குறிப்பிடுகின்றன.

"வானத்திலும் பூமியிலும் உள்ள யாவும் இறைவனையே துதி செய்து கொண்டிருக்கின்றன. இறைவன் (யாவரையும்) மிகைத்தவன், ஞானம் மிக்கவன்".

"ஏழு வானங்களும் பூமியும் அவற்றில் உள்ளவர்களும் (வைகளும்) அவனைத் துதி செய்து கொண்டிருக்கின்றனர். இன்னும் அவன் புகழைக் கொண்டு துதி செய்யாத பொருள் (எதுவும்) இல்லை, எனினும் அவை துதி செய்வதை நீங்கள் உணர்ந்து கொள்ள மாட்டீர்கள். நிச்சயமாக அவன் பொறுமையுடையவனாகவும் மிக மன்னிப்பவனாகவும் இருக்கின்றான்".

"இறக்கைகளை விரித்துக் கொண்டும் சேர்த்துக் கொண்டும் இவர்களுக்கு மேல் (வானில் பறக்கும்) பறவைகளை இவர்கள் பார்க்கவில்லையா? மிகுந்த கருணையாளனான இறைவனைத் தவிர அவற்றைத் (கீழே விழாது) தடுத்துக் கொண்டிருக்கவில்லை - நிச்சயமாக ஒவ்வொன்றையும் அவன் கண்காணிப்பவன்".

உற்று கவனித்து ஆழ்ந்து யோசனை செய்து இறைவனை நினைவிலிருத்தும் ஆன்மிக வழியின் முக்கியத்துவத்தைப் பின்னாளில் வெளியான இறைவசனங்கள் வலியுறுத்துகின்றன. அது மனித மனங்களில் இறைவனின் தன்மை பரவி இருப்பதை மாறாமல் நினைவூட்டும் ஒன்றாக இருக்கிறது.

"சூரியனும் சந்திரனும் (அவற்றிற்கு நிர்ணயிக்கப் பெற்ற) கணக்கின்படியே இருக்கின்றன" என்ற குர்ஆன் வசனம் ஸ்தூலமான வெளிப்படையாகத் தெரியும் கண்களுக்கும் மனதிற்கும் நல்லதொரு கருத்தைத் தெரிவிக்கிறது.

“நட்சத்திரங்களும் மரம் செடி கொடிகளும் இறைவனைத் தலை தாழ்த்தி வணங்குகின்றன” என்ற இறைவசனம் மனிதனின் மனக் கண்களையும் இறை நம்பிக்கையையும் அழைத்து சிந்திக்கச் செய்கின்றன. இறைத்தூதரின் ஆன்மிக பலத்தை இந்த போதனைகள் உருப்படுத்தி வலுப்படுத்துகின்றன. தான் பெற்றிருக்கும் வலிமையும் மென்மையும் எங்கிருந்து தனக்குக் கிடைத்தன என்பதை இறைத்தூதர் அறிந்திருந்தார். எதிரிகள் பலர் அவரை அழிக்கவும் ஏய்க்கவும் முயன்று கொண்டே இருந்தனர். அவரது நல்லுயர் தன்மையையும் தேவையான நேரங்களில் அவரைப் பாதுகாப்பதையும் குறித்து முன்பே இறைவன் அவரிடம் தெரிவித்திருக்கிறான்.

“மேலும் நாம் உம்மை உறுதிப்படுத்தி வைத்திருக்கவில்லை என்றால் (உங்களை ஒழிக்க முயலும் எதிரிகள்) பக்கம் நீர் கொஞ்சம் சாய்ந்து போயிருக்கக் கூடும்“.

படைப்புகளில் உள்ள அறிகுறிகளை உணர்வது, நடக்கும் நிகழ்வுகளை ஆழ்ந்து கவனித்துணரும் அவருடைய திறன், கருணையான சொல்லின் மூலம் வெளிப்படும் மனிதனின் அறநிலையை அங்கீகரித்து அறிந்து கொள்வது, மனிதன் தன் சக மனிதனிடம் அன்பு கலந்து புன்னகைப்பதைக்கூட ஒரு தர்மமெனக் கொண்டது ஆகியவை தன் நிலை மாறாது எதிர்ப்புகளைத் தாங்கும் வலிமையை அவருக்கு அளித்தன. அவர் கூறினார் “கருணையான ஒரு வார்த்தையும் தர்மமே”.

“சக மனிதர்களிடம் புன்னகைப்பது கூட தர்மமே”,

ஒரு நீதிபதியுடனோ அல்லது கண்காணிப் பாளருடனோ இருப்பது போல் அல்லாது ஒரு

நண்பருடனோ அல்லது பாதுகாப்பாளருடனோ மாறாமல் தொடர்ந்து இருப்பது, அந்தப் பேரிறையின் இருப்பை நல்லதொரு செயலாலோ அல்லது பார்வையாலோ கூட நினைவில் கொள்வது என்பதுதான் இறை நம்பிக்கை மற்றும் மனிதனின் ஆற்றல் என்பதன் சிறப்பான பொருளாகிறது.

"இறைவனைக் கண்களால் பார்க்காவிட்டாலும் அவனைப் பார்ப்பது போல் எண்ணி வணக்கம் புரிவது சிறப்பானது; அவன் உங்களைப் பார்த்துக் கொண்டே இருக்கிறான்" (இறைத்தூதரின் மொழி)

இந்த உயர் தகுதிகளை இறைத்தூதரிடம் கண்டுணர்ந்த தோழர்கள் அவரை மிகவும் நேசித்து அவரிடமிருந்து ஆன்மிக வலிமையைப் பெற்றார்கள். அத்தகைய நேசத்தை மாறாமல் கைக் கொள்ளும்படி அவர்களுக்கு அவர் போதித்தார் "தந்தை மகன் மற்றும் மனித குலம் முழுவதையும் விட தன்னை நேசிக்கவில்லை என்றால் ஒருவரது இறை நம்பிக்கை முழுமையானதல்ல" என்று அவர் கூறினார்.

தோழர்கள் ஆன்மிகம் மற்றும் நேச வேட்கையுடன் இறைத்தூதர் மீது நேசம் கொண்டு ஒருவர் மீது ஒருவர் அன்பு செலுத்தவும் வேண்டி இருந்தது. அப்படிப்பட்டதொரு பிணைப்பு தனது சக்திக்கும் கூட அப்பாற்பட்டது என்று இறைத்தூதர் கூறினார்.

"பூமியிலுள்ள (செல்வங்கள்) அனைத்தையும் நீர் செலவு செய்தபோதிலும் அவர்கள் உள்ளங்களுக்கிடையே அத்தகைய (அன்பின்) பிணைப்பை உண்டாக்கி இருக்க முடியாது - ஆனால் நிச்சயமாக இறைவன் அவர்களிடையே அப்பிணைப்பை ஏற்படுத்தியுள்ளான்" (குர்ஆன்).

அவர் ஒரு உதாரணமாகத் திகழ்ந்தார். எல்லோருக்குமான முன்மாதிரியாக விளங்கினார். தோழர்களுடன் வாழ்ந்து அவர் அனைவர் மீதும் அன்பைப் பொழிந்தார். ஏழைகள் மீதும் முதியவர்கள் மீதும் மிகுந்த கருணையுடன் அன்பு பாலித்தார். இறைவணக்கத்திற்காகப் பள்ளிவாசலுக்கு அவர் வரும் பொழுது தன் பேரக் குழந்தைகளையும் அழைத்துக் கொண்டு வருவார். மனிதர்கள் மீது கவனம் செலுத்தாமல் கருணை புரியாமல் இறைவனை நினைவில் இருத்தி இறைவனின் நெருக்கத்தைப் பெற முடியாது என்பதனை அவர் எல்லோருக்கும் உணர்த்தினார்.

பல்வேறு தளங்களிலும் அவரது தனித்துவத்தை விளக்கும்படியான பல இறைவசன வெளிப்பாடுகள் வந்தன. ஏக இறைவன் அவரைக் கடினமான வணக்கங்களில் குறிப்பாக இரவு நேரங்களில் வணக்கத்திலி ஈடுபட பணித்தார். இறைவனிடமும் வானவர் ஜிப்ரீலிடமும் அவர் கொண்டிருந்த நெருக்கத்திற்கு இணை ஏதுமில்லை. இறைநம்பிக்கை கொண்டோர் கண்டிப்பான நிபந்தனைகளுடன் நான்கு மனைவியரை மணந்து கொள்ள குர்ஆன் அனுமதிக்கிறது. ஆனால் இறைத்தூதருக்கு இதில் விதி விலக்கை அளிப்பதன் மூலம் அவரது தனித்துவம் வெளிப்படுகிறது. இறைத்தூதரது மனைவியர் கூறினர், "நாங்கள் மற்ற பெண்களைப் போன்றவர்கள் அல்லர்" என்று.

பலதார மணம் புரிவதும் இயன்ற அளவு மனைவியரைக் கொள்வதும் பரவலான வழக்கமாக இருந்தது. குர்ஆன் நான்கு மனைவியர் வரை மணம் புரிந்து கொள்ள அனுமதியளிக்கிறது. இரண்டாம், மூன்றாம் நான்காம் திருமணம் செய்வதற்கு மிகவும்

கடினமான கண்டிப்பான நிபந்தனைகளுடன் மட்டுமே அதற்கு அனுமதி அளிக்கிறது.

அவர்கள் தங்கள் முகங்களை மூடிக் கொண்டு மறைவாக இருந்து மற்ற ஆண்களுடன் உரையாட வேண்டி வந்தது. இறைத்தூதரின் மறைவுக்குப் பின் அவர்கள் மறுமணம் புரிய முடியாது என்று அவர்களுக்குக் கூறப்பட்டது. இறைவசனம் ஒன்றின் பரிந்துரைப்படி ஜைனப் என்பவரை இறைத்தூதர் மணக்க வேண்டி வந்தது. முஹம்மது தத்தெடுத்துக் கொண்டதாக அறிவித்த ஸெய்த் என்பவரின் மனைவிதான் அவர். ஸெய்தின் மறைவுக்குப் பின் இறைவசனக் கட்டளைப்படி அவ்விதவையை இறைத்தூதர் மணந்தார். குர்ஆன் கூறுகிற:

"முஹம்மது உங்கள் ஆடவர்களில் எவர் ஒருவருக்கும் தந்தையாக இல்லை, ஆனால் அவரோ இறைவனின் தூதராகவும் இறைத்தூதர்களுக்கெல்லாம் இறுதி (முத்திரை) யாகவும் இருக்கின்றார்" (குர்ஆன்).

மதீனாவிலிருந்து வெளியேறிய பனு நதிர் மக்களில் பெரும் தொகையினர் கைபர் என்ற இடத்தில் குடியேறினர். அவர்கள் இறைத்தூதர் மீது பகைமையை வளர்த்து விரைவில் பழிவாங்க எண்ணினர். முஸ்லிம் சமூகத்தையே அழித்து இறைத்தூதரின் செயல்பாட்டை ஒழிக்க தாக்குதல் தொடுக்க குரேஷியர்கள் தயாராவதை தீபகற்பத்தின் ஏனைய கோத்திரத்தாரைப் போலவே பனு நதிர் கோத்திரத்தாரும் அறிந்திருந்தனர். பனு நதிர் கோத்திரத்தாரின் தலைவரான ஹுவேய் யூத தலைவர்களுடன் மக்காவுக்குச் சென்று குரேஷியர்களுடன் கூட்டணி அமைத்துக் கொண்டார். முஹம்மதையும் அவருடைய சமூகத்தாரையும் அழித்தொழிப்பதற்குத்தான்

அந்தக் கூட்டணி என்பது தெளிவான ஒன்றாக இருந்தது. அவர்கள் மற்ற கோத்திரத்தார்களைத் தொடர்பு கொண்டு உடன்படிக்கை செய்து கொண்டனர். அக்கூட்டணியில் பனு அஸாத், பனு கட்டாஃபன் மற்றும் பனு சுலைம் கோத்திரத்தார் இணைந்தனர். முஹம்மது திருமணம் புரிந்து கொண்ட பனு அமீர் கோத்திரத்தார் மட்டும் அக் கூட்டணியில் இணையவில்லை. அவர்கள் முஹம்மதுடன் முன்னரே உடன்படிக்கை செய்து கொண்டிருந்தனர். பனு அமீர் கோத்திரத்தாரில் ஒரு சிலர் உடன்படிக்கையை மீறி நடந்து கொண்டிருந்தபோதும் பெரும்பாலானவர்கள் முஹம்மதுக்கு எதிரான கூட்டணியில் இணைய மறுத்தனர்.

படையணிகள் திரண்டனர். அப்படையணி மதீனாவை நோக்கி முன்னேறியதைக் கண்டால் அவர்களுடன் முஸ்லிம்களை ஒப்பிட்டுக் கூட பார்க்க இயலாதிருந்தது. தெற்குப் பகுதியிலிருந்து வந்த குரேஷியப் படையணி நான்காயிரம் வீரர்களைக் கொண்டு வலிமையானதாக இருந்தது. கிழக்கே நஜத் என்ற பகுதியிலிருந்து வந்த பல்வேறு இனங்களைக் கொண்ட படையணியோ ஆறாயிரம் வீரர்களைக் கொண்டதாக இருந்தது. ஏறக்குறைய பத்தாயிரம் வீரர்கள் மதீனா நகரைச் சூழ்ந்து தாக்கத் தயாராயினர். மதீனா நகரவாசிகள் தப்பிப் பிழைப்பார்கள் என்று எவராலும் கற்பனை கூட செய்ய இயலாதிருந்தது. படையணிகள் தயாரானபொழுது இறைத்தூதரின் சிறிய தகப்பனாரான அப்பாஸ் ரகசியமாக இறைத்தூதரை எச்சரிக்கும் விதமாகச் செய்தி அனுப்பினார். அக்குழுவினர் அச் செய்தியை மதீனா நகருக்குக் கொண்டு வந்தபோது மதீனா

நகரவாசிகளுக்கு யுத்தத்திற்கான தயாரிப்புக்கு ஒரு வார காலமோ அல்லது அதற்குக் குறைவான அவகாசமோ மட்டுமே எஞ்சியிருந்தது. மூவாயிரம் வீரர்களுக்கு மேல் திரட்ட முடியாது என்று அவர்கள் நினைத்தனர். அது எதிரிப் படையினரில் மூன்றில் ஒரு பங்குக்கும் குறைவானதாகவே இருந்தது.

தனது வழக்கத்தின்படி சூழ்நிலையையும் தாக்குதல் நடத்தும் திட்டத்தையும் குறித்துத் தனது தோழர்களுடன் இறைத்தூதர் ஆலோசித்தார். பத்ரு களத்தில் செய்ததைப் போல சந்திக்கலாம் என்று சிலர் எண்ணினர். ஆனால் வேறு சிலர் உஹதுப் போரில் நிகழ்ந்ததை எண்ணி நகருக்குள்ளேயே இருந்து எதிரிகளை எதிர்கொண்டால் மட்டுமே வெற்றி அடைய முடியும் என்று நினைத்தார்கள். இறைத்தூதரின் தோழர்களில் பெர்ஷியாவைச் சேர்ந்த ஸல்மான் அல்ஃபாரிஸி என்பவரும் ஒருவர். இவரது வரலாறு தனித்துவம் மிக்க ஒன்றாக இருந்தது. இறைவன் மீதும் சத்தியத்தின் மீதும் வேட்கை கொண்டு இறைத்தூதரின் அருகில் வாழ மக்கா நகர் நோக்கி வந்தவர் இந்த ஸல்மான். சாதகமான சூழ்நிலை இல்லாத காரணத்தால் பனு குரேஷ் கோத்திரத்தாரிடம் அவர் அடிமையாக விற்கப்பட்டார். இறைத்தூதரும் அவர்தம் தோழர்களும் அவரை விடுவிப்பதற்கான நிதியைத் திரட்டி அவரைச் சுதந்திரமடையச் செய்தனர். அவர் மிகுந்த அர்ப்பணிப்புடனும் ஈடுபாட்டோடும் அனைத்துக் கூட்டங்களிலும் கலந்து கொள்வார். அவர் எழுந்தார். இதுவரை அரேபியர்கள் அறிந்திராத ஒரு போர்த்தந்திரத்தை அவர் கூறினார். “இறைவனின் தூதரே! பெர்ஷியாவில் நாங்கள் தாக்கப்படக்கூடும் என்று அஞ்சினால்

நகரைச் சுற்றி அகழி தோண்டுவோம். அதுபோல் நம்மைச் சுற்றி அகழி தோண்டுவோம்!" இது எவரும் எதிர்பார்த்திராத ஒரு உத்தியாக இருந்தது. ஆனால் அனைவரும் அதனை விரும்பினர். அதனைச் செயலாக்கத் தோழர்கள் தீர்மானித்தனர். குதிரைகளால் தாண்ட இயலாத அளவுக்கு ஆழமாகவும் அகலமாகவும் அகழியைத் தோண்ட வேண்டி இருந்தது. ஆனால் கால அவகாசமோ மிகக் குறைவாக இருந்தது.

குரேஷியருடனான மூன்றாவது மோதலாக இது இருந்தது. முஸ்லிம்களின் மூன்றாவது போர்த்தந்திரமாகவும் இது அமைந்தது. பத்ருப் போரில் கிணறுகளைச் சுற்றி இருந்தும், உஹதுப் போரில் குன்றின் மீது நின்றும் போர் புரிந்ததுபோல இப்போது அகழியைத் தோண்டி எதிர்க்கும் தந்திரம் பயன்படுத்தப்பட்டது. இந்தப் புதுமையான யுத்த தந்திரத்தைக் கையாண்டதன் மூலம் உறுதியான ஆழமான இறைநம்பிக்கையுடன் அறிவுப்பூர்வமாகவும் செயல்பட இறைத்தூதர் தம் தோழர்களுக்குக் கற்பித்தார். அவர்கள் அந்நிய நாட்டு போர்த்தந்திரத்தைக் கைக்கொள்ள மறுக்கவில்லை. ஒரு பெர்ஸியரால் முன் மொழியப்பட்ட அந்தப் போர்த் தந்திரத்தை மதீனா நகரப் போர்ச் சூழலுக்கு அவர்கள் பயன்படுத்திக் கொண்டனர். எந்தவித மறுப்பும் பயமும் இன்றி மக்களின் உன்னத அறிவு, தேசங்களின் விவேகமான செயல் மற்றும் மனிதர்களின் அறிவார்ந்த உருவாக்கும் திறன் இவை எல்லாமும் ஒன்று கூடி அவர்களளின் சிந்தனை மற்றும் செயல் திறனை உருவாக்கியது. இறைத்தூதர் வன்மையாக அறிவுறுத்தினார், "இறை நம்பிக்கையாளரின் அழியாச் சொத்து (மனித) விவேகம்தான், அதனைக் கண்டடையும் ஒருவன்

மிகுந்த மதிப்பிற்குரியவனாகிறான்". மிகச் சிறந்த மனிதச் சிந்தனைகளையும் உருவாக்கங்களையும் கற்றறிந்து மனித இனத்திற்குப் பொது நன்மையளிக்கும்படியான அழைப்பாக இந்தப் சம்பவம் அமைந்தது. இன்னும் சற்று ஆழமாகப் பார்த்தால், இது மனித விவகாரங்களைக் கைக் கொள்ளுவதில் ஊக்கத்துடன் புதுமைகளை வரவேற்றுச் செயல்பட வேண்டும் என்பதைக் காட்டுகிறது. இந்த வகையான செயல்பாட்டைப் போர்ச்சூழலில் மட்டும் இறைத்தூதர் கைக் கொள்ளவில்லை. மாறாக, உலகியலின் அனைத்துச் சிந்தனைக் களங்கள் மற்றும் கலாசாரங்களை கவனத்தில் கொண்டு எப்போதும் அவர் செயல்பட்டார் என்பதைக் காண முடியும்.

அகழி

வேலை உடனடியாகத் தொடங்கப்பட்டது. ஒட்டு மொத்த நகரமும் அதில் சேர்ந்து கொண்டது. எதிரிகளை நுழையவிடாமல் தடுக்கும் வண்ணமாக அமைந்திருந்த பாறை போன்ற பகுதிகளை விட்டு விட்டுத் தேவையுள்ள மற்ற இடங்களில் அகழி தோண்ட அவர்கள் தீர்மானித்தார்கள். அதிகாலை தொடங்கி சூரியன் மறையும் நேரம் வரை தோழர்கள் பணியில் ஈடுபட்டனர்.

அகழி தோண்டும் பணியில் முஹம்மதும் ஈடுபட்டார். அவர் இறைவனை விளிப்பதையும் சில வேளைகளில் பாடல்கள் பாடுவதையும் சில வேளைகளில் கவிதைகளைக் கூறுவதையும் தோழர்கள் கேட்டுத் தாங்களும் அதில் இணைந்து கொண்டனர். இத்தகைய தருணங்கள் தோழர்களிடையே சகோதரத்துவத்தை உருவாக்கி, அனைவரும் ஒன்று என்ற உணர்வை உருவாக்கிப் பெரும் ஒற்றுமையை ஏற்படுத்தியது.

பிரார்த்தனைகள், கவிதைகள் மற்றும் பாடல்கள் வாயிலாகச் சமயம் மற்றும் அது சார்ந்த வணக்க முறைகளை எல்லாம் தாண்டி தம் தோழர்களான ஆண் பெண் எல்லோரையும் ஒன்றென எண்ணவும் கருதவும் ஒரே கலாசாரமாக உருவாகவும் செய்தார் இறைத்தூதர். ஏக இறைவனிடம் இருந்து தாங்கள் பெற்றுக் கொண்ட இறைநம்பிக்கையில் மட்டுமல்லாமல் தங்களைப் பற்றி உரையாடிக் கொள்ளுதல், தங்கள் உணர்வுகளை ஒன்றாக்கி இணைத்தல் பிரபஞ்சத்தில் தங்கள் இருத்தல் என்பதைக் கவனப்படுத்துதல் ஆகியவை மூலமாக அவர்கள் ஒன்றாகி நின்றனர். இறை நம்பிக்கையில் ஒற்றுமை, உட்பொருளறிதல் ஆகியவை வெறும் கருத்துக்களாகவே இருப்பதில்லை. அவை சமூக, கலாசாரத் தளங்களிலான செயல்பாடுகள் மற்றும் உரையாடல்களிலும் இருந்தால் அக்கருத்துருக்கள் உயிருள்ளவையாய் அமையும். இறை நம்பிக்கைக்குக் கலாசாரம் என்பது தேவையான ஒன்றாக இருக்கிறது. தன் தோழர்களின் திறன்மிகு சக்திகளை ஒன்றிணைக்க வேண்டி வரும்போதெல்லாம் அனைத்து நிலைகளிலும் அவர்கள் ஒன்றாக இருக்கும்படி அவர் செய்வார். ஏக இறைவன் மீது ஆழமான நம்பிக்கை, உணர்ச்சிகளைக் கவித்துவமாக வெளிப்படுத்துதல், பாடல்கள் மூலம் உணர்வுகளை வெளிப்படுத்துதல் போன்றவை மூலம் அதனை அவர் செய்தார். காலம், வெளி கடந்தவராக ஏக இறைவனுக்கான சேவையில் இருந்தபோதும் தன் சமூகத்தினரின் தினசரி வாழ்க்கையில் பங்கு கொண்டு அவர்கள் வரலாற்றிலும் கலாசாரத்திலும் ஒருவராக, அவர்களுள் ஒருவராக இறைத்தூதர் விளங்கினார்.

வேலை தொடர்ந்து நடக்க அகழி தோண்டும் பணி வெற்றிகரமானது. குதிரை வீரர்கள் எவரும் கடந்து வந்துவிட முடியாதபடி மதீனத்து வில்லாளிகள் எதிரிகளைத் தடுத்து நிறுத்தும்படியானதாக அகழி அமைந்தது. நகருக்குள் செல்லும் முன்பு நகருக்குப் புறத்திலிருந்த தோட்டத்து விளைபொருட்கள் அனைத்தையும் மதீனத்துவாசிகள் திரட்டிக் கொண்டு சென்றனர். எதிரிப் படையினர் நெருங்கி வந்து கொண்டிருந்தனர். முஸ்லிம்கள் அகழிக்குப் பின்னால் நகருக்குள் சென்று எதிரிகளுக்காகக் காத்திருந்தனர்.

முற்றுகை

மதீனாவின் தென்புறமும் கீழ்ப்புறமும் எதிரிப் படையினர் நகரைச் சுற்றி வளைத்து முகாமிட்டனர். நகரைச் சுற்றி வளைத்துப் படையுடன் உள் சென்று தாக்கத் திட்டமிட்டிருந்த அவர்களது எண்ணம் அகழிகளைக் கண்டதும் நாசமானது. அகழிகள் அமைப்பது என்பது அதுவரை அரேபியர்கள் அறிந்திராத ஒரு உத்தியாக இருந்ததால் முஸ்லிம்களைத் தோற்கடிக்கப் புது உத்தியை அவர்கள் கண்டுபிடிக்க வேண்டி இருந்தது.

நகரைக் கைப்பற்றவும் முற்றுகைக் காலத்தைக் குறைக்கவும் செய்ய வேண்டிய வழிமுறைகளை அறிய இனக்குழுக்களிடையே ஆலோசனை ஆரம்பமானது. பெரும்பாலான படையினரும் மதீனத்தின் வடக்குப் பகுதிக்குச் சென்றால் மதீனத்துப் படையணி வடக்குப் பக்கம் திரும்பும் எனவும் அதிகப் பாதுகாப்பு இல்லாத தென் பகுதியில் படைகள் ஊடுருவித் தாக்கலாம் என்றும் தீர்மானிக்கப்பட்டது. அப்பகுதியில் பனு குரேஷா கோத்திரத்தார் வசித்தனர். அவர்கள் முஹம்மதுடன்

ஒரு உடன்படிக்கையைச் செய்து கொண்டிருந்தனர். பனு குரேஷா கோத்திரத்தாரின் கோட்டைக்குச் சென்று பனு குரேஷாவின் தலைவரான கப் இப்னு அஸாத் என்பவரைச் சந்தித்து முஹம்மது உடனான உடன்படிக்கையைக் கைவிட்டுவிடக் கோரலாம் என்ற பனு நதிர் கோத்திரத் தலைவரான ஹுவேய் கூறினார். ஹுவேயை வரவேற்க முதலில் மறுத்த கப் இப்னு அஸாத், பனு நதிரின் தொடர் வற்புறுத்தலால் உடன்படிக்கையை மீறத் தயாரானது மதீனத்து மக்களின் போர்த்தந்திரத்தை உடைக்கும் படியானதாக இருந்தது. அது முஸ்லிம்களுக்குத் தோல்வியைத் தரும்படியானதாக இருந்தது.

பனு குரேஷா கோத்திரத்தின் பெரும்பாலானவர்கள் தங்கள் தலைவரின் முடிவை ஏற்ற வேளையில் சிலர் முரண்பட்டனர். எனவே பெரும்பாலானவர்கள் குரேஷியப் படையணியினருடன் சேர்ந்து கொள்ள சம்மதித்தனர். இந்த வேளையில் எதிரிப் படையினர் வடக்குப் பக்கம் நகர்வதைக் கவனித்த இறைத்தூதர் முழுவதுமாக நம்பிக்கை கொள்ள இயலாத பனு குரேஷா இனத்தினர் இருந்த தென்திசையின் நிலையை அறியத் தீர்மானித்தார். பனு குரேஷா இனத்தலைவரின் ஒரு தலைப்பட்சமான உடன்படிக்கை முறிப்பு பற்றி இறைத்தூதர் கேள்விப் பட்டிருந்தார். அது மட்டும் உண்மையாக இருந்தால் முஸ்லிம் படையினரின் மன உறுதி குன்றி, வெற்றி பெறுவதற்கான வாய்ப்பு இல்லாததாகிவிடும். அவர் இரண்டு வீரர்களை உண்மையை அறிந்து வரும்படி அனுப்பினார். பனு குரேஷாக்களைப் பற்றிக் கேள்விப்பட்டது உண்மையில்லை என்றால், அதனை உரத்துத் தெரிவித்து முஸ்லிம்

படையினரின் மன உறுதியையும் தைரியத்தையும் மேம்படுத்தலாம். ஆனால் கேள்விப்பட்டது உண்மை என்றால் அது படையினருக்குத் தானாகவே தெரியட்டும் என்று விட்டு விட வேண்டியதுதான். கேள்விப்பட்டது உண்மைதானென்று இரண்டு வீரர்களும் உறுதியாகத் தெரிவித்தனர். முஹம்மது உடனடியாகச் செயல்பட்டாக வேண்டி வந்தது. பனு குரேஷாக்களுடைய ஆதரவுடன் முன்னேறும் எதிரிப் படையினரை எதிர் கொள்ள ஸெய்தின் தலைமையில் முன்னூறு வீரர்கள் கொண்ட படையணியைத் தெற்கு நோக்கி இறைத்தூதர் அனுப்பினார்.

முற்றுகையின் தாக்கத்தால் சூழ்நிலை கடினமாகிக் கொண்டே வந்தது. முஸ்லிம்கள் தொடர்ந்து விழிப்புடன் இருக்க வேண்டி வந்தது. ஒரு நாள் பல முனைகளில் இருந்தும் தாக்குதல் தீவிரமானது. முஸ்லிம்கள் தங்கள் மதிய வேளை மற்றும் மாலை வேளைத் தொழுகைகளைக் குறிப்பிட்ட நேரத்தில் நிறைவேற்ற முடியாமல் போனது. முற்றுகை தொடர்ந்தது முஸ்லிம் படையினர் மன உறுதியைக் குலைக்கக் தொடங்கியது. அவர்களின் உணர்ச்சிகளை இறைவசனமொன்று இப்படிக் கூறுகிறது.

“உங்களுக்கு மேலிருந்தும் உங்களுக்குக் கீழிருந்தும் அவர்கள் உங்களிடம் (படையெடுத்து) வந்தபோது (உங்களுடைய பார்வைகள் சாய்ந்து (உங்களுடைய) இருதயம், தொண்டைக்குழி முடிச்சுகளை) அடைத்து (நீங்கள் திணறி) இறைவனைப் பற்றி பலவாறான எண்ணங்களை எண்ணிக் கொண்டிருந்த சமயம் (இறைவன்) உங்களுக்குச் செய்த அருட்கொடையை நினைவு கூருங்கள்”.

"அவ்விடத்தில் இறை நம்பிக்கையாளர்கள் (பெரும்) சோதனைக்கு உள்ளாக்கப்பட்டு இன்னும் கடுமையான அதிர்ச்சிக்கு ஆளாக்கப்பட்டார்கள்" *(குர்ஆன்).*

அந்தச் சோதனை கடுமையானதொன்றாக இருந்தது. அது ஒவ்வொரு வீரர் மற்றும் இனக் குழுவின் விசுவாசத்தையும் நேர்மையையும் வெளிக்கொண்டு வந்தது. அந்தப் போர் பனு குரேஷா கோத்திரத்தாரின் இரட்டை நிலையை வெளிச்சத்திற்குக் கொண்டு வந்ததோடு மட்டுமல்லாமல், எடுத்த கடமையை விடுத்துச் சரணடையவும் கூட எண்ணிய நயவஞ்சகர்களையும் வெளிக் காட்டியது. இதனை "நயவஞ்சகர்களும் எவர்களின் இதயங்களில் நோயிருந்ததோ அவர்களும் இறைவனும் அவனுடைய தூதரும் ஏமாற்றத்தைத் தவிர (வேறு) எதையும் வாக்களிக்கவில்லை" என்று கூறிய சமயத்தை நினைத்துப் பாருங்கள்" என்று குர்ஆன் கூறுகிறது. சிலர் "நிச்சயமாக எங்கள் வீடுகள் பாதுகாப்பற்ற நிலையில் இருக்கின்றன என்று அவை பாதுகாப்பற்ற நிலையில் இல்லாத நிலையிலும் கூறி (போர்க்களத்திலிருந்து சென்று விட) இறைத்தூதரிடம் அனுமதி கோரினார்கள்" என்றும் குர்ஆன் சுட்டிக் காட்டுகிறது. மற்றும் சில முஸ்லிம் படையினர் தாக்குப்பிடிக்க இயலாது என்றெண்ணிப் போரிலிருந்து விலகி விட எண்ணினார்கள். இத்தகைய சூழ்நிலையில் முற்றுகையைத் தொடர்ந்து எதிர்த்துப் போராடுவது என்பது இயலாத ஒன்றாகத் தோன்றியது.

பெரும்பாலானவர்கள் இறைத்தூதரின் முன்மாதிரியையும் உறுதியையும் ஏற்றுக் கொண்டு அவரிடம் உண்மையாகவும் விசுவாசமாகவும் இருந்தனர். இந்தச் சூழ்நிலை ஏக இறைவன்

பால் அவர்கள் கொண்டிருந்த விசுவாசத்தின் உண்மைத்தன்மையையும் இறைத்தூதரின் சிறப்பான நிலையையும் உணர்த்துவதாக இருந்தது. இதற்காக வெளிப்பட்ட இறைவசனம் இப்படிக் கூறுகிறது "இறைவன் மீதும் இறுதி நாளின் மீதும் ஆதரவு வைத்து இறைவனை அதிகம் தியானிப்போருக்கு நிச்சயமாக இறைவனின் தூதரிடம் ஓர் அழகிய முன்மாதிரி இருக்கிறது".

இந்த இறைவசனம் அந்தப் போர்ச்சூழலின் நிலையை மிக ஆழமாக உணர்த்துகிறது. அது ஒவ்வொரு முஸ்லிமுக்கும் இறைத்தூதரின் உயர் நிலையையும் அவருடைய பங்களிப்பையும் தெரிவிக்கிறது. இந்த இறைவசனம் வெளிப்பட்ட சூழல் அவ்வசனத்திற்கு மிக அற்புதமானதொரு பரிமாணத்தைக் கொடுக்கிறது. கடுமையான முறையில் முற்றுகையிடப்பட்ட ஒரு நிலை, வரக்கூடிய அழிவை எந்த மனித எத்தனங்களாலும் அறிவாற்றலாலும் தடுக்க இயலாத நிலை, நயவஞ்சகர்களின் செயல்கள், இறைத்தூதரின் இறை நம்பிக்கை மீதும் அவர் கொண்டுள்ள எண்ணங்களின் மீதும் பற்றுக் கொண்டு அவருடன் இருக்கும் மனிதர்கள். இச்சூழலை இறை வசனம் கூறுகிறது, "இறைவிசுவாசிகள் எதிரிகளின் கூட்டுப் படைகளைக் கண்ட பொழுது " இதுதான் இறைவனும் அவருடைய தூதரும் எங்களுக்கு வாக்களித்தது. இறைவனும் அவனுடைய தூதரும் உண்மையையே உரைத்தார்கள்" என்று கூறினார்கள். இன்னும் அது அவர்களுடைய இறை நம்பிக்கையையும் (இறைவனுக்கு) முற்றிலும் வழிபடுவதையும் அதிகப்படுத்தாமல் இல்லை".

இத்தகைய நெருக்கடியானதொரு சூழலில் இறைவணக்கங்களைக் குறித்த நேரத்தில்

நிறைவேற்ற இயலாமல் போனது இறைத்தூதருக்கு மனவருத்தத்தை அளித்தது. குறித்த நேரங்களில் இறைவணக்கத்தில் ஈடுபடும் ஒழுங்கு முறையை இறைத்தூதர் விட்டதேயில்லை. தினசரி இறை வணக்கத்தில் ஈடுபடுவதை இறைத்தூதர் மிகுந்த கவனத்துடன் சிரத்தையாகச் செய்து வந்தார். "குறித்த நேரங்களில் இறைவணக்கத்தில் ஈடுபடுதல் இறைவிசுவாசிகளுக்குக் கட்டாயக் கடமையாகும்" என்று அவர் கூறினார். குறித்த நேரத்தில் இறைவணக்கத்தில் ஈடுபடாதது அவருக்கு மிகுந்த மன வேதனையை அளித்து அவரை அப்படிப்பட்ட நிலைக்குக் கொண்டு வந்தவர்கள் மீதும் வருத்தம் கொள்ள வைத்தது. இறைத்தூதரின் ஒட்டுமொத்த வாழ்க்கையிலும் அனைத்துச் சூழ்நிலைகளிலும் ஆச்சர்யப்படும்படியான கருணையுள்ளத்தை அவர் கொண்டிருந்ததையும் இக்கட்டான நிலைகளிலும் கூட மிகவும் தெளிவான மனநிலையில் இருந்ததையும் எவ்விதத்திலும் காலம் தவறாமையை அவர் கடைப்பிடித்து வந்ததையும் தோழர்கள் கண்டனர். இப்னு அப்பாஸ் என்ற தோழர் இறைத்தூதர் இரண்டு உச்சிவேளைத் தொழுகையையும் இரண்டு மாலை வேளைத் தொழுகையையும் சேர்த்துத் தொழுததைத் தான் கண்டதாகக் கூறுகிறார். இது பயணங்களில் இருக்கும் நிலையிலோ அல்லது அசாதாரண சூழ்நிலையிலோ செய்யக்கூடியதாகும். சட்டப்படி இது சரியானதே என்று இஸ்லாமிய அறிஞர்கள் கூறுகிறார்கள். ஏக இறைவனை நினைவு கூர்ந்து அவனுடனான உறவின் மேன்மையை அனுபவிக்கும்படியான குறித்த நேரங்களிலான இறைவணக்கம் அக்குறித்த நேரங்களில்

கட்டாயமாகச் செயல்படுத்த வேண்டிய ஒன்று என்று இறைத்தூதரின் போதனை தெரிவிக்கிறது.

ஒரு தந்திரம்

முஸ்லிம்களின் நிலை மிகவும் கடினமான ஒன்றாக இருந்தது. ஆனால் நாட்கள் செல்லச் செல்ல உணவுப் பற்றாக்குறையாலும் இரவு நேரக் கடுங்குளிராலும் எதிரிப் படையினரும் மோசமான நிலையில் இருந்தார்கள். கட்டாஃபான் இனத்தின் இரண்டு கிளைகளிடம் மதீனாவின் மூன்றில் ஒரு பங்கு பேரீச்சை விளைச்சலைத் தருவதாகக் கூறி அவர்களின் ஆதரவுக்காக இறைத்தூதர் பேச்சு வார்த்தை நடத்தினார். அவர்களும் ஏற்றுக் கொண்டனர். அந்தச் உடன்படிக்கையை உத்மான் மூலம் ஏற்படுத்தும் முன்பு அண்டை இனக் குழுக்களை நன்கு அறிந்திருந்த மதீனத்து இனக்குழுவினரான அவ்ஸ் மற்றும் கஸ்ரஜ் கோத்திரத்தார்களுடன் இறைத்தூதர் ஆலோசனை நடத்தினார். இறைத்தூதரின் அந்தச் செயல்பாடு தன்னிச்சையானதா அல்லது இறை வசன வெளிப்பாட்டின்படியா என்று அவர்கள் இறைத்தூதரிடம் கேட்டனர். மதீனாவைக் காக்க அந்தச் முடிவு தானே எடுத்தது என்று இறைத்தூதர் கூறியதும் அந்த உடன்படிக்கையின் உட்பிரிவுகளை நிராகரித்து அந்த சூழ்நிலையில் போரிட வேண்டியதுதான் ஒரே வழி என்று அவர்கள் கூறினார்கள்.

அச்சமயத்தில் அரேபியத் தீபகற்பத்தின் அனைத்து இனக்குழுக்களாலும் பெரிதும் மதிக்கப்பட்ட குரேஷி இனத்தைச் சேர்ந்த நுவைம் இப்னு மஸஊத் என்ற குரேஷியத் தலைவர் இறைத்தூதரைச் சந்தித்து தான் இஸ்லாத்தை ஏற்றுக் கொண்டதையும் அது எவருக்கும் தெரியாதது

என்பதையும் கூற இறைத்தூதரிடம் வந்தார். முஹம்மது கூறும் எதனையும் செய்யத் தயாராக இருந்த நுவைமிடம் முற்றுகையிட்டுள்ள எதிரிப் படையைக் கலைக்க ஏதும் செய்யுமாறு முஹம்மது கூறினார். "போர் என்பதே சூதும் சூழ்ச்சியும்தான், எதிரிகளைக் கலகலக்க ஏதும் செய்யுங்கள்" என்று முஹம்மது அவரிடம் கூறினார். நல்லதொரு உபாயத்தை நுவைம் முன்மொழிந்தார். நுவைம் முதலில் பனு குரேஷா இனத்தினரிடம் சென்று அவர்களது புதிய கூட்டணி பற்றி எச்சரித்து நிலைமை முஹம்மதுக்கு சாதகமானால் பனு குரேஷாக்களின் நிலை மிகவும் மோசமாகிவிடும் என்று எச்சரித்தார். முற்றுகையிட்டுள்ள படையினர் எந்தப் பாதுகாப்பும் இன்றி பனு குரேஷாக்களைக் கைவிட்டு விடுவார்கள் என்றும் அப்படி அவர்கள் செய்யாதிருக்க வேண்டும் என்றால் அவர்கள் ஆட்கள் சிலரைப் பணயமாகத் தரும்படி கேட்கவும் அவர்களுக்கு அறிவுரை கூறினார். இதனை விரும்பி வரவேற்ற பனு குரேஷா இனத்தினர் குரேஷியத் தலைவர்களிடம் தங்கள் கோரிக்கையைத் தெரிவிக்க ஒரு பிரதிநிதியை அனுப்பினர். பனு குரேஷாக்கள் உண்மையில் முஹம்மதின் ஆதரவாளர்கள் என்றும் அவர்கள் குரேஷியர்களை ஏமாற்ற நினைக்கிறார்கள் என்றும் நுவைம் விரைந்து சென்று அபு ஸுஃப்யானிடம் கூறினார். பணயமாக அனுப்பும் ஆட்களைக் குரேஷாக்கள் முஹம்மதிடம் ஒப்படைத்து விடுவார்கள் என்றும் அவர் கூறினார். பனு குரேஷாக்களின் பிரதிநிதி அபு ஸுஃப்யானிடம் வந்து பணயமாக ஆட்கள் வேண்டும் என்று கோரவும் நுவைம் கூறியது உண்மைதான் என்றும் பனு குரேஷாக்கள் ஏமாற்றப் போகிறார்கள் என்றும் அபு ஸுஃப்யான் கருதிவிட்டார். அவர்

உடனே பனு நதிர் கோத்திரத்துத் தலைவரான ஹுவேயை அழைத்து விசாரித்தார். இதனைக் கேட்டுத் திகைப்படைந்த ஹுவேய்க்கு என்ன சொல்வதென்று தெரியவில்லை. ஹுவேய் ஒன்றும் சொல்லாதிருக்கவே அவர் அதனை ஒப்புக் கொள்வதாக அபு ஸுஃப்யான் கருதிவிட்டார்.

முற்றுகையிட்ட படையினரிடையே பிளவு உண்டாவதற்கான முதல் அறிகுறிகள் தோன்றின. சில கோத்திரத்தார்களிடம் பரஸ்பர புரிதல் இருந்தபோதும் சில கோத்திரத்தார்களிடையே முரண்பாடுகள் இருந்தன. இந்தச் செய்தி குரேஷியர்களிடையே கூட்டு வைத்திருந்த போர்வீரர்களின் மன வலிமையைப் பலவீனப்படுத்தியது. உணவுப் பற்றாக்குறையும் ஒருவர் மீது ஒருவர் கொண்டிருந்த முரண்பாடுகளும் அவர்களை மேலும் பலவீனப் படுத்தின. படையினர் முற்றுகையிட்டிருந்த சமவெளியில் வீசிய பலமான குளிர்காற்று மதீனத்து வீரர்களின் எதிர்ப்பைத் தாங்க இயலாததாக்கியது. எதிரிப் படையினரின் மனச்சோர்வையும் பலவீனத்தையும் கேள்விப்பட்ட முஹம்மது உண்மையை அறிந்து வர ஹுதைஃபா என்பவரை இரவு நேரத்தில் அனுப்பினார். எதிரிகள் பலவீனமான மனநிலையில் இருக்கும் நற்செய்தியை ஹுதைஃபா கொண்டு வந்தார். அதாவது எதிரிப் படையினர் மத்தியில் தாறுமாறான ஒழுங்கின்மை நிலவுவதையும் இரவு நேரக் கடுங்குளிர் தாக்குதலையும் அவர் கூறினார். பலரும் முகாம்களைக் கலைத்துவிட்டுச் சென்றுவிட்டிருந்தனர். அதிகாலை தொழுகைக்குப் பின் இந்த நற்செய்தியை தம் தோழர்களுக்கு இறைத்தூதர் அறிவித்தார். காலைப் பொழுதின் வெளிச்சத்தில் எதிரிகள் திரும்பிச் சென்றிருந்தது

தெளிவாகத் தெரிந்தது. ஹிஜ்ரி ஐந்தாம் ஆண்டு அதாவது கி.பி. 627-ல் நடைபெற்ற இந்த முற்றுகை இருபத்தைந்து நாட்கள் நீடித்தது. போரிடாமலே எதிரிகள் தோற்றுப் பின்வாங்கினர். அவர்கள் எல்லாவகையிலும் தோற்று வருத்தத்துடன் திரும்பிச் சென்றனர்.

பனு குரேஷாக்கள்

போர்வீரர்களைத் தங்களது இல்லங்களுக்குச் செல்ல இறைத்தூதர் அனுமதியளித்தார். முற்றுகை விலக்கப்பட்டு எதிரிகள் பின்வாங்கிச் சென்றனர். எதிர்ப்பின் உச்சத்தைக் காண்பித்த மதீனாவாசிகள் எதிரிகள் பின்வாங்கியதை அறிந்து மகிழ்ச்சியடைந்தனர். உடனடியாகத் தம் இல்லத்திற்குச் சென்ற முஹம்மது முதல் உச்சி வேளைத் தொழுகை நேரம் வரை ஓய்வெடுத்தார். முதல் உச்சிவேளைத் தொழுகையை இறைத்தூதர் முடித்ததும் வானவர் ஜிப்ரீல் இறைத்தூதரிடம் வந்து முற்றுகைக்கும் முஸ்லிம்கள் நிர்மூலமாக இருந்த நிலைக்கும் காரணமான பனு குரேஷாக்களின் கோட்டையை முற்றுகையிடும்படி இறைவன் கட்டளையிட்டுள்ளதாக அறிவித்தார்.

பள்ளிவாசலில் கூடியிருந்த தம் தோழர்கள் மற்றும் முஸ்லிம்களிடம் பனு குரேஷாக்களை எதிர்கொள்ள உடனே தயாராகும்படி இறைத்தூதர் கேட்டுக்கொண்டார். முஸ்லிம்கள் குழுமியதும் “பனு குரேஷாக்களின் பகுதியை அடையும் வரை முதல் மாலை வேளைத் தொழுகையைத் தொழவேண்டாம்” என்று இறைத்தூதர் உத்தரவிட்டார். நேரம் குறைவாக இருந்தது. யுத்தத் தளவாடங்களைத் தயார் செய்து புறப்பட மட்டுமே அவர்களுக்கு நேரம் இருந்தது. பனு குரேஷாக்களின் பகுதியை நோக்கிச் சென்று கொண்டிருந்த ஒரு

குழுவினரிடம் வாக்குவாதம் ஏற்பட்டது. முதல் மாலை வேளைத் தொழுகைக்கான நேரம் வந்தது. இறைத்தூதரின் கட்டளையைப் பின்பற்றியவர்கள் பனு குரேஷா பகுதி சேரும் வரை முதல் மாலை வேளைத்தொழுகையைத் தொழ வேண்டாம் என்றிருந்தனர். மற்ற சிலர் இறைத்தூதரின் எண்ணம் வேகமாகச் செல்ல வேண்டும் என்பதுதான் என்றும் தொழுகைக்கான நேரம் வந்து விட்டதால் தொழவேண்டும் என்றும் கூறினர். எனவே குழுவினரின் ஒரு பகுதியினர் இறைத்தூதரின் கட்டளைப்படி தொழாதிருந்தனர். மற்றொரு பிரிவினர் தங்களுக்குப் பரிந்துரைக்கப்பட்டிருந்த கட்டளையின் மீது கொண்ட வேகம் காரணமாகத் தொழுகையில் ஈடுபட்டனர். பின்னாட்களில் இரு பிரிவினரில் எப்பிரிவினர் செய்தது சரியானது என்று இறைத்தூதரிடம் கேட்டபோது இரண்டுமே சரிதான் என்ற இறைத்தூதர் பதிலளித்தார். இறைத்தூதரின் இந்தவிதமான எண்ணமும் செயல்பாடும் எதிர்கால இஸ்லாமிய சமூகத்தில் மிகவும் முக்கியத்துவம் பெற்ற ஒன்றாகத் திகழ்கிறது. அதுவும் குறிப்பாக இறைத்தூதரின் மறைவுக்குப் பின்னர் தோன்றிய இரண்டு சிந்தனை வழிமுறைகளில் இது பெரும் தாக்கத்தை எற்படுத்தியது. இறைத்தூதரின் வாழ்வியல் முறையைக் கிஞ்சிற்றும் மாறாமல் அப்படியே பின்பற்றும் அப்துல்லா இப்னு உமர் மற்றும் அவரைச் சார்ந்தவர்களின் வழிமுறையான அஹ்ல்-அல்ஹீதிஸ் என்ற வழிமுறை. மற்றொன்று இறைத்தூதரின் வாழ்வியலிலும் அவருடைய மொழிகளிலும் பொதிந்திருக்கும் உட்பொருளை அறிந்துணர்ந்து செயல்படும் அஹ்ல் அர்ரே என்ற வழிமுறை. இவ்வழிமுறையை அப்துல்லாஹ் இப்னு மஸ்ஊத் போன்றவர்கள் பின்பற்றினர்.

இவ்விரண்டு அணுகுமுறைகளையுமே இறைத்தூதர் ஏற்றுக் கொண்டிருந்தார். எனவே அவ்விரண்டு வழிமுறைகளுமே இறைநம்பிக்கைக்கு ஏற்புடைய சரியான வழிமுறைகள்தாம்.

பனு குரேஷாக்களின் கோட்டையை ஏறக்குறைய மூவாயிரம் வீரர்கள் முற்றுகையிட்டனர். தப்பிக்க இயலாத சூழ்நிலையில் மிகக் குறைந்த அளவு உணவுப்பொருட்கள் இருந்தும் கூட பனு குறைஷாக்களால் இருபத்தைந்து நாட்கள் போராட முடிந்ததற்கு ஒப்பந்தத்தை மீறி துரோகம் இழைக்கும் வண்ணம் அவர்கள் நடந்து கொண்டதால் ஏற்பட்ட பயமே காரணமாக இருந்தது. பனு நதிர் இனத்தாருடன் ஒப்பந்தச் செயல்பாடுகளில் ஈடுபட்டதால் அவ்ஸ் கோத்திரத்தைச் சேர்ந்த அபுலுபாபா என்பவரைச் சரணடையும் பேச்சுவார்த்தை நடத்த இறைத்தூதர் அனுப்பினார். பனு குரேஷாக்களின் கோட்டைச்சுவர்கள் மிகவும் பழுதடைந்து காணப்பட்டதைக் கண்ட அபுலுபாபா சரணடைந்தாலும்கூட அவர்களுக்கு மரணமேற்படும் என்ற விதமாகப் பேசிவிட்டார். இப்படிப் பேசியதன் விளைவாக பனு குரேஷாக்கள் போரிடவோ அல்லது புதிய ஆதரவுக் கூட்டணியைத் தேடுவதோ நிகழ்ந்துவிடக் கூடும் என்ற நிலைக்குத் தனது பேச்சு காரணமாகிவிட்டிருக்கக் கூடும் என்பதை எண்ணி அவர் பின்னாளில் வருந்தினார். இருந்தபோதும் அப்படி ஏதும் நிகழாமல் தங்களது தோல்வியை ஏற்றுக் கொண்டு சரணடைய அவர்கள் தீர்மானித்தார்கள். யூத மத போதகராய் சேவைபுரிந்திருந்த அப்துல்லாஹ் இப்னு சல்லம் என்பவரின் பாதுகாப்பில் பெண்களும் குழந்தைகளும் அளிக்கப்பட்டனர். எழுநூறு ஆண்கள் வயல்வெளிக்கருகில் கட்டி

வைக்கப்பட்டனர். அவர்களுடைய பொருட்கள் அனைத்தும் மதீனாவுக்குக் கொண்டு செல்ல வேண்டி திரட்டப்பட்டன. இறைத்தூதருக்கு எதிராகச் செயல்பட்ட மற்ற இனக் குழுக்களைக் கருணையுடன் நடத்தியது போலவே பனு குரேஷாக்களையும் நடத்த வேண்டும் என்று அவ்ஸ் கோத்திரத்தைச் சேர்ந்தவர்கள் இறைத்தூதரிடம் வேண்டினர். வேண்டுகோளுடன் வந்தவர்களிடம் இறைத்தூதர் கேட்டார் "அவர்கள் மீது தீர்ப்புக் கூறும்படி உங்களில் ஒருவரிடம் பொறுப்பளித்தால் திருப்தி அடைவீர்களா?" என்று. அதற்கு சாதகமான பதிலை அவ்ஸ் கோத்திரத்தார் அளிக்கவே போரில் காயமுற்று மதீனா பள்ளிவாசலில் சிகிச்சை பெற்று வந்த ஸாத் இப்னு முவாத் என்பவரை அழைத்து வர இறைத்தூதர் ஒரு குழுவை அனுப்பினார்.

சிறைப் பிடிக்கப்பட்டவர்களையெல்லாம் இறைத்தூதர் இதுவரை விடுவித்தே வந்திருந்தார். பத்ருப் போரில் விடுவிக்கப்பட்டவர்கள் உஹதுப் போரில் கடும் எதிரிகளாக இருந்து இறைத்தூதர் படையை எதிர்த்துப் போரிட்டனர். அதுவே பனு நதிர் இனத்தாருடனும் சம்பவித்தது. மன்னித்து விடப்பட்ட பனுநதிர் கூட்டத்தாரின் தலைவர் ஹுவேய் முஸ்லிம்களுக்கு எதிராகச் சதிச் செயலில் இறங்கினார். சிறைப்பிடிக்கப்பட்ட பனு குரேஷாக்களில் பலர் பனு நதிர் இனத்தாரிடமிருந்து வெளித்தள்ளப்பட்டவர்களாக இருந்தனர். இறைத்தூதரால் கருணையாக மன்னிக்கப்பட்டதன் தாக்கம் அரேபியத் தீபகற்பம் முழுவதும் வேறு விதமானதொரு தோற்றத்தை ஏற்படுத்தி இருந்தது. அதாவது முஹம்மதுவால் சிறைப் பிடிக்கப்படும் எவரும் கொல்லப்படுவதில்லை என்பதுதான் அது. இவ்வழக்கம் அரேபிய தீபகற்பத்தில் வாழ்ந்த

யூத கிறிஸ்தவ மற்றும் அனைத்து இனத்தார்களின் தொன்று தொட்டு வந்த வழக்கத்திற்கு முரணான ஒன்றாக இருந்தது. ஒரு விதத்தில் முஸ்லிம்களின் பலவீனமாகவும் இது தோன்றியது. இறைத்தூதரால் மன்னிக்கப்பட்டவர்கள் துரோகிகளாகவே மாறிப் போயிருந்தனர். இது மீண்டும் மீண்டும் நிகழ்ந்தது பெரும் பலவீனமான செயலாகப் புரிந்து கொள்ளப்பட்டது. பனு குரேஷாக்களின் துரோகம் மிக மோசமான ஒன்றாக இருந்தது. அவர்களது திட்டம் மட்டும் வெற்றி பெற்றிருந்தால் அது முஸ்லிம்களின் முழுமையான பேரழிவுக்கே வழி வகுத்திருக்கும். அந்தத் துரோகத்தினால் பத்தாயிரம் வீரர்க்ளைக் கொண்ட பெரும்படை முஸ்லிம்களை ஒட்டுமொத்தமாக அழித்துவிடும் என்ற நிலை இருந்தது.

ஸாத் இப்னு முவாத் பனு குரேஷாக்களிடம் வந்தடைந்தார். தனது தீர்ப்பு எல்லோராலும் மதித்து ஏற்றுக் கொள்ளப்படும் ஒன்றாக இருக்குமா என்பதைச் சரியாகத் தெரிந்துகொள்ள அவர் விரும்பினார். அவர் அனைத்துக் குழுவினரிடமும் உறுதிமொழியைப் பெற்றுக் கொண்டார். இறுதியாக அவர் இறைத்தூதரை அணுகினார். முவாதின் தீர்ப்பை தாம் எதிர்க்க மாட்டேன் என்று இறைத்தூதர் உறுதியளித்தார். சிறைப் பிடிக்கப்பட்ட ஆண்கள் அனைவருக்கும் மரணதண்டனை என்றும் குழந்தைகளும் பெண்களும் கைதிகளாகக் கருதப்படுவார்கள் என்றும் அவர் தீர்ப்பளித்தார். தீர்ப்பை இறைத்தூதர் ஏற்றுக் கொண்டார். பல கைதிகள் பனு நதிர் கூட்டத்தாரால் ஈட்டுத்தொகை கொடுத்து மீட்கப்பட்டனர். பனு நதிர் கூட்டத்துப் பெண்ணான ரைஹானா என்பவர் முஹம்மதின் அடிமையாக அளிக்கப்பட்டார்.

அவர் விடுதலையளிக்கப்பட்டு இறைத்தூதரின் மனைவியானார். இறைத்தூதர் மரணமடையும் வரை அவருடைய பணிப்பெண்ணாகவே ரைஹானா இருந்தார் என்றும் கருத்துக்கள் நிலவுகின்றன.

போர் மற்றும் வெற்றி காலங்களில் பின்பற்ற வேண்டிய சட்டம் என்று யூத மதம் கூறுவதாவது, "உங்கள் இறைவன் உங்கள் கைகளில் அவர்களை (எதிரிகளை) அளித்து விட்டால் அவர்களின் ஆண்கள் அனைவரையும் வாளுக்கு இரையாக்குங்கள். பெண்கள், சிறார்கள், கால்நடைகள் மற்றும் நகரிலிருக்கும் அனைத்தையும் பொக்கிஷமாக எடுத்துச் செல்லுங்கள்"

முஸ்லிம்களின் இரண்டுவித வெற்றி தீபகற்பம் முழுவதும் பரவி அதிகார மையங்களின் விகிதங்களை உணர்த்துவதாக இருந்தது. பத்தாயிரம் வீரர்களைக் கொண்ட வலுவானதொரு படையை எதிர்த்ததோடல்லாமல் முஸ்லிம்கள் தங்களின் மாறா உறுதியையும் வெளிப்படுத்தி இருந்தனர். பனு குரேஷாக்கள் சம்பந்தப்பட்ட நிகழ்வு துரோகங்களும் அடக்குமுறை நடவடிக்கைகளும் மன்னிக்கப்படாமல் கடுமையான நடவடிக்கைக்கு ஆளாக நேரும் என்ற வலுவான செய்தியைத் தீபகற்பம் முழுவதும் பரப்பியது. அந்த வலுவான செய்தி எல்லோரையும் எட்டியது. இறைத்தூதரின் காலம் வரை அது போன்றதொரு நிலை மீண்டும் ஏற்படவேயில்லை.

ஜைனப் மற்றும் அபு அல்-ஆஸ்

இஸ்லாத்தை ஏற்காத அபு அல் ஆஸ் என்பவர் இறைத்தூதரின் மகளான ஜைனபை மணந்திருந்தார். தொடக்கத்தில் அபு அல் ஆஸுடன் மக்காவில்

ஜைனப் வசித்து வந்தார். மதீனாவில் வாழ்ந்து வந்த இறைத்தூதரின் இளைய மகளான உமாமாவுடன் வந்து வாழும்படி இறைத்தூதர் ஜைனபிடம் கூறவும் அவர் மதீனா வந்து விட்டார். தன் கணவரான அபு அல் ஆஸின் மீது ஜைனப் மிகுந்த நேசம் கொண்டிருந்தார். ஆனால் அவர்கள் இருவரும் ஏற்றிருந்த வழிமுறைகளின் காரணத்தால் அவர்கள் பிரிய நேர்ந்தது. அவர்கள் இருவரும் மறுமணம் செய்து கொள்ளவேயில்லை.

அகழிப் போருக்குப் பின்னர் வடபகுதியிலிருந்து வந்து கொண்டிருந்த வளம் மிகுந்த குரேஷிய வணிகக் கூட்டத்தினரைத் தடுத்து நிறுத்த ஒரு குழுவை இறைத்தூதர் அனுப்பினார். முஸ்லிம் குதிரை வீரர்களுக்குத் தலைவராகச் சென்ற ஸெய்த், வணிகக் கூட்டத்தினரின் பொருட்களைக் கைப்பற்றி பெரும்பாலான ஆட்களையும் சிறைப் பிடித்தார். கூட்டத்தினரில் சிலர் மட்டும் தப்பியோடினர். அப்படி தப்பியவர்களில் அபு அல் ஆஸும் ஒருவர். மக்காவிற்குத் திரும்பி வரும் வழியில் தன் மனைவியையும் குழந்தையையும் ரகசியமாகச் சந்திக்க வேண்டும் என்று அபு அல் ஆஸ் திட்டமிட்டிருந்தார். அது அபாயகரமானதென்றாலும் தன் மனைவியையும் மக்களையும் சந்திக்க வேண்டும் என்ற ஆவல் அவரை அம்முடிவை எடுக்கச் செய்திருந்தது. நள்ளிரவில் தன் மனைவியின் வீட்டை அடைந்த அபு அல் ஆஸ் கதவைத் தட்டினார். ஜைனப் அவரை உள்ளே அனுமதித்தார். அவர் தம் மனைவியுடன் தங்கினார். பொழுது புலரத் தொடங்கியது. அதிகாலைத் தொழுகைக்காக எப்போதும் செல்வது போல் ஜைனப் பள்ளிவாசலை நோக்கிச் சென்றார். ஆண்கள் வரிசை முடிந்து

பெண்கள் வரிசை தொடங்கும் முதல் வரிசையில் ஜைனப் நின்றார். தொழுகை தொடங்குவதற்கான மொழியை இறைத்தூதர் கூறிவிட்டு ஒரு சில நேரம் இடைவெளி விட்டபோது அதனைப் பயன்படுத்திக் கொண்ட ஜைனப், உரத்த குரலில், "மக்களே! யூத மதகுருவின் மகனான அபு அல் - ஆஸுக்கு நான் பாதுகாப்பளிக்கிறேன்" என்று கூறினார். தொழுகை முடிந்தது. நடந்த சம்பவத்தின் விவரங்களை அறியாதவராக இருந்த இறைத்தூதர் அந்த அறிவிப்பைக் கேட்டதைப் போலவே அனைவரும் கேட்டிருந்தனர். தன் மகளானாலும் அல்லது வேறு எந்த முஸ்லிமானாலும் அவரால் அளிக்கப்படும் பாதுகாப்பு என்பது மதிக்கப்பட வேண்டியது என்று இறைத்தூதர் அறிவுறுத்தினார். அவர் தன் மகளாரிடம் சென்றபோது வடக்குப் பகுதியில் வர்த்தகக் கூட்டத்தினரிடமிருந்து கைப்பற்றப்பட்ட பொருள்களில் அபு அல் ஆஸின் பொருட்களும் உண்டு என்றும் மக்கா நகரவாசிகள் அவரிடம் பாதுகாப்பாகக் கையளிக்கப்பட்ட பொருட்கள் அவை என்றும் பொருட்களை இழந்ததனால் அபு அல் ஆஸ் மிகுந்த கடனாளியாகிவிட்டார் என்றும் ஜைனப் இறைத்தூதரிடம் தெரிவித்தார். அபு அல் ஆஸ் இஸ்லாம் மதத்திற்கு மாறி அப்பொருட்களை அவரே வைத்துக் கொள்ளலாம் என்று மற்றவர்கள் கூறினர். அதனை ஏற்க மறுத்த அபு அல்ஆஸ் முஸ்லிமாக மாறுவதும் நம்பி ஒப்படைக்கப்பட்ட பொருட்களை எடுத்துக் கொண்டு ஏமாற்றுவதும் முரணான செய்கை ஆகும் என்று கூறி அனைத்துப் பொருட்களையும் எடுத்துக் கொண்டு மக்கா நகர் சென்று உரியவர்களிடம் சேர்ப்பித்தார். திரும்பி மதீனா வந்த அபு அல் ஆஸ் இஸ்லாத்தை

ஏற்றுக் கொண்டு தன் குடும்பத்தாருடன் சேர்ந்து கொண்டார்.

முஸ்லிம்களின் இரக்க சிந்தனையும் வெளிப்படையான, நேர்மையான செயல்பாடும் இச்சம்பவத்தில் வெளிப்படுவதைத் தெளிவாகக் காணலாம். இறைத்தூதரைப் போலவே அனைத்து முஸ்லிம்களும் அபு அல் ஆஸிடமிருந்து எதனையும் எதிர்பார்க்கவில்லை. அவர் ஒரு முஸ்லிமுமல்ல. எதிரிக் கூட்டத்தைச் சேர்ந்த ஒருவராக அவர் இருந்தார். அவர் முஸ்லிமாக மாறுவதற்கு மறுத்தார். ஆனாலும் அவரை முஸ்லிம்கள் போகும்படி விட்டனர். தனக்கான ஆன்மிகப் பாதையை ஏற்றுக் கொள்ளும் சுதந்திரத்தை அவருக்கு அளித்தனர். கோத்திரங்களுக்குள் மிகவும் சிக்கலான உறவு நிலவி வந்த சமயத்தில் முஸ்லிம் சமூகத்தின் பாதுகாப்பு அவருக்குச் கிடைத்தது. அதுவும் ஒரு பெண் வெளிப்படையாக உரத்துக் கூறி அறிவிப்பு செய்து அந்தப் பாதுகாப்பு அவருக்குக் கிடைத்தது. ஆண்களுக்கும் பெண்களுக்கும் பொதுவாக இருந்த பள்ளிவாசலுக்கு இறைவணக்கத்தில் ஈடுபட ஜைனப் அடிக்கடி சென்றார். ஆண்களின் கூட்டத்தினிடையில் அப்படி ஒரு அறிவிப்பை அவர் செய்ததை எவரும் எதிர்க்கவில்லை. சொல்லப் போனால் உண்மையில் முஸ்லிம் பெண்கள் வெளிப்படையாக அப்படிப் பேசுவது சாதாரணமான ஒன்றாக இருந்தது. முஸ்லிம்களின் கலீபாவாக விளங்கிய உமர் இப்னு கத்தாபின் காலத்தில் அவர் வழங்கிய தீர்ப்பொன்றில் தவறிருந்ததை ஒரு பெண் சுட்டிக்காட்டியபோது அது ஏற்றுக்கொள்ளப்பட்டது வரலாறு.

இறைவணக்கத்தில் ஈடுபடும் பல நிலைகளில் அடக்கமும், பணிவும் கொண்டு

மிக மரியாதையாகவும் கண்ணியமாகவும் ஆண்களின் பின்னால் வரிசையாக நின்று பெண்கள் இறைவணக்கத்தில் ஈடுபட்டனர். கல்வி கற்றனர். தங்களது கருத்துக்களை வெளிப்படுத்தினர். கண்ணியம், உயர்தன்மையுடன் நடந்து கொள்வதன் சிகரமாக இறைத்தூதர் விளங்கியதை அவர்கள் கண்டனர். எந்தச் சிரமமுன்றிப் பெண்கள் வெளியே செல்லும் வரை ஆண்கள் அமர்ந்திருக்க வேண்டும் என்று இறைத்தூதர் வலியுறுத்தினார். பெண்களிடம் மிகுந்த கண்ணியத்துடனும் மென்மையாகவும் எப்போதும் இறைத்தூதர் நடந்து கொண்டார். இறைத்தூதர் அவர்களின் கருத்துக்களை மிகவும் கவனமாகக் கேட்டறிந்து அவர்கள் விவாதங்களில் ஈடுபடவும் அவற்றை ஏற்கவும் அவர்களை ஊக்கப்படுத்தவும் செய்தார். இறைத்தூதர் எல்லா நிலைகளிலும் அவர்களைப் பாதுகாத்தார்.

அத்தியாயம் பன்னிரண்டு

ஒரு கனவு, அமைதி

பனு குரேஷாக்களுக்கு எதிரான நடவடிக்கையும் கூட்டணிகளின் மீதான வெற்றியும் அரேபியத் தீபகற்பத்தின் சூழலை மாற்றி, இறைத்தூதர் மற்றும் அவர்தம் தோழர்களின் அதிகாரத்தை ஏற்கும்படி செய்தது. பெர்ஸிய மற்றும் பைஸாண்டிய அரசுகள் இற்றைத்தூதரின் செல்வாக்கைக் கண்டு அவரை 'அரேபியர்களின் சக்தி மிக்க அரசராக' வெளிப்படையாகக் கூற வைத்தன. மதீனத்து முஸ்லிம்கள் மிகுந்த விழிப்புணர்வுடனும் தங்களைக் காத்துக் கொள்ளும் ஆற்றலுடனும் இருப்பதை அனைத்து இனத்தாரும் அறிந்து கொள்ளும்படி இறைத்தூதர் செயல்பட்டார்.

ஹிஜ்ரி ஐந்து அல்லது ஆறாம் ஆண்டுகளில் எடுக்கப்பட்ட பனு அல் முஸ்தலிக் இனத்தவர் மீதான நடவடிக்கையில் இறைத்தூதரின் மனைவியான ஆயிஷாவின் கழுத்தணி மாலை சம்பவம் நிகழ்ந்தது. எந்தச் சந்தர்ப்பங்களில் எந்தச் சூழ்நிலைகளில் எப்படிப்பட்ட முடிவு எடுக்க வேண்டும் என்பதை அந்தச் சந்தர்ப்பங்களும் சூழ்நிலைகளுமே தீர்மானித்தன. அந்தக் கழுத்தணி மாலை சம்பவமும் அதனை நிறுவியது. இஸ்லாமிய நெறிமுறைகள் வளர்ந்தன. முஹம்மதுக்கு நெருக்கடியைத் தரும் செயல்களும் நடந்து கொண்டே இருந்தன.

ஒரு கனவு

ரமலான் மாதம் தொடங்கியது. இஸ்லாத்திற்கு முந்தைய சமயத்தினரான யூதர்களுக்கும் கிறிஸ்தவர்களுக்கும் விதிக்கப்பட்டது போன்றே ரமலான் மாதத்து நோன்பும் கடமையாக்கப்பட்டதாக குர்ஆன் கூறுகிறது. எப்போதும் செய்வதைப் போலவே அம்மாதத்தில் இறைத்தூதர் தனது இறைவணக்கத்தை அதிகப்படுத்தி ஏழைகளுக்கும் தேவையுள்ளவர்களுக்குமான நன்மைகள் மீது கவனத்தை அதிகப் படுத்தினார். அம்மாதம் ஆன்மிகச் செயல்பாடுகளை அதிகமாகவும் ஆழமாகவும் செய்ய வேண்டிய ஒன்றாக வானவர் ஜிப்ரீல் முலமாக அறிவுறுத்தப்பட்டது. பிரார்த்தனையும் அப்படியே இருந்தது. ஆண்களும் பெண்களும் பகல் நேரம் முழுவதும் உண்ணாமலும் எதனையும் அருந்தாமலும் உண்ணா நோன்பிருக்க அறிவுறுத்தப்பட்டனர். இறைவிசுவாசிகள் தங்கள் சுய விருப்பங்களைத் தள்ளி வைத்துக் கட்டுப்பாட்டுடன் நடந்து இறைவனின் நெருக்கத்தை நாடி ஆழ்ந்த இறைவணக்கங்களின் மூலம் அவனது இருப்பை உணரச் செய்யப்பட்டனர். உண்ணாமலும் அருந்தாமலும் இருப்பதற்கும் அப்பால் முஸ்லிம்கள் தங்கள் நாவைப் பொய் சொல்வதிலிருந்தும் தீய வார்த்தைகளைப் பேசுவதிலிருந்தும் தவிர்த்துக் கொள்ளவும் அவர்களது மனம் தீய எண்ணங்கள் மற்றும் நினைவுகளிலிருந்தும் தவிர்த்து கொள்ளும்படியும் ஆனது. இந்த ஆன்மிக நெறிகளுடன் ஏழை எளியவர்கள் மீது அக்கறை கொண்டு செயல்படவும் வேண்டியதானது. ஏழைகள் மீது கருணை கொண்டு அவர்களுக்கு உதவிகள் புரிவதும் கடமையாக்கப்பட்டது. உண்ணா நோன்பைக்

கடைப்பிடிக்கும் மாதமான இந்த ரமலானில் ஆண்களும் பெண்களும் குழந்தைகளும் பொருட் கொடைகளை அளிப்பதும் கடமையாக்கப்பட்டது. ஏழைகள் மீது கனிவு கொண்டு அவர்கள் மீது அக்கறை கொண்டு உதவுவதென்பது இறைத்தேடலை முழுமையடையச் செய்கிறது.

அந்த ரமலான் மாதத்தில் மனக்கிளர்ச்சியை உண்டாக்கி அமைதியைத் தருகின்ற ஆச்சர்யமூட்டும் கனவொன்றினை இறைத்தூதர் கண்டார். தன் தலை மொட்டையடிக்கப்பட்ட நிலையில் தனது வலக்கரத்தில் கஅபா ஆலயத்திற்கான சாவி ஒன்றுடன் கஅபா ஆலயத்திற்குள் தான் நுழைவதாக அவர் கனவு கண்டார். அந்தக் கனவு மிகவும் தெளிவானதொன்றாக இருக்கவே எப்போதும் போல் அக்கனவையும் தனக்கு அளிக்கப்பட்ட செய்தியாகவே அவர் உணர்ந்தார். மறுநாள் தன் தோழர்களிடம் அக்கனவை அறிவித்த இறைத்தூதர் மக்காவுக்குச் செல்லும் குறைந்த காலத்திலான புனிதப் பயணமான 'உம்ரா' என்ற பயணத்திற்குத் தயாராகும்படி கூறினார். இதனைக் கேட்ட தோழர்கள் மகிழ்ச்சியடைந்தனர். அதே நேரத்தில் மக்கா நகருக்குள் தாங்கள் எப்படி நுழைய முடியும், குரேஷியர்கள் அதனை எப்படி அனுமதிப்பார்கள் என்றெல்லாம் அவர்கள் குழம்பினர். எனினும் இறைத்தூதரிடம் காணப்பட்ட நம்பிக்கை அவர்களைத் தேற்றியது. அரேபியர்கள் போர் புரியாத மாதமான துல் - கிதா என்ற மாதத்தில் புனிதப் பயணம் திட்டமிடப்பட்டது. எல்லாவற்றிற்கும் மேலாக இறைத்தூதரின் உளத்தரிசனம் தெளிவாக இருந்தது.

ஆயிரத்து இருநூறிலிருந்து ஆயிரத்து நானூறு இறைவிசுவாசிகளைக் கொண்டு புனிதப் பயணம்

தொடங்கியது. அபாயத்திற்கான வாய்ப்பு கணிசமாக இருந்ததுபோதிலும் புனிதப் பயணிகள் ஆயுதங்கள் கொண்டு செல்வதை இறைத்தூதர் அனுமதிக்கவில்லை. இறைத்தூதருடன் அவர் மனைவி உம்மு ஸலாமாவும் நுஸைபா மற்றும் உம்மு மானி என்ற பெண்மணிகளும் உடன்சென்றனர். கஅபா ஆலயத்தை தரிசிக்க முஸ்லிம் கூட்டத்தார்கள் மக்காவை நோக்கி வருவதை மக்காவாசிகள் கேள்விப்பட்டனர். கஅபா ஆலயத்திற்குச் செல்வதென்பது அரேபியத் தீபகற்பத்திலிருந்த அனைத்து இனத்தவரின் மறுக்க முடியாத உரிமையாக இருந்தது. ஆனால் முஸ்லிம்களை கஅபா ஆலயத்திற்குள் அனுமதித்தால் அவர்களது செல்வாக்கும் உயர்ந்துவிடும் என்ற நிலை. அப்புனித மாதத்தில் போரிடவும் முடியாத நிலை. காலித் இப்னு அல் வலீத் என்பவரின் தலைமையில் இருநூறு ஆட்களை அனுப்பி முஸ்லிம்கள் மக்கா நகருக்குள் நுழைவதைத் தடுக்க குரெஷியர்கள் தீர்மானித்தனர். இதனை அறிந்து கொண்ட முஸ்லிம்கள் மோதலைத் தவிர்க்கும் பொருட்டு தங்கள் பாதையை மாற்றிக் கொள்ளத் தீர்மானித்தனர். அப்பகுதியைப் பற்றி நன்கறிந்த தோழர் ஒருவரின் உதவியுடன் மக்கா நகரின் தென் பகுதியை அடையும் பாதையை அறிந்து ஹுதைபிய்யா சமவெளியைத் தன் கூட்டத்தினருடன் அடைந்தார் இறைத்தூதர். இறைத்தூதரின் ஒட்டகமான கஸ்வா அந்த இடத்திற்கு மேல் நகர மறுத்தது. ஏழு ஆண்டுகளுக்கு முன் மதீனாவை வந்தடைந்தபோது அறிகுறியாக நிகழ்ந்த அந்தச் சம்பவத்தைப் போலவே இதனையும் ஒரு அறிகுறியாக இறைத்தூதர் உணர்ந்தார். அவர் தன் கூட்டத்தினருடன் அங்கேயே தங்கி மக்கா

நகருள் நுழைய குரேஷியர்களுடன் பேச்சுவார்த்தை நடத்த வேண்டி வந்தது.

தங்களது மதத்திலோ கலாச்சாரத்திலோ போர் முறைகளிலோ இல்லாத ஒன்றான பேச்சுவார்த்தை என்ற இறைத்தூதரின் இந்தப் புதிய செயல்பாடு குரேஷியர்களுக்கு எதிர்பாராதப் பின்னடைவைத் தந்தது. தன் எதிரிகளை மிகைத்து விடக்கூடிய நிலை இருந்தபோதும் இறைத்தூதர் ஆயுதங்களேதுமின்றி வந்திருந்தார். எல்லாவற்றிற்கும் மேலாக அவர் தன் புதிய சமயத்திற்கு மக்களை அழைத்திருந்தபோதும் அரேபியர்களின் பண்பாட்டை மதித்து அவர் நடந்து கொண்டது குரேஷியர்களை மேலும் குழப்பத்திலாழ்த்தியது. இத்தகைய விவேகமான இறைத்தூதரின் செயல்பாடு நல்ல பலனைத் தந்தது.

பேச்சுவார்த்தைகள்

முஸ்லிம்கள் புனிதப்பயணம் மேற்கொள்வதைத் தடுக்க வேண்டும் என்பதில் குரேஷியர்கள் தீர்மானமாக இருந்தனர். முஹம்மதின் உண்மையான எண்ணம் என்ன என்பது அவர்களுக்குத் தெரியாமலிருந்தது. எந்த இனத்தாருடனும் மோதலில்லாத பனு குஸ்ஸா இனத்தைத் சேர்ந்த புடைல் இப்னு வர்கா என்பவரை மத்தியஸ்தராக அனுப்ப குரேஷியர் தீர்மானித்தனர். இறைத்தூதரிடம் அவர் வந்தபோது போர்புரியும் எண்ணம் தமக்கு இல்லை என்றும் தன் தோழர்களுடன் குறுகிய கால புனிதப் பயணம் புரிந்து வீடு திரும்பவே தாம் விரும்புவதாகவும் இறைத்தூதர் அவரிடம் கூறினார். அதே நேரத்தில் கஅபா ஆலயத்திற்குச் செல்லும் தங்கள் உரிமையை மறுக்கும் எவருடனும் போரிடுவோம் என்பதையும் இறைத்தூதர் அவரிடம் கூறினார். புனிதப் பயணிகளை மக்கா நகருக்குள் அனுப்ப ஏற்பாடுகள்

செய்ய குரேஷியர்களுக்குக் கால அவகாசம் வேண்டும் என்றாலும் அது சரியே என்று சொல்லப்பட்டது. மக்காவுக்குச் சென்ற புடைல் முஸ்லிம்களை புனிதப்பயணம் மேற்கொள்ள அனுமதிக்க வேண்டும் என்று சொன்னது எள்ளி நகையாடப்பட்டது. குறிப்பாக அபு ஜஹ்லின் மகனான இக்ரிமா அதனைக் கடுமையாக எதிர்த்து மறுதலித்தார்.

உர்வா என்ற தலைவரை முஹம்மதுடன் பேச்சு வார்த்தை நடத்த அனுப்புவது என்றும் அதே நேரத்தில் முஹம்மதையும் அவர்தம் கூட்டத்தாரையும் நன்கு கவனித்து அவர்களின் நோக்கத்தைக் கண்டறியவும் வேண்டும் எனவும் தீர்மானிக்கப்பட்டது. உர்வா இறைத்தூதரிடம் சென்று அரேபியர்களின் வழக்கபடி பேச ஆரம்பித்தார். இறைத்தூதரை மதிப்புடன் விளித்து அவருக்கு நேராக நின்று அவருடைய தாடியை அரபுத் தலைவர்களின் வழக்கப்படி பற்றிப் பிடித்துக் கொண்டு உர்வா பேச ஆரம்பித்தார். மேலும் இப்படி நடந்து கொண்டால் தாக்கப்படுவார் என்று மக்காவிலிருந்து புலம் பெயர்ந்து சென்றிருந்த முஹைரா என்பவர் உர்வாவை எச்சரித்தார். இதனைக் கேட்ட உர்வா திகைத்தார். முகாம்களை உற்று நோக்கியபோது முஸ்லிம் கூட்டத்தினர் தங்கள் தலைவர் முஹம்மதின் மீது கொண்டிருந்த மரியாதையையும் பக்தியையும் கண்டு அவர் ஆச்சர்யப்பட்டார். குரேஷியர்களிடம் சென்ற அவர் புடைலைப் போலவே முஸ்லிம்களைப் புனிதப்பயணத்தை நிறைவேற்ற அனுமதிக்க வேண்டும் என்றும் போர் புரியும் எண்ணம் ஏதும் முஸ்லிம்களுக்கு இல்லை என்றும் கூறினார்.

ஆனால் இம்முறையும் குரேஷியர்கள் எதிர்ப்புத் தெரிவித்து மறுத்தனர்.

பேச்சு வார்த்தைக்கான செயல்பாடுகளில் உர்வா ஈடுபட்டிருந்தபோது வேறிரண்டு முக்கிய பேச்சுவார்த்தைகள் நடந்திருந்தன. பனு அல்ஹாரித் கோத்திரத்தின் ஹுலைஸ் என்பவரும் இறைத்தூதருடன் பேச்சுவார்த்தை நடத்தியிருந்தார். தொலைவிலிருந்தே ஹுலைஸைக் கண்டு கொண்ட இறைத்தூதர் ஹுலைஸின் கோத்திரத்தார் சமயங்களையும் அதன் நெறிகளையும் மிகவும் மதிப்பவர்கள் என்பதையறிந்து பலியிட வைத்திருந்த ஒட்டகக் கூட்டத்தை அவரை வரவேற்க அனுப்பி வைத்தார். சூழ்நிலையை நன்கு புரிந்து கொண்ட ஹுலைஸ் புனிதப் பயணம் அல்லாது வேறெந்த நோக்கமும் முஹம்மதுக்கு இல்லை என்பதை அறிந்து உடனடியாகத் திரும்பிச் செல்லத் தீர்மானித்தார். இறைத்தூதரும் குரேஷியரைச் சந்திக்க கிராஷ் என்ற தூதரை அனுப்பினார். ஆனால் கிராஷின் எந்த வார்த்தையையும் காதில் வாங்கிக் கொள்ள மறுத்து அவருடைய ஒட்டகத்தின் கால்களை இக்ரிமா வெட்டி விட்டார். அதுவுமல்லாமல் அவரைத் தாக்கவும் தலைப்பட்ட இக்ரிமாவை ஹுலைஸ் தடுத்து எந்த பாதிப்பும் இல்லாமல் முஹம்மதிடம் அவர் திரும்பிச் செல்ல அனுமதிக்க வேண்டும் என்ற வேண்டினார்.

பேச்சுவார்த்தைக்கான நான்கு முயற்சிகளும் தோற்றன. எப்போதைக்காட்டிலும் இப்போது பலன் கிட்டாததொரு நிலைக்குக் குரேஷியர்கள் ஆளானார்கள். கடைசியாக ஒரு முயற்சியை மேற்கொள்ள இறைத்தூதர் தீர்மானித்தார். மக்கா நகரில் செல்வாக்கும் மதிப்பும் கொண்டிருந்தவரான

தன் மருமகனான உத்மான் இப்னு அஃப்பானை தூதனுப்ப அவர் தேர்ந்தெடுத்தார். உத்மான் செல்வாக்கும் வலிமையும் கொண்ட கோத்திரத்தாருடன் மிகுந்த நெருக்கம் கொண்டவராக விளங்கினார். எவரும் அஞ்சும்படி அவர் இருந்தார். உத்மான் சென்றபோது அவரை மிகவும் அன்புடன் வரவேற்ற குரேஷியர், புனிதப் பயணத்திற்கு முன்னைப் போலவே மறுப்பு தெரிவித்தனர். வேண்டுமானால் அவர் மட்டும் கஅபா ஆலயத்தை வலம் வரலாம் என்றும், முஹம்மதும் அவர் கூட்டத்தாரும் கஅபாவிற்கு வர அனுமதிக்க மாட்டோம் என்றும் குரேஷியர் கூறினர். உத்மான் அதனை ஏற்க மறுத்துவிட்டார். அவரது பேச்சுவார்த்தை நீண்ட தொன்றாக இருந்தது. அவரைப் பற்றி மூன்று நாட்களாக எந்தத் தகவலும் இறைத்தூதருக்குக் கிடைக்கவில்லை. உத்மான் கொல்லப்பட்டதாக வதந்தி பரவியது. இறைத்தூதர் மிகவும் மனக்கவலைக்காளானார். அனைத்து கோத்திரத்தாரும் கஅபாவை தரிசிக்க அனுமதிக்கப்பட்டு முஸ்லிம்களுக்கு மட்டும் அது மறுக்கப்பட்ட நிலையில் பேச்சு வார்த்தைக்கு சென்ற தூதர் ஒருவரை குரேஷியர்கள் கொன்றனர் என்ற செய்தியை போர்ப் பிரகடனமாகவே முஸ்லிம்கள் கண்டனர். அதிலிருந்து உக்கிரமான போருக்கான ஆயத்தங்கள் தொடங்கின.

உறுதிமொழி

அனைத்துத் தோழர்களையும் இறைத்தூதர் அழைத்தார். அனைவரும் அவரிடம் விரைந்தனர். அக்கேஷிய மரம் ஒன்றின் கீழமர்ந்த இறைத்தூதர், ஒவ்வொரு முஸ்லிமிடமும் விசுவாசத்திற்கும் பணிவிற்குமான உறுதிமொழியைப் பெற்றார். என்ன நேர்ந்தாலும் இறைத்தூதரின் பக்கமே

இருப்போம் என்பதற்கான செய்கையாகவே அது இருந்தது. அவர்கள் ஆயுதங்களேதுமின்றி புனிதப் பயணமாக வந்தவர்கள். ஆனால் அவர்கள் தயாராகாத ஒரு நிலையில்மோதலை எதிர்கொள்ள வேண்டிய சூழ்நிலை. அவர்கள் இறைத்தூதரிடம் கொடுத்திருந்த உறுதி மொழியின்படி இறக்கும்வரை ஓடாமல் எதிரியை எதிர்கொள்ள வேண்டியதாக இருந்தது. ஏனெனில் அவர்களுக்கு எதிரான படையினர் மிகுதியாக இருந்தனர். இறைத்தூதரும் தன் வலக்கரத்தின் மீது இடக்கரத்தை வைத்துக் கூடியிருந்த கூட்டத்தாரிடம், கொல்லப்பட்டதாகக் கருதப்பட்ட உத்மானின் பெயரால் உறுதிமொழி ஏற்றார்.

இறுதியாக ஒருவர் உறுதிமொழியைக் கூறியபோது சட்டென்று உத்மான் தோன்றினார். உத்மான் தோன்றியதற்காக மட்டுமல்லாமல் புனித மாதத்தின் மாண்பைக் குறைக்கும்படியாகக் குரேஷியர்கள் ஏதும் செய்யவில்லை என்பதாலும் இறைத்தூதர் மகிழ்ச்சியடைந்தார். மோதலுக்கான சூழல் குறைந்தது போலத் தோன்றியது. இறுதியாகக் குரேஷியர்கள் சுஹைல் இப்னு அம்ர் என்பவரைக் தூதனுப்பி ஒரு ஒப்பந்தத்தைச் செய்யவிருப்பதாக இறைத்தூதர் அறிந்தார். அவரை வரவேற்று அவர் கொண்டு வரும் செய்தியைக் கேட்க இறைத்தூதர் தீர்மானித்தார்.

உத்மானும் கூட இறைத்தூதரிடம் உறுதிமொழியை அளித்தார். இந்தச் சூழ்நிலையில் அத்தகைய உறுதிமொழியின் அவசியத்தை அவர் அறிந்திருந்தார். இருந்தபோதும் சூழ்நிலை இப்போது முற்றிலும் மாறியிருந்தது. தாங்கள் இருந்த பலவீனமான நிலையிலும் அவர்கள் தங்க்ளது விசுவாசத்தைத் தெரிவிக்க வேண்டி

இருந்தது. அவர்களது விசுவாசம் சோதிக்கப்பட்டது. அந்த உறுதிமொழி குறித்து வெளியான இறைவசனம் இவ்வாறு கூறுகிறது: "இறை நம்பிக்கையாளர்கள் அந்த மரத்தடியில் உம்மிடம் வாக்குறுதி அளித்தபோது (இறைவன்) அவர்களை (ஏற்று) பொருந்திக் கொண்டான்" முஸ்லிம்கள் தங்களின் உரிமையைக் கோரி நின்றனர். அது உண்மையானதுதான் என்ற இறைச்செய்தியை அவர்கள் பெற்றனர்.

ஹுதைபிய்யா ஒப்பந்தம்

மிக்ராஸ் மற்றும் ஹுவைதிப் என்ற இரண்டு நபர்களுடன் வந்த சுஹைல் இப்னு அம்ரை இறைத்தூதர் வரவேற்றார். தோழர்களிடமிருந்து சற்றுத் தொலைவில் பேச்சுவார்த்தைகள் நடந்தன. ஒப்பந்தத்தின் ஒவ்வொரு அம்சமும் நன்கு விவாதிக்கப்பட்டது. ஒப்பந்தம் இறுதி செய்யப்பட்டவுடன் அலி இப்னு அபுதாலிபிடம் அதனைத் தெளிவாக எழுதும்படி இறைத்தூதர் கூறினார். எல்லாவற்றையும் செய்யத் தொடங்கும் முன் முஸ்லிம்கள் செய்வதைப் போல 'அன்பாளனும் அருளாளனுமான இறைவனின் பெயரால்' என்று அலி எழுதத் தொடங்க, அதனை சுஹைல் மறுத்து 'ஓ இறைவா உனது பெயரால்' என்று எழுத வேண்டும் என்று கூறினார். (இதனை பல தெய்வ வழிபாடுடையவர்களும் பயன்படுத்தி வந்தனர்) சில தோழர்கள் உடனடியாக இதனை எதிர்த்தனர். ஆனால் இதில் தலையிட்ட இறைத்தூதர்,' ஓ இறைவா! உனது பெயரால்' என்ற எழுதும்படி அலியிடம் கூறினார். 'இறைவனின் தூதரான முஹம்மதுக்கும் சுஹைல் இப்னு அம்ருக்கும் இடையில் கையெழுத்தான ஒப்பந்தம் இது' என்று எழுதும்படி அலியிடம் இறைத்தூதர்

கூறவே, அதனையும் ஏற்றுக் கொள்ளாத சுஹைல் இப்னு அம்ர், "இறைவனின் தூதராக உங்களை நாங்கள் அறிந்திருந்தால் உங்களுடன் நாங்கள் சண்டையிட்டிருக்கவே மாட்டோம். எனவே "முஹம்மது இப்னு அப்துல்லாஹ்" என்று எழுதுங்கள்" என்ற கூறினார். ஆனால் எழுதி முடித்திருந்த அலி தன்னால் சுஹைல் கூறுவது போல் எழுத முடியாது என்று கூறிவிட்டார். 'இறைவனின் தூதரான முஹம்மது' என்று எழுதி இருந்த இடத்தைக் காண்பிக்கும்படி கூறிய இறைத்தூதர் அதனைத் தன் கையாலேயே அழித்துவிட்டு சுஹைல் கூறியபடியே எழுதப் பணித்தார். அலியும் மற்ற இறைத்தோழர்களும் இதனைக் கேட்டு அதிர்ச்சியடைந்தனர். அவர்களால் இறைத்தூதரின் எண்ண ஓட்டத்தைப் புரிந்து கொள்ள இயலவில்லை. ஒப்பந்தத்தில் இருந்த பல அம்சங்கள் முஸ்லிம்களுக்கு ஆதரவானவைகளாக இல்லாததை அவர்கள் கண்டனர். ஒப்பந்தம் நான்கு முக்கிய அம்சங்களைக் கொண்டிருந்தது. அதில் முதலாவதாக அந்த ஆண்டில் முஸ்லிம்கள் புனிதப்பயணம் செய்ய முடியாது என்றும் அடுத்த ஆண்டில் மூன்று நாட்கள் தங்க அவர்கள் அனுமதிக்கப்படுவார்கள் என்றும் இரண்டாவதாக இரு சாராரும் பத்து ஆண்டுகள் போர் நிறுத்தம் செய்வதென்றும் அவர்களைச் சார்ந்த அனைத்து உறுப்பினர்களும் அப்பகுதியில் எங்கும் எந்த இடையூறும் இன்றிப் பயணிக்கலாம் என்றும் மூன்றாவதாக இரு சாராரிடமும் ஒப்பந்தம் செய்து கொள்ளும் எந்தக் கோத்திரத்தாருக்கும் இந்த ஒப்பந்தத்தின் அம்சங்கள் பொருந்தும் என்றும் நான்காவதாக மக்காவிலிருந்து மதீனாவுக்குச் செல்லும் எந்த முஸ்லிமும் மக்காவின்

தலைவர்களிடம் ஒப்படைக்கப்படவேண்டும் என்றும் மதீனாவிலிருந்து அரசியல் பாதுகாப்பு கோரி மக்கா நகருக்கு வருபவர்களுக்கு அரசியல் புகலிடம் அளிக்கப்படும் என்றும் இருந்தது.

ஏமாற்றி வஞ்சிப்பது போலத் தோன்றிய அந்த ஒப்பந்தம் கையெழுத்தான பின் கஅபாவை தரிசிக்காமல் திரும்பிச் செல்ல வேண்டி இருப்பதைத் தோழர்கள் உணர்ந்து கொண்டார்கள். ஒப்பந்தத்தில் கையொப்பமிட்ட சுஹைலின் இளைய மகனான அபு ஜன்டால் வந்து சேர்ந்ததும் தோழர்களின் ஏமாற்றம் மிகவும் அதிகமானது. அபு ஜன்டால் இஸ்லாத்தை ஏற்று ஓடிப்போன சென்றவராக இருந்தார். அவர் இஸ்லாத்தை ஏற்ற காரணத்தால் அவர் முஸ்லிம்களுடன் சேர்ந்து கொள்வதைத் தடுப்பதற்காக அவரை அவருடைய தந்தை சுஹைல் அடைத்து வைத்திருந்தார். ஜன்டாலின் கால்கள் இன்னமும் விலங்கிடப்பட்ட நிலையிலேயே இருந்தன. தப்பிச் சென்ற தன் மகனைக் கண்ட சுஹைல் அப்போதுதான் ஏற்பட்டிருந்த ஒப்பந்தத்தின்படி தன் மகனை இறைத்தூதர் தன்னிடம் ஒப்படைக்க வேண்டும் என்று கூறினார். அபு ஜன்டால் தோழர்களின் உதவிஙய நாடிய போதும் சுஹைலின் கூற்றை ஏற்ற இறைத்தூதர் ஜன்டாலை பொறுமையாக இருக்கும்படி கூறி அவரை சுஹைலிடம் ஒப்படைத்தார். இஸ்லாத்தை ஏற்று புனிதப் பயணிகளுடன் இருந்த ஜன்டாலின் மூத்த சகோதரரான அப்துல்லா என்பவர் ஜன்டால் இருந்த நிலைமையைக் கண்டு அவரை ஒப்படைப்பதற்கு எதிர்ப்பு தெரிவித்தார். சுஹைல் தன் மகனான ஜன்டாலைப் சங்கிலியால் அடிப்பதைக் கண்ட உமர் எனும் தோழரால் தன்னைக் கட்டுப்படுத்திக்

கொள்ள முடியவில்லை. அவர் இறைத்தூதரிடம் விரைந்து சென்று இந்த நிலையை ஏற்க முடியாமல் வரிசையாகக் கேள்வி கேட்கத் தொடங்கினார். "நீங்கள் இறைவனின் தூதரா? நாம் சரியானபடி நடக்கவில்லையா? எதிரிகள் தவறாக நடக்கவில்லையா? நம்முடைய சமய மாண்புக்கு எதிராக நாம் ஏன் வெட்கக்கேடான வகையில் விட்டுக் கொடுக்க வேண்டும்?" என்று அவர் கேட்டார். ஒவ்வொரு கேள்விக்கும் இறைத்தூதர் அமைதியாகப் பதிலளித்தார். ஆனால் அப்பதில்கள் உமருக்கு திருப்தியளிக்கவில்லை. கோபம் அதிகரித்த நிலையில் தோழர் அபுபக்கரின் உதவியை உமர் நாடினார். இறைத்தூதரின் செயல்பாடு சரியாகவே இருக்கும் என்று நம்பிய அபுபக்கர் தோழர் உமரை அமைதியாக இருக்கும்படி கூறினார். அந்த ஒப்பந்தம் ஒரு ஏமாற்றம் என்பதைக் கூறியபோதும் தன்னைக் கட்டுப்படுத்திக் கொண்ட உமர் அமைதியானார்.

அழுது மயக்கமடைந்த ஜன்டாலுடனும் தன்னுடன் வந்த இருவருடனும் சுஹைல் முகாமை விட்டு வெளியேறினார். நடந்தவை அதனைத்தையும் கண்ட முஸ்லிம்களுக்கு மிகுந்த மனவேதனை ஏற்பட்டது. அவர்களால் இறைத்தூதரின் எண்ண ஓட்டத்தைப் புரிந்து கொள்ள இயலவில்லை. அவர்தான் அவர்களுக்கு துணிச்சலையும் கௌரவத்தையும் கற்றுக் கொடுத்திருந்தார். ஆனால் தங்களில் ஒருவர் மிகவும் மோசமாக நடத்தப்பட்டுக் கொண்டு செல்லப்படுவதைத் தடுக்க இயலாமல் வெறுமனே பார்த்துக் கொண்டிருக்க வேண்டிய நியாயமற்ற ஒரு ஒப்பந்தத்தை இறைத்தூதர் ஏற்றுக் கொண்டிருக்கிறார் என்ற நிலையில் பலியிட கொண்டு வரப் பட்டிருந்த ஒட்டகங்களைப்

பலியிட இறைத்தூதர் கூறியபோதும் ஆழமான மன வேதனைக்காளாகி இருந்த தோழர்கள் அவற்றைபலியிட மனமில்லாமல் இருந்தனர். இறைத்தூதர் தன் கட்டளையை மூன்று முறை மீண்டும் மீண்டும் கூறியும், எவரும் அதனைச் செயயவில்லை. அனைத்துத் தோழர்களும் ஒரே நிலையில் தன் கட்டளைக்குக் கீழ்ப்படியாததை முதன்முதலாக இறைத்தூதர் கண்டார். மிகுந்த கவலையுடன் சோர்வுற்றுத் தன் கூடாரத்திற்குத் திரும்பிய இறைத்தூதர் தன் மனைவி உம்மு ஸலாமாவிடம் தன் தோழர்கள் ஒட்டகங்களைப் பலியிட மறுத்ததைக் கூறினார். இறைத்தூதர் கூறியதை கவனித்துக் கேட்ட உம்மு ஸலாமா விவேகத்துடனும் அமைதியாகவும் இறைத்தூதர் செயல்படவேண்டும் என்று கூறினார். எவரிடமும் எதுவும் பேசாமல் இறைத்தூதர் தன் ஒட்டகத்தை ஒரு முன்னுதாரணமாகப் பலியிட வேண்டும் என்றும் ஸலாமா கூறினார். அவர் கூறியதைக் கேட்ட முஹம்மதுக்கு அது சரியானதெனப் பட்டது. அவர் தனது ஒட்டகத்திடம் சென்று உச்சரிக்க வேண்டிய வாக்கியங்களைக் கூறிவிட்டுத் தனது ஒட்டகத்தைப் பலியிட்டார். இதனைக் கண்ட தோழர்கள் ஒருவர் பின் ஒருவராக எழுந்து தத்தமது ஒட்டகங்களைப் பலியிட்டனர். இறைத்தூதர் தனது தலைமுடியை சிரைத்துக் கொண்டார். சில தோழர்களும் அவ்வாறே செய்தனர். மற்ற சிலர் தங்கள் தலைமுடியை லேசாகக் கத்தரித்துக் கொண்டனர்.

ஆன்மிகமும்
வெற்றியைப் புரிந்து கொள்ளலும்

ஒப்பந்தத்தைப் பற்றிய தங்களது எண்ணம் ஒட்டு மொத்தமாகத் தவறானதென்றும் இறைத்தூதரின்

ஆழம் மிகுந்த ஆன்மிக அறிவையும் கூரிய பகுத்தறிவையும் அசாதாரணமான விவேகத்தையும் மற்றும் புத்திசாலித்தனமான வியூகத்தையும் தாங்கள் சரிவர புரிந்து கொள்ளவில்லை என்றும் உடனடியாகவே தோழர்கள் புரிந்து கொண்டனர். இறைத்தூதர் அறிகுறிகளையும் சமிக்ஞைகளையும் கூர்ந்து கவனித்து வந்தார். அவரது ஒட்டகம் மேலும் போக மறுத்து நின்றதைக் கொண்டு ஹுதைபிய்யா வெளிக்கு மேல் முஸ்லிம்கள் இந்த ஆண்டு பயணிக்கக் கூடாது என்று அவரது உள்ளுணர்வு கூறியது. தோல்வியில் முடிந்திருந்த நான்கு பேச்சு வார்த்தைகளும் குரேஷியர்களின் வீண் பிடிவாதமும் அவரைப் பொறுமையாக இருக்கும்படி செய்தன. கஅபா ஆலயத்திற்குள் தான் நுழைவதாகக் கண்ட கனவின் மீது அவருக்கு வலுவான நம்பிக்கை இருந்தது. அது எப்போது என்பதைச் சொல்ல இயலாவிட்டாலும் அது நிறைவேறாமல் போகாது என்பதில் அவருக்கு ஆழ்ந்த நம்பிக்கை இருந்தது. அனைத்து முஸ்லிம்களையும் இணைக்கக் கூடியதாக உறுதிமொழியும் வாக்குறுதியும் அமைந்திருந்தன. ஆனால் ஒப்பந்தத்தின் ஒரு சார்பான நிபந்தனைகளை அவர்கள் ஏற்றுக் கொள்ள வேண்டியதாயிற்று.

ஒப்பந்தத்தில் இரண்டு இடங்களில் சுஹைல் மறுப்புத் தெரிவித்தபோதும் அதனை இறைத்தூதர் நடுநிலையான கண்ணோட்டத்தில் பார்த்தார். சுஹைலின் இடத்தில் நின்று பார்த்தால் சுஹைல் கூறியது சரியே. குரேஷியர்கள் முஹம்மதை இறைத்தூதர் என்று ஏற்றிருந்தால் போர்களுக்கும் மோதல்களுக்கும் அவசியமே ஏற்பட்டிருக்காது. எனவே ஒப்பந்தத்தில் சுஹைல் கூறிய மாற்றங்கள் சரியே. இறைத்தூதர் மீதான தோழர்களின்

அபிமானம் மிகவும் ஆழமானதும் பெரிதுமாகும். அவர்களால் சுஹைல் கூறியதை முதலில் ஏற்றுக் கொள்ள இயலவில்லை. ஒப்பந்தத்தில் இறைத்தூதரின் அணுகுமுறை ஆன்மிகமும் விவேகமும் நிறைந்ததொன்றாக இருந்தது. இதில் கவனிக்க வேண்டிய மற்றொரு முக்கியமான விஷயம் என்னவெனில் ஆழமான ஆன்மிகத்துடனான இதயத்தின் உறவு, உணர்ச்சி வசப்படவோ கண்மூடித்தனமாக அணுகவோ அனுமதிக்கக் கூடாது. ஒரு சூழ்நிலையின் உண்மைத்தன்மையை அறிய காரண காரியங்களை நன்கு ஆராய வேண்டும். ஒருவரின் எதிர்வினையை நன்கு கவனித்து அவர் கூறுவதை நன்கு ஆழ்ந்து நோக்கி அவர் பக்கமிருக்கும் உண்மையைச் கவனித்துச் செயல்பட வேண்டும். தோழர்களின் கண்ணோட்டம் சரியே எனினும் சுஹைலின் பக்கமிருந்து பார்க்கையில் அதுவும் சரியே.

முஸ்லிம்களின் கௌரவத்தையும் கண்ணியத்தையும் காக்கும் பொருட்டோ அல்லது அகழி போரிலடைந்த வெற்றியைச் சாதகமாக்கிக் கொண்டோ முஹம்மதால் குரேஷியர்களை இழிவுபடுத்த முடியவில்லை. அந்த ஆண்டு கஅபாவில் நுழைய முடியாது என்பதை ஏற்றது குரேஷியர்களின் கௌரவத்தைக் காத்து நீண்ட கால அமைதியை அளித்தது. இரு சாராருக்கும் நன்மை பயப்பதான அந்த அமைதி விரைவில் முஸ்லிம்களுக்குச் சாதகமானது. மதீனாவுக்குப் புலம் பெயர்ந்து செல்பவர்களைத் திருப்பி அனுப்ப வேண்டும் என்பதும் மதீனாவிலிருந்து மக்கா செல்வோருக்குப் புகலிடம் அளிக்கப்படும் என்பதுமான ஒப்பந்த அம்சங்கள் முஸ்லிம்களின் நலன்களுக்கு எதிரானதே. மதீனாவை விட்டு

வெளியேறும் ஒருவரால் முஸ்லிம் சமூகத்திற்கு எந்தப் பலனும் இல்லை. இஸ்லாமியப் பற்றுக் கொண்ட ஒருவரை அவர்தம் கோத்திரத்திற்கே அதாவது மக்காவுக்கே திருப்பி அனுப்புவதால் துன்பங்கள் நேர்ந்திட்டாலும் அவருடைய பற்று பாதிப்புக்காளாகாது.

இறைவன் மீது நம்பிக்கை வைத்து, தெளிவான விவேகமும் அறிவும் கலந்து இறைத்தூதர் செய்து கொண்ட ஒப்பந்தத்தின்படி பத்தாண்டுக்காலம் போர் என்பதே இல்லாத நிலையையும் அடுத்த ஆண்டில் புனிதப்பயணம் மேற்கொள்ளலாம் என்ற நிலையையும் அளித்தது. பெரும்பாலான தோழர்கள், குறிப்பாக உமர் கத்தாப் போன்றோர் உடனடித் தீர்வுகளையே விரும்பினர். இருந்தாலும் அது தோல்விக்கே வழி வகுக்கும் என்பதை உணர்ந்து கொண்டனர்.

இறைத்தூதருக்கு எதிராகத் தான் நடந்து கொண்டதற்காக மற்றவர்களைப் போலவே உமரும் வருந்தினார். ஆனாலும் அந்த ஒப்பந்தம் ஒருவிதமான சரணடைதலே என்று அவர் எண்ணினார். திரும்பி வரும் வழியில் முஹம்மதால் அவர் அழைக்கப்பட்டபோது இறைத்தூதர் தன்னைக் குறை கூறுவாரோ, தனது செயலுக்கு எதிராக இறைவசனம் வெளிப்பட்டுவிட்டதோ என்றும் உமர் பயந்தார். இறைத்தூதர் அவரை நேரிட்டு நோக்கி அவர் பயந்தது போலல்லாத ஒரு இறைவசனம் வெளியானதைக் கூறினார். அந்த இறைவசனம் இப்படி இருந்தது: "நிச்சயமாக நாம் ஒரு தெளிவான வெற்றியாக உமக்கு வெற்றி அளித்துள்ளோம்". பின்னர் அது உறுதிமொழியைப் பற்றி இப்படிக் கூறியது, "அந்த மரத்தடியில் உம்மிடம் வாக்குறுதி அளித்தபோது மெய்யாகவே

இறைவன் அவர்களைப் பொருந்தி (ஏற்றுக்) கொண்டான். அவர்களுடைய இதயங்களில் இருப்பதை அவன் அறிந்து அவர்கள் மீது அமைதியையும் இறக்கியருளி அவர்களுக்கு அண்மையில் வெற்றியையும் அளித்தான்" ஆரம்பத்தில் முஹம்மது கண்ட கனவின்படி இவற்றைப் பார்த்தால் அது உண்மையென விளங்கும்.

"நிச்சயமாக இறைவன் தன் தூதருக்கு (அவர் கண்ட) கனவை உண்மையாக்கிவிட்டான். இறைவன் விரும்பினால் நீங்கள் கஅபா ஆலயத்திற்குள் அச்சம் தீர்ந்தவர்களாகவும் உங்களுடைய தலையைச் சிரைத்துக் கொண்டவர்களாகவும் உரோமத்தைக் கத்தரித்துக் கொண்டவர்களாகவும் நுழைவீர்கள். (அப்போதும் எவருக்கும்) நீங்கள் பயப்பட மாட்டீர்கள். ஆகவே நீங்கள் அறியாதிருப்பதை அவன் அறிகிறான். (அதன் பின்னர்) இதனை அன்றி நெருங்கிய ஒரு வெற்றியையும் (உங்களுக்கு) ஆக்கிக் கொடுத்தான்".

நடந்த சம்பவங்களைப் பற்றி பல தோழர்களும் பல கருத்துக்களைக் கொண்டிருந்தனர். பெரும்பாலானவர்கள் ஒப்பந்தம் தரும் பலன்களைப் புரிந்து கொள்ளாதவர்களாக இருந்தனர். அந்த ஒப்பந்தம் என்பது மாபெரும் ஆன்மிக போதனையாக இருந்தது. எல்லாவற்றிற்கும் மேலாக அது விவேகம் மற்றும் பகுத்துணரும் அறிவையும் கொண்டிருந்தது. கவனித்துத் தன் நிலைப்பாட்டைப் புரிந்து மாற்றிக் கொள்ளுதல், மாற்றாரின் கௌரவத்தை மதித்தல் ஆகிய அருங்குணங்களைக் கொண்டு இறைத்தூதர் செயல்பட்டது ஒரு முன்னுதாரணமாக விளங்குகிறது.

இன்னொரு பரிமாணத்திலும் இறைத்தூதர் ஒரு முன்மாதிரியாக விளங்குகிறார். தன் தோழர்கள் கால்நடைகளைப் பலியிட மறுத்ததும் இறைத்தூதர் தன் மனைவியிடம் சென்றதும் அவர் மனைவி அவரைத் தேற்றி அவர் மீது நம்பிக்கை வைத்து அந்தப் பிரச்சனைக்கு ஒரு தீர்வையும் கூறுகிறார். அவர்கள் இருவருக்கும் இடையிலான அந்த உரையாடல், புரிதல் மற்றும் கவனம் கொண்டு கேட்டது ஆகியவை இறைத்தூதர் தம் மனைவியர் பால் கொண்டிருந்த மனநிலையைக் காண்பிக்கிறது. தன்னைச் சுற்றியிருந்த பெண்கள் மீது நம்பிக்கை கொண்டு, அவர்களுடன் ஆலோசித்து, உரையாடி அவர்களின் கருத்துக்களையும் பெற்றே இறைத்தூதர் செயல்பட்டார். அனைத்து நிலைகளிலும் ராஜ்ஜிய பிரச்சனைகளிலும் பங்கு பெற்றபின் அவர் தம் மனைவியரிடம் சென்று அவர்களின் ஆலோசனை மற்றும் அறிவுரைகளைப் பெற்று வாழ்ந்தது ஒரு சாதாரண மனிதரைப் போன்றே இருந்தது.

ஒப்பந்தங்களை மதித்தல்

முஸ்லிம்கள் மதீனாவுக்குத் திரும்பினர். வாழ்க்கை எப்போதும் போல போய்க் கொண்டிருந்தது. ஆனால் முன்னர் இருந்த பதற்றமான சூழல் இப்போது இல்லை. செய்து கொள்ளப்பட்ட ஒப்பந்தத்தின் விளைவாகப் பாதுகாப்புக்கான செயல்பாடுகளைக் குறைத்துக் கொண்டு தங்கள் உள்ளூர் விவகாரங்களில் அதிகக் கவனம் செலுத்தத் தொடங்கினர். இஸ்லாத்தை ஏற்பவர்களின் எண்ணிக்கை அதிகரித்துக் கொண்டே போனது. அவர்களை ஒருங்கிணைப்பதற்கும் அவர்களுக்குக் கல்வி அளிப்பதற்கும் திட்டமிட்டு ஏற்பாடுகளைச் செய்து கொண்டே இருக்க வேண்டி வந்தது. புதியவர்கள் இஸ்லாத்தை

ஏற்றுக் கொண்டு சாதாரண மனிதர்களுடன் சேர்ந்து வாழ்ந்தனர். ஆயிஷாவின் சகோதரரான அப்த் அல் கஅபா என்பவர் தன்னுடைய தாயாரான உம்மு ரூமானின் மறைவுக்குப் பின்னர் புலம் பெயர்ந்து வந்தார். உம்மு ரூமானின் மறைவு அவர் தம் கணவரான அபுபக்கரை மிகவும் பாதித்தது. அப்த் அல் கஅபாவின் பெயரை அப்த் அல்ரஹ்மான் (அருளாளனின் அடிமை) என்று இறைத்தூதர் பெயர் மாற்றம் செய்தார். இஸ்லாமிய நெறிக்குப் பொருந்தாத பெயரைப் பொருள் பொதிந்த பெயராக மாற்றுவது இறைத்தூதரின் வழக்கமாக இருந்தது. மற்ற சந்தர்ப்பங்களில் தங்களது பழைய பெயரையே வைத்துக் கொள்வதா அல்லது மாற்றிக் கொள்வதா என்பதை அவரவரே முடிவு செய்து கொண்டனர். 'இஸ்லாமியப் பெயர்' என்ற ஒன்றை முதல் முஸ்லிம்கள் குறிப்பாக அரேபியர்கள் கற்பனை செய்து கூட இருக்க மாட்டார்கள். இஸ்லாமிய நெறிக்குப் புறம்பான பெயர்களை மட்டும் அவர்கள் மாற்றிக் கொண்டார்கள். மற்றபடி அனைத்து வகையான மொழிகள் மற்றும் பூர்வீகங்களைக் கொண்ட அனைத்து வகையான பெயர்களையும் அவர்கள் அப்படியே வைத்துக் கொண்டனர். அரபு, பெர்ஸிய, பைஸாண்டிய மொழிகளின் பல்வேறுபட்ட பெயர்களை அவர்கள் கொண்டிருந்தனர். இறைத்தூதருக்கும் அவர்தம் தோழர்களுக்கும் அது ஒரு பிரச்சனையாகவே இல்லை.

உள்ளூர் விவகாரங்களைச் சரிப்படுத்திக் கொண்டிருந்த அந்தக் காலகட்டத்தில் மக்காவிலிருந்து அபு பஸீர் என்பவர் அடைக்கலம் கேட்டு முஹம்மதிடம் வந்தார். ஒப்பந்தத்தை மதித்து நடக்க வேண்டியிருந்த காரணத்தால் அபு பஸீருக்கு அடைக்கலம் தராமல் அபு பஸீரை

ஒப்படைக்கக்கோரி கவ்தர் என்ற அடிமையுடன் வந்த குரேஷியத் தூதரிடம் அபு பஸீரை இறைத்தூதர் ஒப்படைக்க வேண்டியதாயிற்று. அவர்கள் அபு பஸீரை கொண்டு செல்கையில் அபு பஸீரிடம் பொறுமையாக இருக்கும்படி இறைத்தூதரும் அவர்தம் தோழர்களும் கேட்டுக் கொண்டனர். அவர்கள் திரும்பிச் செல்கையில் கவனக் குறைவாயிருந்த குரேஷியத் தூதரை அபு பஸீர் கொன்று விட்டார். பயத்தில் மதீனாவை நோக்கி ஓடிய கவ்தர் என்ற அடிமை தப்பியோடிய கைதியான அபு பஸீருடன் சேர்ந்து கொண்டார். இறைத்தூதர் அவர்களைத் திருப்பி அனுப்ப விரும்பினார். ஒப்பந்தத்தின்படி இறைத்தூதருக்கு அபு பஸீரை திருப்பி அனுப்புவதைத் தவிர வேறு வழி இல்லை என்று அந்த அடிமை பயந்தார். இருந்தபோதும் அவர் மக்காவுக்குத்தான் செல்கிறார் என்பதை உறுதி செய்ய எவரும் இல்லாத நிலையில் அவரை மதீனாவை விட்டு வெளியேறும்படி இறைத்தூதர் பணித்தார். அவருடன் வேறெவரும் இருக்கிறார்களா?” என்று இறைத்தூதர் தம் தோழர்களிடம் சோதிக்கும் முகமாகக் கேட்டார். அபு பஸீர் மக்கா செல்லாமல் வர்த்தகக் கூட்டத்தினர் செல்லும் வட பகுதியில் ஒரு சாலை ஓரத்தில் தங்கினார். இவருடைய கதையைக் கேள்விப்பட்ட மக்காவைச் சேர்ந்த வேறு முஸ்லிம்கள் அபு பஸீருடன் சேர்ந்து கொண்டனர். அவர்கள் தங்கி இருந்த வழியில் செல்லும் மக்கா நகரத்து வர்த்தகக் கூட்டத்தினரைத் தாக்க அவர்கள் தீர்மானித்தனர். அப்படிக் கூடியவர்களின் எண்ணிக்கை அதிகமானது. அவர்கள் மக்காவின் வர்த்தகர்களைத் தாக்குவதும் அதிகரித்தது. அபு பஸீரை மதீனாவுக்குள் சேர்த்துக் கொள்ளும்படியும் மக்காவிலிருந்து புலம்பெயர்ந்து

மதீனா வருபவர்களை ஏற்றுக் கொள்ளும்படியும் குரேஷியர்கள் இறைத்தூதரிடம் கோரத் தொடங்கினார்கள். அவர்களின் கோரிக்கையை இறைத்தூதர் ஏற்று கொள்ளலானார். ஒப்பந்தத்தில் இது குறித்து இருந்த நிபந்தனை நீக்கப்பட்டது. இதில் கவனிக்க வேண்டிய முக்கியமான விஷயம் என்னவெனில் புலம்பெயர்ந்து வந்த பெண்களை இறைத்தூதர் திருப்பி அனுப்ப மறுத்து விட்டிருந்தார். உதாரணமாக உம் குல்தும் என்ற பெண்மணியைத் திருப்பி அனுப்பவில்லை. ஒப்பந்தத்தில் அந்த நிபந்தனை ஆண்களுக்கு மட்டுமேயானதாக இருந்தது. இதற்கு குரேஷியர்களும் எதிர்ப்புத் தெரிவிக்கவில்லை.

அனைத்து ஆட்சியாளர்களுக்கும்

ஒப்பந்தம் செய்து கொள்ளப்பட்டதைத் தொடர்ந்த ஆண்டுகளில் முஸ்லிம்களின் எண்ணிக்கை இரு மடங்கானது. போர் நிறுத்தக் காலத்தில் பக்கத்து அரசுகளுக்கும் தேசங்களுக்கும் பேரரசுகளுக்கும் கடிதங்களை அனுப்ப இறைத்தூதர் தீர்மானித்தார்.

அபிஸீனிய அரசரான நெகஸிக்கு அவர் இஸ்லாத்தை ஏற்பதற்கு முன்னரே ஒரு கடிதம் அனுப்பப்பட்டது. அபிஸீனியாவில் தன் கணவரால் கைவிடப்பட்ட உம்மு ஹபீபா என்னும் பெண்ணை இறைத்தூதர் மணம் புரிகையில் அந்தத் திருமணத்தில் தானும் பங்கு பெற நெகஸ் சம்மதித்தார். பெர்ஸியாவின் கோஸ்ரிஸ், பைஸாண்டிய சக்கரவர்த்தியான ஹீராக்ளியஸ், எகிப்திய ஆட்சியாளரான முக்காவ்கிஸ் ஆகியோருக்கு கடிதங்கள் அனுப்பப்பட்டன. எகிப்திய ஆட்சியாளர் மரியா என்ற அடிமைப் பெண்ணை முஹம்மதுக்கு அன்பளிப்பாக

அனுப்பி வைத்தார். பஹ்ரைன் நாட்டு அரசரான முந்திர் இப்னு சவா, சிரியா வரை ராஜ்யத்தைக் கொண்டிருந்த ஹாரித் இப்னு அபி ஸிம்ர் அல் கஸ்ஸானி ஆகியோருக்கும் கடிதங்கள் அனுப்பப்பட்டன. அனுப்பப்பட்ட கடிதங்களின் உள்ளடக்கம் ஏறக்குறைய ஒரே மாதிரியாகவே இருந்தது. தன்னை இறைவனின் தூதர் என்று அறிமுகப்படுத்திக் கொண்டு எழுதப்பட்ட கடிதங்களில் இறைவனின் ஒருமைத் தன்மையும் இஸ்லாத்தை அவர்கள் ஏற்றுக் கொள்வதற்கான அழைப்பும் இருந்தன. அதனை ஏற்க மறுத்தால், தங்கள் மக்கள் அனைவரும் தவறிழைத்ததற்கான பொறுப்பு இறைவனின் முன்பு அவர்களுக்கே என்றும் எழுதப்பட்டிருந்தது.

அந்தக் கடிதங்களுக்கு ஒவ்வொரு ஆட்சியாளரும் ஒவ்வொருவிதமாக எதிர்வினை புரிந்தனர். நெகஸூம், முந்திர் இப்னு சவாவும் செய்தியை ஏற்றுக் கொண்டனர். முக்காவ்கிஸ், ஹிராக்ளியஸ் போன்றோர் செய்தியை மறுக்கவும் செய்யாமல் ஏற்கவுமில்லாமல் மரியாதையாக நடந்து கொண்டனர். மற்றவர்கள் செய்தியை மறுதலித்துத் தாக்குதல் தொடுப்போம் என்று அச்சுறுத்தினர். இருந்தும் செய்தி அனைவரும் அறிந்த ஒன்றாக ஆனது. மதீனாவில் முஸ்லிம் சமூகம் நிலை கொண்டு சமய அடையாளத்தைப் பெற்று ஒரு பிராந்திய சக்தியாகவும் ஏற்றுக்கொள்ளப்பட்டது. அதன் ஆட்சியாளரான முஹம்மது இப்னு அப்துல்லா இறைத்தூதராகவோ அல்லது சக்தி மிகுந்த அரசராகவோ ஏற்றுக் கொள்ளப்பட்டார்.

ஹுதைபிய்யாவில் செய்து கொள்ளப்பட்ட ஒப்பந்தம் வெற்றிகரமானதாகவும் நம்பிக்கை கொள்வோருக்கு ஒரு வாயிலாகவும் தொடக்க மாகவும் அமைந்தது. அனைத்தும் இப்போது மாறியிருந்தன.

அந்த அமைதியான சூழலில் தற்காலிகமான விருப்பங்களையும், அதிகாரங்களையும் சார்ந்திருப்பதை விடுத்து நல்லதொரு ஆன்மிக போதனையையும் நன்னெறிகளையும் பொய்க் கலப்பற்ற தூய நம்பிக்கையுடன் ஓரிறை மீது நாட்டம் கொண்டு வாழும்படியான இஸ்லாமியக் கொள்கை அனைவருக்கும் சொல்லப்பட்டது.

முஸ்லிம்கள் தங்களைக் காத்துக் கொள்ளவும் எதிர்த்துத் தாக்கவும் தள்ளப்பட்டபோது, அவர்கள் தங்களையும் தங்கள் ஒருமைப்பாட்டையும் காத்துக் கொள்ள வேண்டி வந்தது. ஆனால் அவர்கள் நம்பியிருந்த நம்பிக்கையின் கருத்துக்களை வெளிப்படுத்த வழிகள் ஏதும் இல்லாமலிருந்தது. தீபகற்பம் முழுவதும் நிலவிய அமைதியான நிலை சூழலையே மாற்றியது. இஸ்லாத்தின் செய்தியைக் கோத்திரங்களுக்கு மேல் கோத்திரங்களாகப் புரிந்து கொள்ளத் தலைப்பட்டனர். சிலர் இஸ்லாத்தை ஏற்றுக் கொண்டனர். இன்னும் சிலர் இஸ்லாத்தின் பால் மரியாதை கொள்ள ஆரம்பித்தனர். மற்றவர்கள் செல்வாக்கைச் செலுத்துவதற்காகவோ, அதிகாரத்திற்காகவோ அல்லது செல்வத்திற்காகவோ மட்டும் அல்லாமல் மிகுந்த விழிப்புடன் எதிர்த்தனர்.

கைபர்

ஹுதைபிய்யாவில் செய்து கொள்ளப்பட்ட ஒப்பந்தத்திற்குப் பின்னர் முஸ்லிம் சமுதாயத்தின் பாதுகாப்பிற்கு அச்சுறுத்தலாக ஒரு சக்தி இருந்தது. அதுதான் கைபர் என்னும் மாநகரம். முஸ்லிம்களின் முந்தைய வெற்றிகளுக்குப் பின்னால் பல அகதிகளை அந்நகரம் ஏற்றிருந்தது. அந்நகரின் கோட்டை அமைப்பு, அவர்களிடமிருந்த ஆயுத சேகரங்கள், அவர்களது எதிரிகளை விட

அவர்களிடமிருந்த செல்வ வளம் ஆகியவற்றின் காரணமாக அவர்களிடம் மோத மதீனாவாசிகள் உட்பட எவரும் அஞ்சினர். பனு கைனுகா, பனு நதிர் மற்றும் பனு குரேஷா கோத்திரத் தலைவர்கள் தாங்கள் முஹம்மதுக்கு எதிரிகள் என்றும் அவருடைய முஸ்லிம் சமுதாயத்திற்கு கேடு விளைவிக்கும்படியோ அல்லது அவர்களைத் தனிமைப்படுத்தும்படியோ தங்கள் எதிர்ப்பைக் காட்ட எப்போதும் தயங்கியதே இல்லை என்றும் கைபரின் தலைவர்களிடம் தெரிவித்திருந்தனர்.

கைபர் மீது படையெடுக்கத் தீர்மானித்த இறைத்தூதர் எதிரிகள் சுதாரித்துக் கொள்ளாதபடி அதனை ரகசியமாக வைத்திருக்கத் தீர்மானித்தார். கைபர் நகரைச் சார்ந்தவர்களும் அவர்களுடைய கூட்டணியினரும் பதினான்காயிரம் வீரர்களைத் திரட்ட முடியும் என்ற நிலையில் இறைத்தூதர் மேலதிக எண்ணிக்கையில் படை திரட்ட முடிந்தபோதும் வெறும் ஆயிரத்து நானூறு வீரர்களுடன் கைபரை நோக்கிச் சென்றார். இரவு வேளையில் நகரை நெருங்கிய இறைத்தூதர் அங்கிருந்த உள்ளூர்வாசி ஒருவரின் வழிகாட்டு உதவியுடன் கைபரின் இரண்டு கோட்டைகளுக்கு நடுவில் தன் படை முகாம்களை அமைத்தார். அதன் மூலம் இரண்டு கோட்டைக்குள்ளிருந்த கைபர் வாசிகள் மற்றும் கட்டப்ஃபான்களிடையிலான தொடர்பு துண்டிக்கப்பட்டது. பொழுது புலர்ந்தது. தாங்கள் முற்றுகை இடப்பட்டிருப்பதை அறிந்த இரண்டு கோட்டைவாசிகளும் திகைப்புற்றனர். அவர்களிடையே பயம் மெல்ல மெல்ல அதிகரித்தது. முற்றுகை பல நாட்கள் நீடித்தது. அந்தக் கால இடைவெளியில் முஹம்மதும் அவர்தம் படையினரும் தேவையான தகவல்களைச் சேகரித்து நல்ல வியூகங்களை வகுத்துக் கொண்டனர்.

அவர்கள் ஒவ்வொரு அரண்களாகத் தாக்கத் தீர்மானித்தனர். தாக்கத் தோதான அரண்களை முதலில் தாக்குவது என்ற அவர்களின் திட்டம் நல்ல பலனைத் தந்தது. கோட்டையும் விரைவில் வீழ்ந்தது. சரணடையும் ஒவ்வொருவருக்குமான நிபந்தனைகள் பரிமாறிக் கொள்ளப்பட்டன.

முஸ்லிம்களின் முற்றுகையைத் தாக்குப் பிடிக்க இயலாமல் பெரிய கோட்டையான காமூஸ் என்னும் கோட்டையும் பதினான்கு நாட்களுக்குப் பின்னர் வீழ்ந்தது. சாதாரண கோட்டைகளான கடைசி இரண்டு கோட்டைகளும் சரணடைந்தன. வெற்றி கொண்டவர்களுக்கும் வீழ்ந்தவர்களுக்குமான பேச்சு வார்த்தைகள் தொடங்கின. தோல்வியுற்றவர்கள் தங்களது தோட்டங்களிலும் விளை நிலங்களிலுமே வாழ்ந்து வரலாம். ஆனால் அவர்கள் முஸ்லிம்களுக்கு அவர்களின் விளைச்சல்களில் இருந்து வரி செலுத்த வேண்டும் என்பதற்கு அனுமதி அளிக்க இறைத்தூதர் ஒப்புக் கொண்டார். அனைத்துக் கோட்டைகளையும் வெற்றி கொண்டதன் மூலம் அந்த பிராந்தியத்தில் எதிரிகளே இல்லாத ஒரு நிலை உருவானது.

பனு குரேஷாக்கள் துரோகம் புரிவதற்குக் காரணமான ஹுயேயின் மகளும் சிறைப் பிடிக்கப்பட்டவர்களில் ஒருவராக இருந்தார். ஆனாலும் ஸஃபிய்யா என்ற அந்தப் பெண் தன் தந்தையிடமிருந்து முற்றிலும் மாறுபட்டவராக இருந்து இறைத்தூதரின் போதனைகளைக் கற்க முயன்று கொண்டிருந்தார்.

அவர் அடக்கமும் கனிவும் மிக்கவராக இருந்தார். இறைத்தூதர் மீது பகைமை எண்ணம் கொள்ளாதவராக அவர் இருந்தார். ஸஃபிய்யாவைப்

பற்றியும் அவரது ஆன்மிகத் தேடல் குறித்தும் இறைத்தூதர் கேள்விப்பட்டிருந்தார். மதீனா நகரத்துடனான தனது வாழ்வு பற்றி தான் கண்ட கனவை இறைத்தூதரிடம் கூற அப்பெண் தயங்கவில்லை. அவர் கூறியதைக் கவனமாகக் கேட்ட முஹம்மது அவருக்கு இரண்டு வாய்ப்புகளை அளித்தார். ஒன்று யூதராகவே அவர் தம் மக்களிடம் செல்வது. அல்லது இஸ்லாத்தை ஏற்று முஹம்மதை மணம் முடிப்பது. இதனைக் கேட்டுத் திகைப்புற்ற அப்பெண்மணி கூறினார், "நான் இறைவனையும் அவன்தம் தூதரையுமே தேர்ந்து கொண்டேன்." சிறிதுநாட்கள் கழித்து அத்திருமண விழா நடந்தேறியது.

ஹிஜ்ரி ஏழாவது ஆண்டான கி.பி. 628-ல் ஒரு புதிய நிலை உருவானது. அதன்படி வடக்குப் பகுதியிலிருந்து தாக்குதல்கள் ஏதேனும் வரும் என்ற நிலை மாறியது. கோத்திர, இனக்குழுக்களுக்கிடையிலான உறவு முறைகளில் குறிப்பாக வர்த்தகத்தில் செய்து கொள்ளப்பட்ட ஒப்பந்தங்கள் முஸ்லிம்களுக்குப் பாதுகாப்பை உறுதி செய்தன. இறைத்தூதர் செய்து கொண்ட திருமணங்களும் அதற்கு உதவிகரமாக அமைந்தன. திருமண உறவு கொண்ட கோத்திரங்கள் உறவினர்களானதால், அவர்கள் முஸ்லிம்களின் ஆதரவணியினராக ஆயினர். இவ்வாறாக எளிதில் ஊடுருவ இயலாத எதிர்க்க இயலாத ஒரு சமூகமாக முஸ்லிம்கள் மாறினர். எட்டு ஆண்டுகளில் முஸ்லிம்கள் மதீனா நகரில் குடியேறி வாழத் தொடங்கியதோடல்லாமல் இணையற்ற கௌரவத்தையும் செல்வாக்கையும் கொண்டவர்களானார்கள்.

அத்தியாயம் பதின்மூன்று

வீடு திரும்புல்

அபிஸீனியாவிற்குப் புலம் பெயர்ந்து சென்று பதினைந்து ஆண்டுகள் கழித்துத் திரும்பி வந்த ஆண்களையும் பெண்களையும் மதீனத்து முஸ்லிம் சமூகம் வரவேற்றது. அஸ்மா பின்த் உமையாவை மணந்து மூன்று குழந்தைகளுக்குத் தந்தையான ஜாஃபர் இப்னு அபுதாலிபும் அவர்களுள் அடங்குவார். மன்னர் நெகஸின் முன்னிலையில் இறைத்தூதர் மணம் புரிந்து கொண்ட உம்மு ஹபீபா பின்த் அபு ஸுஃப்யானும் மதீனா வந்து பள்ளி வாசலுக்கருகில் இருந்த தனது வீட்டில் குடியேறினார். நாட்கள் செல்லச் செல்ல இஸ்லாத்தை ஏற்பவர்களின் எண்ணிக்கை அதிகரித்துக் கொண்டே இருந்தது. இதன் காரணமாக இறைநெறிக்கான போதனை வகுப்புகளை இறைத்தூதர் அதிகரிக்கும்படியாயிற்று.

இங்கொன்றும் அங்கொன்றுமாக அவ்வப்போது மதீனாவுக்கு எதிராக எழுந்த எதிரிகளை அடக்க சிறு சிறு போர்க்குழுக்களை இறைத்தூதர் அனுப்ப வேண்டி இருந்தது.

உஸாமா இப்னு ஸெய்த்

இறைத்தூதரின் அதிகாரத்திற்குள்ளிருந்த ஃபடாக் பாலைவனச் சோலையின் யூத விவசாயிகளைத் தாக்கிக் கொண்டிருந்த வடக்கு பெடோயின் இனத்தினரைக் குறிப்பாக பனு மர்ரா என்னும் கோத்திரத்தாரை அடக்க ஒரு குழுவை முஹம்மது

அனுப்பினார். அவர்கள் கடுமையான எதிர்ப்பை எதிர் கொண்டனர். தாக்குதலுக்குச் சென்ற முப்பதுபேரும் கொல்லப்பட்டனர். இருநூறு வீரர்களைக் கொண்ட இன்னுமொரு படையை அனுப்ப முஹம்மது தீர்மானித்தார். அப்படையில் பதினேழே வயதான உஸாமா இப்னு ஸெய்தும் இருந்தார். இந்த உஸாமா என்பவர் இறைத்தூதரால் தன் வளர்ப்பு மகனாக எடுத்துக் கொள்ளப்பட்ட அடிமையான ஸெய்த் இப்னு ஹாரிதாவின் மகனாவார்.

முஸ்லிம் படையினரைத் தோற்கடித்து அந்த ஃபடாக் சோலைவனப் பகுதியின் வளங்களை எடுத்துக் கொள்வதற்காகப் பல இனக் குழுக்களும் ஒன்றுகூடி போர் புரிந்ததால் போர் மிகக் கடுமையானதாக இருந்தது.

பனு முர்ரா இனத்தின் ஒரு ஆள் உஸாமாவையும் அவர் இளவயதையும் இளக்காரப்படுத்திப் பரிகசித்ததை தாங்க இயலாத உஸாமா போரிடவும் தன்னைக் கேலி செய்தவருடன் சண்டை இடவும் தீர்மானித்தார். முஸ்லிம்களின் தாக்குதலை எதிர்கொள்ள முடியாத ஒரு பலவீனமான சூழலில் ஃபெடோயின்கள் பின் வாங்கி ஓடத் தொடங்கினர். படையினருடனேயே எப்போதும் இருக்க வேண்டும் என்ற படைத் தலைவரின் கட்டளையைத் தன் கோபத்தால் ஒதுக்கித் தள்ளிய உஸாமா, அவர்களைத் துரத்திச் சென்றார். அவர் தனது எதிரியைப் பிடித்து கீழே தள்ளி தாக்கியதில் அந்த எதிரி காயமடைந்தார். அந்த ஃபெடோயின் இனத்தவர், "இறைவன் ஒருவனேயன்றி வேறில்லை என்பதற்கு நான் சாட்சி கூறுகிறேன்" என்று உரத்த குரலில் கத்தினார். ஆனால் அதனைப் புறந்தள்ளிய உஸாமா அந்த பெடோயின்

இனத்தவரைக் கொன்றுவிட்டு முகாமுக்குத் திரும்பினார். நடந்ததனைத்தையும் அவர் கூறவே படைத்தலைவரும் மற்றவர்களும் உஸாமாவின் செயலைக் கேட்டு அதிர்ச்சி அடைந்தனர். தனது செயல் எவ்வளவு மோசமானது என்பதை உணர்ந்த உஸாமா படையினர் மதீனா திரும்பும்வரை அவர்களிடமிருந்து தன்னைத்தனிமைப் படுத்திக் கொண்டார்.

அவர் இறைத்தூதரைச் சந்தித்தபோது வெற்றி பெற்றமைக்காக முதலில் வாழ்த்துக் கூறிய இறைத்தூதர், உஸாமா நடந்ததனைத்தையும் சொல்லக் கேட்கவும் மிகவும் வேதனைப்பட்டு அதனை ஏற்றுக் கொள்ள இயலாது என்று நிலையில் இறைத்தூதர் உஸாமாவிடம் கேட்டார், "இறைவன் ஒருவனேயன்றி வேறில்லை என்ற அவர் சொன்ன பிறகா அவரைக் கொன்றீர்கள்?." அதற்கு உஸாமா, "அந்த ஃபெடோயின் தான் கொல்லப்படாதிருக்க வெறுமனே வாயால் மட்டுமே அப்படி சொன்னார்" என்று கூறினார். "அவர் உண்மையாகத்தான் சொன்னாரா அல்லது பொய்யாக அப்படிக் கூறினாரா என்பதையறிய அவர் இதயத்தை நீங்கள் பிளந்து பார்த்தீர்களா?" என்று இறைத்தூதர் கேட்டார். இதனைக் கேட்டுக் கலவரப்பட்ட உஸாமா, தனது செயல் மன்னிக்கப்படாது என்று பயந்தார். ஆனால் போரானாலும் சரி, அமைதிக் காலமானாலும் சரி மக்களின் இதயங்களில் என்ன இருக்கிறது என்பதை அறியாது செயல்படுவதைக் குறித்த மிக முக்கியமான போதனையைச் செய்து இறைத்தூதர் அவரை மன்னித்து விட்டுவிட்டார்.

அந்த ஃபெடோயின் உச்சரித்ததைக் கேட்ட உஸாமா அவரைக் கொன்றிருக்கக் கூடாது. அந்த ஃபெடோயின் மனமார்ந்து அதனைக்

கூறி இருப்பாரேயானால் அவர் நிச்சயமாகப் பிழைத்திருப்பார். ஆனால் அவர் போலியாக அப்படிக் கூறியிருந்தாலும் கூட மன்னிப்புக்கும் கருணைக்கும் வாய்ப்பு இருந்திருக்கும். அதனைப் போன்ற சூழ்நிலைகளில் முஸ்லிம்கள் கட்டுப்பாட்டுடனும் தயையுடனும் சமாதானத்தைத் தேட வேண்டும் என்று இறைவசன வெளிப்பாடு கூறுகிறது.

"இறை நம்பிக்கையாளர்களே! இறைவனின் பாதையில் (போருக்கு) நீங்கள் சென்றால் (போர்முனையில் உங்களை எதிர்த்துச் சண்டை செய்வோர் இறை நம்பிக்கையாளர்களா அல்லது மற்றவர்களா) என்பதைத் தெளிவாக அறிந்து கொள்ளுங்கள்; (அவர்களில்) எவரேனும் (தாம் இறை நம்பிக்கையாளர் என்பதை அறிவிக்கும் பொருட்டு) உங்களுக்கு "சாந்தியும் சமாதானமும் உண்டாவதாக!" என்று கூறினால் இவ்வுலக வாழ்க்கையின் அற்பமான அழியக்கூடிய பொருட்களை அடையும் பொருட்டு "நீ இறைநம்பிக்கையாளனல்ல" என்று கூறி (அவரைக் கொன்று) விடாதீர்கள். இறைவனிடம் ஏராளமான செல்வங்கள் இருக்கின்றன. இதற்கு முன்னர் நீங்களும் (பயந்து பயந்து) இவ்வாறே இருந்தீர்கள். இறைவன் உங்கள் மீது அருள் புரிந்தான். எனவே (மேலே கூறியவாறு போர்முனையில்) நீங்கள் தெளிவுபடுத்திக் கொள்ளுங்கள். நிச்சயமாக நீங்கள் செய்வதையெல்லாம் இறைவன் அறிந்தவனாகவே இருக்கின்றான்" *(குர்ஆன்)*

தன்னைச் சாவு நெருங்குகிறது என்ற நிலையில் அந்த ஃபெடோயின் சமாதானத்தைக் கோரினார். ஆனால் உலகியலில் தனது கௌரவத்தின் மீது கொண்ட விருப்பத்தினால் குருடனாக மாறிய உஸாமா தனது இனப்பழக்கத்தின்படி செயல்பட்டுவிட்டார். அது இஸ்லாத்தைப் பற்றிய அவரது புரிதலைச் சரி செய்து கொள்ளும்படியாக ஆனது. அவரது எதிரி கூறியதன் பின்னால் என்ன இருந்தாலும், உஸாமாவின் செய்கையையோ எண்ணத்தையோ அது நியாயப்படுத்தி விடாது. இந்த வகையில் ஒருபோதும் தான் அப்படி செயல்படக் கூடாது என்று தன்னுள் உறுதி எடுத்துக் கொண்ட உஸாமா, இனி கருணையுடனும் கவனத்துடனும் தான் செயல்படவேண்டும் என்று தீர்மானித்துக் கொண்டார். மூன்றாண்டுகள் கழித்து இறக்கும் தருவாயில் இருந்தபோது இஸ்லாமியப் போர் நெறிகள் பற்றிய போதனைகளையும், பரிந்துரைகளையும் அவரிடம் இறைத்தூதர் ஒப்படைத்தார்.

ஒருவரின் இதயத்தில் என்ன இருக்கிறது என்பது மனிதர்களின் அறிவுக்கு அப்பாற்பட்டது. ஒருவரின் உள்ளத்தில் என்ன இருக்கிறது என்பதை அறிந்து கொள்வதில் எப்படி இருக்க வேண்டும்? எப்படி செயல்பட வேண்டும் என்பதற்கு இறைத்தூதரே சிறந்ததொரு உதாரணமாக விளங்குகிறார். தன்னைச் சுற்றி இருந்தவர்களில் உள்ளொன்று வைத்துப் புறமொன்று பேசுபவர்கள் குறித்து இறைத்தூதர் அறிந்தே இருந்தார். ஆனால் அவர்கள் மீது எந்தவித வேறுபாடான அணுகுமுறையையும் அவர் கொண்டிருக்கவில்லை. அவர் அவர்களிடம் எச்சரிக்கையுடனும் சில வேளைகளில் மிகவும் எச்சரிக்கையுடனும் இருப்பார். அப்துல்லா இப்னு

உபை என்பவர் பலமுறை பொய்களைக் கூறி இருந்தும் உஹதுப் போரில் கூட கைவிட்டு துரோகம் இழைத்திருந்தும், முஸ்லிம் சமூகத்தின் பகைவர்களுடன் தொடர்ந்த உறவைக் கொண்டிருந்தபோதும் அவர் மீதும் அவருடைய நண்பர்கள் மீதும் எந்த நடவடிக்கையையும் இறைத்தூதர் எடுக்கவில்லை. முக்கியமான செயல்பாடுகளில் மட்டும் அவர்களை ஒதுக்கி வைத்திருந்தார். தபூக் படையெடுப்பிற்குப் பின் சில காலம் கழித்து உபை மரணமடைந்தபோது உமரின் எதிர்ப்பையும் பொருட்படுத்தாமல் உபையின் இறுதிச் சடங்கிற்கான தொழுகையை இறைத்தூதரே முன்னின்று நடத்தினார். எல்லாவற்றிற்கும் மேலாக நயவஞ்சகர்களுக்காகப் பிரார்த்தனை புரிய வேண்டாம் என்று இறைவசனமொன்று கூறுகிறது. "அவர்களில் (நயவஞ்சகர்களில்) யாராவது ஒருவர் இறந்துவிட்டால் அவருக்காக நீர் ஒருக்காலும் தொழுகை புரிய வேண்டாம். இன்னும் அவருடைய அடக்கஸ் தலத்தில் (பிரார்த்தனைக்காக) நிற்க வேண்டாம்; ஏனென்றால் இறைவனையும் அவர்தம் தூதர்களையும் நிராகரித்துப் பாவிகளாகவே அவர்கள் இறந்தார்கள்". **(குர்ஆன்)**

துரோகிகளாகவும் நயவஞ்சகர்களாகவும் இறக்கும் ஒருவரைப் பற்றி மிகவும் தெளிவாகவும் கறாராகவும் இறைவசனம் கூறுகிறது. அவர்கள் வாழும் காலத்தில் அவர்களுக்கு எதிரான தீர்ப்பை அளிக்க எவருக்கும் அதிகாரம் அளிக்கப்படவில்லை. அவர்கள் மீது எந்தத் தீர்ப்பையும் நடவடிக்கையையும் மேற்கொள்ளாத இறைத்தூதரின் செயல் மிகச் சிறந்த உதாரணமாக விளங்குகிறது. அது இறுதிவரை மனித மனதில் மாற்றம் உண்டாவதற்கான சாத்தியக்கூறுகள்

இருப்பதை உணர்த்துகிறது. அவர்கள் துரோகம் மற்றும் நயவஞ்சக மன நிலையிலேயே இறந்ததால் அவர்கள் இறப்புக்குப் பின் அவர்களுக்காகத் தொழுகை புரிவதையும் பிரார்த்திப்பதையுமே வேண்டாததாக இறைவன் கூறுகிறான்.

மரியா

தம் மனைவியர்களுக்குள் ஏதும் சச்சரவு ஏற்பட்டிராத வகையில் தன் சொந்த வாழ்க்கையில் மிகவும் கவனத்துடன் இறைத்தூதர் வாழ்ந்து வந்தார். இறைத்தூதர் மிகுந்த அக்கறையுடனும் குடும்ப விவகாரங்களில் சிரத்தையுடனும், வீட்டு காரியங்களில் உதவிக் கொண்டும் வாழ்ந்ததாக இறைத்தூதரின் மனைவியான ஆயிஷா கூறுகிறார். "இறைத்தூதர் தனக்கான ஆடைகளின் தையல் வேலைகளையும் செய்து தனது காலணிகளையும் சரி செய்து கொள்வார்" என்றும், "தொழுகைக்கான அழைப்பொலி கேட்டதும் தான் செய்து கொண்டிருந்த வேலைகளை நிறுத்திவிட்டு இறைவணக்கத்திற்காகப் பள்ளிவாசலுக்குச் செல்வார்" என்றும் கூறுகிறார். அனைத்துச் சூழ்நிலைகளிலும் ஏன், நோன்பிருக்கக் கூடிய ரமலான் மாத்தில் கூட மிக மென்மையாகக் கனிவுடன், அன்பாக இறைத்தூதர் நடந்து கொள்வார் என்றும் அவர் கூறுகிறார். பல்வேறு சந்தர்ப்பங்களில் இறைத்தூதரின் இத்தகைய அருங்குணங்களை ஆயிஷா குறிப்பிடுகிறார். இறைத்தூதரின் ஏனைய மனைவியரும் கூட இதனைப் பல இடங்களில் குறிப்பிடுகின்றனர்.

மக்கா நகரப் பெண்களைவிடவும் மதீனத்துப் பெண்கள் அனைத்துச் செயல்பாடுகளிலும் பங்கு கொண்டு ஆன்மிகச் செயல்பாடுகளில் உறுதியாகவும் தெளிவாகவும் ஈடுபட்டு வந்தனர். மக்கா நகரத்துப்

பெண்கள் போலல்லாது உமரின் மனைவியர் உமருடைய செயல்பாடுகளுக்கு எதிர்வினை புரிந்தனர். இதனைக் குறித்து விசனத்துடன் தன் மனைவியிடம் குறை கூறியபோது அவர் மனைவி, தமது மகளான ஹப்ஸா அவருடைய கணவரான இறைத்தூதரிடம் அப்படியே பதில் கூறியதாகவும், அதனை இறைத்தூதர் ஏற்றுக் கொண்டதாகவும் உமரும் அத்தகைய மனநிலையையே கைக்கொள்ள வேண்டும் என்றும் கூறினார். இதனைக் கேட்டுத் திகைப்புற்ற உமர் தன் மகளிடம் சென்று அதுபற்றி வினவியபோது, அதனை உறுதிப்படுத்திய அவருடைய மகள், இறைத்தூதரின் ஏனைய மனைவியரும் கருத்துக் கூறுவதற்கோ விவாதம் புரியவோ தயங்கியதில்லை என்றும் இறைத்தூதருக்கு எந்தத் தடையுமின்றி பதிலளித்ததாகவும் அதனை இறைத்தூதர் ஏற்றுக் கொண்டதாகவும் கூறினார். இவற்றைச் சரி செய்து கொள்ள வேண்டும் என்று உமர் இறைத்தூதரிடம் சென்று தெரிவித்தபோது, அவர் பேசியதை உற்றுக் கவனித்த இறைத்தூதர் வெறுமனே புன்னகை மட்டுமே புரிந்தார்.

முஹம்மது தமது மனைவியரிடம் மிகுந்த அக்கறையுடன் நடந்து வந்தார். அவர்களது கருத்துக்களைக் கூர்ந்து கவனிப்பார். அவர் தன் முதல் மனைவியான கதீஜாவிடம் நடந்து கொண்ட நல்லியல்புடனே மற்றெல்லா மனைவியருடனும் தம் வாழ்நாள் முழுவதும் நடந்து கொண்டார். முஹம்மதின் இறைத்தூதர் என்ற உன்னத நிலையையும் அவர் சராசரியான ஒரு கணவர், ஒரு மனிதர் என்பதற்கான நிலைக்கும் இடையிலான வேறுபாட்டை அவர்தம் மனைவியரால் நன்றாகவே புரிந்து கொள்ள முடிந்தது. ஆயிஷா சம்பந்தமான

குறையொன்று தோன்றியபொழுது, இறைத்தூதர் சுணக்கமுற்று பின், இறைவனிடம் இருந்து மன்னிப்பைப் பெற்றபோது, ஆயிஷாவின் தாயார் இறைத்தூதருக்கு நன்றி தெரிவிக்க ஆயிஷாவிடம் சொன்னபோது அதனை மறுத்து ஆயிஷா, தன்மீது மெல்லிய சந்தேகம் கொண்ட இறைத்தூதரை விடுத்து இறைவனுக்கே நன்றி கூறுவதாகக் கூறினார். தன்னைத் தனித்துவம் மிக்க உயர் நிலையில் நடத்த வேண்டும் என்று இறைத்தூதர் ஒருபோதும் கோரியதில்லை. அவர்தம் மனைவியரின் எதிர்பார்ப்புகளை நிறைவேற்றவே எப்போதும் முயற்சி செய்தார். காலம் செல்லச் செல்ல, வெற்றிகள் குவியக் குவிய, இறைத்தூதரின் வீடுகளில் ஓரளவு செல்வ வளம் பெருகியது. தங்களின் செல்வாக்கிற்கு அடையாளமாக வீட்டு உபயோகப் பொருட்கள் இன்னும் அதிகம் வேண்டும் என்று அவர்கள் கேட்கத் தொடங்கினார்கள்.

முக்காகிஸ் என்பவரால் இறைத்தூதருக்கு அன்பளிக்கப்பட்ட மரியா என்ற அடிமைப்பெண் வந்ததும் சூழ்நிலை சூடு பிடித்தது. மரியா மிகவும் அழகு பொருந்தியவராக இருந்தார். இறைத்தூதர் அவர் வீட்டுக்கு அடிக்கடி செல்லலானார். இது மற்ற மனைவியரிடம் பொறாமையை விதைத்தது. ஆயிஷாவும் ஹப்ஸாவும் மரியாவை விமர்சிக்கத் தொடங்கினர். இறைத்தூதர் இல்லாத சமயங்களில் அவர்கள் இருவரும் கூடிப் பேசினர். அந்த விமர்சனங்கள் மரியாவை வேதனைப்படுத்தும் என்பதால், மரியாவின் வீட்டைத் தொலைவில் மாற்ற இறைத்தூதர் முதலில் தீர்மானித்தார். ஆனால் வெளியான இறைவசனங்கள் அந்தத் தீர்மானத்திற்கு எதிராக இருந்தன. அவருடன் வாழ்வதா அல்லது

மணவிலக்குப் பெறுவதா என்பதைத் அவர்தம் மனைவியரே தீர்மானிக்கட்டும் என்று இறைவசனம் கூறியது. இறைத்தூதர் தம் மனைவியர்களிடமிருந்து தனித்து அவர்களைச் சந்திக்காமல் ஏறக்குறைய ஒரு மாதம் வரை இருந்த நிலை, அவர்தம் மனைவியரிடமும் தோழர்களிடமும் குறிப்பாக உமரிடமும் கலவரத்தை ஏற்படுத்தியது. இறைத்தூதர் தம் மனைவியரைக் காணாதிருந்தது இறைக்கட்டளைப்படி அவர் தம் மனைவியர் சேர்ந்து வாழ்வதா அல்லது மணவிலக்குப் பெறுவதா என்ற முடிவை மேற்கொள்வதற்காக இருந்தது. அவர்கள் அனைவரும் இறைவனையும் அவன் தூதரையும் ஏற்றுக் கொண்டனர்.

அடிமைப் பெண்ணான மரியா இறைத்தூதரின் மனைவிமார்களுக்கு ஒரு சோதனையாக அமைந்தார். இறைத்தூதர் என்ற உன்னத நிலைக்கும் அறிவுரை பெறக்கூடிய விவாதங்கள் புரியக்கூடிய சாதாரண மனிதராக அவர் இருந்த நிலைமைக்குமான வேறுபாட்டை அவர்களால் புரிந்து கொள்ள முடிந்தது. ஆனால் முஹம்மதின் உன்னதமான இறைத்தூதர் என்ற நிலையைக் கொண்டு அவர்தம் மனைவியர் சமூகத்தில் எந்த உரிமைகளையும் சிறப்பிடங்களையும் நாடவில்லை. எல்லாவற்றிற்கும் மேலாக இறைத்தூதரின் மனைவியாக இருப்பதோ அல்லது அடக்கமான கனிவான எளிமையான ஒருவருக்கு மனைவியாக இருப்பதோ இறைநம்பிக்கையின் உயர்நிலையைப் பெறுவதற்கான காரணமாக இருக்காது என்று வெளிப்பட்ட இறைவசனங்கள் கூறின. இறைத்தூதர்களான நோவா மற்றும் லூத் ஆகியோரின் மனைவியார் இறையருளை இழந்திருந்தனர். ஆனால் பரோவோவின்

மனைவியோ அவர் தம் அடக்கம் மற்றும் பணிவான குணங்களின் காரணமாக இறையருளைப் பெற்றிருந்தார். இவ்வளவுக்கும் பரோவா மிகுந்த தற்பெருமை கொண்டு இறைவனை நிராகரித்த ஒருவராவார். ஒரு தம்பதியருக்குள் அவனுடைய அல்லது அவளுடைய விதியை நிச்சயிக்கும்படியாக அவரவரின் பொறுப்பும், தேர்வும், குணநலன்களும் இருக்கின்றன. அந்த வகையில் இறைத்தூதரின் மனைவியர் எந்தச் சலுகையையும் கோராமல் அடக்கத்துடன் இருக்க வேண்டியதாயிற்று. கதீஜாவின் மூலம் பிறந்த காஸிமும் அப்துல்லாவும் இளவயதிலேயே மரணமுற்றனர். அதன்பின் மரியாவுக்கு இறைத்தூதர் மூலம் ஒரு மகன் பிறந்தது இறைத்தூதரின் மனைவியருக்கு மேலும் சோதனையான ஒன்றாக ஆனது. பிறந்த ஆண் மகவுக்கு ஆப்ரஹாமின் நினைவில் இப்ராஹீம் என்று இறைத்தூதர் பெயரிட்டார்.

குறுகியகால புனிதப் பயணம்

ஹுதைபிய்யா ஒப்பந்தம் செய்து கொள்ளப்பட்டு ஓராண்டானது, ஒப்பந்தத்தில் குறிப்பிட்டபடி புனிதப்பயணம் மேற்கொள்ளும் காலத்தை உணர்த்தியது. இரண்டாயிரம் முஸ்லிம்கள் இறைத்தூதருடன் குறுகிய கால புனிதப் பயணம் மேற்கொள்ள முனைந்தனர். கைபரிலிருந்து படையினர் வந்து சேர்ந்த சிறிது காலத்தில் மக்காவிலிருந்து வந்த திண்ணைத் தோழர்களுடன் ஏழை ஒருவரும் இருந்தார். அவர் மிகவும் பணிவானராகவும் வறியவராகவும் இருந்தார். அவர் பூனைக்குட்டிகளை மிகவும் விரும்பியதால் அவரை இறைத்தூதர் பூனைக் குட்டிகளின் தந்தை என்று அழைத்து வந்தார். இறைத்தூதரின் வாழ்க்கை வழிமுறைகளைக் கச்சிதமாகவும் தெளிவாகவும்

குறிப்பிடக்கூடியவரான அவர்தாம் அபு ஹுரைரா என்பவர். அவர் இஸ்லாத்தை நெடுநாள் கழித்து ஏற்றிருந்தும் அவருடைய குறிப்புகள் மிகவும் தெளிவானவையாகவும் நம்பத் தகுந்தவையாகவும் இருந்தன.

புனிதப் பயணிகள் மக்காவை அடைந்து புனிதத் தலத்திலிருந்து குரேஷிகள் வெளியேறும் வரை காத்திருந்தனர். புனிதப் பயணத்திற்கான எளிய வகை ஆடைகளையே முஸ்லிம்கள் உடுத்தியிருந்தனர். குரேஷியர்கள் குன்றுகளின் மேலிருந்து அவர்களைக் கவனித்துக் கொண்டிருக்கையில் அவர்கள் மக்காவிற்குள் நுழைந்தனர். இறைத்தூதர் கஅபா ஆலயத்தை ஏழு முறை வலம் வந்தார். ஸஃபா, மர்வா என்ற இரண்டு குன்றுகளுக்கிடையிலும் அவர் ஏழு முறை தொங்கோட்டமாக ஓடினார். இவ்வாறாக அந்தக் குறுகிய புனிதப் பயணச் சடங்குகள் நிறைவுற்றன. இறைத்தூதர் கஅபா ஆலயத்திற்குள் செல்ல விரும்பியபோது, "ஒப்பந்தத்தில் அவ்வகையான நிபந்தனை ஏதுமில்லை" என்று குரேஷியர்கள் அதற்கு மறுப்புத் தெரிவித்தனர். இறைத்தூதர் அதற்கு ஒன்றும் கூறாமல் அந்த வளாகத்திலேயே தங்கினார். அங்கிருந்து தனது இனிய கம்பீரமான குரலால் பிலால் ஐவேளைத் தொழுகைக்கான அழைப்பைச் செய்தார். முஸ்லிம்களின் அழகிய, எளிய, கௌரவமான புனிதப் பயணச் செயல்பாடுகளையும் இறைவணக்கங்களையும் கண்ட குரேஷியர்கள் ஆச்சர்யமடைந்தனர். இதனை அவர்கள் பின்னாட்களில் ஒப்புக் கொண்டனர்.

இந்த நேரத்தில் இறைத்தூதரின் சிறிய தந்தையான அப்பாஸ், தான் இஸ்லாத்தை ஏற்றுக் கொள்வதாக வெளிப்படையாக அறிவித்தார்.

விதவையான மைமூனா என்பவரை மணந்து கொள்ளும்படி இறைத்தூதரை அப்பாஸ் கேட்டுக் கொண்டதற்கிணங்க மைமூனாவை இறைத்தூதர் மணந்து கொண்டார். திருமண விழாவை மக்காவில் கொண்டாட அவர் விரும்பியபோதும் குரேஷியர்கள் பிடிவாதமாக மறுத்துவிட்டனர். புனிதப்பயணத்தின் மூன்று இரவுகள் கடந்துவிட்டன. ஒப்பந்தத்தின்படி புனிதப் பயணிகள் நகரத்தைவிட்டு வெளியேற வேண்டிய நேரம் வந்தது. குரேஷியர்களைக் குறித்து தோழர்கள் ஏதும் கூறாதிருக்கும்படி கட்டுப்பாடாக இருக்க வைத்து மக்கா நகரைவிட்டு மதீனாவை நோக்கி இறைத்தூதர் புறப்பட்டார். சிறிய தகப்பனாரான அப்பாஸின் மனைவியின் தங்கைதான் மைமூனா. அவர் மக்ஸூம் கோத்திரத்தைச் சேர்ந்தவராக இருந்ததால், மக்ஸூம் கோத்திரத்தார் இறைத்தூதருக்குக் கடமைப் பட்டவர்களானார்கள்.

மதீனாவில் வாழ்க்கை வழக்கம் போல் சென்று கொண்டிருந்தது. முன்பு சந்தித்திருந்த மூன்று நபர்கள் எதிர்பாராதவிதமாகத் தன்னைச் சந்திக்க வருவதை இறைத்தூதர் கேள்விப்பட்டார். உத்மான் இப்னு தல்லாஹ், காலித் இப்னு அல் வலீத் மற்றும் அம்ர் இப்னு அல் ஆஸ் என்ற அந்த மூவரும் இஸ்லாத்தை ஏற்றுக் கொண்டு இறைத்தூதருக்குத் தமது ஆதரவைத் தெரிவிக்க வந்திருந்தனர். இவர்கள் மூவரும் பல ஆண்டுகளாக வெகு மூர்க்கமாக இறைத்தூதருக்கு எதிராகப் போர் புரிந்தவர்கள். அந்த மூவரும் இஸ்லாத்தை ஏற்பதைக் குறித்து இறைத்தூதர் மகிழ்ச்சியடைந்தார். அவர்களுடைய தகுதி தராதரங்களை நன்கறிந்த தோழர்களும் மகிழ்ச்சியுற்றனர். இறைவனின் ஒருமைத் தன்மையை ஏற்றுக் கொண்டதால் இஸ்லாத்தின்

மிக மோசமான எதிரிகளாக இருந்தவர்களைக் கூட மன்னிப்பது என்ற இஸ்லாத்தின் போதனையின் வெளிப்பாடாக இந்நிகழ்ச்சி அமைந்தது. இறைத்தூதருக்கும் அவர் கொணர்ந்த செய்திக்கும் கடுமையான எதிர்ப்பை ஏறக்குறைய இருபதாண்டுக் காலமாகக் காண்பித்து வந்த அவர்கள் இஸ்லாத்தை முழுமையாக ஏற்றுக் கொண்டனர். இறைத்தூதரின் வாழ்வின் இறுதிக்காலமான இரண்டாண்டுகளில் அவர்கள் இஸ்லாமியத்தின் சிகரங்களாகவும் அர்ப்பணிப்பு நிறைந்தவர்களாகவும் தோழர்களை ஒன்றிணைப்பவர்களாகவும் விளங்கினர். அனைத்துக் கால கட்டங்களிலும் முஸ்லிம்களின் ஒற்றுமையின் சின்னமாக அவர்கள் மாறினர். இதயங்களை மாற்றக் கூடியதான ஆழமான வலிமை பொருந்திய அந்த இறை நம்பிக்கை, காலம் மற்றும் பகுத்தறிவது போன்றவற்றால் விளக்க முடியாதது. நீண்ட காலமாகச் சமயத்தைப் பின்பற்றுபவரைக் காட்டிலும் சமீபத்தில் இஸ்லாத்தை ஏற்ற இவர்களது நம்பிக்கை ஆழமானதாகவும் ஒளிபொருந்தியதாகவும் இருந்தது. மக்களின் உள்ளங்களில் என்ன உள்ளது என்பதைக் கண்டறிய முற்படுவதிலிருந்து விலகி இருக்க வேண்டும் என்பதை இது காட்டுகிறது.

முத்ஆ

முஸ்லிம்கள் தங்கள் வணிகக் காரணங்களுக்காக சிரியா செல்ல முடியும் என்பதையும் தம்முடன் கூட்டணி வைத்துக் கொண்டிருப்பவர்களின் உறுதியை அறிந்து கொள்ளவுமாக வடக்கு நோக்கி ஒரு தூதுக் குழுவை அனுப்ப இறைத்தூதர் தீர்மானித்தார். ப்தினைந்து பேர் கொண்ட அக்குழுவினரில் பதினான்கு பேர் கொல்லப்பட்டனர். அதே காலகட்டத்தில்

புஷ்ராவை நோக்கிச் சென்ற மற்றொரு தூதுக் குழுவினரும் கஸ்ஸான் பழங்குடி இனத்தவரால் வழியிலேயே தடுத்துக் கொல்லப்பட்டனர். சிரியாவின் பகுதியிலிருந்து வந்த அச்சுறுத்தல் அதிகமாகிக் கொண்டே இருந்தது. அமைதிக்காகச் சென்ற தூதுக் குழுவினர் கொல்லப்பட்டது சரி செய்யப்பட்டே ஆக வேண்டும் என்ற நிலையில் மூவாயிரம் வீரர்களைக் கொண்ட ஒரு படையை அனுப்ப இறைத்தூதர் தீர்மானித்தார். அவர்களுக்கெல்லாம் தலைவராக முன்னாள் அடிமையான ஸெய்த் இப்னு ஹாரிதாவை அவர் நியமித்தது பல தோழர்களுக்கும் ஆச்சர்யத்தை ஏற்படுத்தியது. ஸெய்த் கொல்லப்பட்டால் அப்துல்லா இப்னு ரவாஹா தலைமை ஏற்பார் என்றும் இறைத்தூதர் அறிவித்தார்.

படையணியினர் புறப்பட்டனர். அவர்கள் சிரியாவுக்கு அருகில் சென்றதும் அரேபியப் பழங்குடி இனத்தவர்களில் பெரும்பாலானோரும், பைஸாண்டியப் பேரரசின் துணையுடன் ஏரக்குறைய ஒரு லட்சம் வீரர்களைக் கொண்ட வலிமையான படையுடன் இருப்பதாகக் கேள்விப்பட்டனர். மதீனாவுக்குத் திரும்பிச் செல்லுவதா, அல்லது மேலதிகப் படையினரைக் கோருவதா அல்லது போர் புரிவதா என்பது பற்றி விவாதிக்கக் கூட்டம் கூடியது. தன்னம்பிக்கையால் உந்தப்பட்ட தோழர்கள் சிலர், குறிப்பாகத் தான் வீர மரணமடைவோம் என்று தன் உள்ளுணர்வு சொன்னதாக நம்பிய அப்துல்லா இப்னு ரவாஹா போன்றோர் முதலில் திட்டமிட்டு இருந்தபடி முன்னேறலாம் என்றும் இறைத்தூதரிடம் எதையும் தெரிவிக்க வேண்டாம் எனவும் தீர்மானித்தனர். அவர்கள் எதிரிகள் இருந்த பகுதியை நெருங்கி

கவனித்தனர். உடனடியாகத் தங்கள் பாதையை மாற்றுவதைக் கண்ட அரபு மற்றும் பைஸாண்டியப் படையினர் அவர்கள் பின்வாங்குவதாக நினைத்தனர். சாதகமான நில அமைப்பைக் கொண்டிருந்த முத் ஆ பிரதேசத்தை அடைந்ததும் எதிரிகளுக்கு அதிர்ச்சி அளிக்கும்படியாக திடீர் தாக்குதலை நடத்த ஸெய்த் கட்டளையிட்டார். இந்த உத்தி எதிரிகளுக்கு அதிர்ச்சியை அளித்தது. ஆனால் குறைந்த எண்ணிக்கையில் படைவீரர்களைக் கொண்டிருந்த முஸ்லிம்களுக்குப் போதுமான சாதகத்தை அது அளிக்கவில்லை. ஸெய்தும் பின்னர் ஜாஃபரும் அவருக்குப் பின் தலைமை ஏற்ற அப்துல்லாவும் கொல்லப்பட்டனர். காலித் இப்னு அல் வலீத் தலைமையேற்கும் வரை முஸ்லிம் படையினர் அணி குலைந்த நிலையில் இருந்தனர். காலித் அனைவரையும் ஒன்றாக்கித் தாக்குதலைச் சமாளிக்கும்படி செய்தார். முஸ்லிம் வீரர்கள் எட்டுபேர் மட்டுமே உயிரிழந்திருந்தும் பின்வாங்க வேண்டியதாயிற்று. அது தோல்விதான் என்றபோதும் காலிதின் முடிவால் உயிர்ப்பலி தவிர்க்கப்பட்டது (இறந்த வீரர்களின் எண்ணிக்கை பன்னிரண்டு எனவும் சொல்லப்படுகிறது).

இறைத்தூதருடன் மதீனாவில் இருந்த தோழர்களுக்கு வித்தியாசமான அனுபவம் ஏற்பட்டது. இறைத்தூதர் காணும் கனவுகளும் சமிக்ஞைகளும் மிகவும் சரியாக இருப்பதை அவர்கள் கண்டிருந்தனர். இறைத்தூதரின் உள்ளுணர்வையும், விட்டு விட்டு அவர் மூலம் வெளிப்படும் இறைவசனங்களையும் அவர்கள் அறிந்து பின்பற்றினார்கள். அவருடைய வினோதமான தன்மையையும், எல்லோரையும் போலல்லாத அசாதாரண பரிமாணத்தையும்

கண்டு அதற்கும் அவர்கள் பழகிப் போயிருந்தனர். வடக்கிலிருந்து எந்தத் தூதுவரோ, தகவல்களோ வராத நிலையில் ஒருநாள் முஹம்மது தன் தோழர்களிடம் வந்து போர்க்களத்தில் தான் இருந்ததைப் போன்று சம்பவித்த அனைத்தையும் தெளிவாக விவரமாகக் கூறலானார். கண்களில் நீர்தளும்ப மிகுந்த மனவேதனையுடன் ஸெய்த், ஜாஃபர் மற்றும் அப்துல்லா ஆகியோர் போரில் வீரமரணமடைந்ததை அவர் கூறினார். காலிதின் தீர்மானத்தை மிகவும் பாராட்டிய இறைத்தூதர் அவரை 'இஸ்லாத்தின் போர் வாள்' என பெருமையாகக் கூறினார். அவருக்கு மிகவும் பிடித்தமானவர்களின் மரணத்தைப் பற்றிக் கூறும்போது அவரால் வேதனையை மறைக்க இயலவில்லை. ஜாஃபரின் மனைவியான அஸ்மாவிடமும் அவர் தம் குழந்தைகளிடமும் சென்று அவர்களுக்கு ஆறுதல் கூறினார் இறைத்தூதர். பின்னர் உம்மு அய்மனிடமும் உஸாமாவிடமும் சென்று ஸெய்த் மரணமடைந்ததைக் கண்ணீர் தளும்ப அவர்களிடம் கூறினார். ஸெய்தை தன் மகனைப் போலவும் அவர் குடும்பத்தினரைத் தனக்கு மிகவும் பிரியப்பட்டவர்களாகவும் கொண்டிருந்த இறைத்தூதர் அவர்களைத் தேற்றும்போது தேம்பி அழலானார். அவ்வழி சென்ற தோழர்களுள் ஒருவரான சாத் இப்னு உபாதா இறைத்தூதர் தேம்பி அழுவதைக் கண்டு திகைத்து அழுகையின் காரணத்தைக் கேட்டார். அதற்கு இறைத்தூதர் "மிகவும் நேசிக்கும் ஒருவருக்கான ஒருவருடைய அழுகை" என்று கூறினார். மனித வாழ்வின் நிலையாமையையும் நேசம் கொண்டவர்களுக்காகக் கலங்கி அழுவதன் உயர்வையும் நேசத்தையும்

மென்மைத் தன்மையுடன் வாழ்வதையும் இறைத்தூதர் தம் தோழர்களுக்குப் போதித்தார்.

காலிதின் தலைமையிலான முஸ்லிம் படையினர் முத் ஆவிலிருந்து திரும்பி வந்து இறைத்தூதர் கூறியவை அனைத்தையும் உறுதிப் படுத்தினர். இறைத்தூதரின் ஒட்டுமொத்த சமுதாயத்திற்கும் முஹம்மது இறைத்தூதர்தான் என்பதைத் தெளிவுபடுத்துவதாக இந்த சம்பவம் அமைந்தது. தனியாளாக இருந்து, தனியாளாகவே செயலாற்றிய இறைத்தூதரின் புத்திக் கூர்மையும் உயர்தன்மைகளும் எந்த ஒருவரிடமும் இல்லாத ஒன்றாக இருந்தது. அப்படி இருந்தும் மிகவும் எளிமையானவராகவும் அடக்கம் மிகுந்தவராகவும் மற்றவர்களைப் போன்று துக்க மிகுதியில் அழுபவராகவும் இறைத்தூதர் விளங்கினார்.

வடக்கில் சூழ்நிலை மிகக் கடுமையானதாகவே இருந்தது. முத் ஆவில் முஸ்லிம்களுக்கு ஏற்பட்ட தோல்வியைச் சாதகமாகப் பயன்படுத்திக் கொள்ள சில அரபு பழங்குடியினர் நினைத்தனர். சில பழங்குடியினர் முஸ்லிம்களுக்கு எதிராகப் படையெடுத்து வர தயாராவதை முஹம்மது ஒற்றர்கள் மூலம் அறிந்தார். வடக்கில் இருந்த பழங்குடியினத்தவருடன் உறவாக இருந்த அம்ர் இப்னு அல் ஆஸ் என்ற தோழரின் தலைமையில் முன்னூறு போர் வீரர்களை அனுப்ப இறைத்தூதர் தீர்மானித்தார். சூழ்நிலையை நன்கறிந்து தகவல் தரும்படி அவரிடம் இறைத்தூதர் கூறினார். எத்தனை கோத்திரத்தாரின் ஆதரவைப் பெற முடியுமோ அத்தனையையும் பெறும்படி இறைத்தூதர் அவருக்குக் கட்டளை இட்டார். எதிர்பார்த்ததை விட எதிரிகளின் எண்ணிக்கை அதிகமாக இருப்பதாகத் தோன்றவே மேலும் இருநூறு

வீரர்களை இறைத்தூதர் அனுப்பினார். கூட்டணிப் படையினரின் ஆதரவை உறுதிப்படுத்திக் கொண்டு புதியவர்களையும் கூட்டுச் சேர்த்துக் கொண்டு முஸ்லிம் படை சிரியா எல்லைக்குள் நுழைந்தது.

உடைந்த ஒப்பந்தம்

முன்னரே குறிப்பிட்டது போல் ஹுதைபிய்யா ஒப்பந்தம் மதீனத்து முஸ்லிம்களுக்கோ அல்லது குரேஷியர்களுக்கோ மாத்திரமல்லாமல் அனைத்துக் கூட்டணியினருக்குமானதாக இருந்தது. குஸ்ஸா இனத்தினர் முஹம்மதின் ஆதரவாளர்களாக இருந்தனர். அந்த இனத்தின் பனு காப் என்ற கோத்திரத்தார் மீது குறைரேஷியர்களின் ஆதரவாளர்களான பனு பக்ர் கோத்திரத்தார் தாக்குதல் நடத்தி ஒருவரைக் கொன்றுவிட்டனர். இந்த துரோகச் செயலை ஒரு தூதுவர் மூலம் இறைத்தூதருக்கு பனு பக்ர் கோத்திரத்தார் அறிவித்தனர். அந்த இரவு நேரத் தாக்குதல் ஒப்பந்தத்தை மீறும் செயலாக இருந்தது. இது தண்டிக்கப்பட வேண்டியதென்று முஹம்மது தீர்மானித்தார். குஸ்ஸா இனத்தவருக்கு இறைத்தூதர் உதவ வேண்டி வந்தது.

அந்தத் தாக்குதல் எத்தனை மோசமான வரம்பு மீறிய செயல் என்பதை உணர்ந்த குரேஷியர்கள், முஹம்மது ஏதும் எதிர்வினை புரிந்துவிடக் கூடாது என்பதற்காகச் செல்வாக்கு மிகுந்த ஒருவரைத் தூதராக முஹம்மதிடம் அனுப்ப தீர்மானித்தனர். ஒப்பந்தம் செய்து கொள்ளப்பட்ட காலத்திலிருந்தே குரேஷியர்கள் அவ் ஒப்பந்தத்தின் நிபந்தனைகளை மீறவும் முஸ்லிம்களுக்கு எதிராகச் செயல்படுபவர்களை ஊக்குவிக்கவும் ஏன் தாக்குதல் நடத்தத் தூண்டிக் கொண்டும் இருந்தார்கள். ஆனால் இம்முறை மிகவும்

வரம்பு மீறிய முறையில் அவர்கள் நடந்து கொண்டிருந்ததால் இறைத்தூதரைச் சமாதானப் படுத்த அபு ஸுஃப்யானே மதீனாவுக்குச் சென்றார். அபு ஸுஃப்யான் இறைத்தூதரின் மனைவியும் தன் மகளுமான உம்மு ஹபீபாவையும் பின்னர் அலியையும் சந்தித்து ஆதரவு கோரினார். ஆனால் பேச்சுவார்த்தைக்கான மார்க்கத்தை அவரால் கண்டுபிடிக்க இயலவில்லை. இறைத்தூதரும் அவர்தம் தோழர்களும் மௌனமாக இருக்கவே அந்தச் சூழ்நிலையில் என்ன செய்வது என்பது அபு ஸுஃப்யானுக்குத் தெரியவில்லை. அதனைத் தொடர்ந்த வாரங்களில் ஒரு படையெடுப்புக்குத் தயாராகும்படி தம் தோழர்களிடம் இறைத்தூதர் கேட்டுக் கொண்டார். படையெடுப்பு சிரியாவை நோக்கியும் தாக்கிஃபுக்கு எதிராகவும் அல்லது ஹவாஸினுக்கு எதிராகவும் இருக்கும் என்று பரவிய முரணான வதந்திகள் தீபகற்பத்தில் குழப்பத்தை ஏற்படுத்தின.

பள்ளிவாசலில் ஒரு பிரார்த்தனை செய்த பின்பு இறைத்தூதருக்கு ஒரு உள்மன தரிசனம் தோன்றியது. படையெடுப்பு பற்றிய ரகசியத்தை கடிதம் மூலமாக ஒரு பெண், குரேஷியர்களுக்கு துரோக எண்ணத்துடன் தெரிவிக்கப்போகிறார் என்பதுதான் அது. மக்காவை நோக்கிச் செல்லும்போது அந்தப் பெண் தடுத்து நிறுத்தப்பட்டதும் அக்கடிதத்தை முஹம்மதின் ஆட்களிடம் கொடுக்கிறார். அந்தக் கடிதத்தை எழுதியவர் கொல்லப்பட வேண்டும் என்ற உமரின் எண்ணத்திற்கு மாறாக இறைத்தூதர் அவருக்கு மன்னிப்பளித்து விடுகிறார். போருக்குத் தயாராகும்படி அனைத்து ஆதரவு கோத்திரங்களுக்கும் தூதர்கள் மூலமாக முஹம்மது தகவலனுப்பி போருக்கான தயாரிப்புகளில்

இறைத்தூதர் முஹம்மது | தாரிக் ரமதான் | 333

கவனம் செலுத்தினார். ஆதரவு அணியினருக்கு அப்போதும் கூட போர் எவரை எதிர்த்து என்பது தெரிவிக்கப்படவில்லை.

படையெடுப்பு ரமலான் மாதத்தில் தொடங்கியது. முஸ்லிம்கள் நோன்பு நோற்பதா வேண்டாமா என்பதை அவரவர்களே முடிவு செய்து கொள்ளட்டும் என்று இறைத்தூதர் விட்டுவிட்டார். மார் அஸ்ஸஹரான் என்ற இடத்தை அடையும்வரை இறைத்தூதர் நோன்பு நோற்றார். அங்கு முகாமிட்டபோது முஸ்லிம்களுக்குப் போரிட சக்தி வேண்டும் என்பதற்காக நோன்பு நோற்றலை நிறுத்தும்படி இறைத்தூதர் கேட்டுக்கொண்டார். படைகள் சென்று கொண்டிருந்தபோது வழியில் கடந்து கொண்டிருந்த நாய்க்குட்டிகளின் கூட்டத்திற்குப் படையினரால் எந்த ஆபத்தும் வந்துவிடாமல் ஒரு முஸ்லிமை கவனித்துக் கொள்ளச் சொன்னார் இறைத்தூதர். தேவையின்றி உயிர்களுக்கு எந்த ஊறும் விளையக்கூடாது என்பதில் அவர் கவனமாக இருந்தார்.

மார் அஸ் ஸஹரான் என்ற அந்த இடம் பல சாலைகளின் சந்திப்பில் அமைந்திருந்தது. நஜத், தாயிஃப், மக்கா ஆகிய இடங்களுக்குச் செல்லும் வகையில் பாதைகள் அமைந்திருந்தன. மக்காவை விட்டு மதீனாவில் குடியேறும் நோக்கத்தில் வெளியேறிய அப்பாஸ் என்பவர் வழியில் படையினருடன் இணைந்து கொண்டார். அவர்கள் முகாம்கலை அமைத்துக் கொண்டதும் எதிரிகளுக்கு உணர்த்தும் விதமாகக் கூடாரத் தீப்பந்தங்களைப் பல இடங்களில் ஏற்றும்படி இறைத்தூதர் கட்டளையிட்டார். பத்தாயிரம் தீப்பந்தங்கள் ஏற்றப்பட்டது மாபெரும் படை ஒன்று வருவதாக

உணர்த்தியது. குரேஷியர்களும் தாக்குதலை எதிர்நோக்கி அச்சமுற்றிருந்த பிற இனத்தாரும் இறைத்தூதரின் எண்ணம் என்ன என்பதையறிய தூதர்களை அனுப்பத் தீர்மானித்தனர்.

இம்முறையும் அபு ஸுஃப்யானும் அவருடன் ஹக்கீம், புடாயில் என்ற தூதர்களும் மக்கா நகரை இறைத்தூதர் தாக்காதிருக்கும்படி செய்ய வந்தனர். அவர்கள் நீண்ட நேரம் பேச்சுவார்த்தை நடத்தியும் இறைத்தூதரின் முடிவு என்பது உறுதியான ஒன்று என்று உணர்ந்து கொண்டனர். இறைத்தூதரின் தோழர்களின் மனநிலையையும் அவர்கள் கவனித்துக் கொண்டனர். தோழர்களின் பழக்க வழக்கங்கள் நடைமுறைகள் ஆகியவற்றையும் கவனித்தனர். ஹக்கீமும், புடாயிலும் இஸ்லாத்தை ஏற்றுக் கொள்ள முடிவு செய்தனர். இறை நம்பிக்கை கொள்ளும் வாசகத்தின் முதல் பகுதியான 'இறைவன் ஒருவனேயன்றி வேறல்ல' என்பதனைத் தான் ஒப்புக் கொள்வதாக அபு ஸுஃப்யான் அறிவித்தார். ஆனால் முஹம்மதின் நிலை குறித்து அவருக்குச் சந்தேகம் இருந்தது. இறை நம்பிக்கை கொள்ளும் வாசகத்தின் இரண்டாம் பகுதியான 'முஹம்மது இறைவனின் தூதராக இருக்கிறார்' என்பதை ஏற்றுக் கொள்ள அவருக்குக் கால அவகாசம் வேண்டியிருந்தது. அந்த இரவை அம் முகாமிலேயே கழித்த அவர் முஸ்லிம்களின் அர்ப்பணிப்பையும் இறைத்தூதரிடம் அவர்கள் பழகும் முறையையும் கண்டு அப்பாஸின் அறிவுறுத்தலின்படி இறைநம்பிக்கை கொள்ளும் வாசகத்தின் முழுப்பகுதியையும் ஏற்று அதிகாலை தொழுகைக்குப் பின் அவ்வாசகத்தை மொழிந்தார். இந்த மனமாற்றம் பலவீனமான ஒன்று என்பதை இறைத்தூதர் அறிந்துகொண்டார். படை

வீரர்கள் வருவதை நன்கு காணும் விதமாக அபு ஸுஃப்யானுடன் அப்பாஸையும் சேர்த்து அந்தச் சமவெளியின் கடைக்கோடிக்குச் செல்லும்படி இறைத்தூதர் கூறினார். முஸ்லிம் படையணியின் வரவைக் கண்ட அபு ஸுஃப்யான் மனதில் அது நன்றாகப் பதிந்தது. அதற்கு முன்னால் மெல்லிய குரலில் அப்பாஸ் இறைத்தூதரிடம் கௌரவாக நடத்தப்படுவதை அபு ஸுஃப்யான் மிகவும் விரும்புவார் என்றும் அதனை மறக்க வேண்டாம் என்றும் கூறி இருந்தார். இதனை மறக்காத-மனங்களை நன்கு கணக்கிட்டு விடக் கூடியவரான முஹம்மது, அபு ஸுஃப்யானிடம் அடைக்கலமாகிறவர்களோ, அல்லது கஅபா ஆலயத்திற்குள் அடைக்கலம் தேடுபவர்களோ அல்லது தத்தமது வீடுகளுக்குள்ளேயே இருப்பவர்களோ அச்சம் கொள்ளத் தேவையில்லை என்றும் அவர்கள் ஒன்றும் செய்யாமல் விடப்படுவார்கள் என்றும் மக்காவுக்கு செய்தி அனுப்பினார். முஸ்லிம் படையினர் மக்காவை அடையும் முன்பே அங்கு சென்ற அபு ஸுஃப்யான் அனைவரையும் சரணடையும்படியும் அசாதாரணமான முஸ்லிம் படையினரிடம் எதிர்ப்பேதும் காட்ட வேண்டாம் என்றும் கூறினார். (தனது சொந்த மனைவியான ஹிந்த் என்பவரால் கோழை என்றும் பைத்தியக்காரர் என்றும், இக்ரிமா இப்னு அபு ஜஹ்ல் போன்றவர்களால் இகழப்பட்டார் அபு ஸுஃப்யான்).

அபு ஸுஃப்யான் இஸ்லாத்தை ஏற்றுக் கொண்டதால் மட்டுமல்லாது இறைத்தூதரின் ஆளுமையாலும் அருங்குணத்தாலும் அபுஸுஃப்யான் ஆதரவைப் பெற்றார். ஓரிறையை அபுஸுஃப்யான் ஏற்றுக் கொண்டார். ஆனால் தான் எதிர்த்துச்

சண்டையிட்டு வந்த தன்னைப் போன்ற ஒருவரான முஹம்மதை இறைத்தூதர் என்று அவரால் முதலில் ஏற்றுக் கொள்ள இயலவில்லை. இதனை நன்கு புரிந்துகொண்ட முஹம்மது, எந்த அவசரத்தையும் காட்டாமல் அவராகவே புரிந்துணர்ந்து கொள்ளும்படி அபு ஸுஃப்யானை விட்டு விட்டார். இஸ்லாத்தை ஏற்றுக் கொண்டு விட்டபோதும் அதிகாரத்தின் மீதும் போற்றப்படுதலின் மீதும் அபு ஸுஃப்யானுக்கு இருந்த ஆவல் அப்படியே இருந்ததை இறைத்தூதர் தெரிந்து கொண்டிருந்தார். இதனை உணர்ந்து கொண்டதாலேயே தம் படை பலத்தை அபு ஸுஃப்யான் தெரிந்து கொள்ள வைத்துப் பிரச்சனைக்குத் தீர்வு காணவும் அவரைப்பயன்படுத்திக் கொண்டார் இறைத்தூதர். அவரிடம் மாற்றத்தைக் கொண்டு வருவதே இறைத்தூதரின் நோக்கமாக இருந்தது. ஆனால் ஒருவரின் குணாதிசயம், ஆசாபாசங்கள், ஆளுமைத்திறன் இவற்றை அவர் கணக்கிலெடுத்துக் கொண்டார். நீதி நெறியின் முன் அனைவரும் சமம் என்ற கொள்கையே இறைத்தூதரின் செய்தியாக இருந்தது. ஆனால் தனிப்பட்ட ஒவ்வொரு மனிதனின் இறைநம்பிக்கையின் மனநிலை வேறுபாடுகளையும் அவர் கருத்தில் கொண்டார்.

ஹிஜ்ரி எட்டாம் ஆண்டின் (கி.பி. 630) ரமலான் மாதத்தின் இருபது அல்லது இருபத்து ஒன்றாம் நாளில் இறைத்தூதர் மக்கா நகரில் நுழைந்தார் என்று பெரும்பாலான வரலாற்றுத் தரவுகள் தெரிவிக்கின்றன. படையினரைப் பல்வேறு பிரிவுகளாகப் பிரித்த இறைத்தூதர், நகரைச் சுற்றி வளைத்து மையப் பகுதிக்கு முன்னேறும்படி செய்தார். சுஹைல், இக்ரிமா மற்றும் ஸஃப்வான் போன்றவர்களின் தலைமையில் மிகக் குறைவான

எண்ணிக்கையிலானோர் குன்றுகளின் மேலிருந்து எதிர்த்தனர். எதிர்ப்பின் தொடக்க நிலையிலேயே எதிர்ப்பது என்பது வீணானது என்பதை அவர்கள் புரிந்து கொண்டனர். தனது வீட்டிற்குள் சுஹைல் அடைக்கலமானார். இக்ரிமாவும் ஸஃப்வானும் ஓடி ஒளிந்தனர். அந்த நாளில் சண்டையோ போரோ நிகழக் கூடாது என்று கேட்டுக் கொண்ட இறைத்தூதர் அந்த நாளை, "கருணை நாள்" என்றழைத்தார்.

எட்டாண்டுகளுக்கு முன்பு இறைத்தூதர் மக்காவை விட்டு ரகசியமாக வெளியேறியபோதும் தலை நிமிர்ந்தவராக, கௌரவமாக வெளியேறினார். இறைத்தூதர் பகலொளியில் வெற்றியாளராக மக்காவுக்குள் இப்போது நுழைந்தார். ஆனால் இம்முறை பேரிறைக்கு நன்றி தெரிவிக்கும் முகமாகத் தலையைத் தரையில் சாய்த்து குர்ஆனின் 'வெற்றி' (அல் ஃபத்தாஹ்) என்ற அத்தியாயத்தின் வசனங்களை ஓதினார். அது, "(நபியே) நிச்சயமாக நாம் தெளிவான வெற்றியாக உமக்கு வெற்றி அளித்துள்ளோம். உமது முந்தைய தவறுகளையும் பிந்தியவற்றையும் இறைவன் மன்னித்து உமக்காகத் தனது அருட்கொடையையும் பூர்த்தி செய்து உம்மை நேரான வழியில் நடத்துவதற்காகவும் மேலும் இறைவன் ஒரு வலிமை மிக்க உதவியாக உமக்கு உதவி செய்வதற்காகவும் (தெளிவான இவ்வெற்றியை அவன் அளித்தான்) அவர்களுடைய இறை நம்பிக்கையுடன் இன்னும் இறை நம்பிக்கையை அதிகரித்துக் கொள்வதற்காக இறை நம்பிக்கையாளர்களின் இதயங்களில் அவன்தான் அமைதியும் (ஆறுதலும்) அளித்தான். அன்றியும் வானத்திலும் பூமியிலுமுள்ள படைகள் (அனைத்தும்) இறைவனுக்கே சொந்தம். மேலும்

இறைவன் நன்கறிந்தவன், ஞானம் மிக்கோன்" **(குர்ஆன்)**

மிக வலுவான எதிர்ப்புணர்வுடன் அவர் மக்காவிற்குள் நுழைந்தார். முஸ்லிம்களின் முன்னாள் எதிரிகள் மீது மிகுந்த அன்பை அவர் காட்ட வேண்டி வந்தது. ஓய்வெடுப்பதற்கு முன்பு தன்னை சுத்திகரித்துக் கொண்டு எட்டு முறை இறைவணக்கச் செயல்பாட்டை செய்தார். அதற்குப் பின்னர் தனது ஒட்டகமான கஸ்வாவின் மீதேறி கஅபா ஆலயத்தை ஏழு முறை வலம் வந்தார். பின்னர் இறை வசனமான "சத்தியம் வந்தது, அசத்தியம் அழிந்தது. நிச்சயமாக அசத்தியமானது அழிந்து போவதேயாகும்" என்பதை ஓதிக் கொண்டு தனது கைத்தடியால் சிலைகளைத் தள்ளி விட்டு அவற்றை அழித்தார். ஆலயத்தின் சாவியைக் கொண்டு வந்து எதனாலும் பிரதிநிதித்துவப்படுத்தாத - எதனுடனும் இணைத்துக் கூறப்படாத ஓரிறையை வணங்கிக் கொண்டாடும் விதமாக அனைத்து உருவங்களும் அப்புறப்படுத்தப்பட்டு ஆலயம் தூய்மை படுத்தப்பட்டது.

ஒரு இறைவசனம் இப்படிக் கூறுகிறது: "அவனைப் போன்று ஏதும் இல்லை, கேட்பதும் பார்ப்பதும் அவன் ஒருவனே" **(குர்ஆன்)**.

இறைவனை வணங்கக் கட்டப்பட்ட கஅபா ஆலயத்தினுள் காலப்போக்கில் வைக்கப்பட்ட சிலைகளும் படங்களும் அழிக்கப்பட்டு தூய்மையான ஓரிறையை வணங்கும் வணக்க ஸ்தலமாக கஅபா மீளுருப்பெற்றது.

குரேஷிய மக்கள் படிப்படியாகத் தங்கள் இல்லங்களை விட்டு வெளிவந்து ஆலய வளாகத்திற்குள் கூடினார்கள். சிலைகளும்

படங்களும் அழிக்கப்பட்ட பின் இறைத்தூதர் வியந்து இப்படிக் கூறினார்:

"இறைவன் ஒருவனன்றி வேறல்ல, அவனுக்கு இணை துணை எவருமிலர். அவன் தனது வாக்குறுதியை நிறைவேற்றினான். அவனுடைய அடிமைக்கு ஆதரவளித்தான். எதிரிகளை வேரறுத்தான், அவன் மட்டுமே (அதனை ஆற்றினான்)" பின்னர் குரேஷியர் பக்கம் திரும்பிய இறைத்தூதர் இஸ்லாமியச் சட்டங்களைக் கூறி பின்வரும் இறை வசனங்களை ஓதினார்:

"மனிதர்களே! நிச்சயமாக நாம் உங்களை ஓர் ஆண் ஒரு பெண்ணிலிருந்தே படைத்தோம், நீங்கள் ஒருவரை ஒருவர் அறிந்து கொள்ளும் பொருட்டு உங்களைக் கிளைகளாகவும் கோத்திரங்களாகவும் ஆக்கினோம், உங்களில் எவர் மிகவும் பயபக்தியுடையவராக இருக்கின்றாரோ, அவர்தான் இறைவனிடத்தில் நிச்சயமாக மிக கண்ணியமானவர். நிச்சயமாக இறைவன் நன்கறிபவன், (அனைத்தையும்) நன்கு தெரிந்தவன்".

அதன் பின்னர் அவர்களிடம் அவர் கேட்டார், "அவர்களை அவன் எப்படி நடத்தப்போகிறான் என்று அவர்கள் நினைக்கிறார்கள்?" அதற்கு அவர்கள் "உன்னதமான சகோதரராக, உன்னதமான சகோதரின் மகனாக. நிச்சயமாக அவர்களைக் கனிவுடன் நடத்துவான்" என்று பதிலளித்தார்கள். அப்பொழுது ஜோஸஃபை (யூஸுஃபை) கொல்ல விரும்பிய அவரின் சகோதரர்களுடன் அவர் மீண்டும் இணைந்தது பற்றியதைக் கூறும் இறைவசனத்தை இறைத்தூதர் ஓதிக் காட்டினார். "இன்று உங்கள் மீது எந்தக் குற்றச்சாட்டும் இல்லை. இறைவன் உங்களை மன்னித்தருள்வானாக! அவனே கிருபையாளர்களிலெல்லாம் மிக்க கிருபையாளனாக

இருக்கிறான்" (குர்ஆன்) பின்னர் அவர் கூறினார், "செல்லுங்கள்! நீங்கள் சுதந்திரமானவர்கள்" என்று தன்னிடமோ தன் தோழர்களிடமோ வந்த ஆண் - பெண் அனைவருக்கும் இறைத்தூதர் மன்னிப்பளித்தார். ஹம்ஸாவைக் கொன்ற வஹ்ஸி இப்னு ஹர்ப் என்பவருக்கும் மன்னிப்பருளினார். ஆனால் அவர் தன் முன் எப்போதும் வரக்கூடாது என்று இறைத்தூதர் கூறினார். அஸ்ஸஃபா என்ற குன்றில் உமரின் முன்னிலையில் ஏராளமான குரேஷியர்கள் இஸ்லாத்தை ஏற்றுக் கொண்டனர். சில ஆண்டுகளுக்கு முன்பு அதே குன்றில்தான் இறைத்தூதரைப் பொய்யர் என குறைஷியர்கள் தூற்றினர். "அபு ஜஹ்லின் மகனான இக்ரிமா இறைநம்பிக்கை கொண்டு உங்களிடம் வருவார். அவரின் தந்தையை முன்னிறுத்தி அவரை இழிவுபடுத்த வேண்டாம். இறந்தவர்களை இழிவு படுத்துவது அவர்களைச் சேராமல் வாழ்பவர்களையே பாதிக்கும்" என்று இறைத்தூதர் தம் தோழர்களை எச்சரித்திருந்தார். இக்ரிமா இறைத்தூதரிடம் வந்தபோது மேலே சொன்னது நிகழ்ந்தது. அதன் மூலம் மன்னிப்பது என்பதற்கும் மேலாக ஒருவர் செய்த தவறுகளுக்கு வேறெவரும் (அவருடைய மகனே ஆனாலும்) பொறுப்பாக மாட்டார் என்பதை எப்போதும் மனதில் கொள்ளும்படி இறைத்தூதர் செய்தார். ஒரு இறைவசனம் இப்படிக் கூறுகிறது: "(நிச்சயமாக) ஒருவனின் பாவச்சுமையை மற்றொருவன் சுமக்க மாட்டான்" (குர்ஆன்) முன் யோசனை மற்றும் விவேகத்தைப் போலவே ஆன்மாவின் உன்னதமும் அவசியமானதாகும்.

இறைத்தூதர் இரண்டு வாரங்கள் மக்காவில் தங்கி இருந்தார். சூழ்நிலை சாதாரண

நிலைக்குத் திரும்பியது. அண்டையிலிருந்த பழங்குடி இனத்தவரின் ஆதரவு மாறாமல் உள்ளதா என்பதையும் இஸ்லாத்தை ஏற்றதாக அறிவித்தவர்கள் சிலை வணக்கத்தை விட்டு விட்டார்களா என்பதையும் அறிந்து வர ஒரு குழுவினரை இறைத்தூதர் அனுப்பினார். சரணடைந்த பனு ஜதிமா என்ற இனத்தவர் பற்றி அறியும் பொறுப்பு காலித் இப்னு அல் வலீத் வசம் ஒப்படைக்கப்பட்டது. அப்த் அர் ரஹ்மான் அவ்ஃப் என்பவரின் ஆலோசனைக்கு எதிராக காலித் தான் வெறுப்பு கொண்டிருந்த, சரணடைந்து கைதிகளாகப் பிடிக்கப்பட்டவர்களைக் கொன்று விடத் தீர்மானித்தார். சிலரைக் கொன்ற பிறகு அப்த் அர் ரஹ்மானின் தலையீட்டால் அவ்வாறு கொலை செய்வதை காலித் நிறுத்திக் கொண்டார். இறை நம்பிக்கை மற்றும் நீதி நெறியையும் மீறி காலித் தன் சொந்தக் காரணங்களுக்காக அதனைச் செய்வதாக ரஹ்மான் தெளிவு படுத்தினார். காலிதினுடைய இந்தச் செயல் இறைத்தூதரைக் கடுங்கோபத்திற்காளாக்கியது. கொல்லப்பட்டவர்களுக்கு நஷ்ட ஈடு வழங்கத் தீர்மானித்த இறைத்தூதர், உரத்த குரலில் "ஓ இறைவா! காலித் இப்னு அல் வலீத் செய்த செயலைக் குறித்து நான் ஒன்றுமறியாதவன்" என்று சொல்லிக் கொண்டே இருந்தார்.

மக்கா மற்றும் மதீனத்து முஸ்லிம்களுக்கான இறைநெறிக் கல்வியைக் கற்பிக்க வெகு நீண்ட செயல்பாடுகள் தேவையாய் இருந்தன. இஸ்லாமிய சட்டங்களுக்கும் நெறி முறைகளுக்கும் மாற்றமான ஆழமாக வேரோடிப் போயிருந்த பழமையான பழக்க வழக்கங்களும் செயல்பாடுகளும் தலை காட்டிக் கொண்டே இருந்தன. எல்லாவற்றிற்கும் மேலாகத்

திரள்திரளாக இஸ்லாத்தை ஏற்றிருந்த மக்கா நகர வாசிகளுக்காக இஸ்லாமிய போதனைகளைக் கற்றுக் கொடுப்பதென்பது மாபெரும் பணியாக இருந்தது. முவாத் இப்னு ஜபல் என்ற தோழரிடம் சமயத்தின் கொள்கைகளையும் கோட்பாடுகளையும் புதிதாக இஸ்லாத்தை ஏற்றிருந்தவர்களுக்கு போதிக்க முன்னுரிமை அளிக்கும்படி இறைத்தூதர் கூறினார். இறைநம்பிக்கை, நேசம் மற்றும் வெகுமானம் இவற்றினடிப்படையில் ஒற்றுமையை உருவாக்குவது என்பது எளிதாக இருந்தது.

தனது சேவையைத் தொடங்கிய அதே இடத்திற்கு இறைத்தூதர் மீண்டும் வந்திருந்தார். அவர் துன்புறுத்தப்பட்டு, வெளியேறி, போர் புரிந்து வெற்றி என்ற நறுமணத்துடன் சாந்தி என்ற நிலையின் மூலத்தை அடைந்திருந்தார். இது இயல்பாகவே மக்களிடம் நிலவும் கெடுபிடியான மோதல் போக்கிலிருந்து சாந்தி எனும் ஆன்மக் கல்வியை மக்களின் மனங்களிலும் இதயங்களிலும் உருவாக்கும் புனிதப்போராக (ஜிஹாதாக) இருந்தது. இறைத்தூதர் தான் கொணர்ந்த இறைச் செய்தியைப் போன்றே தனது செயல்பாட்டில், நோக்கத்தில் மிகப் பெரிய பொறுமையைக் கொண்டிருந்தார். அவர் மக்காவை விட்டு வெளியேறி இருந்தபோது இறை இல்லத்தில் ஒருநாள் இறைவணக்கம் புரிவேன் என்ற நம்பிக்கையுடன் ஓரிறையைப் பிரார்த்தித்திருந்தார். சாதாரண மனித வாழ்வின் பயணத்தைத் தொடர்ந்து மக்காவிலிருந்து வெளியேறிய அவர் தொடக்கமும் மையமுமான தனது இதயத்திற்கு நெருக்கமான இடத்திற்கு ஒருநாள் திரும்புவேன் என்று நம்பிக்கை கொண்டு வாழ்க்கையின் மூலத்திற்குப் பரிசுத்தமான தெய்வீகத் தன்மையின் நாடித்துடிப்பிற்குத் திரும்பி இருந்தார்.

அத்தியாம் பதினொன்கு

இல்லம்

வெற்றியாளராக மக்காவுக்குத் திரும்பிய இறைத்தூதர் காண்பித்த கருணையான செயல்பாடுகள் அவரிடம் கடும் பகை கொண்டிருந்த எதிரிகளைக் கூட ஆச்சர்யப்பட வைத்தது. அவர்களில் பலர் அவரை மோசமான முறையில் இகழ்ந்து அவரை எதிர்த்துச் சண்டையிட்டு அவர்தம் குடும்பத்தார்களையும் உற்ற தோழர்களையும் கொன்றிருந்தும் கூட கடந்தவற்றை ஒதுக்கித் தள்ளி மன்னிப்பையும் பாதுகாப்பையும் அவர்களுக்கு இறைத்தூதர் வழங்கி அருளினார். "எங்களது எஜமானன் இறைவனே" என்று சொன்ன ஒரே காரணத்திற்காக அவர்களது உரிமைகளைப் பறித்து அவர்களை அவர்தம் இல்லங்களிலிருந்து வெளியேற்றினார்கள்" என்று இறைநம்பிக்கை கொண்டவர்களைப் பற்றி திருக்குர்ஆன் கூறுகிறது. அப்படி துன்புறுத்தப்பட்ட மக்கள் வெற்றியாளர்கள் என்றும் அவர்கள் தனித்துவமான கௌரவமும் நற்குணங்களும் கொண்டவர்கள் என்றும் இறைவசனம் வெளியாகி இருந்தது. "அவர்கள் எத்தகையோரென்றால் அவர்களுக்கு பூமியில் வாழ இடம் பாடாக்கிக் கொடுத்தால் அவர்கள் தொழுகையை முறையாகக் கடைப்பிடிப்பார்கள். ஏழை வரியான ஜக்காத்தைக் கொடுப்பார்கள். நன்மையான காரியங்களைச்

செய்ய ஏவி தீமையை விட்டும் விலகுவார்கள்" என்று குர்ஆன் குறிப்பிடுகிறது.

அத்தகைய உயர்வான உன்னதமான நிலையின் உயிர் வாழும் உதாரணமாக இறைத்தூதர் திகழ்ந்தார். பழிவாங்கலிலோ, செல்வ வளத்தைத் தேடுவதிலோ அல்லது அதிகாரத்தைக் கைப்பற்றுவதிலோ அவருக்கு எந்த ஆவலும் ஆசையும் இல்லாதிருந்தது. அவர் மக்காவில் நுழைந்து கஅபா ஆலயத்தில் தலையைத் தரையில் சாய்த்து ஓரிறையை வணங்கினார். ஆப்ரஹாம் செய்ததை நினைவூட்டுவது போல சிலைகளை அழித்தார். ஓரிறைவனிடம் பல பிரார்த்தனைகள் புரிந்தார். ஓரிறைவனுக்கு நன்றிகள் பல தெரிவித்து மக்காவில் சமாதானத்தையும் சாந்தியையும் நிலவச் செய்தார்.

ஹுனைன்

முஸ்லிம் சமூகத்திற்கு எதிரான பல அபாயங்கள் இன்னமும் இருப்பதை முஹம்மது உணர்ந்து கொண்டார். இறைத்தூதரின் அதிகாரத்தை அனைத்து இனங்களும் ஏற்றுக் கொண்டிருக்கவில்லை. அவரை எதிர்த்து வீழ்த்த சமயம் வந்துவிட்டது என்றும் சிலர் எண்ணினார்கள். ஹவாஸின் பழங்குடி இனத்தவரும் அவர்தம் ஆதரவாளர்களும் சேர்ந்து இருபதாயிரத்திற்கும் அதிகமான வீரர்களை மக்காவின் கிழக்குப் பகுதியில் திரட்டி முஸ்லிம்கள் மீது தாக்குதல் தொடுக்கத் தயாராவதாக வதந்திகள் உலவின. அதனை உறுதிப்படுத்திக் கொள்ள ஒற்றர்களை இறைத்தூதர் அனுப்பியபோது செய்தி உறுதிப்படுத்தப்பட்டதால் உடனடியாக முஸ்லிம்கள் அனைவரும் அணி திரண்டனர். அவர்களுடன் இரண்டாயிரம் குரேஷியர்களும் சேர்ந்து கொண்டனர். அப்படியாக இதுவரை

இல்லாத அளவுக்குப் பன்னிரண்டாயிரம் வீரர்களைக் கொண்ட படைக்கு முஹம்மது தலைமையேற்றார். படை வீரர்களின் எண்ணிக்கை மீது பெருமிதம் கொண்ட அபுபக்கர் போன்றவர்கள் வெற்றி பெறுவது திண்ணம் என்று எண்ணியது இறைத்தூதருக்கு அதிருப்தியை அளித்தது.

தீபகற்பத்தில் மிகப் பிரபலமானவராக விளங்கிய இளம் போர்வீரரான மாலிக் இப்னு அவ்ஃப் அன் நஸ்ரி என்பவரின் தலைமையில் ஹவாஸின் படை அணிவகுத்தது. எதிரிகளுக்குத் திகைப்பை ஏற்படுத்தும் விதமாகப் படைவீரர்கள் தத்தமது மனைவி மற்றும் குழந்தைகளையும் படையணியில் இணைத்துக்கொள்ளும்படி தம் படைவீரர்களுக்கு மாலிக் உத்தரவிட்டார். முஸ்லிம்கள் கடந்தே ஆக வேண்டும் என்று இருந்த ஹுனைன் சமவெளிக்குத் தம் படையினருடன் சென்ற மாலிக், இரவின் இருளில் ஏராளமான தமது படைவீரர்களைச் சமவெளியின் இருபுறமும் இருந்த கணவாய்களில் (ஆழமான பள்ளங்களில்) நிற்கச் செய்தார். எஞ்சியிருந்த படையினரை மலைகளின் இடைவெளிக்கு எதிராக முஸ்லிம் படையினர் வருவது தெளிவாகத் தெரியும் வண்ணம் நிறுத்தினார். காலை ஒளியில் முஸ்லிம் படையினர் அவ்விடம் வந்ததும் அவர்களைத் தாக்கும்படி இருபுறமும் கணவாய்களில் மறைந்திருந்த தம் படையினருக்கு மாலிக் உத்தரவிட்டார். இது முஸ்லிம் படையினர் அனைவருக்கும் திகைப்பை ஏற்படுத்தியது. முன்னணியில் சென்ற காலித் இப்னு வலீதால் தாக்குதலைக் கட்டுப்படுத்த முடியவில்லை. முஸ்லிம் வீரர்கள் தங்களைக் காத்துக் கொள்ள முயன்று எதிர்த்துத் தாக்குவதில் குழப்பமேற்பட்டது. மலைகளின் குறுகிய

இடைவழியில் சிக்கிக் கொண்ட அவர்கள் பீதியடைந்தனர். சற்று தூரம் தள்ளி பின்னால் வந்து கொண்டிருந்த இறைத்தூதர், நடப்பதை நன்கு விளங்கிக் கொண்டு தன் நெருங்கிய தோழர்களை அழைத்து, அப்பாஸின் உதவியுடன் அனைத்து முஸ்லிம்களையும் அழைத்தனர். அப்பாஸின் குரல் ஓசை மிகுந்ததாக இருந்தது. அவர்கள் உரத்த குரலில் "ஓ மரங்களின் தோழர்களே, ஓ அக்கேஷியாவின் தோழர்களே" என்று அழைத்தனர். இது ஹுதைபிய்யா ஒப்பந்தம் செய்து கொள்ளப்பட்டபோது கொடுத்துக் கொண்ட வாக்குறுதியை நினைவு படுத்துவதாக இருந்தது. இதனைச் சட்டென்று உணர்ந்து கொண்ட அப்பாஸ், "லப்பைக் லப்பைக் (நாங்கள் இங்கே, நாங்கள் இங்கே) என்று பதில் குரல் கொடுத்தார். ஏராளமானவர்கள் அவருடன் சேர்ந்து கொண்டு பதிலடி கொடுக்கத் தயாராயினர்.

பத்ரு போர்க்களத்தில் செய்ததைப் போல சில கற்களை ஹவாஸின் படையினர் மீதெறிந்த இறைத்தூதர், "ஓ! இறைவா நீ அளித்த உறுதிமொழியைக் காக்கும்படி உன்னிடம் இறைஞ்சுகிறேன்" என்ற பிரார்த்தித்தார். அதன் பின்னர் முஸ்லிம் வீரர்கள் ஹவாஸின் படையினர் திகைப்புறும்படி அவர்களை நோக்கி முன்னேறினர். இத்தகைய உடனடியான பலத்த தாக்குதலை அவர்கள் எதிர் பார்த்திருக்கவில்லை. முஸ்லிம் படையில் உம்மு ஸுலைம் அல் ருமைஸா என்ற பெண்ணும் தம் கணவருடன் சேர்ந்து அனைவரைப் போன்றும் தீரத்துடன் போர் புரிந்தார். முஸ்லிம்களின் எதிரிகள் தோற்றுப் பின்வாங்கும்படி நேர்ந்தது. அவர்களைத் துரத்தி வந்த முஸ்லிம் வீரர்களிடமிருந்து அவர்கள் ஓடி

ஒளிந்தார்கள். தாயிஃப் நகரில் பனு தாக்கிஃப் என்பவரிடம் மாலிக் தஞ்சமடைந்தார். மற்றவர்கள் மலைப் பகுதியில் ஓடி ஒளிந்து கொண்டனர். சற்றும் எதிர்பாராத அசாதாரணமான எதிர்தாக்குதலால் ஹவாஸின் படையினரில் பலர் உயிரிழந்து பரிதாபகரமான தோல்வியைத் தழுவினார்கள். அந்தப் போரின் வேறுபட்ட உண்மையான நிலையை உணர்ச்சிகரமான சூழலை, அதன் ஆன்மிகம் சார்ந்த முறையை நினைவூட்டும்படி இறைவசனம் பின்னர் வெளியானது. "நிச்சயமாக இறைவன் உங்களுக்குப் பல போர்க்களங்களில் உதவி செய்திருக்கிறான். ஆனால் ஹுனைன் (போர் நடந்த) அன்று, உங்களைப் பெரு மகிழ்ச்சி கொள்ளச் செய்த உங்களுடைய அதிகமான (மக்கள்) தொகை உங்களுக்கு எவ்விதப் பலனையும் அளிக்கவில்லை. பரந்த பூமி உங்களுக்கு சுருக்கமாகிவிட்டது. அன்றியும் நீங்கள் புறங்காட்டிப் பின் வாங்கலானீர்கள்.

"பின்னர் இறைவன் தன்னுடைய தூதர் மீதும் தம் அடியார்கள் மீதும் தன்னுடைய சாந்தியை இறக்கியருளினான், நீங்கள் பார்க்கவியலாப் படையினரையும் இறக்கி வைத்தான்" (குர்ஆன்).

பலர் கொல்லப்பட்டு முழு வெற்றி கிட்டி இருந்தபோதும் இழப்புகள் கணிசமானவையாக இருந்தன. சரணடைந்த பெண்களையும் குழந்தைகளையும் ஒன்றாக்கி அவர்களை நன்கு பாதுகாக்கவும் முடிந்த அளவு அவர்களுக்கு நல்ல முறையில் உணவளிக்கவும் இறைத்தூதர் கட்டளையிட்டார். கைப்பற்றப்பட்ட பொருள்களை உடனடியாகப் பிரித்தளிக்காமல் அவற்றைப் பாதுகாக்கும்படியும் அவர் உத்தரவிட்டார். சற்றும் நேரத்தை வீணடிக்காமல் மாலிக்கைத்

தேடி தாயிஃப் நகருக்குச் செல்லுமாறும் தம் வீரர்களுக்கு அவர் உத்தரவிட்டார். தாயிஃப் நகர்தான் எஞ்சியிருந்த வலுவான எதிரியாக இருந்தது. பனு தாகிஃப்கள் போதுமான அளவு உணவு மற்றும் ஆயுதங்களைக் கொண்டிருந்தனர். முஸ்லிம் படையினர் அவர்களது கோட்டையை முற்றுகையிட்டனர். ஆனால் முற்றுகையின் மூலம் அவர்களைச் சரணடையச் செய்ய இயலாது என்பதை முஸ்லிம்கள் கண்டு கொண்டனர். இரண்டு வாரம் கழித்து ஹுனைன் கைதிகளும் கைப்பற்றப்பட்ட பொருள்களும் இருந்த ஜிரானா என்ற இடத்திற்குப் படை முகாம்களைக் கலைத்துவிட்டுச் செல்ல முஸ்லிம்கள் தீர்மானித்தனர்.

போர் பொக்கிஷங்கள்

சிறைப் பிடிக்கப்பட்ட பெண்களும் குழந்தைகளும் விஸ்தாரமான இடத்தில், சூரியனின் வெப்பத்தாக்குதல் படாமல், முறையாக உணவு வழங்கப்பட்டு இறைத்தூதர் திரும்பி வரும்வரை வைக்கப்பட்டனர். இறைத்தூதர் திரும்பி வந்து சிறைப் பிடிக்கப்பட்டவர்களைக் கண்டார். அவர்களில் பெரும்பாலானோர் உடுத்துவதற்கு நல்ல உடை கூட இல்லாதிருப்பதைக் கண்ட இறைத்தூதர் கைப்பற்றப்பட்ட செல்வத்திலிருந்து பணத்தை எடுத்து சந்தைப் பகுதிக்குச் சென்று அவர்களுக்கான உடைகளை வாங்கி வரச் செய்து ஒவ்வொரு கைதிக்கும் புதிய உடைகளை வழங்கச் செய்தார். பின்னர் போரில் கைப்பற்றப்பட்டவற்றைப் பங்கிடச் செய்தார். ஆனால் சிறைப் பிடிக்கப்பட்டவர்களை அவர் விடுதலை செய்யவில்லை. ஏனெனில் ஹவாஸின்கள் சிறைப் பிடிக்கப்பட்டவர்களை மீட்பதற்குப் பேச்சுவார்த்தைக்கான குழுவை

நிச்சயம் அனுப்புவார்கள் என்பது அவருக்குத் தெரிந்திருந்தது.

பொருள்களை அவர் பங்கிட்டுக் கொடுத்த போது குரேஷியர்களுக்குக் குறிப்பாக அபு ஸுஃப்யானுக்கும் புதிதாக இஸ்லாத்தை ஏற்றிருந்த தன் முதல் மனைவியின் உறவினரான ஹக்கீம் என்பவருக்கும் நல்லதொரு பங்கைக் கொடுத்தது மதீனத்து அன்ஸாரிகளை ஆச்சர்யப்படுத்தியது. இன்னும் இஸ்லாத்தை ஏற்காத, அவருடன் சேர்ந்து ஹுனைனில் போரி ஈடுபட்டிருந்த ஸஃப்வானுக்கும், சுஹைலுக்கும் கூட அவர் அவ்வாறே பங்குகளைக் கொடுத்திருந்தார். "இறைநம்பிக்கை கொள்ள யோசிப்போருக்கும் கூட பங்குகளை அளிக்கும்படி" இறை வசனம் வெளியானது. இதில் குறிப்பிட்டுச் சொல்ல வேண்டியது என்னவென்றால் இப்படி பொருள்களை அளிப்பதன் மூலம் இஸ்லாத்தை ஏற்கச் செய்வது என்பதல்ல. ஆனால் இஸ்லாத்தை ஏற்று பலவீனமான நம்பிக்கையைக் கொண்டிருப்பவர்களை ஊக்கப்படுத்துவதற்காகச் செய்யப்பட்ட செயலாகும் அது. ஸஃப்வானும் சுஹைலும் இறை நம்பிக்கை என்ற விஷயத்தில் உணர்ச்சிப்பூர்வமானவர்கள் என்பதை இறைத்தூதர் அறிந்திருந்தார். அவர்கள் முஸ்லிம்களுடன் சேர்ந்து தீரத்துடன் போரிட்டிருந்தார்கள். அதனால் தான் அவர்களுக்கு நிறைய வெகுமதிகளை அளித்தாரே ஒழிய அவர்களை இஸ்லாத்தை ஏற்றுக் கொள்ளச் செய்வதற்காக அல்ல. மக்கா நகரை வெற்றி கொண்டபோது அவர் காட்டிய மன்னிக்கும் கருணை, போரில் அவர் காட்டிய துணிச்சல், தீர்மானமான செயல்பாடு, இறுதியாக அவர் கருணையுடனும் இரக்கத்துடனும் நடந்து

கொண்டது ஆகியவை அவர் இறைத்தூதர்தான் என்பதை அவர்களை ஏற்கச் செய்தன. அபு ஸுஃப்யானைப் பொறுத்தமட்டில் அவர் கௌரவமும் செல்வாக்கும் மிகுந்தவராக முன்னரே இருந்ததால் அவரை இறைத்தூதர் அப்படியே நடத்தினார். ஹக்கீம் தனக்கு மேலதிகமாக வெகுமதிகள் கிடைத்ததற்காக மிகவும் குதூகலித்தார். இவ்விஷயத்தில் இறைத்தூதர் ஒரு ஆன்மிக போதனையை அளித்தார். அதாவது செல்வ வளத்தைப் பெற்றிருக்கும் பெருமையை எதிர்க்க வேண்டும், "வாங்கும் கையை விட கொடுக்கும் கை உயர்வானது" என்பதுதான் அது. வெறுமனே பெற்றுக் கொள்பவரைவிட, யாசகம் பெறுபவரைவிட செல்வ வளம் பொருந்தி ஏழைகள் மீதும், தம் சுற்றத்தார் மீதும் கருணை கொண்டு உதவி புரிபவர் உயர்வானவர் என்பதை அவர் உணர்த்தினார். அவர் குடும்பத்தாருக்கும் அவரைச் சார்ந்தவர்களுக்கும் பெற்ற வெகுமதியிலிருந்து உதவிகள் புரியுமாறு ஹக்கீமை இறைத்தூதர் அறிவுறுத்தினார். எல்லாவற்றிற்கும் மேலாக மதிப்பு மரியாதையுடன் வரவேற்று, அடக்கத்துடன் உதவி புரிவதை ஹக்கீமுக்கு இறைத்தூதர் கற்பித்தார்.

சரணடைந்து ஏழு நாட்களாகி விட்டன. தங்கள் பெண்களையும் குழந்தைகளையும் கோரி ஹவாஸின்கள் வரவேயில்லை. அவர்கள் வர மாட்டார்கள் என்று எண்ணிய முஹம்மது சிறைப் பிடிக்கப்பட்டவர்களை குரேஷியர்களிடமும் அன்ஸாரிகளிடமும் அளிக்கத் தீர்மானித்தார். அவர் சிறைப் பிடிக்கப்பட்டவர்களைக் கையளித்த வேளையில் ஹவாஸின்களின் குழு வந்து சேர்ந்தது. அக்குழுவினருக்காகத் தாம் காத்திருந்ததையும் அவர்கள் வராததால் சிறைப்

பிடிக்கப்பட்டவர்களைத் தாம் கையளித்ததையும் இறைத்தூதர் அவர்களிடம் விளக்கினார். ஆனால் தாம் தலையிட்டுச் சிறைப் பிடிக்கப்பட்டவர்களை மீண்டும் திருப்பி ஒப்படைக்க விரும்புபவர்களை ஒப்படைக்கச் செய்வதாக இறைத்தூதர் அவர்களிடம் கூறினார். சிறியதொரு எதிர்ப்புக்குப் பிறகு போர் வீரர்கள் பெண்களையும் குழந்தைகளையும் ஹவாஸின் தூதுக் குழுவினரிடம் ஒப்படைத்தனர். அத்தூதுக் குழுவினரிடம் மாலிக்கைப் பற்றி இறைத்தூதர் விசாரித்தபோது அவர்கள் மாலிக் பனு, தாக்கீஃப் கோத்திரத்தாரிடம் தஞ்சம் அடைந்திருப்பதாகத் தெரிவித்தனர். இறைத்தூதர் அக்குழுவினர் மூலமாக மாலிக்குக்கு ஒரு செய்தியை அனுப்பினார். அதாவது மாலிக் இஸ்லாத்தை ஏற்று இறைத்தூதரிடம் திரும்பி வந்தால் அவருடைய குடும்பத்தினரும் அவருடைய பொருள்களும் நூறு ஒட்டகங்களும் அவருக்கு அளிக்கப்படும் என்பதுதான் அச்செய்தி. ஹுனைனில் போர் புரிந்தபோது மாலிக்கின் மனதை நன்கு அறிந்துணர்ந்து கொண்டிருந்த முஹம்மது நினைத்தபடியே அனைத்தும் நடந்தன. முஹம்மதின் நிபந்தனையைக் கேட்ட தாயிஃபின் கோட்டையிலிருந்து தப்பி வந்த மாலிக், முஹம்மதிடம் வந்து இறைநம்பிக்கை கொள்வதான வாசகத்தை மொழிந்தார். அவர் அப்போதுதான் முஸ்லிமாக மாறி இருந்தும் அவர் மீது நம்ப முடியாத நம்பிக்கையைக் கொண்டு முஸ்லிமாக மாறி இருந்த ஹவாஸின்கள் எல்லோருக்கும் அவரைத் தலைவராக இறைத்தூதர் ஆக்கினார். அவர்களனைவரையும் தாயிஃப் நகருக்குச் சென்று தாயிஃப் நகர்வாசிகளின் எதிர்ப்புக்கு ஒரு முற்றுப் புள்ளி வைக்கும்படி

இறைத்தூதர் பணித்தார். ஹவாஸின்கள் உடனடியாகப் புறப்பட்டனர். ஒரு மாதத்திற்கும் குறைவான நாட்களுக்கு முன்பு முஹம்மதின் படையை ஏறக்குறைய அழிக்க முனைந்த மாலிக் இப்போது ஒரு முஸ்லிமாகவும் முஸ்லிம்களின் எதிரிகளைத் தாக்கச் செல்லும் முஸ்லிம் படைக்குத் தலைவராகவுமானார். அவர் மீது இறைத்தூதர் கொண்டிருந்த நம்பிக்கை அளப்பரியதாக இருந்தது. அதனைத் தொடர்ந்த நாட்களில் இறைத்தூதரின் உள் மனதில் தோன்றிய எண்ணம் சரியானது என்பது உறுதியானது. மாலிக் தனது படையெடுப்பை வெற்றிகரமானதாக்கியதோடல்லாமல் மிகவும் உண்மையானவராகவும் ஆழமான இறைப்பற்றுடன் இஸ்லாத்திற்குக் கடப்பாடுடையவராகவும் ஆனார்.

கைப்பற்றப்பட்ட பொருட்களின் பெரும் பான்மைப் பங்குகளைக் குரேஷியர்களுக்கு அளிக்க இறைத்தூதர் எண்ணம் கொண்டதைக் கண்ட மதீனத்து அன்ஸாரிகள் திகைப்படைந்தனர். அவர்களில் சிலர் தங்களது ஏமாற்றத்தை மற்றும் ஏற்றுக் கொள்ளாமையை வெளிப்படையாகவே காண்பித்தனர். இறைத்தூதருக்கு அவசியமாக இருந்த நேரத்தில் அனைத்தையும் செய்த அன்ஸாரிகளைக் காட்டிலும் இறைத்தூதரது குரேஷிய உறவினர்களுக்கே சலுகைகள் காட்டப்பட்டதாக அவர்கள் நினைத்தனர். மதீனத்து அன்ஸாரிகளின் தூதுவராக இறைத்தூதரிடம் வந்த சாத் இப்னு உபாதா அன்ஸாரிகளின் குறைகளைக் கூறினார். அவையனைத்தையும் பொறுமையாகக் கேட்ட இறைத்தூதர், அனைத்து மதீனத்து முஸ்லிம்களிடம் தான் பேசும்விதமாக அவர்களைக் கூட்டுமாறு கூறினார். அவர்களது கடன் விவரங்களைக் கூறும்படியும் தான்

அதற்கு வழிகாட்டக் கடமைப்பட்டுள்ளதாகவும் இறைத்தூதர் கூறினார். மக்காவை விட்டு வெளியேறியபோது புகலிடம் அளித்ததற்காகத் தாம் அவர்களுக்குக் கடன்பட்டுள்ளதாகவும் அவர் கூறினார். மதீனத்தார் செய்த எதனையும் தான் மறக்கவில்லை என்றறிவித்த இறைத்தூதர், சிலரை ஊக்கப்படுத்துவதற்காகத் தாம் கைப்பற்றப்பட்ட பொருட்களைப் பகிர்ந்தளித்த விதத்திற்காக எவரும் வருத்தப்படவேண்டாம் என்றும் கூறினார். அவர்கள் பெற்றுக் கொண்ட பொருட்களைக் கொண்டு அவர்கள் மீது இறைத்தூதர் கொண்டிருந்த நேசத்தைக் கணக்கிட்டிருக்கக் கூடாது.

இவ்வுலக வாழ்க்கை மற்றும் செல்வ வளம் இவற்றிற்கும் அப்பால் இறைவனிலும், இறைவன் மீதும் கொண்ட உண்மையான நேசத்தின் பொருளையும் செல்வ வளத்தைப் பெற்றிருக்கும் ஆசை அவர்களை மறக்கச் செய்து விட்டது. குரேஷியர்கள் கால்நடைகளையும் ஒட்டகங்களையும் கொண்டு வீடு திரும்பியபோது தன்னை ஏற்றுக் கொண்ட நகரத்தில் குடியேற முடிவு செய்த இறைத்தூதருடன் அன்ஸாரிகள் மதீனா சென்றனர். இறைத்தூதர் கூறினார், "எல்லோரும் ஒரு வழியைத் தேர்ந்தெடுக்கையில் அன்ஸாரிகள் வேறொன்றைத் தேர்ந்து கொண்டனர். நான் அன்ஸாரிகளின் வழியைத் தேர்ந்து கொண்டேன்" அன்ஸாரிகளின் மத்தியில் உணர்ச்சி பரவியது. இறைத்தூதரின் எண்ணத்தைப் பற்றியும் அவர் தம் தரம் பற்றியும் தவறாகத் தாம் புரிந்து கொண்டதை எண்ணி அவர்களில் பலர் அழத் தொடங்கினர். இந்த உணர்வு அன்ஸாரிகள் மத்தியில் அடர்ந்திருந்தது. அவருடைய இருத்தல் என்பது அன்பின், நேசத்தின் அறிகுறியாகும். பகிர்ந்தளிக்கப்பட்ட

பொருட்களைக் கொண்டிருந்தது சில இதயங்களில் இவ்வுலக மாயை விடுபடாததன் அறிகுறியாகும்.

அவர் ஜிரானாவை விட்டுச் செல்லத் தீர்மானித்தார். மதீனாவுக்குப் போகும் முன் குறுகிய கால புனிதப் பயணம் ஒன்றையும் மேற்கொள்ள முடிவு செய்தார். அந்நகருக்கு அவர் புகலிடம் தேடி வந்திருந்தார். ஐம்பதாண்டு காலத்திற்கு மேல் வாழ்ந்த தன் சொந்த நகரமான மக்காவின் கலாசாரம் மற்றும் பழக்க வழக்கங்களிலிருந்து முற்றிலும் வேறுபட்டிருந்தும் கூட மதீனாவையே தம் சொந்த இல்லமாக அவர் எண்ணினார். மதீனாவாசிகளின் பண்பாடு, அவர்களது பழக்க வழக்கங்கள், அவர்களது எண்ணங்கள், நம்பிக்கைகள் ஆகிய அனைத்தையும் நன்கு கவனித்து அவற்றைத் தன்னுள் கொண்டு அந்தப் புதிய சூழலில் தன்னையும் இறைத்தூதர் இணைத்துக் கொண்டார். அவற்றின் சகல பரிமாணங்களையும் தனது ஆளுமையில் சேர்த்துக் கொண்டார். அன்ஸாரிகளை அவர் மிக ஆழமாக நேசித்தார்.

கவிஞர் காப் இப்னு ஜுபைர் என்பவர் தன் கவித்திறத்தால் இறைத்தூதரைக் கேலி செய்தும் இறைத்தூதர் என்ற நிலையை இகழ்ந்து கொண்டும் இருந்தார். சில காலமாகத் தனக்கு வேண்டிய ஒரு மதீனவாசியிடத்தில் தங்கி இருந்து முஸ்லிம்களின் தினசரி வாழ்க்கையை காப் ரகசியமாகக் கண்காணித்து கவனித்து வந்தார். இறைத்தூதரின் தோழர்கள் கண்களில் அவர் பட்டால் கொல்லப்படும் அபாயம் உண்டு என்பதை அக்கவிஞர் அறிந்திருந்தார். இறைத்தூதரைத் தேடி வருபவர்களின் கடந்த காலம் எவ்வளவு மோசமாக இருந்தபோதும் எத்தனை பகைமையை இறைத்தூதர் மேல் அவர்கள்

காட்டியிருந்தபோதும் அவர்களை இறைத்தூதர் மன்னிப்பதை அவர் அறிந்திருந்தார். ஒரு நாள் அதிகாலை வேளைத் தொழுகை முடிவுற்றபோது கவிஞர் காப் இறைத்தூதரிடத்தில் சென்று "காப் இப்னு ஜுபைர் தங்களைக் காண வந்தால் தாங்கள் மன்னிப்பளிப்பீர்களா?" என்று கேட்டார். அதற்கு "நிச்சயமாக மன்னிப்பேன்" என்று இறைத்தூதர் கூறியதும் அவர் "நான் தான் காப் இப்னு ஜுபைர்" என்று கூறினார். அன்ஸாரித் தோழர்களில் ஒருவர் அவரைக் கொல்ல ஓடி வந்தார். அந்த அன்ஸாரித் தோழரைத் தடுத்து நிறுத்திய இறைத்தூதர், மனம் வருந்தித் தன்னைக் காண வந்த கவிஞர் காப் முன்னைப் போலவே இப்போதும் இருக்க மாட்டார் என்று கூறினார். பின்னர் அந்தக் கவிஞர் இறைத்தூதர் மேல் மரியாதை கொண்ட - நேசம் கொண்ட சில கவிதை வரிகளைப் பாடி தன்னை மன்னித்தருளும்படி கோரினார். அக்கவிதையைக் கேட்டு நெகிழ்ந்த இறைத்தூதர் அவருக்கு மன்னிப்பளித்ததோடல்லாமல் அவருடைய கவிமொழியின் ஆளுமையைப் பாராட்டும் வகையில் அவர் மீது ஓர் ஆடையைப் போர்த்தினார். முஹம்மதிடம் உயர் நவிற்சி குணமும், சொல்லாற்றலையும் நயம் மிகுந்த உரையையும் பெரிதும் நேசிக்கும் குணமும் இருந்தது. அழகை விவரித்து, ஆழமான உணர்வுகளை வெளிப்படுத்தி ஆன்மிக உயர் தன்மையையும் பேரிறையின் கருணையையும் நேசத்தையும் போற்றி பிரபஞ்சத்திலிருப்பவற்றின் அழகையும், பெருமையையும் புகழ்ந்து பாடும் கவித்திறனைக் கொண்டாடுவது இறைத்தூதரது ஆழமாக வேரூன்றிய பண்பாடாக இருந்தது. இறைவனின் நெருக்கத்தைப் பெறும்படியான

ஆன்மிகச் சொற்பொழிவாற்றும் கலை அவரது வாழ்நாள் முழுவதும் அவரிடம் இருந்தது.

தபூக்

மரியா ஆண் குழந்தையான இப்ராஹீமைப் பெற்றெடுத்த செய்தி கேட்டு இறைத்தூதர் மிகவும் மகிழ்ச்சியடைந்தார். அவர் ஒரு விருந்து நிகழ்ச்சியை நடத்தி அவர்களது வழக்கப்படி குழந்தையை மதீனாவின் வடக்கே இருந்த ஒரு தாதியிடம் ஒப்படைத்தார். அந்தக் காலகட்டத்தில் இறைத்தூதர் தன் மகனை அடிக்கடி சென்று கண்டு வந்தார். புதிதாக இஸ்லாத்தை ஏற்றிருந்த பழங்குடி இன மக்கள் இஸ்லாமியக் கோட்பாடுகளுக்கு எதிராகச் சிலை வணக்கத்தில் ஈடுபடுவது போன்ற செயல்களைச் செய்கிறார்களா என்பதையறிய இடையிடையே படை எடுக்க வேண்டி இருந்தும் மதீனாவில் வாழ்க்கை மிக அமைதியாகச் சென்று கொண்டிருந்தது. இஸ்லாத்தை எதிர்ப்பவர்களுக்குக் கூறும்படி இறைவசன வெளிப்பாடொன்று இப்படி வெளியானது. “உங்களுக்கு உங்களுடைய மார்க்கம், எனக்கு என்னுடைய மார்க்கம்“. பெர்ஸியர்களை பைஸாண்டியர்கள் வெற்றி கொண்டது சில மாதங்களுக்குப் பிறகு முஸ்லிம்களிடையே ஒரு தாக்கத்தை ஏற்படுத்தியது. வெளியான ’அர் ரூம்’ என்ற குர்ஆனின் அத்தியாயம் முஸ்லிம்கள் மக்காவை விட்டு வெளியேறும் முன்பு ஏற்பட்ட தோல்வியையும் சில ஆண்டுகளுக்குப் பின் அடையப் போகும் வெற்றியையும் பற்றிக் குறிப்பிட்டது. ரூம் என்பது ரோமர்களைக் குறிக்கும் சொல்லாகும். அது இவ்வாறு கூறுகிறது.

“அருகிலுள்ள பூமியில், ரோம் தோல்வியடைந்துவிட்டது: ஆனால் அவர்கள்

தங்கள் தோல்விக்குப் பின் விரைவில் வெற்றியடைவார்கள்.

சில ஆண்டுகளுக்குள்ளேயே! (இதற்கு) முன்னும் (இதற்கு) பின்னும் (வெற்றி தோல்வி குறித்த) அதிகாரம் இறைவனுக்குத்தான், (ரோமர்கள் வெற்றி பெறும்) அந்நாளில் இறைநம்பிக்கை கொண்டவர்கள் மகிழ்ச்சியடைவார்கள்.

இறைவனின் உதவியினால் (வெற்றி கிடைக்கும்) தான் நாடியவர்களுக்கு அவன் உதவி புரிகிறான் - மேலும் (யாவரையும்) அவன் மிகைத்தவன், மிக்க கிருபையுடையவன்" (குர்ஆன்)

குர்ஆனின் வசனங்கள் சம்பவங்களை உறுதிப்படுத்தியதோடல்லாமல் பெர்ஸியர்களின் வீழ்ச்சி வடக்கில் இருந்த கிறிஸ்தவர்களுடன் சாத்தியமான உடன்பாடுகளை மேற்கொள்ள வைத்தது. சில வாரங்கள் கழிந்தும் முஸ்லிம்கள் இதனை உணர்ந்து கொள்ளவில்லை. அப்போது வடக்கிலிருந்து வந்த செய்தி கலவரப்படுத்துவதாக இருந்தது. ஹீராக்ளியஸின் பைஸாண்டியப் படை அரபு பழங்குடி இனத்தவர்களுடன் கூட்டுச் சேர்ந்து கொண்டு அரேபியர்களின் 'புதிய சக்ரவர்த்தியான' முஹம்மதுக்கு எதிராக பெருமளவில் தாக்குதல் நடத்தத் திட்டமிட்டுள்ளதாகத் தகவல்கள் வெளிவந்தன. உடனடியான எதிர்வினை தேவையான ஒன்றாக இருந்தது. தடுக்கப்பட வேண்டியது மிகவும் முக்கியமானதொன்றாக இருந்தது. தன் தோழர்களிடம் இறைத்தூதர் தன் இலக்கைக் கூறியதும் அந்தப் படையெடுப்பு எத்தனை அபாயகரமானதென்று உணரப்பட்டது. முஸ்லிம் படையினர் எதிரிகளைத் தடுத்து நிறுத்தும்படி வடக்கு நோக்கி முன்னேறிச் செல்லவும் தேவையெனில் அவர்களது பகுதியிலேயே

ஆச்சரியப்படுத்தும்படி அவர்களை எதிர் கொள்ளவும் வேண்டி இருந்தது. பருவகால நிலை சாதகமாக இல்லாமல் வடக்கே இலக்கை அடையும் வரை கடுமையான வெப்பத்தை எதிர் கொள்ள வேண்டியதாக இருந்தது. படையெடுப்புக்குத் தங்களால் இயன்ற உதவிகளைச் செய்யும்படி இறைத்தூதர் தம் தோழர்களைக் கேட்டுக் கொண்டார். தன்னிடமிருந்த அனைத்தையும் அபுபக்கர் இறைத்தூதரிடம் அளித்ததும் தனது செல்வத்தில் பாதியை வழங்கிய உமர், தியாகம் என்றால் என்ன என்று கற்றுக் கொண்டார். படையினரில் ஐம்பது சதவீதத்தினருக்கு உத்மான் குதிரைகளை வழங்கினார். அப்பகுதியிலிருந்த அனைத்து ஒட்டகங்களையும் குதிரைகளையும் கணக்கெடுத்தும் அவை படையினருக்குப் போதுமானவையாக இல்லை. இதன் விளைவாகப் போரில் பங்கெடுக்க விரும்பிய சில தோழர்களை இறைத்தூதர் மறுதலித்ததும், அப்போர் எவ்வளவு அபாயகரமானது என்பதையறிந்து மறுக்கப்பட்ட அந்தத் தோழர்கள் கண்ணீர் சிந்தினர். எதிரிகளின் வலிமையைக் கணக்கிடும்போது முஸ்லிம் சமுதாயம் எத்தகையதொரு நெருக்கடியில் இருக்கிறது என்பது விளங்கியது. ஹிஜ்ரி ஒன்பதாம் ஆண்டில் (கி.பி. 630) படை கிளம்பியது. படையினரின் எண்ணிக்கை முப்பதாயிரமாக இருந்தது. இறைத்தூதர் படைக்குத் தலைமை தாங்கினார். குடும்பத்தினருடன் இருக்கும்படி அலியிடம் இறைத்தூதர் கூறினார். அவரை நயவஞ்சகர்கள் இகழ்ந்து பேசவும் அதனைத் தாங்க இயலாத அலி, படையினர் முதலில் முகாமிட்டிருந்த இடத்தில் அவர்களுடன் சேர்ந்து கொண்டார். இருந்தபோதும் மோஸஸுக்கு

ஆரோன் இருந்ததைப் போல் தான் இல்லாத சமயத்தில் மக்களுக்குப் பாதுகாப்பாக இருக்கும்படி அலியை இறைத்தூதர் திருப்பி அனுப்பி விட்டார்.

எதிர்பார்த்ததைப் போலவே வெப்பம் கடுமையாக இருந்தது. வடக்கை நோக்கிய அணி வகுப்பும் கடுமையாக இருந்தது. அப்பயணம் மிகவும் கடுமையானதாக இருக்கும் என்றறிந்த தோழர்கள் நால்வரும் மதீனாவிலேயே தங்கி இருக்க முடிவு செய்திருந்தனர். அவர்களுள் ஒருவரான அபு கைதமா என்பவர் அப்படி இருந்ததற்காக வருந்தி படை புறப்பட்ட பத்தாவது நாளில் படையினருடன் சேர்ந்து கொள்ள முடிவு செய்தார். அவர் வந்தடைந்தபோது படையினர் தபூக் என்ற இடத்தில் முகாமிட்டிருந்தனர். தோழர்கள் நால்வரும் மதீனாவிலேயே தங்கி இருந்தது கோழைத்தனமாகவும் துரோகமாகவும் பேசப்படும் என்றுணர்ந்த இறைத்தூதர் அதற்காகக் கவலை கொண்டார். அபு கைதமாவைக் கண்டதும் இறைத்தூதருக்கு மகிழ்ச்சியேற்பட்டது. அபு கைதமா தன் வருத்தத்தைத் தெரிவித்துப் போருக்குத் தன் தேவையை உணர்ந்து கொண்டதாகக் கூறியதும் அவர் மன்னிக்கப்பட்டார்.

முஸ்லிம் படையினர் தபூக்கில் இருபது நாட்கள் தங்கி இருந்தனர். வடக்கிலிருந்து தாக்குதல் வரும் என்பது ஆதாரமற்ற வதந்தி என்பது மெல்லத் தெளிவாகத் தொடங்கியது. எந்த இனத்தவரும் போருக்குத் தயாராக இல்லை. அப்பகுதியில் பைஸாண்டியப் படையினர் எவரும் இல்லை. அப்படி இருந்தபோதும் அப்படையெடுப்பு பயனற்ற ஒன்றாக இல்லை. படையினரின் கணிசமான எண்ணிக்கையும் இறைத்தூதரால் அத்தகையதொரு வலிமையான படையெடுப்பை நடத்திட முடியும்

என்பதும் வடக்கிலிருந்த அனைத்துப் பழங்குடி இனத்தவருக்கும் ஒரு வலிமையான தாக்கத்தை ஏற்படுத்தியது. தபூக்கிலிருந்து கொண்டு ஒரு கிறிஸ்தவப் பழங்குடியினத்தவருடனும் யூத இனத்தவருடனும் இறைத்தூதரால் கூட்டணி அமைத்துக் கொள்ள முடிந்தது. தங்களது மதங்களைத் தாங்கள் எந்தத் தடையும் இன்றி பின்பற்றிக் கொள்ளவும், எதிரிகளிடம் இருந்து வரும் தாக்குதல்களிலிருந்து தங்களைப் பாதுகாக்கவும் ஜிஸியா என்றொரு வரியைத் தர அவர்கள் சம்மதித்தனர். படையில் பங்கு கொள்ளாமல் முஸ்லிம்களின் அதிகாரத்தின் கீழ் தங்களை முஸ்லிம் படையைக் கொண்டு காத்துக் கொண்டு, தங்களது பாதுகாப்பை உறுதிபடுத்திக் கொண்டு தங்கள் வாழ்வு எவ்வகையிலும் எதிரிகளால் பாதிப்படையாமல் காத்துக் கொள்வதற்காக அளிக்கப்படுவதுதான் ஜிஸியா என்ற வரி என்பதைப் புரிந்து கொள்ள வேண்டும். இறைத்தூதர் தபூக்கிலிருந்து கொண்டே காலித் இப்னு வலீதின் தலைமையில் ஒரு படையை மேலும் வடக்குப் பக்கம் அனுப்பி ஈராக்குக்கும் சிரியாவுக்கும் செல்லும் பாதையை உறுதிப்படுத்திக் கொள்ளும்பொருட்டு அவ்வழியில் அமைந்திருந்த கிறிஸ்தவர்களின் கோட்டையொன்றை முற்றுகையிட்டு, முன்னர் செய்து கொண்டது போன்ற ஒப்பந்தத்தை மேற்கொள்ளச் செய்தார். இவை அனைத்தையும் வெற்றிகரமாக முடித்துக் கொண்டு முஸ்லிம் படையினருடன் இறைத்தூதர் மதீனாவுக்குத் திரும்பினார்.

அவர் மதீனாவை வந்தடைந்ததும் அவருடைய மகள் உம்மு குல்தும் மரணமுற்றதை அறிந்து ஆறாத் துயரடைந்தார். இரண்டாம் முறையாக

மனைவியை இழந்த உத்மான் இப்னு அஃப்பானும் மிகவும் துயருற்றார். உத்மான் இப்னு அஃப்பான் இறைத்தூதரின் இரண்டு மகள்களை மணந்திருந்தார். மதீனாவிலேயே தங்கிவிட்ட மூன்று தோழர்களையும் பொறுத்தவரை அவர்களின் விதியை இறைவன் தீர்மானிக்கும் வரை அவர்கள் அவரைக் காணக் கூடாது என்றும் மற்றெந்தத் தோழர்களும் அவர்களுடன் பேசக் கூடாது எனவும் கட்டளை பிறப்பித்தார். அவர்கள் மன்னிக்கப்பட்டதாக இறை வசனம் வெளியாகும் முன் ஐம்பது நாட்கள் கழிந்துவிட்டிருந்தன.

"இறைவனின் உத்தரவை எதிர்பார்த்து வைக்கப்பட்டிருந்த அம் மூவரையும் (இறைவன் மன்னித்து விட்டான்) பூமி இவ்வளவு விசாலமாக இருந்தும் அது அவர்களுக்குக் குறுகியதாக மாறி அவர்கள் உயிர் வாழ்வதும் கஷ்டமாகிவிட்டது. இறைவனின் புகல் அன்றி அவனை விட்டுத் தப்புமிடம் வேறு அவர்களுக்கு இல்லை என்பதை அவர்கள் உணர்ந்து கொண்டார்கள். ஆகவே அவர்கள் பாவத்திலிருந்து அவர்கள் விலகிக் கொள்ளும் பொருட்டு அவர்களை இறைவன் மன்னித்தான்" **(குர்ஆன்)**

இதனைக் கேள்விப்பட்ட காப் மிகவும் ஆனந்தம் அடைந்தவராக இந்த மன்னிப்பு இறைத்தூதரிடமிருந்தா அல்லது இறைவனிடமிருந்தா என்று கேட்டபோது அது இறைவசன வெளிப்பாடு என்று இறைத்தூதர் கூறினார். தங்களின் சகோதரர்களை ஒதுக்கி வைக்க வேண்டியிருந்த அனைத்துத் தோழர்களும் இச்செய்தியைக் கேட்டு மகிழ்ச்சியடைந்தனர். முஸ்லிம் சமுதாயத்தின் நன்மையைப் புறந்தள்ளித் தங்களின் சொந்த நலன்களுக்காக

வாழ்வது எவ்வளவு மோசமான செயல் என்ற போதனையை இச்சம்பவம் கொண்டிருக்கிறது. சரியான துரோகத்தைச் செய்ததாகக் காட்டக்கூடிய பலவீனமான செயல்பாட்டை எண்ணி வருந்தும் மனங்களை மன்னிக்கலாம் என்ற படிப்பினையையும் இச்சம்பவத்தின் இன்னொரு பரிமாணம் கொண்டிருக்கிறது.

தூதுக் குழுக்கள்

ஹிஜ்ரி ஒன்பதாம் ஆண்டு 'தூதுக்குழு ஆண்டு' என்று பெயர் பெற்றது. தீபகற்பத்தின் அனைத்துப் பகுதிகளிலிருந்தும் தூதுக் குழுக்களும் ஒப்பந்தங்கள் எற்படுத்தத் தூதுவர்களும் வரும்படியான செல்வாக்கையும் அதிகாரத்தையும் முஸ்லிம் சமூகம் இப்போது கொண்டு விளங்கியது. ஒப்பந்தத்தை முதலில் ஏற்படுத்திக் கொள்ள வந்தவர்கள் பனு தாக்கிப் கோத்திரத்தார்களாக இருந்தனர். அவர்களைச் சூழ்ந்திருந்த அனைவரும் ஒன்று முஸ்லிம்களாக இருந்தனர் அல்லது முஸ்லிம்களுடன் கூட்டணி அமைத்தவர்களாக இருந்தனர். அவர்கள் முஸ்லிம்களாக மாற விரும்புவதாக அறிவித்தனர். ஆனால் இறைநம்பிக்கை மற்றும் சமய அனுஷ்டானங்கள் குறித்துப் பேச்சவார்த்தை நடத்த வேண்டும் என்று விரும்புவதாகவும் அவர்கள் கூறினர். அவர்களின் வணக்கத்திற்குரிய சிலையான அல்லாத் என்பதை வணங்க விலக்கு அளிக்க வேண்டும் என்றும் கூறினர். இதனை எப்போதும் செய்ததைப் போலவே மறுதலித்த இறைத்தூதர், ஓரிறையை வணங்க வேண்டும் என்றும் வெளியான இறைவசனங்களின் படியும் தன்னை முன் மாதிரியாகக் கொண்டு செயல்பட வேண்டும் என்றும் கூறினார். பின்னர் அவர்கள் அதனை ஏற்றுக் கொண்டனர்.

யூத, கிறிஸ்தவ மதங்களைச் சேர்ந்த தூதுக் குழுவினரும் இறைத்தூதரைச் சந்திப்பதற்காக வந்தனர். அவர்கள் இஸ்லாத்தை ஏற்றுக் கொள்ள வேண்டும் என்று இறைத்தூதர் அவர்களை நிர்பந்திக்கவில்லை. முன்பு செய்து கொண்ட ஒப்பந்தம் போலவே அவர்களிடமும் இறைத்தூதர் ஒப்பந்தம் செய்து கொண்டார். பாதுகாப்பிற்காக முஸ்லிம்கள் அளிக்கும் ஜிஸியா வரியை அவர்கள் செலுத்த வேண்டும் என்பதுதான் அது. இவ்வாறாக இஸ்லாத்தை ஏற்றுக் கொண்ட இனத்தவர் அனைவரும் இறைவனுக்கு இணை வைக்கும் செயலைக் கைவிட வேண்டும் என்பதும், அது சம்பந்தமாக எந்த உடன்பாடும் செய்து கொள்ளப்படாது என்பதும் தீபகற்பம் முழுவதும் பரவியது. ஓரிறை ஏற்பு வாசகத்தை உளமார எடுத்துக் கொண்டதும் அனைத்துச் சிலைகளும் அழிக்கப்பட வேண்டும், இஸ்லாமிய நெறிமுறைகள் முழுமையாகப் பேணப்பட வேண்டும், அதாவது இறைவணக்கம் முதல், நோன்பு நோற்று ஏழை வரியை முறையாகச் செலுத்த வேண்டும் என்பது வரை சொல்லப்பட்டது. தங்களது பண்டைய வழிமுறையை பின்பற்ற விரும்பும் இனங்கள் பாதுகாப்பிற்குப் பகரமாக வரியைச் செலுத்த வேண்டும் என்பதும் நிறுவப்பட்டது. கோத்திரங்களும் கோத்திரத் தலைவர்களும் இந்த இரண்டில் எந்த ஒன்றையும் தேர்ந்தெடுத்துக் கொள்ளும் சுதந்திரத்தை இறைத்தூதர் அளித்தார். தபூக்கிலிருந்து திரும்பி வந்த சில மாதங்களில் பெரும்பாலானோர் இரண்டில் ஒன்றைத் தேர்ந்தெடுத்துக் கொண்டனர்.

ஹஜ் புனிதப் பயணத்திற்கான காலம் நெருங்கவே, புனிதப் பயணிகளை அழைத்துக்

கொண்டு மக்கா செல்லும்படி இறைத்தூதர் தோழர் அபுபக்கரிடம் கூறினார். அதனைத் தொடர்ந்த வாரங்களில் புனிதப்பயணிகள் பயணத்தைத் தொடங்கினர். அவர்கள் சென்று கொண்டிருக்கையில் மக்காவில் புரியவேண்டிய கிரியைகள் பற்றிய குறிப்பாக, கஅபாவில் புரிய வேண்டிய கிரியைகள் பற்றிய இறைவசன வெளிப்பாட்டை இறைத்தூதர் பெற்றார். புனிதப் பயணிகளை அடைந்து இறைவசன வெளிப்பாட்டை அவர்களுக்குத் தெரிவிக்க அலியை இறைத்தூதர் அனுப்பினார். அந்தச் செய்தி 'அருளாளனும் அன்பாளனுமான இறைவனின் திருப்பெயரால்' என்று தொடங்காத குர்ஆனின் ஒரே அத்தியாயமான ஒன்பதாவது அத்தியாயத்தின் முதல் வசனங்களாக இருந்தது. கஅபாவைச் சுற்றி நிர்வாணமாக வலம் வருவது கண்டிப்பாக ஏற்றுக் கொள்ளப்படாது என்று அது தெளிவாகக் கூறியது. அவ்வசனம் சிலை வணக்கத்தில் ஈடுபடுபவர்கள் நான்கு மாதகாலம் மட்டுமே தங்கள் கிரியைகளைப் புரியலாம் என்றும் அதன் பின்னர் கஅபாவிற்கு வரக் கூடாது அல்லது இஸ்லாத்தை ஏற்க வேண்டும் என்றும், குறிப்பிட்ட அந்த நான்கு மாத கால அவகாசத்திற்குப் பின்னர் அவர்களுடன் போரிட முஸ்லிம்களுக்கு எந்தத் தடையும் இல்லை என்றும், பாதுகாப்பு ஒப்பந்தம் செய்து கொண்டவர்களும் பாதுகாப்பைக் கோரியவர்களும் இதிலிருந்து விலக்களிக்கப் படுவார்கள் என்றும் இறை வசனம் கூறியது.

கஅபா என்பது புனிதமான பள்ளிவாசல் என்பதும் ஓரிறையை மட்டுமே வணங்குவதற்காக அது அமைக்கப்பட்டது என்பதும் முஸ்லிம்கள் மட்டுமே அதனுள் நுழையலாம் என்பதும்

உறுதியாக, ஆணித்தரமாகக் கூறப்பட்டது. இறைவசனம் இப்படி இருந்தது,

"இறைவனின் இல்லங்களில் (பள்ளிவாசல்களில்) பரிபாலனம் செய்து வருகை புரியக் கூடியவர்கள் ஏக இறைவனின் மீதும் இறுதி நாள் மீதும் நம்பிக்கை கொண்டு தொழுகையைக் கடைப்பிடித்து (ஏழைவரியான) ஜக்காத்தை (முறையாகக்) கொடுத்து இறைவனைத் தவிர வேறெதற்கும் அஞ் சாதவர்கள் தான் - இத்தகையவர்தாம் நிச்சயமாக நேர்வழி பெற்றவர்கள் ஆவார்கள்" **(குர்ஆன்)**

இந்தத் தடை என்பது மக்காவில் உள்ள கஅபா பள்ளிவாசலுக்கு மட்டுமே பொருந்தும் என்றும் ஏனைய பள்ளிவாசல்களுக்குள் நுழையும் முஸ்லிமல்லாத ஆண்களுக்கும் பெண்களுக்கும் இது பொருந்தாது என்றும் பெரும்பாலான தோழர்களும், அவர்களுக்குப் பின்வந்த இஸ்லாமிய அறிஞர்களும் புரிந்து கொண்டனர். அனைத்து முஸ்லிம்களும் ஒரு முகமாக மையப்புள்ளியான கஅபாவில் ஏக இறைவனை வணங்க வேண்டும் என்பதே தெளிவான அச்செய்தியாகும்.

இப்ராஹீம்

ஹிஜ்ரி பத்தாவது ஆண்டில் ஒன்றரை வயதே ஆகி இருந்த இப்ராஹீம் கடுமையாக நோய்வாய்ப்பட்டார். ஏக இறைவனின் மார்க்கம் தீபகற்பம் முழுவதும் எதிர்ப்புகள் மங்கிப் பரவத் தொடங்கி அதனை ஏற்பவர்களின் எண்ணிக்கை கூடிக் கொண்டே இருந்த அக்காலத்தில் தன் மகன் இவ்வுலக வாழ்விலிருந்து பிரிவதை இறைத்தூதர் கண்டு கொண்டிருந்தார். அவரைப் பார்க்க ஒவ்வொரு நாளும் சென்ற இறைத்தூதர் அவரருகில் மணிக்கணக்காக வீற்றிருந்தார். அக்குழந்தை

தனது இறுதி மூச்சை விட்டதும் அதனைக் கையிலெடுத்துத் தன் மார்போடு அணைத்துக் கொண்ட இறைத்தூதரின் கண்களிலிருந்து கண்ணீர் தாரை தாரையாக வீழ்ந்தது. தேம்பி அழுவதை இறைத்தூதர் தடை செய்திருந்தார் என்று நினைத்துக் கொண்டிருந்த தோழரான அப்துர் ரஹ்மான் இப்னு அவ்ஃப் என்பவருக்கு இறைத்தூதர் தேம்பி அழுவதைக் கண்டதும் திகைப்பேற்பட்டது. முதலில் முஹம்மதால் பேச முடியவில்லை. புரண்டு அழுது புலம்புவதையோ அல்லது மனக்கோளாறு ஏற்பட்டவரைப் போன்றோ அழுவதைத்தான் தடை செய்திருந்ததாகவும் பெரும் சோகத்தால் இயல்பாக வரும் அழுகையைத் தடை செய்யவில்லை என்றும் இறைத்தூதர் அத்தோழருக்கு விளக்கினார். அக்கண்ணீருக்கு 'மெல்லிய மனது மற்றும் கருணையின் குறிகள்' என்று அவர் விளக்கமளித்தார். தன் சொந்த அனுபவத்திலிருந்து அவர் கூறிய இந்த விளக்கம் இஸ்லாமிய போதனையான, 'கருணை காட்டாதவன் கருணையளிக்கப்படமாட்டான்' என்பதாக இருந்தது. வாழ்வின் கடினமான சூழ்நிலைகளில் மனிதர்கள் ஒருவருக்கொருவர் காண்பித்துக் கொள்ளும் அன்பு, கருணை, தயாளம், இரக்கம் மற்றும் அனுதாப உணர்வு ஆகியவை அருளாளனும் அன்பாளனுமான ஏக இறைவனின் நெருக்கத்திற்குரிய செயல்களாகும். மனிதநேயத்துடன் ஒரு ஆணிடமோ அல்லது பெண்ணிடமோ இத்தகைய குணங்களைக் காட்டும் இறைப்பற்று கொண்ட ஆண் அல்லது பெண்ணின் நெஞ்சத்திற்கு அருகில் இறைவன் நெருங்கி வருகிறான்.

ஆழமான மன பாதிப்புற்ற இறைத்தூதர் தன் துயரத்தை மறைக்கவில்லை. அவர் மேலும் கூறினார், "கண்கள் கண்ணீரை உகுக்கின்றன. ஓ இப்ராஹீமே, மனம் அளவில்லாத துயரத்திலிருக்கிறது. மேலும் இறைவன் திருப்தியுறும் வகையில்தான் ஒருவர் சொற்களைக் கூற வேண்டும்". அவருடைய மனிதாபிமானம் மற்றும் இறைவனுக்கான சேவையில் அவரை இறைவன் மீண்டும் ஒரு முறை சோதனை செய்தான். மிகவும் பாசத்திற்குரிய பலரை - தோழர்களை, மனைவி கதீஜாவை தன் மூன்று மகள்களை மற்றும் மூன்று மகன்களை அவர் இழந்திருந்தார். அவருடைய வாழ்க்கையில் துக்கமும் கண்ணீரும் நிறைந்திருந்தது. ஆனால் அவர் மிகவும் மெல்லியல்பானவராகத் தனது இறைச் சேவையில் உறுதி மிக்கவராக விளங்கினார். இந்த மெல்லியல்பும் உறுதியும் அவருக்கு மிக மிக நெருக்கமானவனை திருப்தியுறச் செய்தது. அந்த ஹிஜ்ரி பத்தாவது ஆண்டில் இறைத்தூதரின் இறைச் சேவையை உலகம் முழுதாகப் பெற்றது போலவும் அந்தக் குறுகிய குழியில் இப்ராஹீமின் உடல் வைக்கப்பட்டது, முஹம்மதின் மனித வாழ்க்கை குறுகி விட்டதைப் போலவும் தோன்றியது. மரணமடைந்தவர்களுக்கான தொழுகையை அவர் முன்னின்று நடத்தினார். இறைத்தூதர் தேர்ந்தெடுக்கப்பட்ட உன்னதமான ஒருவராக விளங்கினார். இறைத்தூதர் மனிதராகவே இருந்தார்.

அடக்க ஸ்தலத்திலிருந்து அவர் திரும்பிய சில மணி நேரங்களில் சூரிய கிரகணம் தோன்றியது. அதனை இறைத்தூதரின் மகனின் மரணத்துடன் தொடர்புபடுத்தி அதனை ஒரு அற்புதம் என்றும் தனது தூதருக்காக இறைவன் அளித்த ஒருவகைச் செய்தியாகவும் முஸ்லிம்கள் எண்ணினர். ஆனால்

அத்தகைய எண்ணங்களுக்கு முற்றுப்புள்ளி வைக்கும் விதமாக இறைத்தூதர் உறுதியாகக் கூறினார். "சூரியனும் சந்திரனும் இறைவனின் அடையாளங்கள். எவருடைய மரணத்திற்காகவும் அவற்றின் ஒளி இருளடைவது இல்லை". மூட நம்பிக்கைகள் கொள்ளக் கூடாது என்ற போதனையை இதன் மூலமாக இறைத்தூதர் தம் தோழர்களுக்கு உணர்த்தினார். இது தவிர்த்திருத்தல் மற்றும் அடக்கமாக இருத்தல் என்ற இரண்டையும் அவருக்கும் தோழர்களுக்கும் உணர்த்தியது. எத்தகைய நிலையிலும் எப்படிப் பிரிவது என்பதைத் தமக்கு மிகவும் பாசத்திற்குரியவர்கள் பிரியும்போது அமைதியாகத் தனித்து அமைப்பிலிருந்து வேறுபடாமல் மனிதராகவே இருந்த இறைத்தூதர் மனிதர்கள் எப்படி நடந்து கொள்ளவேண்டும் என்பதைக் கற்பித்தார். இறைநம்பிக்கை மற்றும் மனித நேயம் ஆகியவற்றின் மீதான சோதனை ஏற்பட்டபோது இறைத்தூதரின் கண்களிலிருந்து கண்ணீர் பெருகியது படைப்பின் நிரந்தரத்தன்மை மற்றும் மாறா சுழற்சி, மனிதனின் மென்மைத் தன்மையை உணர்தல், திடீர் பிரிவுகள் மற்றும் மரணம் ஆகியவற்றை மென்மையாகக் கண்டு கொள்ளக் கற்றுக் கொடுப்பதைக் கொண்டிருந்தது. ஒருவர் மரணிக்கும்போது தோன்றும் அற்புதங்களில் அல்ல ஓரிறையின் இருத்தலின் அடையாளம். ஆனால் இயற்கை அமைப்பு, அவனது படைப்பின் நிரந்தரத்தன்மை, வந்து பிரியும் படைப்பினங்களின் செயல்பாடுகள் ஆகியவற்றால் அதனை அறிய முடியும்.

மன்னிப்பும் நேர்மையும்

இறைத்தூதரின் இறைச்சேவை இறுதிக்கட்டத்தை எட்டுவது தெளிவாகத்

தெரிந்த நிலையில் இறைத்தூதர் காட்டிய உயர்ந்த உன்னதத் தன்மை அவருடைய முன்னாள் எதிரிகளைக் கூட (தனியாட்களோ, அல்லது கோத்திரங்களோ) ஆச்சர்யமூட்டி ஈர்த்து அவர்கள் பெருமளவில் அவரிடம் வந்தனர். அவர் வெளிப்படைத்தன்மையுடன் விளங்கியபோதும் சில தனியாட்களையும் கோத்திரங்களையும் பற்றி எச்சரிக்கையாக இருந்து வந்தார். பனு கானம் இப்னு அவ்ஃபுடன் அவருக்கு நேர்ந்த அனுபவமும் இறைவசன வெளிப்பாடும் அவருக்கு எச்சரிக்கையாக இருக்கக் கற்பித்திருந்தன. அவர் தபூக்குக்குச் செல்லும் முன் பனு கானம் தாங்கள் கூபாவில் கட்ட விரும்பும் பள்ளிப் பணியைத் தொடங்கி வைக்கும்படி கோரி இருந்தனர். தபூக்குக்குப் போவதற்கான வேலைகளில் அவர் மும்முரமாக இருந்ததால் தபூக்கிலிருந்து திரும்பி வந்த பின் கூபா செல்லலாம் என அவர் முடிவு செய்தார். நன்கறிந்த நயவஞ்சகரான அபு அமீரால் திட்டமிடப்பட்டது அது என பின்னர் அவர் அறிந்து கொண்டார். அவரின் தவறான நடவடிக்கைகளை இறைவசனம் ஒன்று உறுதி செய்தது.

"இறை நம்பிக்கையாளர்களிடையே பிளவு உண்டாக்கவும் இறைவனுக்கும் அவன் தூதருக்கும் விரோதமாய் போர்புரிந்தவர்களுக்கு ஒரு புகலிடமாகவும் ஆக்க ஒரு பள்ளியை நிறுவியவர்கள் "நாங்கள் நல்லதையே அன்றி (வேறொன்றும்) விரும்பவில்லை" என்று நிச்சயமாகச் சத்தியம் செய்வார்கள். ஆனால் அவர்கள் பொய்யர்கள் என்பதற்கு இறைவனே சாட்சி கூறுகிறான். ஆகவே அங்கு நீர்

தொழுகைக்காக ஒருக்காலும் நிற்க வேண்டாம்'' **(குர்ஆன்)**

இறை நம்பிக்கை கொண்ட மற்றவர்களைக் கவர்வதற்காக அபு அமீர் ஒரு பள்ளிவாசலைக் கட்ட விரும்பினார். பிரிவினையை உண்டாக்கித் தன் செல்வாக்கை ஏற்படுத்துவதற்காகவே அவர் அப்படி விரும்பினார். உண்மையான நம்பிக்கையும் நேர்மையும் கொண்டவர்களல்லாமல் அதிகாரத்தைப் பெறுவதற்காக இறைத்தூதரைப் பயன்படுத்திக் கொள்ள சில தீயவர்கள் தயங்கவில்லை. முஸ்லிம் சமுதாயம் வளர வளர அத்தகைய சூழ்நிலைகள் அடிக்கடி உண்டாயின.

இருந்தும் இஸ்லாத்தைப் புரிந்து கொள்ளவும் சத்திய வேட்கை கொண்டும் தன்னைத் தேடி வந்தவர்களுக்கு எளிதில் அணுகக் கூடியவராக இறைத்தூதர் விளங்கினார். போர்களிலும் பிற சூழ்நிலைகளிலும் தன்னை எதிர்த்த ஏராளமானவர்களை அவர் மன்னித்தருளினார். தமக்கும் தம் மன வேட்கைகளுக்கும் எதிராக இறைவனின் பொருத்தத்தை நாடியவர்கள் மீது மிகுந்த அன்பைக் காட்டி அவர்களுக்குப் பொறுமையுடன் வழி காட்டினார். அவர்களை கவனித்து அவர்களுடைய கேள்விகளுக்குப் பொறுமையாக பதிலளித்தார். அவர்களுடைய வளர்ச்சி வேகம் மிகுந்ததாக இருந்தாலும் புரட்சிகரமானதாக இருந்தாலும் இறைத்தூதர் அவர்களுடனேயே இருந்தார். ஹுனைன் படையெடுப்பிற்குப் பின் இறைத்தூதர் அறிவித்தார் ''சிறிய புனிதப் போரிலிருந்து (பிரயாசை, தாங்குதல் மற்றும் மாற்றத்திற்கான போராட்டமான) பெரிய புனிதப் போருக்கு வந்திருக்கிறோம்''. ஒரு தோழர் அவரிடம் கேட்டார், ''பெரிய புனிதப்

போர் என்றால் என்ன இறைத்தூதரே?". அதற்கு அவர் பதிலளித்தார், "தன் உணர்ச்சியுடன் போர் புரிவது". முஸ்லிம்களுக்கும் அனைத்து மனிதர்களுக்கும் தன்னுள் போராடுவதென்பது மிகவும் கடினமான ஒன்றாகவும், உன்னதமான ஒன்றாகவும் இருக்கிறது. அதற்கு மாபெரும் புரிதலும் மன்னிப்பளிப்பதும் உள நேர்மையும் தேவையாக உள்ளது. போரும் சிறிய புனிதப் போரும் இறைவனுக்காக மரணித்தல் என்பது எத்தனை கடினமான ஒன்று என்பதைக் காட்டுகிறது. தினசரி வாழ்க்கையும் பெரிய புனிதப்போரும் சாந்தியுடன், பொறுமையாக இறைத்தேட்டத்துடன் முரண்பாடற்று, வெளிப்படையாக இறைவனுக்காக வாழ்தல் ஆகும். அது சிறிய புனிதப் போரை விடவும் மிகக் கடினம் என்பதை முஸ்லிம்களுக்குத் தெரிவிக்கிறது.

தன் இறைச் செய்தியின் உண்மைத் தன்மையை நம்பாத தன்னைச் சுற்றி இருந்தவர்களிடம் சுயமாக உள்ள மாயையையும் அகந்தை, தற்பெருமை ஆகியவற்றையும் எதிர்த்துப் போராடிக் கொண்டு உண்மையை சத்தியத்தைத் தேடும்படியும், தோன்றும் சமிக்ஞைகளையும், அறிகுறிகளையும் நன்கு கவனிக்கும்படியும் இறைத்தூதர் கூறினார். ஓரிறையின் இருத்தலை ஏற்றுக் கொண்டு அடக்கமாகவும் பணிவாகவும் இருக்கும்படியும் தங்களது வலிமையற்ற எளிய நிலையை அறிந்து கொள்ளவும் தங்களுக்குள்ளேயான போராட்டத்தைத் தொடர்ந்து நடத்தவும் ஆன்மிக ஊட்டத்தைத் தேடிப் பெற இறைவனைத் தொடர்ந்து நினைவிலிறுத்தி கொண்டே இருக்கவும் இறைத்தூதர் முஸ்லிம்களுக்கு போதித்தார். தங்களது இதயத்தில் இறைநம்பிக்கை உறுதியாக

இருக்க இறைவனிடம் பிரார்த்திக்கும்படி குர்ஆன் கூறுவதைப் போல "ஓ இதயங்களில் மாற்றத்தை ஏற்படுத்துபவனே, உனது மார்க்கத்தில் (சமயத்தில்) எனது இதயத்தை (உள்ளத்தை) உறுதியாக இருக்கச் செய்வாயாக!" என்று பிரார்த்திக்கும்படி முஸ்லிம்களுக்கு இறைத்தூதர் போதனை செய்தார். மனசாட்சியை, உள்ளுணர்வை விழிப்படையச் செய்ய உள்ளுக்குள்ளேயே நடக்கும் போராட்டத்தில் மிகுந்த முயற்சியுடனும் பொறுமையுடனும் இருக்கும்போது சிலர் உண்மையையும் (சத்தியத்தையும்) சிலர் பழுதற்ற நேர்மையையும் தேடிக் கொண்டிருந்தனர். இறுதி மார்க்கத்தின் கடைசி நிலையை எய்தி அதனை அடைந்துவிட்டதாகத் தோன்றும்போது ஒவ்வொருவரும் அவரவருடைய உள் உலகிற்குள் தாங்கள் நிச்சயமாக வந்திருந்த அல்லது திரும்பிச் செல்ல வேண்டிய இறைவனின் அருளையும் மன்னிப்பையும் சாந்தியையும் கிருபையையும் காண்பார்கள். இறைவசன வெளிப்பாடொன்று இறைத்தூதருக்கு நினைவிலிறுத்திக் கொள்ளும்படி இப்படி இருந்தது.

"இறைவனின் உதவியும் வெற்றியும் வரும்பொழுது இறைவனின் மார்க்கத்தில் மக்கள் அணி அணியாகப் பிரவேசிப்பதை நீங்கள் காணும்போதும் உம்முடைய இறைவனின் புகழைக் கொண்டு துதிப்பீர்களாக. மேலும் அவனிடம் பிழை பொறுக்கத் தேடுவீராக. நிச்சயமாக அவன் (தவ்பாவை) பாவ மன்னிப்புக் கோருதலை ஏற்றுக் கொள்பவனாக இருக்கின்றான்" **(குர்ஆன்).**

தூதுத்துவ இறைச்செய்தி உண்மை என்பதை முழுவதாக உணர்ந்தறிந்ததாகத் தோன்றும்போதும் கூட மக்கள் ஒருவனேயான அந்த இறைவனிடமே

செல்ல வேண்டியிருப்பதை இந்த வசனங்கள் உணர்த்துகின்றன. முரண்பட்ட எண்ணங்களுடன் நிலையான, மாறாத போராட்டத்தை நடத்தித் தன்னுள்ளே தியானித்து இறைமையை அடைய வேண்டி இருக்கிறது. அனைத்துப் பகுதிகளிலிருந்தும் அவரிடம் மக்கள் கூட்டம் வர வர தனக்கு மிக நெருக்கமான இறைவனிடத்தில் ஏகாந்த உணர்வுடன் திரும்ப அவரிடம் கூறப்பட்டது. உலகியலின் வெற்றி அவரை முழுதாக வந்தடையவும் இந்த வாழ்க்கையை விட்டு இறைவனிடத்தில் சென்று சேரத் தயாராக வேண்டும் என்பதையும் அவர் புரிந்து கொண்டார். வெளியான அந்த இறைவசனம் இறைத்தூதரின் இறைச்சேவை நிறைவுக்கு வந்து விட்டதையும் இதன் விளைவாக அவர் பிரிய வேண்டிய வேளை வந்துவிட்டதையும் உணர்த்தியதாக அப்துல்லா இப்னு மஸ்ஊத் கூறினார்.

விடைபெறும் புனிதப் பயணம்

ஹிஜ்ரி பத்தாவது ஆண்டின் ரமலான் மாதத்தில் இறைவனிடமிருந்து இன்னுமொரு அறிகுறியையும் இறைத்தூதர் பெற்றார். அதனைப் பற்றி தம் மகளான ஃபாத்திமாவிடம் அவர் இப்படிக் கூறினார்: "ஒவ்வொரு வருடமும் வானவர் ஜிப்ரீல் குர்ஆன் வசனங்களை ஒரு முறை மட்டுமே ஓதிக் காண்பிப்பார். நானும் அதனை அவரிடம் ஒருமுறை ஓதிக் காண்பிப்பேன். ஆனால் இந்த வருடம் அவர் அதனை இருமுறை என்னிடம் ஓதிக் காண்பித்தார். இது எனக்கான வேளை வந்துவிட்டது என்பதை அறிவிப்பதாகவே நான் நினைக்கிறேன்". இஸ்லாத்தின் ஐந்து தூண்களில் ஒன்று மட்டுமே இதுவரை இறைத்தூதரால் பூர்த்தி செய்யப்படாமலிருந்தது. அதனை நிறைவேற்றும்

தருணம் நெருங்கி விட்டிருந்தது. மக்காவுக்கான புனிதயாத்திரை இறைத்தூதர் தலைமையில் செல்லும் என்று பரவலாக அறிவிக்கப்பட்டது. முப்பதாயிரம் மதீனத்துப் புனிதப் பயணிகள் இறைத்தூதருடன் புறப்பட்டனர். அவர்களைப் போல மூன்று மடங்கிலான புனிதப் பயணிகள் அரேபிய தீபகற்பம் முழுவதிலுமிருந்து அவர்களுடன் இணைந்து கொண்டனர்.

மக்காவின் புனித யாத்திரையின் பல்வேறுபட்ட கிரியைகளையும் இறைத்தூதர் தம் தோழர்களுக்கு விளக்கிக் காண்பித்தார். அது அவர்களின் தந்தையான ஆப்ரஹாமின் (இப்ராஹீமின்) தூய ஓரிறை வணக்கத்தை அவர்களுக்கு எடுத்துக் கூறியது. புனித யாத்திரை இறைத்தூதரின் முழு வாழ்க்கையைப் போல மூலத்திற்கே - தொடக்கத்திற்கே திரும்பிச் செல்வது போன்றிருந்தது. ஓரிறைவனை வணங்க கஅபா என்னும் ஆலயத்தைக் கட்டிய இறைவனின் தூதர் ஆப்ரஹாமின் அடிச்சுவட்டில் ஓரிறையிடம் திரும்புவதாக அது இருந்தது. இறைத்தூதர் செய்த கிரியைகள் அனைத்தையும் மிக உன்னிப்பாகத் தோழர்கள் கவனித்தனர். அவர்களிடம் இறைத்தூதர் "உங்களது கிரியைகளை என்னிடமிருந்து எடுத்துக் கொள்ளுங்கள்" என்று கூறினார். ஹிஜ்ரி பத்தாவது ஆண்டின் துல் ஹஜ் மாதத்தின் ஒன்பதாம் நாளில் கருணையின் குன்று (ஜபல் அர்ரஹ்மத்) என்றழைக்கப்பட்ட குன்றிலிருந்து கூடியிருந்த 1,44,000 புனித யாத்திரிகர்களை நோக்கி அவர் உரையாற்றினார். அவர் சிறு சிறு பகுதிகளாக உரையாற்றினார். கூடியிருந்த அனைவரும் அதனைக் கேட்கும்படி அவரைச் சுற்றி இருந்தவர்கள் இறைத்தூதர் கூறியதை மீண்டும் கூறினர்.

இறைத்தூதரின் உரை மிகவும் ஆழானதாகவும் வலிமை வாய்ந்ததாகவும் அமைந்திருந்தது. புனித யாத்திரிகர்களை மீண்டும் தான் இங்கே சந்திப்பேனா என்பது தனக்குத் தெரியாது என்று அவரது உரையின் தொடக்கம் இருந்தது. அந்த இடத்தின் புனிதத் தன்மையையும் அம்மாதத்தின் புனிதத்தையும் அதேபோல் அவர்களது வாழ்வு, கௌரவம், அவர்களைச் சார்ந்தவை ஆகியவற்றை அவர்களுக்கு இறைத்தூதர் நினைவூட்டினார். அறியாமையின் காலம் முடிவுக்கு வந்துவிட்டது என்றும் அக்காலத்தின் நடைமுறைகளும் பழக்க வழக்கங்களும் சச்சரவுகளும் போட்டிகளும் அதிகாரம் மற்றும் பலாபலன்களின் அடிப்படையில் ஏற்பட்டவை என்றும் அவர் கூறினார். ஆகவே அனைத்து முஸ்லிம்களும் தங்களின் இறைநம்பிக்கை சகோதரத்துவம், நேசம் ஆகியவற்றால் ஒன்றிணைக்கப்பட்டவர்கள். அவையே இஸ்லாம் அளிக்கும் செய்தியின் சாட்சியாக அவர்களை மாற்றக் கூடியவை என்றும் அவர் கூறினார். எந்தச் சூழ்நிலையிலும் அவர்கள் மற்றவர்களை ஒடுக்குபவர்களாகவோ தங்களையோ அல்லது தாங்கள் ஒடுக்கப்படுவதையோ ஏற்றுக் கொள்பவர்களாகவோ இருக்கக் கூடாது என்று அவர் கூறினார். இறைவனின் முன்னிலையில் அனைவரும் சமம் என்பதை அவர்கள் கற்றுக் கொள்ள வேண்டும் எனவும், மண்ணால் படைக்கப்பட்ட ஆதாமிலிருந்து அனைவரும் வந்தவர்கள் என்பதால் அடக்கத்தைக் கற்றுக் கொள்ள வேண்டும் என்றும் அவர் கூறினார். அடக்கமும் பணிவும் மிகுந்தவரே இறைவனின் பார்வையில் மிக உயர்ந்தவர். இறைவனின் நெருக்கத்தைப் பெற்றவரைத் தவிர எந்த

அரேபியரும் அரேபியரல்லாதவருக்கு முன் உயர்ந்தவர் அல்ல என்றும் அவர் கூறினார். அனைத்து முஸ்லிம் ஆண்களும் தங்கள் மனைவியரை மிகவும் மென்மையாக நடத்த வேண்டும் என்றும் கூறிய அவர், பெண்கள் விஷயத்தில் இறைவனைப் பற்றிய அச்சத்துடன் நடந்து அவர்களுக்கு நன்மை செய்யப் பாடுபடவேண்டும் என்றும் கூறினார். எக்காலத்திலும் அவருடைய போதனைகளைப் பின்பற்றுபவர்களுக்கும் அங்கு கூடியிருந்த இறை நம்பிக்கையாளர்களுக்கும் பின்பற்றும் வழியைக் காண்பிப்பது போல அவர் கூறினார். நான் உங்களுக்கு இரண்டு விஷயங்களை விட்டுச் செல்கின்றேன். அவற்றை நீங்கள் பற்றிப் பிடித்துக் கொள்வீராயின் எல்லாத் தவறுகளிலிருந்தும் உங்களைத் தவிர்த்து நேரான பாதையில் நீங்கள் செல்லக் கூடும். அவைதான், இறைவனின் (அல்லாஹ்வின்) வேத நூலும் அவனுடைய தூதரின் (வாழ்வும்) வாக்கும்" என்று கூறினார். ஒவ்வொரு போதனையையும் அவர்களுக்கு நினைவூட்டிய அவர், "ஓ மக்களே! நான் எனது தூதினை நேர்மையான முறையில் உங்களுக்கு ஒப்படைத்து விட்டேனா?" என்று கேட்டார். அதனை ஆமோதிக்கும் தொனி கூட்டத்திலிருந்து பலமாக உயர்ந்ததும், "ஓ இறைவா! நீயே சாட்சியாக இருப்பாயாக!" என்று கூறினார். புனித உரையின் முடிவில் புனிதயாத்திரிகர்கள் கூறினார்கள், "நீங்கள் உங்கள் தூதுத்துவத்தை உண்மையாகச் செய்துவிட்டீர்கள், உங்கள் இறைச்சேவையைப் பூர்த்தி செய்துவிட்டீர்கள், உங்கள் சமூகத்திற்கு நற்போதனையைச் செய்து விட்டீர்கள் என்பதற்கு நாங்கள் சாட்சியாக இருக்கிறோம்" பின்னர் இறைத்தூதர் "ஓ இறைவா! நீயே சாட்சியாக

இருப்பாயாக!" என்றும், "இங்கே இருப்பவர்கள் இங்கே இல்லாமலிருப்பவர்களுக்கு இச்செய்தியை அளிப்பீராக!" என்றும் கூறினார்.

ஆன்மிக முஸ்லிம் சமுதாயத்திற்கு ஒரு சாட்சியாகவே இறைத்தூதர் விளங்கினார். படைத்தவனின் முன்னால் எளிமையையும் மனிதர்களின் ஒற்றுமையையும் வேண்டி நிற்கும் அப்புனித யாத்திரையில் அவர்களுடன் இணைந்திருந்த இறைத்தூதர் இறைச் செய்தியின் அதிமுக்கியமான புள்ளியை நினைவூட்டினார். இனம், சமூக வகுப்புகள் அல்லது பால் இவற்றையெல்லாம்விட அனைத்து மனிதர்களும் இறைவனின் முன் சமம் என்றும் தங்கள் அறிவு, தரம் மற்றும் எண்ணங்கள் இவற்றைக் கொண்டு என்ன செய்கிறார்கள் என்பதே மனிதர்களை இறைவனின் முன்படித்தரப் படுத்துகிறது என்பதுதான் அச்செய்தி. அவர்கள் எங்கிருந்து வந்தாலும் அரேபியர்களோ அல்லது அரேபியர்களல்லாமல் இருந்தாலும் கருப்போ, வெள்ளையோ அல்லது வேறெந்த நிறமுடையவர்களாக இருந்தாலும் சரியே, அவர்களது சமூக நிலை எதுவாக இருந்தாலும் அவர்கள் ஏழையாகவோ செல்வ வளம் கொண்டவராக இருந்தாலும் அவர்கள் ஆண்களாயினும் பெண்களாயினும் மனிதர்களின் தரம் என்பது அவர்களின் எண்ணம், அவர்களது ஆன்மிகப் படித்தரம், அகந்தையை - தற்பெருமையை அடக்குதல் இறை நம்பிக்கையின் முதிர்ச்சி, நல்லியல்புகள், ஆன்மாவின் உன்னத நிலை, முரண்பாடுகளில்லாமல் கொள்கையின் அடிப்படையில் மக்களுக்கான கடப்பாடுகளைக் கொண்டு விளங்குவது ஆகியவையே மனிதர்களின் நிலையை இறைவனின் முன்பு நிர்ணயிக்கின்றன.

பல்வேறு இடங்களில் இருந்து வந்த பல்லாயிரக்கணக்கான யாத்ரிகர்கள், அடிமைகள், கோத்திரங்களின் தலைவர்கள், ஆண்கள், பெண்கள் ஆகியோர் முன்னிலையில் ஓரிறைவனின் செய்தியின் ஒளியில் தன் இறைச்சேவையை இறைத்தூதர் பூர்த்தி செய்தார். இறைநம்பிக்கையாளர்கள் செய்தியின் பொருளையும் உள்ளடக்கத்தையும் ஒரே குரலில் பெற்றுப் புரிந்து கொண்டார்கள்.

சில மணி நேரம் கழித்து இறைத்தூதர் சட்டென பெற்றுக் கொண்ட இறைச் செய்தி, அவரின் இறைச்சேவை இறுதி நிலைக்கு வந்து விட்டதை உறுதி செய்தது. அது இப்படி இருந்தது, "இன்றைய தினம் உங்கள் மார்க்கத்தைப் பரிபூரணமாக்கி வைத்துவிட்டேன். உங்களுக்காக இஸ்லாம் மார்க்கத்தையும் தேர்ந்(தெடுத்)து (உங்களுக்கு அருட் செய்து) அங்கீகரித்துக் கொண்டேன்" தூதுத்துவத்தின் இறுதி நிலை அண்மித்திருந்தது. இறைவனின் அருகில், இவ்வுலக வாழ்க்கைக்கு அப்பாலான ஒரு நிலைக்கு, தான் தேர்ந்து கொள்ளப்பட்ட இடத்திற்கு இறைத்தூதர் திரும்ப வேண்டிய கட்டம் வந்துவிட்டது.

அத்தியாயம் பதினைந்து

கடன்களில்லா நிலை

ஹஜ் என்று குறிப்பிடப்பட்ட புனிதயாத்திரை முடிந்தது. அனைத்துக் கிரியைகளையும் நிறைவேற்றிய இறைத்தூதர் மதீனாவுக்குத் திரும்ப விரும்பினார். அவருடன் புனிதப் பயணம் மேற்கொண்டிருந்தவர்களுடன் கிளம்பி மதீனாவை வந்தடைந்தார். வாழ்க்கை பழையபடியானது. இஸ்லாத்தின் கொள்கைகளையும் குர்ஆனையும் மார்க்கச் செயல்பாடுகளை அவற்றின் சட்டதிட்டங்களுடன் பல முஸ்லிம்கள் மிகச் சரியாகக் கற்றுக் கொண்டனர். இறைத்தூதரின் நடைமுறைப்படியும் இறைவசனங்களின் அடிப்படையிலும் சட்டதிட்டங்களுக்கு உட்பட்டு ஏழைவரியான ஜக்காத் சேர்க்கப்பட்டது. நிறைவேற்றப்பட்ட புனிதப் பயணத்துடன் இஸ்லாத்தின் ஐந்து தூண்களின் செயல்பாடுகள் வரையறுக்கப்பட்டன. எதிர்காலத்தில் தோன்றக்கூடிய கேள்விகளுக்கான விளக்கங்களையும் இஸ்லாமிய வாழ்விற்கான நெறிமுறைகளையும் முஸ்லிம் சமுதாயம் பெற்றுக் கொண்டது.

ஏமன் நாட்டின் புதிய சூழ்நிலையில் நீதிபதியாக இறைத்தூதரால் நியமிக்கப்பட்ட முவாத் இப்னு ஜபலிடம் இறைத்தூதர் "எதன்படி நீதி வழங்குவீர்கள்?" என்று கேட்டார்,. "இறை வேதத்தின்படி" என்று பதிலளித்தார் முவாத்.

பின்னர் முஹம்மது அவரிடம், "வேதத்தில் ஏதும் கிட்டவில்லை என்றால்?" என்று கேட்டார். அதற்கு முவாத், "இறைத்தூதரின் வாழ்வு மற்றும் வாக்குகளின்படி" என்று பதிலளித்தார். "இறைத்தூதரின் வாழ்விலும் வாக்கிலும் இல்லை என்றால்?" என்று முஹம்மது மேலும் கேட்டபோது முவாத் "ஒரு கருத்தை நான் அடையாமலிருக்க மாட்டேன்" என்று. உறுதிபடக் கூறினார், அதனைக் கேட்டு திருப்தியுற்ற இறைத்தூதர் "இறைவனின் தூதரை திருப்தியடையச் செய்ய வழிகாட்டிய இறைவனுக்கே புகழனைத்தும்" என்று கூறினார்,. முவாத்தின் பதில்கள் வந்த முறை எக்காலத்திற்கும் பின்பற்ற வேண்டிய வழி முறையை முஸ்லிம் சமுதாயத்திற்குக் கற்பித்தது. இறைவனின் வேதமும், இறைத்தூதரின் வாழ்வும் வாக்கும் அடிப்படையான இரண்டு வழிகாட்டிகளாக அமைந்தன. அதனைச் செயல்படுத்தியவர்கள் அடிப்படையான அவ்விரண்டையும் மீறிய சிக்கலான சூழ்நிலையில் இஸ்லாமிய நெறிகளிலிருந்து மாறாமல் தமது விவேகம், பொதுஅறிவு மற்றும் தங்களது சட்ட ரீதியான கருத்துருவாக்கும் தன்மை இவற்றின் அடிப்படையில் அப்போதனைப்படி செயல்பட வேண்டும். அதே சமயத்தில் சூழ்நிலைக்கு பொருந்தக் கூடியதாகவும் புதியன இருக்கவேண்டும். இஸ்லாத்தின் அடிப்படை கோட்பாடுகளும் கிரியைகளும் மாறக் கூடாது. அதேபோல் அடிப்படைக் நீதி நெறிகளும் மாறக் கூடாது. இறைத்தூதரின் தோழர்கள் இதனை ஏற்றுக் கொண்டார்கள். அறிவையும் மேலும் முன்னெடுத்துச் செல்லக்கூடிய தேவையான நம்பிக்கையையும் உலகை உற்று கவனித்துப் புரிந்து கொள்ளும் திறத்தையும் படைத்தவனின்

செய்திக்கு உண்மையாக ஆன்மிக ரீதியாகவும் விவேகத்துடனும் இருக்க இறைத்தூதர் தோழர்களுக்குக் கற்பித்தார்.

ஒரு படையெடுப்பு - உயிர்கள் மற்றும் இயற்கை

மதீனா திரும்பிய சில மாதங்களுக்குப் பிறகு ஜாஃபர், அப்துல்லா மற்றும் ஸெய்த் ஆகியோர் சில ஆண்டுகளுக்கு முன் கொல்லப்பட்ட முத்ஆ வுக்கும் பாலஸ்தீனத்திற்கும் அருகில் இருந்த இடத்திற்கு ஒரு படையை அனுப்ப இறைத்தூதர் தீர்மானித்தார். ஒவ்வொருவரும் திகைப்படையும்படி மூவாயிரம் வீரர்களைக் கொண்ட வலிமையான படைக்கு அனுபவம் மிக்க உமர் போன்ற வீரர்கள் இருந்தும் இருபதே வயதான ஸெய்தின் மகனான உஸாமாவை தலைவராக இறைத்தூதர் நியமித்தார். அவரைத் தலைவராக நியமித்தது விமர்சனங்களுக்குள்ளானது. அனைத்திற்கும் முற்றுப்புள்ளி வைப்பது போல் இறைத்தூதர் கூறினார், "உஸாமாவின் தந்தையான ஸெய்தை தலைவராக நியமித்தபோது விமர்சித்தது போல உஸாமாவின் நியமனத்தையும் நீங்கள் விமர்சிக்கிறீர்கள். அவருடைய தந்தை மீது நம்பிக்கை வைத்தது போல உஸாமாவும் தலைமை தாங்க உண்மையிலேயே தகுதியானவர்தாம்". ஸெய்து சுதந்திரமானவராக ஆக்கப்பட்டிருந்தும் அவரை இன்னும் அடிமையாகவே கருதி வந்த சில முஸ்லிம்கள் ஸெய்தை தலைவராக நியமித்ததைக் கடந்த காலத்தில் விமர்சித்திருந்தனர். அவரது மகனை நியமித்ததை இப்போது அவர்கள் விமர்சனம் செய்தது அவருடைய இளம் வயதைக் குறித்தானதாக இருந்தது. தனது நியமனத்தை உறுதிப்படுத்திய இறைத்தூதர், ஒருவர்

தேவையான ஆன்மிக, விவேக, நீதி நெறியிலான தகுதிகளைக் கொண்டிருந்தால் அவருடைய வயதோ அவருடைய சமூக பூர்விகமோ அவர் பொறுப்பை மேற்கொள்வதற்குத் தடையாக இருக்காது என்று அவர்களிடம் கூறினார். சமூக ரீதியாக ஒடுக்கப்பட்டவர்களுக்கும் அவர்கள் இள வயதினராய் இருந்தபோதும் அவர்தம் திறமைகளைக் காண்பிக்க முடிந்த விதத்தில் வாய்ப்புகள் வழங்கப்பட வேண்டும். அதற்கும் மேலாக முதிர்ந்த தோழர்களுக்கு அடக்கத்திற்கான அருமையான பாடமாக அது அமைந்தது. அதாவது தங்கள் மகனின் வயதையொத்த ஒருவருக்கு அடங்கி நடப்பது உள்ளத்திற்குள் நடத்த வேண்டிய பெரும் புனிதப் போராக இருந்தது. மேலும் எல்லா மனிதர்களையும் போலவே அவர்களின் காலமும் குறுகியதுதான் என்பதையும் அது உணர்த்திற்று. காலம் ஒருவரின் சக்தியைக் குறைத்துக் கொண்டே இருப்பதையும் தகுதியான இளையோருக்கு வழி விட வேண்டும் என்பதையும் இறைத்தூதர் அந்த நியமனம் மூலம் முதிய தோழர்களுக்குக் கற்பித்தார்.

இளைஞரான உஸாமாவுக்கு தனது அறிவுறுத்தலையும் பரிந்துரைகளையும் நல்கிய இறைத்தூதர் அவரிடம் புறப்படும்படி கூறினார். இருந்தபோதும் சட்டென்று இறைத்தூதர் நோய்வாய்ப்பட்டது சற்றுத் தாமதத்தை ஏற்படுத்தியது. அவரது உடல்நிலை மீது கவலை கொண்டிருந்ததால் படையினர் மதீனாவின் அருகிலேயே காத்திருந்தனர். சில வாரங்கள் கழித்து அபுபக்கர் இறைத்தூதரின் விருப்பப்படி படையெடுக்கும்படி உஸாமாவிடம் கூறினார். போர் நெறிமுறைகள் பற்றிய இறைத்தூதரின்

போதனைகளை உஸாமாவுக்கு நினைவூட்டிய அபுபக்கர் எதிரிகளை எதிர் கொள்ளும்போது முஸ்லிம்களின் கொள்கைகளை மதித்து ஒழுகி நடக்க வேண்டும் எனவும் அறிவுறுத்தினார். "பெண்களையும்குழந்தைகளையும்,முதியோரையும் கொல்லக் கூடாது" என்று கட்டளையிட்ட அபுபக்கர்,"நம்பிக்கைத் துரோகம் புரியக்கூடாது, நேர்மையான வழியிலிருந்து பிறழக் கூடாது, அங்கஹீனப் படுத்தக்கூடாது, பேரீச்சை மரங்களை அழிக்கக் கூடாது, வயல்களையும் வீடுகளையும் கொளுத்தக் கூடாது, பழ மரங்களை வெட்டக் கூடாது, உணவுத் தேவை நிர்பந்தப்படுத்தினாலொழிய கால் நடைகளைக் கொல்லக்கூடாது, நீங்கள் செல்லும் வழியில் மடாலயங்களில் இறைவனை தியானித்துத் தனியாக வாழும் துறவிகளைச் சந்தித்தால் அவர்களைத் தொந்தரவு செய்யக்கூடாது, அவர்களைக் கொலை செய்யக்கூடாது, மடாலயங்களை அழிக்கக்கூடாது" என்றும் அறிவுறுத்தினார். இறைத்தூதர் பல கட்டங்களில் போர் நியதிகள் குறித்து போதித்தவையான இயற்கையை மதித்தல், விலங்குகளைத் துன்புறுத்தாதிருந்தல் போன்ற போதனைகளின் ஒளியில் உஸாமாவுக்குக் கூறப்பட்டவை மிக முக்கியமான செய்திகளாக இருந்தன. இறைத்தூதரின் போதனைகளின் சாரத்தை அபுபக்கர் உஸாமாவுக்குக் கூறினார்.

பல ஆண்டுகளுக்கு முன்பு ஹுனைன் யுத்தத்திலிருந்து இறைத்தூதர் திரும்பி வந்து கொண்டிருக்கையில் இறந்த ஒரு பெண்ணைச் சுற்றி ஆட்கள் நின்று கொண்டிருப்பதைக் கண்டார். அப்பெண்ணை காலித் இப்னு அல்வலீத் கொன்றதாகக் கேள்விப்பட்ட (காலித் சமீபத்தில்

இஸ்லாத்தை ஏற்றவராயிருந்தார்) இறைத்தூதர் கடுமையான கோபம் கொண்டு, "குழந்தைகளையும் பெண்களையும் அடிமைகளையும் கொல்வதை இறைவனின் தூதர் தடை செய்துள்ளார்" என்று கூறும்படி காலிதிடம் கூறினார். போருக்குப் பின் சரணடைந்த ஒருவரைக் கொன்றதற்காகவும் காலிதை இறைத்தூதர் கடுமையாகக் கடிந்து கொண்டார். எந்தச் சேதத்தையும் ஏற்படுத்தாத, போரில் நேரடியாகப் பங்கு கொள்ளாத எவரையும் கொல்லக்கூடாது, எதிரிப் படை வீரர்களுடன் மட்டுமே போர் புரிய வேண்டும் என்பதே இரண்டு சம்பவங்களின் சாராம்சம். முத்ஆவை நோக்கிப் படையெடுக்கும் முன் இறைத்தூதர் "நீங்கள் நம்பிக்கை துரோகம் செய்யக்கூடாது, ஏமாற்றக் கூடாது, அங்கஹீனப்படுத்தக்கூடாது, குழந்தைகளைக் கொல்லக் கூடாது, மடாலயங்களில் வாழ்பவர்களைக் கொல்லக்கூடாது" என்று தெளிவாக அறிவுறுத்தியிருந்தார். போர் என்றுமே விரும்பத்தகாத ஒன்று. ஆனால் தாங்கள் தாக்கப்படும் நிலையிலோ தாங்கள் உயிர் வாழ்வது இயலாது என்ற அச்சுறுத்தலான சூழ்நிலையிலோ மட்டும் ஆயுதத்துடன் கூடிய எதிரிகளையோ அல்லது நிச்சயமாகப் போர் புரிய உத்ததேசித்துள்ள எதிரிகளுடனோ மட்டுமே போர் புரிய வேண்டும். ஆனால் எதிரிகள் சமாதானத்தை நாடினாலோ அல்லது சரணடைந்தாலோ குர்ஆனின் போதனைப்படி போர் நிறுத்தப்பட வேண்டும்.

பனு நதிர்களை முற்றுகையிட்டபோது பேரீச்சை மரங்களை இறைத்தூதர் வெட்டச் செய்தார் என்பது விதிவிலக்கான ஒன்றாக இருந்தது. இயற்கையை மதித்தொழுக வேண்டும் என்று இறைவசனம் கூறுகிறது. நன்மையையும்

கருணையையும் கொண்டே படைப்பினங்கள் படைத்தவனால் படைக்கப் பட்டுள்ளன. அதனை மதித்து ஒழுகுதல் என்பது அறச்செயலாகவும் ஒரு வகை பிரார்த்தனையாகவும் உள்ளது. பேரீச்சை மரங்களையும் பழ மரங்களையும் வயல் வெளிகளையும் சேதப்படுத்தக் கூடாது என்பது முஸ்லிம்களுக்கு இறைத்தூதரின் போதனையாக உள்ளது. சாத் இப்னு அபி வக்காஸ் என்பவர் தொழுகை புரிவதற்காக நீரைக் கொண்டு தூய்மை (ஒளூ) செய்து கொண்டிருந்தபோது அவரைக் கடந்து சென்ற இறைத்தூதர் "ஓ சாத்! ஏன் இப்படி நீரை வீண் விரயம் செய்கிறீர்?" என்று கேட்டபொழுது "தொழுகை புரிவதற்காகச் செய்வது கூட வீண் விரயமா?" என்று கேட்ட சாதிடம் இறைத்தூதர், "ஆம், ஓடிக் கொண்டிருக்கும் ஆற்று நீரைப் பயன்படுத்தும் போது கூட வீண் விரயம் செய்யக்கூடாது" என்று பதிலளித்தார். ஆன்மிக ரீதியிலும், புறத்தூய்மை செய்து கொள்ளும் போதும் நீர் என்பது மிக முக்கியமான ஒன்றாக உள்ளது. ஆனால் சாத் இப்னு அபி வக்காஸுக்கும் மற்ற தோழர்களுக்கும் தண்ணீரோ அல்லது மற்றெந்த இயற்கைப் பொருள்களோ ஏதாயினும் அவர்களுடைய ஆன்மிகச் செயல்பாடுகளில் கூட அவற்றை எளிமையானவையாகக் கருதக் கூடாது என்று இறைத்தூதர் போதித்தார். இயற்கையை மதித்தொழுகுவதும் இவற்றை வீண் விரயம் செய்யாமல் தேவைக்கேற்றபடி சிக்கனமாகப் பயன்படுத்துவதும் ஆன்மிகச் செயல்பாடாக இறைவனின் பொருத்தத்தைத் தேடும் செயலாக உள்ளதாக இறைத்தூதர் கூறினார்.

ஆற்று நீரைக் கூட சிக்கனமாகப் பயன்படுத்த வேண்டும் என்று இறைத்தூதர் கூறியது இயற்கையை

மதித்தொழுக வேண்டும் என்ற நன்னெறியைச் சுட்டி முஸ்லிம்களை நெறிப்படுத்தும் செயல்பாடாக இருக்கிறது. சுற்றுப்புறச் சூழலை சேதப்படுத்தி இயற்கைப் பேரிடர்களை உண்டாக்காதிருக்க சொல்லப் பட்டதல்ல இது. மாறாக இயற்கையுடனான மனிதர்களின் உறவு பற்றிய ஆழமான போதனையாகும் அது. ”இறுதித் தீர்ப்பு நாள் வருகையில் கூட ஒரு மரக்கன்றை ஒருவர் கையில் வைத்திருந்தால் அவர் விரைந்து அதனை மண்ணில் ஊன்றட்டும்“ என்று இறைத்தூதர் கூறினார். இறுதி நாளில் கூட இறை நம்பிக்கை கொண்டவர் வாழ்க்கையையும் அதன் சுழற்சிகளையும் புதுப்பித்துக் கொள்ளும் வண்ணம் இயற்கையை மதித்து அதனுடன் உறவு கொள்ள வேண்டும்.

விலங்குகளிடம் கூட இதைப் போன்றதொரு செயல்பாட்டையே கொள்ள வேண்டும் என்பது இறைத்தூதருடைய வாழ்வின் எல்லா நிலைகளிலும் இருந்தது. மக்கா நகர் நோக்கிப் படையெடுத்தபோது நாய்க்குட்டிக் கூட்டம் ஒன்றைக் காக்க இறைத்தூதர் பணித்ததை நாம் முன்பே கண்டோம். போர்க்காலச் சூழலிலும் கூட விலங்குகளைக் காக்க இறைத்தூதர் கூறியது அவருடைய அடிப்படை போதனைகளுடன் தொடர்பு கொண்டதாயிருந்தது. பூனைகளின் மீது இறைத்தூதர் மிகுந்த பிரியம் கொண்டிருந்தார். அது அனைத்து விலங்குகினங்களின் மீதும் தோழர்கள் கருணை கொள்வதற்கான நிரந்தர அடையாளமாக இருந்தது. இறைத்தூதர் இரு முறை பின்வரும் கதையைக் கூறினார்: “கடுமையான வெப்பத்தில் ஒரு மனிதர் சாலையில் சென்று கொண்டிருந்தார். வழியில் கிணறொன்றினைக் கண்ட அவர்

தாகத்தைத் தீர்த்துக் கொள்ள அதனுள் இறங்கினார். அவர் மேலேறி வருகையில் தாகத்தால் தவிக்கும் நாயொன்றைக் கண்டு கொண்டார், "என்னைப் போலவே இந்த நாயும் தாகத்தால் தவிக்கிறது" என்று அவர் தனக்குள் சொல்லி மீண்டும் கிணற்றினுள் இறங்கிய அவர், தன் காலணியில் நீரை முகர்ந்து எடுத்துக் கொண்டு அதனைத் தன் வாயில் கவ்வியபடி மேலேறினார். அந்நீரை அந்த நாய்க்குப் புகட்டிய அவருடைய பாவங்களனைத்தையும் மன்னித்த இறைவன் அவர் மீது தன் அருளையும் பொழிந்தான்". விலங்குகளிடம் அன்பாக நடந்து கொள்வதற்குக் கூட இறை அருள் கிட்டுமா? இறைத்தூதரே?" என்று அவரிடம் கேட்கப்பட்ட போது "உயிர்வாழும் எதற்கும் செய்யப்படும் சிறு நன்மைக்குக் கூட நற்கூலி உண்டு" என்று இறைத்தூதர் பதிலளித்தார். இன்னொரு சந்தர்ப்பத்தில் அவர் கூறினார், "இறக்கும்படி ஒரு பூனையை அடைத்து வைத்திருந்த பெண்ணொருத்தி இறைத்தண்டனைக்காளானாள். அவள் நரகத்தில் இடப்பட்டாள். அப்பூனையை அடைத்து வைத்து இருந்தபோது அதற்குப் பருகவோ உண்ணவோ எதனையும் அவள் கொடுக்கவில்லை, இரை தேடிக் கொள்ளும்படியும் அதனை அவள்வெளியே விடவில்லை". இவ்வகையிலான மொழிகளாலும் தானே ஒரு முன் மாதிரியாக விளங்கியும் இஸ்லாமிய போதனையின் ஒரு பகுதியான விலங்குகளிடத்து அன்பு காட்டுதலை அவர் போதித்தார்: வாய்ப்புகள் அமைந்தபோதெல்லாம் இதனை அவர் வலியுறுத்தி வந்தார்.

உணவுக்காக ஒரு விலங்கைக் கொல்லும்போது அதற்கான வாசகமான "பிஸ்மில்லாஹி அல்லாஹு அக்பர் (இறைவனின் பெயரால்

(நான் தொடங்குகிறேன்) இறைவன் மிகப் பெரியவன்)" என்பதை வெறுமனே கூறி அறுப்பதை அனுமதிக்கப்பட்டதாகக் கொள்ள அவர் கூறவில்லை. அந்த விலங்கு நன்கு பராமரிக்கப்பட்டிருக்க வேண்டும், அதற்குத் தேவையற்ற முறையில் துன்பம் விளைவிக்கக்கூடாது என்றும் அவர் கூறினார். ஒருவர் ஒருமுறை தன் உணவுக்கு அறுப்பதற்காகக் கீழே கட்டப்பட்டுக் கிடந்த விலங்கின் முன்னால் தனது கத்தியைத் தீட்டிக் கொண்டு இருப்பதைக் கண்ட இறைத்தூதர் அவரிடம் "நீங்கள் இரண்டு முறை இறக்க விரும்புகிறீர்களா? அதனைக் கிடத்தும் முன் ஏன் நீங்கள் உங்கள் கத்தியைத் தீட்டியிருக்கக்கூடாது?" என்று கடிந்து கொள்ளும் வகையில் கேட்டார். தங்களால் இயன்றவரை நல்ல முறையில் மென்மையாக நடந்து கொள்ளத் தீவிரமாக முயலும்படி அனைவரிடமும் முஹம்மது கேட்டுக் கொண்டார். விலங்குகளைப் பலியிடும் விஷயத்தில் அவையும் உயிருள்ளவையே என்பதை மனதில் கொண்டு அவற்றை மதித்து நடக்கும்படியும் அவசியப்பட்டால் மட்டுமே உணவுக்காக அவற்றைக் கொல்லலாம் என்பதையும் அவ்வாறு கொல்லும்போது அவற்றிற்குக் கூடுமானவரை துன்பம் இன்றி அதனைச் செய்ய வேண்டும் என்ற செய்தியும் இதில் அடங்கியுள்ளது. விலங்கினங்கள் உயிருடன் உள்ளபோது அவற்றை இறைவேதப்படியும் இறைத்தூதரின் போதனைப்படியும் அன்புடன் நடத்த வேண்டும். இறைத்தூதர் போதித்த இஸ்லாமிய வழியில் அல்லாது விலங்குகளைப் பலியிடுவது இஸ்லாமிய நெறிகளிலிருந்து விலகிச் செல்லுவதும் இஸ்லாமிய நெறிகளுக்குத் துரோகமிழைப்பதுமாகும். "ஒரு

சிட்டுக் குருவியையோ அல்லது ஒரு விலங்கையோ அவை உயிர் வாழ்வதற்கான அவற்றின் உரிமையைப் பறிக்கும்படி கொன்றால் இறுதித் தீர்ப்பு நாளில் இறைவன் முன்பு பதில் சொல்ல வேண்டியிருக்கும்" என்று இறைத்தூதர் அச்சமூட்டி எச்சரிக்கை விடுத்தார். விலங்குகளின் உரிமைகள் மதிக்கப்படவேண்டும், அவற்றைத் துன்புறுத்தக் கூடாது, அவற்றிற்குத் தேவையான உணவை அவை பெற்றுக் கொள்வதைத் தடுக்கக்கூடாது. அவை நன்கு பராமரிக்கப்படவேண்டும் என்பதில் எந்த சமரசமும் கூடாது என்று இறைத்தூதர் முஸ்லிம்களுக்கு போதித்தார். இது மனிதர்களின் கடமையாகும். மேலும் ஆன்மிக உயர்ச்சிக்கான மிக முக்கியமான நிபந்தனையாகவும் இது இருக்கிறது.

சுகவீனம்

ஹிஜ்ரி பதினோராவது ஆண்டின் ரமலான் மாதத்திற்குப் பிந்தைய சில வாரங்கள் கழித்து முஸ்லிம்களுக்கும் குரேஷியர்களுக்குமிடையே போர் நடந்த உஹது என்னும் இடத்திற்குச் சென்ற இறைத்தூதர் அந்தப் போரில் கொல்லப்பட்டவர்களுக்காகப் பிரார்த்தனை புரிந்தார். பின்னர் மதீனா வந்த அவர் பள்ளிவாசலுக்குச் சென்று உரை நிகழ்த்தும் மேடை மீதமர்ந்து இறை நம்பிக்கையாளர்களுக்கு உரை நிகழ்த்தினார். முதலில் அவர் "மறுமை நாளில் நான் உங்களுக்கு முன்பாகச் செல்வேன், மேலும் உங்களுக்கான சாட்சியாகவும் நான் இருப்பேன்" என்று கூறினார். பின்னர் பல அறிவுரைகளையும் வழங்கிய இறைத்தூதர், "எனக்குப் பிறகு பல கடவுள் வணக்கத்திற்கு நீங்கள் திரும்பி விடுவீர்கள் என்று நான்

பயங்கொள்ளவில்லை, ஆனால் உலகின் செல்வ வளங்களுக்காக நீங்கள் சண்டையிடுவீர்களோ என்றுதான் பயங்கொள்கிறேன்" என்று கூறி உரையை முடித்தார். இவ்வுலக வாழ்க்கையை விட்டுச் செல்வதற்காக அவர் தயாராக வேண்டும் என்பதையே அந்த வார்த்தைகள் தெளிவாகக் காட்டின. இறைநம்பிக்கையாளர்களின் இறை நம்பிக்கை அவர்களிடமிருந்து போய்விடாது; ஆனால் உலகின் மாயைகளில் அவர்கள் சிக்குண்டு விடுவார்கள்; துரதிர்ஷ்டவசமாக இவ்விரண்டுமே அவர்களிடம் இருக்கும் என்று அவர் பயந்தார். அவர்கள் தொடர்ந்து ஓரிறையை வணங்கி வருவார்கள், ஆனால் பதவி, அதிகாரம், செல்வம் அல்லது வேறுபட்ட அணி சேர்க்கை ஆகியவற்றால் பிளவுபட்டு அவர்களை ஒன்றிணைத்த சகோதரத்துவத்தை மறந்து விடுவார்கள் என்று முன்கூட்டியே வெளிப்படுத்தி அச்சப்பட்டார் இறைத்தூதர்.

அன்றிரவு மதீனாவில் இருந்த அல் பாக்கி அடக்க ஸ்தலம் சென்ற இறைத்தூதர் அங்கு அடக்கம் செய்யப்பட்டவர்களுக்கு முகமன் கூறி பிரார்த்தனை செய்தார். அப்பிரார்த்தனையில் "நீங்கள் முதலில் (சென்று விட்டீர்கள்) நாங்கள் பின்னால் வருகிறோம் (உங்களுடன் சேர்ந்து கொள்கிறோம்)" என்றும் இருந்தது. திரும்பி வரும் வழியில் இறைத்தூதருக்குக் கடுமையான தலைவலி ஏற்பட்டது. அதன் காரணமாக அவர் இரண்டு வாரங்கள் படுக்கையிலேயே இருக்கும்படியானது. தலைவலியுடனும் காய்ச்சலுடனும் தொழுகையைத் தலைமை தாங்கி நடத்தி வந்தது அவருக்கு மிகுந்த வேதனையைத் தந்தது. நாட்கள் செல்லச் செல்ல உடல்நலக்கேடு அதிகரித்துக் கொண்டே

இருந்தது. அப்போது அவர் தம் மனைவி மைமூனாவின் இல்லத்தில் தங்கி இருந்தார். நாளை தான் யார் இல்லத்தில் இருப்பேன், அதற்கு அடுத்தநாள் யாருடைய இல்லத்தில் என்று அவர் இடையிடையே கேட்டுக் கொண்டிருந்ததைக் கொண்டு ஆயிஷாவின் இல்லத்திற்கு செல்ல அவர் விரும்புகிறார் என்பதைப் புரிந்து கொண்ட மைமூனா அதனை இறைத்தூதரின் ஏனைய மனைவியர்களிடம் கூறினார். ஆயிஷாவின் இல்லத்திற்கு அவரை உடனடியாகக் கொண்டு செல்ல வேண்டும் என்று அவர்கள் முடிவு செய்தனர். அப்பாஸ் மற்றும் அலி ஆகியோரின் உதவி கொண்டு நடக்கும் அளவுக்கு இறைத்தூதர் பலவீனமடைந்திருந்தார்.

இறைத்தூதருக்குக் காய்ச்சல் அதிகரித்தது. தனது தலை மிகக் கடுமையாக வலிப்பதாகக் கூறிய இறைத்தூதர் மயக்கமடைந்தார். அந்நாட்களில் அவர் ஆயிஷாவின் இல்லத்தில் தங்கியிருந்தார். அவர் கண் விழித்துத் தன்னுணர்வை மீளப் பெற்றதும் ஏழு தோல் பைகளில் தண்ணீர் கொண்டு வந்து தன் முகத்தில் ஊற்றும்படி கூறினார். சில மணி நேரம் கழித்துச் சற்றே நன்றாக உணர்ந்த இறைத்தூதர் தன் தலையைத் துணியால் கட்டிக் கொண்டு பள்ளிவாசல் செல்ல முடிவெடுத்தார். பள்ளி வாசலின் உரை நிகழ்த்தும் மேடை மீதமர்ந்த அவர், அடக்க ஸ்தலம் பற்றி தம் தோழர்களிடம் பேசலானார். தனது அடக்கஸ்தலத்தை வணங்குமிடமாக எப்போதும் செய்து விடவே கூடாது என்பதை வலியுறுத்திக் கூறிய அவர், "எனது அடக்கஸ்தலத்தை விக்கிரக ஆராதனைகள் புரிவது போன்ற இடமாக ஆக்கி விடவேண்டாம்" என்று கூறினார். இறைவனின்

தூதரான அவர் சாதாரண மனிதர் போன்றே இருந்தார். அவர்களுக்கு முன்பிருந்தவர்கள் செய்த தவறுகளைப் போல அவர்களும் செய்து விடக்கூடாது என்று இறைத்தூதர் தம் தோழர்களை எச்சரித்தார். முன்பிருந்த சமூகத்தினர் தம் இறைத்தூதர்களையும் வழிகாட்டிகளையும் வணக்கத்திற்குரியவர்களாக ஆக்கி இருந்ததையே அவர் அவ்வாறுசுட்டிக் காட்டினார். வணக்கத்திற்குரியவன் இறைவன் மட்டுமே.

தன் மனிதத்துவத்தை நினைவூட்டி நிறைவு செய்யும் வகையில் அவர் எழுந்து நின்று தன் தோழர்கள் எவருக்கேனும் ஏதேனும் வகையில் தான் செலுத்த வேண்டியது ஏதுமுண்டா என்று கேட்டார். தான் தர வேண்டிய கடன் ஏதும் உண்டா? தான் யாரையும் எந்தவகையினும் புண்படுத்தியிருக்கிறேனா? என்று கேட்ட அவர், அப்படி இருக்குமெனில் அதனைத் தீர்க்கும் வகையில் எவரும் எழுந்து நின்று கூறலாம் என்றும் கூறினார். ஒரு மனிதர் எழுந்து நின்று இறைத்தூதர் மூன்று திர்ஹம் (நாணயம்) தர வேண்டியுள்ளது எனக் கூறவே, அப்பணம் உடனடியாகத் திருப்பித் தரப்படும் என்று இறைத்தூதர் அறிவித்தார். பூமியில் தான் பட்ட கடன்களை அடைக்காத இறை நம்பிக்கையாளருக்காக இறைவசனங்கள் அறிவுறுத்தியபடி அம்மனிதர்களின் கடன்கள் அடைக்கப்படும் வரை அவருக்காக இறைத்தூதர் பிரார்த்தனை புரிந்ததே இல்லை. இறைவனுக்காகத் தம் வாழ்வை அர்ப்பணித்த ஒருவரின் கடன் கூட சுமையாகவே இருக்கும் என்பதை இறைத்தூதர் அறிந்திருந்தார். கடன்களற்ற நிலையில், எவருக்கும் எவ்வகையிலும் திருப்பிச் செலுத்த வேண்டியிராத கடப்பாடற்ற நிலையில், மன்னிக்கப்படாத

தவறுகளில்லாத நிலையில், ஆற்றப்படாத மனக்காயங்கள் இல்லாத நிலையில், நம்பி ஒப்படைக்கப்பட்டவற்றைத் திருப்பி அளித்த நிலையில், வெளிப்படுத்தப்படாத செய்தியை வைத்துக் கொண்டிராத நிலையில் அவர் பிரிய வேண்டி இருந்தது.

உரை நிகழ்த்து மேடை மீது மீண்டும் அமர்ந்த இறைத்தூதர், "தன் அடியார்களில் ஓர் அடியாருக்கு, இவ்வுலகத்தை அல்லது தன்னிடமுள்ளதைத் தெரிந்து கொள்ள இறைவன் சந்தர்ப்பமளித்துள்ளான். அடியானோ இறைவனிடம் உள்ளதைத் தெரிந்து கொண்டான்" என்று கூறினார். இறைத்தூதரின் மீது மிகுந்த நேசம் கொண்டிருந்த அபுபக்கர் இதனைக் கேட்டதும் இறைத்தூதர் தன்னைப் பற்றியும் தான் பிரியப் போவதைப பற்றியுமே பேசுகிறார் என்பதைப் புரிந்து கொண்டு அழ ஆரம்பித்தார். அவரைத் தேற்றிய இறைத்தூதர், அபுபக்கரிடம் தான் ஆழமான நேசக்கடன் கொண்டுள்ளதைக் கூறி "தன் தோழமையில் மனிதர்கள் அனைவருள்ளும் எனக்கு மிகக் கருணை புரிந்தவரும், தனது கரங்கள் கொடுப்பவற்றில் மிகைத்தவரும் ஆவார் அபுபக்கர். முழு மனித இனத்திலிருந்தும் நான் இணை பிரியாத ஒரு நண்பரைத் தேர்ந்து கொள்ள வேண்டியிருப்பின் அவர் அபுபக்கராகவே இருப்பார். இறைவன் அவனது முன்னிலையிலேயே எம்மை ஒன்று கூட்டும் வரை தோழமையும் விசுவாசத்தினாலான சகோதரத்துவமும் எம்முடையதாக இருக்கும், இறைவனுக்குப் பிறகு நெருங்கிய நண்பரொருவர் எனக்கு இருப்பாரேயானால் அவர் அபுபக்கராகவே இருப்பார். ஆனால் இஸ்லாமிய சகோதரத்துவமும்

நேசமும் தேர்ந்து கொள்ளப்பட வேண்டியவை" என்று இறைத்தூதர் கூறினார்.

பிரிவு

ஆயிஷாவிடம் திரும்பிய இறைத்தூதர் படுக்கையில் சாய்ந்தார். தன்னைக் காண வந்த தம் தோழர்களிடம் தனது கடைசி சிபாரிசுகளை எழுதி எடுக்க வேண்டும் என்று இறைத்தூதர் கூறினார். மற்றவர்கள் அதனை ஆதரிக்கையில் இறைத்தூதரின் உடல் நிலையைக் கருத்தில் கொண்ட உமர், அதனை ஏற்கவில்லை. இறைத்தூதரின் முன்னிலையிலேயே அவர்கள் குரலுயர்த்தி வாதிட்டனர். அவர்கள் வாதிடுவதைத் தாங்க இயலாத இறைத்தூதர் அவர்களைச் சென்றுவிடும்படி கூறினார். கஅபாவை பராமரிப்பது, இறைநம்பிக்கை மற்றும் வணக்க முறைகள் பற்றி வாய்வழியாக அவர் சிலவற்றை மொழிந்தபோதும், அவர் விரும்பியபடி அவற்றை எழுதி எடுக்க இயலவில்லை. பின்னர் பள்ளிவாசலுக்குச் செல்ல விரும்பி அவர் எழுந்தார். ஆனால் தாளாத வலி மிகைக்கவே எழ முயன்ற அவர் மயக்கமுற்றார். தெளிவுற்றதும் இறை நம்பிக்கையாளர்கள் இறைவணக்கம் புரிந்தார்களா என்று ஆயிஷாவிடம் கேட்டபோது அவர்கள் இறைத்தூதருக்காகக் காத்திருப்பதாகக் கூறினார். மீண்டும் அவர் எழ முயன்றபோது மீண்டும் மயக்கமுற்றார். இரண்டாவது முறை எழ முயன்ற அவர் இரண்டாவது முறையும் மயக்கமடைந்தார். அவர் மீண்டும் அதே கேள்வியைக் கேட்டபோது அவர்கள் இன்னமும் காத்திருப்பதாக ஆயிஷா கூறினார். அபுபக்கர் தலைமையேற்றுத் தொழுகையை நடத்தும்படி இறைத்தூதர் கூறினார். மக்கள் தொழுவதைக் காணும்படி ஆயிஷாவிடம் இறைத்தூதர் கூறினார்.

அதனைத் தொடர்ந்த நாட்களிலும் இறைத்தூதர் அப்படியே கூறி வந்தார். ஆனால் அவர் அப்படிக் கூறிய ஒவ்வொரு முறையும் தொழுகையைத் தன் தந்தை தலைமையேற்று நடத்துவதிலிருந்து விலக்கு அளிக்க வேண்டும் என்று ஆயிஷா இறைத்தூதரிடம் கூறினார். அபுபக்கர் மிகவும் உணர்ச்சி வசப்பட்டு குர்ஆனின் வசனங்களை ஓதுகையில் அழுததே அதற்குக் காரணமாக இருந்தது. ஆயிஷா இப்படி ஒவ்வொரு முறை கூறியபோதும் உறுதியான அதே பதிலையே இறைத்தூதரிடமிருந்து பெற்றார். அபுபக்கரின் உணர்வுப்பூர்வமான தன்மையும் அழுகையும் ஒரு ரகசியத்தைக் கொண்டிருந்தது. அபுபக்கர்தான் தொழுகையை நடத்த வேண்டும் என்பதில் இறைத்தூதர் உறுதியாக இருந்தார். இரண்டு நாட்கள் கழித்துச் சற்றே நலம் பெற்ற இறைத்தூதரால் பள்ளிக்குச் செல்ல முடிந்தது. அவர் பள்ளிக்குச் சென்றபோது மதிய வேளைத் தொழுகையை (லுஹர்) முஸ்லிம்கள் அபுபக்கர் தலைமையில் தொழுது கொண்டிருந்தனர். இறைத்தூதர் தொழுகை நடத்தும்படி பின்'நகர்ந்த அபுபக்கரைத் தடுத்த இறைத்தூதர் அபுபக்கரின் இடப்பக்கத்தில் அமர்ந்தார். இறைத்தூதர் தொழுகையை ஓதி நடத்த அபுபக்கர் அதனை உரத்த குரலில் திருப்பிச் சொன்னார்.

இறைத்தூதர் பள்ளிவாசலிலிருந்த இறுதிச் சந்தர்ப்பமாக அது இருந்தது. அதன் பின்னர் தனது பொருட்கள் அத்தனையையும் அவர் விநியோகித்தார். கையில் கடைசியாக இருந்த நாணயங்கள், கவச அங்கி வரை அனைத்தையும் கொடுத்த அவர், சில அறிவுரைகளைக் கூறலானார். அடிமைகளும் ஏழைகளும் தாழ்ந்த நிலையில்

இருப்பவர்களும் நன்றாக நடத்தப்பட வேண்டும் என்பதை அவர் மீண்டும் மீண்டும் கூறினார்.

திங்கட்கிழமையாக இருந்த அடுத்த நாள் அதிகாலையில் முஸ்லிம்கள் பள்ளிவாசலில் தொழுவதைக் காணும்படி ஆயிஷாவின் இல்லத்தின் ஒரு திரையை இறைத்தூதர் உயர்த்தினார். தொழுவதைக் கண்டு அவர் புன்முறுவல் பூத்தார். அதனைக் கண்ணுற்ற முஸ்லிம்கள் இறைத்தூதர் தங்களுடன் தொழுகையில் இணைந்து கொள்ளப்போவதாக எண்ணினர். ஆனால் திரைச்சீலை கீழிறங்கியது. இறைத்தூதர் மீண்டும் தோன்றவில்லை. சில மணி நேரம் கழித்து இறைத்தூதரைக் காண வந்த அவர் மகளான ஃபாத்திமா இறைத்தூதரின் வேதனை குறித்துக் கவலை கொண்டு எதையோ கூறவே, அதற்கு இறைத்தூதர், "இந்த நாளுக்குப் பிறகு உன் தந்தைக்கு வேதனையேதும் இருக்காது" என்று கூறினார். விரைவில் ஃபாத்திமாவும் தன்னுடன் இணைந்து கொள்வார் என ஃபாத்திமாவின் காதில் இறைத்தூதர் மெல்ல கூறியதும் தன் அழுகையினூடே ஃபாத்திமா மெல்லக் முறுவலித்தார். இறைத்தூதரின் வேதனை அதிகமானது. விரைவில் இறைத்தூதரால் பேச முடியாமலானது.

இறைத்தூதரின் அருகில் ஆயிஷா அமர்ந்துகொண்டு தன்னோடு அவரை அணைத்துக் கொண்டார். அபுபக்கரின் மகனும் ஆயிஷாவின் சகோதரனுமான அப்துல் ரஹ்மான் பல் துலக்கும் குச்சியொன்றைக் கையில் பிடித்தபடி அவர்களிருந்த அறைக்குள் நுழைந்தார். அது தனக்கு வேண்டும் என்பது போல இறைத்தூதர் அதனைப் பார்க்கவே அதனைப் புரிந்து கொண்ட

ஆயிஷா, அதனை தன் வாயிலிட்டு மென்று குச்சம் போலாக்கி இறைத்தூதரிடம் கொடுக்கவே, தனது பலவீனத்தையும் மீறிய நிலையில் வேகமாக அதனைக் கொண்டு இறைத்தூதர் தம் பற்களைத் துலக்கினார். சுகாதாரமாக இருப்பதில் தன் இறுதிக் கணம் வரை அவர் மிகவும் கவனம் செலுத்தினார். நல்ல ஆரோக்கியத்துடன் மிடுக்காக இருக்க வேண்டும் என்பதை அவர் நன்கறிந்திருந்தார். இறைவனால் கொடையளிக்கப்பட்ட உடலுக்கு அதனைக் கொண்டிருப்பவரிடம் வாழும் காலம் வரை உரிமைகள் இருக்கின்றன. அவ்வுடல் எல்லாவகையிலும் நன்றாக இருக்கும்படியும், அதன் சமநிலையைப் பாதிக்கும் வகையிலோ அல்லது அது நோய்வாய்ப்பட்டு நலிவுறும்படியோ செயல்படாமல் அதனைக் காக்க வேண்டும். சுகாதாரமாக இருப்பதும் உடல்சார் தேவைகளைப் பூர்த்தி செய்வதுமான இரண்டு பரிமாணங்கள் ஆன்மிக உயர்ச்சிக்கு அவசியமானவை. இறுதிக்கணம் வரை சுகாதாரமாக இருப்பதில் இறைத்தூதர் கவனமாக இருந்ததையே அவர் வேகம் கொண்டு பல் துலக்கியமை காட்டுகிறது. உலகில் எவராலும் கொள்ளப்படாத அந்த கவனத்தின் பின்னுள்ள எண்ணத்தை இறைவன் அறிவான். தங்களது உடல்களைக் கொண்டு என்ன பயன்களை உண்டாக்கினீர்கள் என்பது இறுதி நாளில் கேட்கப்படும் கேள்விகளில் ஒன்றாக இருக்கும் என்று இறைத்தூதர் கூறினார். அமானிதமாக நம்பி ஒப்படைக்கப்பட்டதாக ஒவ்வொருவருக்கும் உடல் என்பது இருக்கிறது. எந்தக் கடனும் இல்லாமல் ஒருவர் அதனைப் பிரிய வேண்டியதாக இருக்கிறது.

இறைத்தூதர் தம் கண்களை மூடினார். அவரை அணைத்துப் பிடித்துக் கொண்டிருந்த ஆயிஷா "சுவனத்தில் மிக உன்னதமான சந்திப்போடு இறைவனின் அருளைப் பெற்ற இறைத்தூதர்கள், சத்தியவான்கள், பிராணத்தியாகிகள், நல்லொழுக்கமுடையவர்கள், இவர்கள்தாம் மிக்க அழகான தோழர்கள்" என்ற வசனத்தை இறைத்தூதர் மெல்லிய குரலில் கூறுவதைக் கேட்டார். இறைத்தூதரது முன் கை தாழ்ந்தது. அவரது தலை கனமேறியது. இறைத்தூதர் தனது கடைசி சுவாசத்தை விட்டார் என்பதை ஆயிஷா புரிந்து கொண்டார். தனது எஜமானனும், ஆசிரியனும், நண்பனும் ஆனவனிடம் சேர்ந்து கொள்ளும்படி தனக்குள் அவரை அவன் அழைத்துக்கொண்டான். மனித குலத்தினரின் உலகுக்கு அப்பால் இறுதியான முழுமையான சாந்தியை அடையும்படி கருணையாளனான இறைவனால் தனது தூதுச் செய்தியை அளிக்க நியமிக்கப்பட்டவரை இறைவன் தன்னகத்தே அழைத்துக் கொண்டான். அன்று முதல் இறை நம்பிக்கையாளர்கள் அனைவரும் "இறைவனும் வானவர்களும் இறைத்தூதர் மீது சாந்தியும் சமாதானமும் உண்டாவதாக!" என்று கூறுகின்றார்கள். "ஓ நம்பிக்கையாளர்களே! நீங்களும் அப்படியே அவர் மீது முகமன் கூறுங்கள், அனைத்து வகையிலும் அவருக்கு மரியாதையுடன் வாழ்த்து தெரிவியுங்கள்".

வெற்றிடம்

இறைத்தூதர் மரணமுற்ற செய்தி மதீனா முழுவதும் பரவி அனைவரும் சொல்லொணாத் துயரத்தில் ஆழ்ந்தனர். முகங்களெல்லாம் சோகம் கப்பி கண்கள் எல்லாம் கண்ணீரால் நிறைந்தன. எங்கும் அழுகையின் தேம்பல் ஒலி. சோகத்தினால்

உந்தப்பட்ட சிலரின் உரத்த அழுகுரல், வேதனை எத்தனை ஆழமானது என்பதைக் காட்டியது. சோகம் என்பது கட்டுப்பாட்டுடன் கௌரவத்துடன் மென்மையாகக் கூக்குரலோ, புரண்டழுது புலம்புதலோ இல்லாதிருக்க வேண்டும் என்று இறைத்தூதர் போதித்திருந்தார். அமைதியான சோகம் கப்பிய பெருமூச்சுகளும் தேம்பல்களும் நிறைந்திருந்தன. ஆழ்ந்து இருந்த அமைதியை உடைத்து இறைத்தூதர் மோஸஸைப் போல நாற்பது நாட்கள் கழித்து இறைத்தூதர் முஹம்மதும் வருவார் என்று உமர் இப்னு கத்தாப் வேகமாகக் கூறினார். இறைத்தூதர் மரணித்துவிட்டார் என்று சொல்லும் எவரையும் தான் கொன்றுவிடுவேன் என்றும் கூட அவர் பயமுறுத்தினார். இறைத்தூதர் முஹம்மது மேல் அவர் கொண்டிருந்த நேசம் அத்தனை வலுவானதாக இருந்தது. இறைத்தூதர் இல்லாத வெறுமை அத்தகைய ஆழமானதாக இருந்தது. கூடவே இருந்து வாழ்வின் அத்தனை நிலைகளிலும் வழிகாட்டியாக விளங்கிய அம்மனிதர் இல்லாத நிலையை உமரால் கற்பனை செய்து கூடப் பார்க்க இயலவில்லை. இறைத்தூதரின் நேசமும் அவர் காட்டிய அக்கறையும் குறித்து குர்ஆன் இப்படிக் கூறுகிறது:

“(இறைநம்பிக்கையாளர்களே) நிச்சயமாக உங்களிலிருந்தே ஒரு தூதர் உங்களிடம் வந்திருக்கின்றார், நீங்கள் துன்பத்திற்காளாகிவிட்டால் அது அவருக்கு மிக்க வருத்தத்தைக் கொடுக்கின்றது. அன்றி, உங்(கள் நன்மை)களையே அவர் பெரிதும் விரும்புகிறார், இன்னும் இறையடியார்கள் மீது மிக்க கருணையும் கிருபையும் உடையவராக இருக்கின்றார்” **(குர்ஆன்)** அவருடைய இருத்தல்

மிகவும் உணர்வுப்பூர்வமானதாக மனதில் உள்ளோடியதாக இருந்தது.

இந்தச் சமயத்தில் அபுபக்கர் இறைத்தூதரின் இல்லத்திற்கு வந்தார். இறைத்தூதரின் உடலையும் முகத்தையும் மூடி இருந்த போர்வையை அவர் விலக்கினார். அவர்களிடமிருந்து இறைத்தூதர் பிரிந்துவிட்டார் என்பதை உணர்ந்த அபுபக்கரின் கண்களிலிருந்து நீர் தாரை தாரையாக வழிந்தோடியது. தன்னைச் சாந்தப் படுத்திக் கொள்ளாது இன்னமும் அதிர்ச்சியடைந்த நிலையில் இருந்த உமரை சாந்தப்படுத்த அபுபக்கர் வெளியில் சென்றார். அதன்பின் வெளியில் நின்று கூடி இருந்த கூட்டத்தினரை நோக்கி மிகுந்த விவேகத்துடன் இவர் கூறிய சொற்கள் இஸ்லாமிய நெறியின் சாரமாக விளங்கியது. அபுபக்கர், “இப்போது முஹம்மது மரணித்துவிட்டார் என்பதை முஹம்மதை வணங்கியவர்கள் அறிந்து கொள்ளட்டும்; இறைவனை வணங்கியவர்களோ இறைவன் இன்னும் இருக்கிறான் என்பதையும் அவனுக்கு மரணமில்லை என்பதையும் அறிந்து கொள்ளட்டும்“ என்று கூறினார். பின்னர் அவர் பின்வரும் குர்ஆனின் வசனங்களை ஓதிக் காட்டினார்.

“முஹம்மது (இறைவனின்) தூதரே அன்றி (வேறு) அல்லர், அவருக்கு முன்னரும் (இறைவனின்) தூதர்கள் பலர் (காலம்) சென்று விட்டார்கள், அவர் இறந்துவிட்டால் அல்லது கொல்லப்பட்டால் நீங்கள் (புறங்காட்டித்) திரும்பி விடுவீர்களா? அப்படி எவரேனும் (புறங்காட்டித்) திரும்பி விடுவாரானால் அவர் இறைவனுக்கு எவ்விதத் தீங்கும் செய்துவிட முடியாது, அன்றியும் இறைவன் நன்றியுடையோருக்கு அதிசீக்கிரத்தில் நற்கூலியை

வழங்குவான்” இந்த இறை வசனங்களைக் கேட்ட உமர் குலைந்து விழுந்துவிட்டார். இந்த வசனங்கள் எப்போதோ வெளிப்பட்டிருந்த போதும் அதனைத் தான் இப்போதுதான் முதலில் கேட்டது போல் உமர் தான் தவறிழைத்துவிட்டதாகக் கூறி வருந்தினார். இறைத்தூதர் நன்மையான நிலைக்கு சென்றுவிட்டார் என்பதையும் அவர்களை அவர் விட்டுச் சென்ற வெறுமையை “மரணிக்காது இருந்து கொண்டே இருக்கும் இறைமையின் மீது” நம்பிக்கை கொண்டு நிரப்ப வேண்டும் என்பதையும் அனைத்து முஸ்லிம்களைப் போலவும் அவர் உணர்ந்து கொண்டார். இறைத்தூதர் வாழ்வு மற்றும் வாக்கின் ஒளியுடன் அவர் இல்லாத இந்த நிலையில் வாழத் தேவையான மனவலிமையையும் பொறுமையையும் ஊக்கத்தையும் அளிக்கும்படி இறைவனிடம் உதவி கோர வேண்டும் என்பதையும் ஏனைய முஸ்லிம்களைப் போல உமர் உணர்ந்து கொண்டார்.

வலுவான குணநலன்கள் மற்றும் சிறந்த ஆளுமையையும் கொண்டிருந்த உமரால் தன்னைச் சிறிது நேரம் கட்டுப்படுத்திக் கொள்ள இயலாமலாயிற்று. உணர்ச்சிக்கடலில் தள்ளப்பட்ட உமரின் மென்மையான மனநிலை அவரை இறைவனின் ஆணையை மறுதலிக்கும் குழந்தை போல ஒரு சிறிது நேரம் ஆக்கிவிட்டது. ஆனால் இதற்கு மாற்றமாக மிக இளகிய மனமும் இறை வேதமான குர்ஆனின் வசனங்களை ஓதும்போது அடக்க முடியாமல் அழுது விடுபவருமான அபுபக்கர் இறைத்தூதரின் மரணச் செய்தியைக் கேட்டு ஆழ்ந்த துயரத்தில் ஆனபோதும் அசாதாரணமான அமைதியுடனும் சந்தேகத்திற்கிடமில்லாத உறுதியான உள வலிவோடும் இருந்தார். இந்த

இரண்டு மனிதர்களின் செயல்பாட்டின் மூலம் இறைத்தூதர் ஒரு செய்தியை நமக்கு போதிக்கிறார். அதாவது உணர்ச்சிப்பூர்வமான நிலை ஆன்மிகத்தின் ஆழமான பேரொளியில் எதனாலும் பாதிப்படையாத மிகுந்த வலிமையானதொரு மனநிலையைத் தருகிறது. ஆனால் மிக வலிமையானதொரு ஆளுமை, தன்னை ஒரு கணம் மறக்கும்போது மிகவும் பலவீனமானதாகவும் எளிதில் உடையக் கூடியதுமாக மாறிவிடுகிறது; விவேகத்துடனும் மன வலிமையுடனும் இறைவனை நோக்கிச் செல்லும் பாதை அவரவர் பலவீனத்தை அறிந்து ஏற்றுக் கொள்வதன் மூலமாகவே நிகழ்கிறது. உறுதியான நம்பிக்கையுடன் அபுபக்கரும், ஆழமான உணர்வுடன் உமரும் ஏற்றுக் கொண்டதைப் போல பலவீனத்தை அறிந்து கொள்ளுவதைப் பணிவுடன் நாமும் ஏற்றுக் கொள்ள வேண்டும் என்று நமக்கு மிக நெருக்கமான இறைமை பரிந்துரைக்கிறது.

வரலாற்றில் நிரந்தரமாக

தோழர்களுக்கும் இன்றைக்கும் என்றைக்குமான முஸ்லிம்களுக்கும், வரலாறு முழுக்கவும் பல்வேறு சமூகங்களுக்கும், கலாசாரங்களுக்கும் வெளியான இறைவசனங்கள் இறைத்தூதரின் உயர்வையும் உன்னதமான நிலையையும் இப்படிக் கூறுகின்றன.

> "இறைவனின் மீதும், இறுதி நாளின் மீதும் ஆதரவு வைத்து (இறைவனின் நெருக்கத்தின் பால் மிகவும் ஆவல் கொண்டு) இறைவனை அதிகம் தியானிப்போருக்கு நிச்சயமாக இறைவனின் தூதரிடம் ஓர் அழகிய முன்மாதிரி இருக்கிறது" **(குர்ஆன்).**

கற்றுக் கொள்ள விரும்புகிறவர்களுக்கு மிகச் சிறந்த ஆசிரியராகவும், வழிகாட்டப்பட வேண்டும்

என்பவர்களுக்கு மிகச் சிறந்த வழிகாட்டியாகவும், தான் இப்படி இருக்க வேண்டும் என்ற உயர் நோக்கமுடையவர்களுக்கு ஆகச் சிறந்த முன் மாதிரியாகவும் இறைத்தூதர் திகழ்கிறார். எல்லாவற்றுக்கும் மேலாக அவருடைய வாக்குகளும், மௌனங்களும் செயல்பாடுகளும் ஆழ்ந்து சிந்தித்தறிய வேண்டிய உன்னதங்களாக விளங்குகின்றன.

ஒரு முன்மாதிரி ஒரு வழிகாட்டி

தனது இறைச்சேவையின் இருபத்து மூன்று ஆண்டு காலம் முழுவதும் ஆன்மிக விடுதலையையும், ஆன்மிக வாழ்வின் உயர்ச்சியையுமே முஹம்மது நாடி தேடிக் கொண்டேயிருந்தார். அவரது வாழ்வின் பல சூழ்நிலைகளிலும் கட்டம் கட்டமாக இறைவசன வெளிப்பாடுகளைப் பெற்றுக் கொண்டே இருந்தார். அது வரலாறு முழுக்கக் காலம் முழுக்க நிரந்தரமாக இருக்கும்படியான பேரிறையின் உரையாடலாக இருந்தது. இறைவனது கூற்றை இறைத்தூதர் ஆழ்ந்து கவனித்தார். அவனுடன் இறைத்தூதர் உரையாடினார். அவனிடமிருந்து வந்த அறிகுறிகளையும் சமிக்ஞைகளையும் இரவும் பகலும் அவர் பெற்று சிந்தித்தார். அவ்வேளைகளில் அவர் தோழர்களுடனுமிருந்தார். அரேபியப் பாலை வெளிகளில் தனித்தும் இருந்தார். மனித உலகம் உறங்கிக் கொண்டிருக்கும் வேளைகளில் அவர் இறைவணக்கம் புரிந்தார். அவருடைய மனித குல சகோதரர்களும் சகோதரிகளும் இறை நம்பிக்கையற்றிருந்தபோது அவர் இறைவனிடம் நம்பிக்கை கொண்டு பிரார்த்தனைகள் புரிந்தார். ஏராளமானவர்கள் அவரை மறுதலித்துப் புறந்தள்ளி இகழ்ந்து காயப்படுத்தியபோதும் அவர் பொறுமையாகவும்

மிக்க மன உறுதியுடனுமிருந்தார். அவரது ஆழமான தூய ஆன்மிக நிலை அவரை அவருடைய 'நான்' என்ற சிறையிலிருந்து விடுவித்திருந்தது. ஒளிரும் நட்சத்திரமாகட்டும், கவிழும் இருளாகட்டும், நிற்கும் மரமாகட்டும் அல்லது பறக்கும் பறவையாகட்டும் அவற்றிலிருந்தெல்லாம் இறைவனின் அறிகுறிகளையும், சமிக்ஞைகளையும் அவர் பெற்றுக் கொண்டே இருந்தார்.

முஹம்மதால் நேசம் மிகுந்தவராக இருக்கவும் அதனைப் பரப்பவும் முடிந்தது. அவருடைய இருத்தலும் மென்மையான பண்பு மிக்க குணங்களும், பேரன்பும் அவருடைய மனைவியரை மகிழ்ச்சியுடன் திருப்தியுறச் செய்தது. அவருடைய தோழர்கள் மிகவும் ஆழமாகவும் பெரிய அளவிலும் அசாதாரணமான கனிவுடனும் அவரை நேசித்தனர். அவர்களுடன் அவரும் புன்னகையுடன் கனிவுடன் இருந்தார். நகரின் அடுத்த கோடிக்கு வரும்படி ஒரு அடிமை அழைத்தாலும் கூட அதனையும் ஏற்றுச் சென்று அவர் கூறுவதைக் கேட்டு இருந்து அவர் மீதும் நேசம் கொள்வார். இறைவனின் சொந்தமாக இருந்த அவர் எவருடைய உடைமையுமல்ல; அவர் அனைவரிடமும் மிகவும் நேசம் கொண்டவராக விளங்கினார். எவரிடம் அவர் கைகொடுத்து இருந்தாலும் முதலில் அதனைப் பின் வலித்துக் கொள்பவராக அவர் இருந்திருக்கவில்லை. ஆறுதலாக, அன்புடன் மென்மையான இனிமையான முறையில் ஒருவருக்கு அளிக்கும் வார்த்தை எத்தனை சாந்தியையும் அவருடைய உள்ளத்திற்குள் ஊடுருவி அளிக்கும் என்பதை அவர் மிக நன்றாக அறிந்திருந்தார். தனது சுயத்திலிருந்து விடுபட்டிருந்த அவர் எவருடைய சுயத்தையும் ஒதுக்கித் தள்ளவில்லை. அவருடைய

இருத்தல் ஆறுதல் தரும் அடைக்கலமாக இருந்தது. இறைச்செய்தியை கொண்டு வந்தருளியவராக அவர் இருந்தார்.

நேசம் மிகக் கொண்டவராகவும் மன்னிப்பவராகவும் அவர் விளங்கினார். தனது தவறுகளையும், அஜாக்கிரதையான செயல்கள் இருந்தால் அவற்றை மன்னிக்கும்படியும் ஒவ்வொரு நாளும் அவர் இறைவனிடம் மன்றாடினார். மிகத் தவறிழைத்துவிட்டதாக அவரிடம் வந்த ஒரு ஆணையும் பெண்ணையும் வரவேற்று மன்னிப்பைப் பெறுவதற்கான வழியைக்காட்டி இறைவனிடம் வேண்டி ஆறுதல் பெற்று மிகப்பெரிய பாதுகாப்பைப் பெறும்படியும் செய்தார். தனிப்பட்டவர்களுக்கான ஒழுக்கத்தையும் கட்டுப்பாடாக இருக்க வேண்டியதன் அவசியத்தையும் போதிக்கையில் அவர்களின் தவறுகள் குறைகள் எல்லோரும் அறிந்து கொள்ளாமலிருக்கும்படி அவருடைய செயல்பாடுகள் அமைந்திருந்தன. இறைவணக்க நெறிமுறைகள் குறைந்த அளவில் இருக்க வேண்டும் என்று தங்கள் சோம்பேறித்தனமான குணத்தால் ஒருவர் அவரை அணுகினால் அவர்களுக்கு நேர்மறையாக பதிலளித்த அவர், விவேகத்துடன், தங்கள் தரத்தைப் புரிந்து கொண்டு அதனை மேம்படுத்திக் கொள்ளும்படியும், தங்களது பலவீனமான நிலையை ஏற்றுக் கொண்டு தங்களுக்கு ஏற்படும் சொந்த முரண்பாடுகளிலிருந்து விடுபடுமாறும் அவர் கூறினார். எந்தக் குற்றவுணர்வும் இன்றி நெறிமுறைகளைப் பின்பற்றி வாழ்வதே விடுதலை பெறுவதற்கான நிபந்தனைகள் என்பதை அவர் போதித்தார்.

நீதியுடன் இருப்பதே அமைதிக்கான நியதி மற்றும் நிபந்தனை என்றும், தனி மனிதர்களின் தன்மையை மதிக்காத வரை சமநிலை என்பதை அனுபவிக்க முடியாது என்பதை அவர் வலியுறுத்தினார். அடிமைகளுக்கு விடுதலை அளித்த அவர், முஸ்லிம்கள் அதனைத் தொடர்ந்து செய்து வர உறுதியேற்க வேண்டும் என்றும் கூறினார். இறைநம்பிக்கையாளர்களின் சமூகம் என்பது சுதந்திரமானவர்களின் சமுதாயமாக இருக்க வேண்டும் என்றும் அவர் கூறினார். இறைவசன வெளிப்பாடுகள் அவ்வகையான வழியையே கூறுகிறது. நாம் முன்னரே கண்டபடி ஏழைகள், வறியவர்கள், சமூகத்தில் ஒடுக்கப்பட்ட நிலையில் உள்ளவர்கள் மற்றும் அடிமைகள் மீது அக்கறை கொள்வதை அவர் எப்போதும் கை விட்டதில்லை. தங்கள் கௌரவத்தைக் காத்துக் கொண்டு, தங்களது உரிமைகளைக் கோரி அவர்கள் வாழ வேண்டும் என்று அவர் கூறினார். இந்தச் செய்தி சமய, சமூக மற்றும் அரசியல் ரீதியான விடுதலைக்கான ஒன்றாக இருந்தது. தனது இறைச்சேவை முடிவுறும் தறுவாயில் 'கருணையின் குன்று' என்றழைக்கப்பட்ட குன்றிலிருந்து உரையாற்றிபோது, அனைத்து இன ஆண்களும் பெண்களும், அனைத்துக் கலாசாரத்தையும் பண்பாட்டையும் கொண்டவர்களும், அனைத்து நிறத்தவர்களும், ஏழைகளும் பணக்காரர்களும் கேட்டுக் கொண்டிருக்க இனங்களாலோ, நிறத்தாலோ அல்லாமல் உள்ளத்தின் தரத்தால் மட்டுமே சிறந்தவராக ஒருவர் கொள்ளப்படுவார் என்பதை அவர் வலியுறுத்திக் கூறினார். ஒருமுறை, "உங்களில் மிகச் சிறந்தவர் மக்களுடன் சிறந்த முறையில் நடந்து கொள்பவரே" என்று

அவர் கூறினார். மனித சகோதரத்துவம் என்று வரும்போது முஸ்லிம்களுக்கு மட்டுமல்லாது அனைத்து மக்களுக்கும் தனது விடைபெறும் உரையில் கூறியது போல ஒவ்வொரு ஆன்மாவும் (ஆழ்மனமும்) நீதியின்பால் முன்னேறி வளர்வதை தடுக்கும் மாயைகளிலிருந்து விலகித் தவிர்த்து முன்னேற வேண்டும் என்று அவர் போதித்தார். இனவேறுபாடு, இனவெறி, சமூக அநீதி ஆகியவற்றை இறைவனின் முன் சரியானது என்று கூறி எதுவும் நியாயப்படுத்தி விட முடியாது. இஸ்லாமிய சமுதாயத்தில் கறுப்பினத்தைச் சேர்ந்த ஒருவரே இறை நம்பிக்கையாளர்களை இறை வணக்கம் புரிய அழைப்பு விடுக்கும் சேவையைத் தினமும் செய்து வந்தார். ஒரு அடிமையின் மகனே போர்ப்படைக்குத் தலைமை வகித்தார். மனிதர்களை ஒடுக்கி நசுக்கி கடையர்களாக்கி, ஒருவரை அவருடைய பூர்வீகம் மற்றும் சமூக அந்தஸ்து கொண்டு அவரை ஒடுக்கி நசுக்கி, அறிவற்ற எண்ணங்களைக் கொண்டும் ஏமாற்றி மயக்கும் புறத்தோற்றங்களைக் கொண்டும் ஒரு சாராரைப் பற்றிய எண்ணங்களையும் முடிவுகளையும் மேற்கொள்வதிலிருந்தும் இறை நம்பிக்கை கொண்டவர்களை இஸ்லாம் தடுக்கிறது.

இறைத்தூதர் தனது சமுதாயத்தில் மோசமாக நடத்தப்பட்டு, உரிமைகள் மறுக்கப்பட்டு, ஒதுக்கப்பட்ட, ஒடுக்கப்பட்ட பெண்களின் குறைகளைக் கேட்டு அதற்கான தீர்வுகளைக் கூறி வந்தார். இதனைக் குறித்து வெளியான இறைவசனம், "இறைத்தூதரே, எவள் தன் கணவனைப் பற்றி உம்மிடம் கூறி இறைவனிடமும் முறையிட்டுக் கொண்டாளோ, அவளுடைய வார்த்தையை நிச்சயமாக இறைவன் செவியேற்றுக்

கொண்டான். மேலும் இறைவன் உங்களிருவரின் வாக்குவாதத்தையும் செவியேற்றான். நிச்சயமாக இறைவன் (யாவற்றையும்) செவியேற்பவன், (எல்லாவற்றையும்) பார்ப்பவன்" *(குர்ஆன்)*.

அதனைப் போன்றே தனக்கு விருப்பமில்லாத கணவனிடம் இருந்து மணவிலக்கு கோரிய பெண் கூறியதை நன்கு கவனித்து, அலசி ஆராய்ந்த இறைத்தூதர் அவர்கள் இருவரும் பிரிந்து வாழும்படி தீர்ப்புக் கூறினார். அதனைப் போன்றே தன் விருப்பத்தையும் கருத்தையும் கேட்காமல் தனது தந்தை தனக்கு மணம் செய்வித்து விட்டதாகக் குற்றம் சுமத்திய ஒரு பெண்ணின் குறையையும் நன்கு கேட்ட இறைத்தூதர், தான் அவர்களைப் பிரித்து வைக்கத் தயார் என்று கூறியபோது, தன் தந்தையின் முடிவில் தான் திருப்தியடைவதாகவும், ஆனால் அனைத்துத் தந்தைமார்களும் தங்களுடைய மகள்களின் கருத்தை அறியாமல் தாங்களாக முடிவெடுக்கக் கூடாது என்பதை அனைவரும் அறிந்து கொள்ளவே அதனைச் செய்ததாகவும் அப்பெண் கூறினார். அதிகாரத்தின் மூலமோ அல்லது ஆக்கிரமித்தலின் மூலமோ ஆண்களின் தேவைகள் என்ற சிறையில் பெண்கள் அடைக்கப்படக்கூடாது என்பதை இறைத்தூதர் வலியுறுத்திக் கூறினார். சமூகத்தின் பொதுத் தளங்களில், அரசியலில், பொருளாதாரத்தில், ஏன் இராணுவச் செயல்பாடுகளில் கூட பெண்கள் இடம்பெறுவதை இறைத்தூதர் ஒரு போதும் மறுத்ததும் இல்லை, புறந்தள்ளியதும் இல்லை. மாறாக இறைத்தூதர் அவர்களை ஊக்கப்படுத்தவே செய்தார். ஆன்மிக போதனையின் ஒளியில் பெண்கள் தங்களை நன்கு அறிந்து, முன்னிறுத்தி, தங்கள் திறன்களை வெளிப்படுத்தவும் ஆன்ம

ரீதியாகவும், உள ரீதியாகவுமான உண்மையான சுதந்திரத்தை அவர்கள் கோர வேண்டும் என்றும் அவர் கூறினார். பெருங்கருணையாளனான இறைவனின் மீது நம்பிக்கை கொண்டு அச்சுதந்திரத்தை அவர்களாகவே கண்டுணர்ந்து பெற்றுக் கொள்ள வேண்டும்.

குழந்தைகளின் மெல்லிய தன்மை, அறியாமை அவர்களது சிறு செயல்கள் இவற்றை எல்லாம் விரும்பி அவற்றின் மீது ஆவல் கொண்ட இறைத்தூதர், குழந்தைகளை மிகவும் நேசித்தார். இறைவனுக்கு நெருக்கமாக, தனது சொந்த மனத்திற்கு நெருக்கமானவராக, மனதின் மொழியைப் புரிந்து கொள்பவர்களிடம் மிகவும் கவனம் கொண்டவராக இறைத்தூதர் விளங்கினார். அவர் குழந்தைகளை முத்தமிடுவார், தன் தோள்களில் இருத்திக் கொள்வார், அவர்களுடன் விளையாடுவார், அவர்களது அறியாமையை நன்குணர்ந்து அவர்களுடன் உறவாடுவார். அது நிரந்தரமான இறைவணக்கம் என்பதன் சாராம்சமாக விளங்கியது. குழந்தைகள் வானவர்கள் (தேவதைகள்) போன்றவர்கள். அவர்கள் முழுக்க முழுக்க இறைவனைச் சார்ந்தவர்கள். அவர்கள் செய்திகளைத் தெரிவிக்கும் அடையாளங்கள். இறைத்தூதரின் இத்தகைய செயல்பாடு நிரந்தரமாக ஒன்றை நினைவூட்டிக் கொண்டே இருக்கிறது. இறைத்தூதர் நியமமாகப் புரியும் இறைவணக்கத்தின் போது குழந்தையின் அழுகுரல் கேட்டால் தனது இறைவணக்கத்தைச் சுருக்கிக் கொள்வார். குழந்தையின் அழுகையே ஒரு பிரார்த்தனையாதலால் அதன் பிரார்த்தனையைக் கருத்தில் கொண்டு இறைத்தூதர் தன் இறைவணக்கத்தைச் சுருக்கிக் கொள்வார்.

எல்லாவற்றிற்கும் மேலாக குழந்தையின் அறியாமை மற்றும் விளையாட்டுகளிலிருந்து தனக்கான உயர் உணர்வை இறைத்தூதர் பெற்றுக் கொண்டார். தன்னைச் சுற்றி இருந்த மனிதர்கள் மற்றும் உலகைக் கண்டு வியக்கும் பண்பைக் குழந்தைகளிடமிருந்து அவர் பெற்றுக் கொண்டார். குழந்தைகளின் அழகை உற்று கவனிப்பதன் மூலம் தன் உயர் நவிற்சியான உளப்பாங்கை அவர் வளர்த்துக் கொண்டார். அழகினைக் கண்ட அவர் அழுதார், மனம் இளகினார். சில வேளைகளில் தேம்பினார். எல்லையே இல்லாத அழகான பெருங்கருணையாளன் அளித்த இறைவசனங்கள் மற்றும் கவித்துவ உணர் நிலையிலான பரவசத்தைக் குழந்தைகளைக் காணும்போது அவர் பெற்றார்.

விடுதலையும் நேசமும்

பேரிறை, அதன் மீதான நம்பிக்கை, நன்னெறி மற்றும் நம்பிக்கை இவற்றின் மூலமாக இறைவனின் இருத்தலையும், இறைவனது தேவை, மனித இனம் மீளச் செல்லும் இறுதிநாள், இறைவனைச் சந்திக்க வேண்டிய நிலை இவற்றை எல்லோருக்கும் நினைவூட்டும் விதமான உன்னதமான உயர்வான செய்தியுடன் மனித குலத்திடம் இறைத்தூதர் வந்தார். அந்த இறைச் செய்தியை முஹம்மது கொண்டு வந்தபோதும், தனது வாழ்நாள் முழுவதும் பெண்கள், குழந்தைகள்., அடிமைகள், ஏழைகள், செல்வந்தர்கள் மற்றும் பிற சமயத்தார் ஆகிய அனைவரையும் கனிவு கொண்டு அக்கறையுடன் அவர்களின் எண்ணங்களையும் நிலைமைகளையும் கவனமாகக் கேட்டு வந்தார். அவர்களின் கூற்றைக் கேட்ட அவர் அவர்களின் நேர்மறையான கருத்துக்களை வரவேற்று, பதிலளிக்க வேண்டியிருந்த

எதிர்மறையான மற்றும் விளக்கம் அளிக்க வேண்டியவற்றுக்குத் தக்க விதத்தில் விளக்கமும் அளித்து வந்தார். பூமியிலுள்ளவர்களிலிருந்தே தேர்ந்தெடுக்கப்பட்ட தனித்துவம் மிக்கராக அவர் இருந்தபோதும் அவர் தன் பலவீனங்களையோ சந்தேகங்களையோ மறைத்ததில்லை. சொல்லப்போனால் ஆரம்பத்திலிருந்தே தனக்கான இறைவனின் தேவையை அவர் தேடும்படியும் அவருக்கேற்பட்ட தோல்விகளின் உண்மையான நிலையை அவருக்குக் காட்டி அதன் மூலம் இறையருளை அவர் தேடும்படியும், சக மனிதர்களைத் தளை கொண்டு கட்டுப்படுத்தாமல் இருக்கும்படியும் அவரை இறைவன் நடத்திக் கொண்டிருந்தான். அவரது நற்பண்புகளாலும் உன்னத குணநலன்களாலும், உயர்தன்மையாலும் மட்டும் அவர் முன்மாதிரியானதொரு உதாரணமாக இல்லாமல் அவருக்கு ஏற்பட்டிருந்த சந்தேகங்கள், பட்ட காயங்கள் அரிதான மிகச் சில வேளைகளில் இறைவெளிப்பாடுகள் மீதோ தன் தோழர்கள் தீர்மானங்களில் தவறுகளைச் சுட்டிக் காண்பிக்கும்படியோ தவறுகளைக் கொண்டிருந்த வகையிலும் அவர் முன்னுதாரணமாகத் திகழ்கிறார்.

இருந்த போதிலும் அவர் வாழ்வின் சிறிய நிகழ்வுகள் முதல் மாபெரும் சம்பவங்கள் வரை புதுப்பித்துக் கொள்ளவும் மாற்றிக் கொள்வதற்குமான கருவிகளாக விளங்கின. முஸ்லிம்கள் மட்டுமல்லாது மற்றெந்தச் சமயத்தைச் சார்ந்தவராக இருந்தாலும் எக்கொள்கையை உடையவராக இருந்தாலும் முஹம்மதின் வாழ்க்கையைத் தங்களது சமயம் சார்ந்த மற்றும் சுயம் சார்ந்த சொந்த விருப்பு வெறுப்புகளைத் தாண்டி உளப்பூர்வமாக உணர்வுடன் வாசித்தால்

அவர் கொண்டு வந்த செய்தியையும், இறை நம்பிக்கைக்கான ஒளியையும் நிச்சயமாகப் பெற இயலும். இறைத்தூதர் இறை வணக்கங்களைப் புரிந்தார், தியானங்களில் ஆழமாக ஈடுபட்டார், தன்னை மாற்றிக் கொண்டார், உலகையும் மாற்றினார். தனக்குக் கற்றறிவித்தவனான இறைவனின் வழிகாட்டுதலால் தன்னுள் இருந்த தாழ்ந்தவற்றை எதிர்த்து வெற்றி கண்டு தனது இருத்தலின் மிகச் சிறந்ததை அவர் அளித்தார். 'ஜிஹாத்' என்பதன் பொருள் அதுவாகவே இருந்தது. "நன்மையானவற்றை அதிகப்படுத்தி தீமையைத் தடுங்கள்" என்ற இறை வசனத்தின் பொருளாகவும் அவரது வாழ்வு இருந்தது. அந்த இறை வசனத்தின் - போதனையின் முழு உருவாக அவர் வாழ்வு இருந்தது.

முஹம்மதின் வாழ்க்கைப் பயணத்தின் ஒவ்வொரு நிலையும் இறைவனை வணங்குவதற்காக அர்ப்பணிக்கப்பட்டதாக இருந்தது. அவர் பின்பற்றிய விடுதலைக்கான வாழ்வியலை, பாதையை அவரைப் போன்று முழுமையாக அப்படியே செயல்படுத்த இயலாது. ஆனால் அதனைத் தொடர, அதனுடன் இணைந்திருக்க, அதனுடன் உறவு கொள்ள இயலும். உயர் சிரத்தையுடன் முஹம்மது போரிட்ட சிந்திக்கவும் செயல்படவும் மட்டுமான சுதந்திரம் அல்ல அது. அந்நியமாகிப் போவது, நாசகரமான பெருவிருப்பம், ஆசை, மூட நம்பிக்கை சார்ந்த உணர்ச்சிகள் ஆகியவற்றில் இருந்து விடுவித்துக் கொள்ளும் விடுதலையாகவும் அது இருந்தது. ஒவ்வொருவரும் அவரை நேசித்து, மதித்துக் கொண்டாடினார்கள். ஏனெனில் அவரது ஆன்மிக வாழ்வு அவரது அகந்தை, தற்பெருமை

ஆகியவற்றில் இருந்து விடும்படியானதாகவும், தன்னையே அர்ப்பணிக்கும்படியானதாகவும் அதுவே அடுத்தக் கட்டத்தில் கட்டுத்தளைகள் ஏதுமின்றி நேசம் கொள்ளும்படியானதாகவும் இருந்தது. தெய்வீக மயமான நேசம், மனிதம் சார்ந்த ஒன்றல்ல. தன்னையே அர்ப்பணித்த அவர், விடுதலையடைந்தவராக இருந்தார். தெய்வீகத் தன்மையான சாந்திக்குத் தன்னை அளித்ததால் மனித மாயைகளிலிருந்து விடுதலை பெற்றவராக அவர் விளங்கினார். மெய்யான நேசத்தின் இரகசியம் என தனது தோழரொருவரிடம் அவர் இப்படிக் கூறினார்: "மனிதர்கள் விரும்புவனவற்றிலிருந்து (பொறாமை கொள்ளாமல்) விலகி இருங்கள்". நேசத்தை நேசம் கொள்ளும் பாதையைப் பின்பற்றும்படி இறைவன் அவரது உள்ளுணர்வில் உதிக்கச் செய்தான். அதன் விளக்கம் இப்படி இருந்தது. "எனது அடியானை நான் நேசிக்கும்வரை அவன் கட்டற்ற பக்திச் செயல்பாட்டுடன் என்னை நெருங்கிக் கொண்டே இருக்கிறான். நான் அவனை நேசிக்கும்போது அவன் பார்க்கும் கேட்கும் காதுகளாகவே நான் இருக்கிறேன். அவன் கண்களாகவே இருக்கிறேன், அவன் பற்றும் கைகளாகவே நான் இருக்கிறேன், அவன் நடக்கும் கால்களாகவே நான் இருக்கிறேன்" இறைவனின் நேசம் தெய்வீகத்தன்மையின் உன்னதமான உண்மையை அளித்து சுயத்தை விடுபடச் செய்யும் இறைவனின் அன்பளிப்பாக இருக்கிறது. இறை நேசம், இறையன்பு என்பது தனித்துவம் மிக்கதாக எதனையும் சாராத ஒன்றாக இருக்கிறது. அந்த நேசம் விடுதலையை அளித்து உயர்நிலையை அடைவதானதாக இருக்கிறது. இறைவனுடனான இத்தகைய நெருக்கத்தை அனுபவிக்கும் ஒருவர் பேரிறையின் இருத்தலையும்

அதன் பரிசுத்தமான தெய்வீகத் தன்மையையும் உணர்ந்து கொள்ள இயலும்.

பல்வேறுபட்ட நிலைகளைக் கொண்டவொரு பாதையை முஹம்மது பின்பற்றினார். இறை நம்பிக்கை கொள்வதற்கான அழைப்பு, புலப்பெயர்வு, மீளத் திரும்புதல் மற்றும் இறுதியாக கடைசிப் புகலிடமும் ஆரம்ப இருத்தலுமான இடத்தை நோக்கியதான பயணம் அவை என்றிருந்தன. ஆரம்ப நிலை முதல் தனது உள்தூண்டலுடனும், நேசத்துடனும் தனது தூதருடன் இறைவன் இருந்து மனிதர்களும் அவருடன் நேசத்துடனிருந்து அம்மனிதர்களுடனே அவரை இருக்கவும் செய்தான். முஹம்மது தனது வாழ்நாள் முழுவதும் வியாபித்துப் படர்ந்த பேரன்புடனும், பிரபஞ்சம் முழுமைக்குமான செய்தியைக் கொண்டு வந்தார். பிரபஞ்சம் முழுமையும் பின்பற்ற வேண்டிய அந்தச் செய்தி பிரிவினைகள், குழுக்கள், அணிகளாகப் பிரிந்து வேறுபடல் மற்றும் தனித்த அடையாளங்களைக் கொண்ட வேற்றுமைகள் ஆகியவற்றைக் களையும்படியான செய்தியாக, நெறியாக இருந்தது. உயிருள்ள ஒன்று நீதியுடன், நேசம் கொண்டு தனது இனம், தேசம் அல்லது த்னி அடையாளம் ஆகியவற்றினால் தான் தன்னுள் சிக்காது அப்படிச் சிக்குவதை அனுமதிக்காத உண்மையான சுதந்திரமாக அது இருந்தது. அப்படிப்பட்ட அறம் சார் நெறியினைப் பளீரிடச் செய்யும் ஒருவரது நேசம் அவரை நல்லவராக, நன்மைகள் புரிபவராக உருவாக்குகிறது. அவரது நேசத்திற்கு வழிகாட்டுகிறது. இறுதித் தூதரிடத்தில் இப்பண்புகள் மேலோங்கி இருந்ததை அவருடைய தோழர்கள் புரிந்து உணர்ந்து கொண்டார்கள்.

இறைவனால் மிகவும் நேசிக்கப்பட்டவராகவும் மனிதர்களுள் எல்லாம் மிகச் சிறந்த உதாரணமாகவும் இறைத்தூதர் விளங்குகிறார். அவர் இறைவனை வணங்கினார். தியானித்தார். சேவைகள் புரிந்தார். தேவையான சந்தர்ப்பங்களில் திருத்திக் கொண்டார். ஒளியை நோக்கிக் கொண்டு செல்லும் ஒளியாக அவர் திகழ்ந்தார். அவருடைய வாழ்க்கையைக் கற்றுக் கொள்ளும்போது இறை நம்பிக்கையாளர்கள் வாழ்க்கையின் மூலத்திற்குத் திரும்பி இறைவனின் ஒளியையும், இறைவனின் ஆதரவான அனுக்கத்தையும், இறைவனது நேசத்தையும் கண்டுணர்கிறார்கள். மனித உலகத்தை விட்டு இறைத்தூதர் சென்றிருக்கலாம். ஆனால் இறைவனை ஒருபோதும் மறக்காதிருக்கவும், உச்ச நிலையிலான புகலிடமும், சாட்சியமும், மிகவும் நெருக்கமானவனுமான இறைவனை ஒருபோதும் மறக்காதிருக்கவும் அவர் நமக்குக் கற்பித்திருக்கிறார். ஓரிறையைத் தவிர வேறு இல்லை என்பதற்கு சாட்சியாக விளங்குவது என்பது ஆழமான அசலான நம்பகமான விடுதலைக்கு இட்டுச் செல்வதாக இருக்கிறது. மேலும் அது முஹம்மது இல்லாத நிலையில் அவரை இறைத்தூதர் என்று ஏற்று அங்கீகரித்து அவர் மீது நேசம் கொள்ளுதலும், இறைவன் இருக்கும்போது அதனை அங்கீகரித்து அவன் மீது நேசம் கொள்வதுமாகும். இறைவன், இறைத்தூதர், படைப்புகள் மற்றும் மனித குலம் இவற்றை நேசிப்பதும் நேசிக்கக் கற்றுக் கொள்வதும் ஆழமான நம்பகமான அசலான விடுதலைக்கான வழிப்படிகளாகும்.